GIẢNG GIẢI PHẨM PHỔ MÔN

KINH DIỆU PHÁP LIÊN HOA

GIẢNG GIẢI PHẨM PHỔ MÔN

PHÁP SƯ TỊNH KHÔNG

Nguyễn Minh Tiến

Việt dịch và chú giải

United Buddhist Publisher

Nhà xuất bản Liên Phật Hội

California, Hoa Kỳ

Xuất bản lần thứ nhất: Tháng 11/2025

Thiết kế bìa: Họa sĩ Đình Khải

ISBN-13: 979-8-3495-7678-2

PHÁP SƯ TỊNH KHÔNG
giảng giải
NGUYỄN MINH TIẾN
Việt dịch và chú giải

GIẢNG GIẢI PHẨM PHỔ MÔN BỒ TÁT QUÁN THẾ ÂM

KINH DIỆU PHÁP LIÊN HOA

NHÀ XUẤT BẢN LIÊN PHẬT HỘI
UNITED BUDDHIST FOUNDATION
2025

MỤC LỤC

Bài giảng thứ nhất

Tháng 12 năm 1983
Hoa Tạng Đồ Thư Quán,
Cảnh Mỹ, [Đài Bắc], Đài Loan
Số lưu trữ: 08-004-0001

Trong khóa tu Phật thất Quán Âm lần này, để có sự tương ứng giữa học tập và hành trì nên trong suốt 7 ngày, mỗi ngày đều sẽ có 4 giờ nghe giảng kinh và 4 giờ xưng niệm thánh hiệu Bồ Tát [Quán Thế Âm].

Trong lúc nghe giảng kinh, mỗi người đều có bản sách Pháp Hoa Kinh Đại Thành của Pháp sư Đại Nghĩa đời nhà Thanh đặt trước mặt. Sau khi hoàn tất Pháp hội này, bản kinh đó sẽ được tặng cho quý vị mang về để kết duyên.

Cho nên, trong lúc nghe giảng kinh, tốt nhất là quý vị nhìn vào trong bản kinh của mình để theo dõi. Nếu thấy chỗ nào quan trọng cần lưu ý thì có thể [dùng bút] ghi chú thẳng vào đó, vì tương lai bản kinh ấy sẽ là của quý vị mang theo về nhà.

Khi chuẩn bị giảng kinh, chúng tôi sẽ giới thiệu sơ qua với quý vị về tiêu đề của kinh. Đề kinh nằm trong quyển thượng, và cả hai quyển thượng, hạ đều đã sẵn có trước mặt quý vị. Để bắt đầu đi vào giảng giải, trước hết tôi sẽ liệt kê những điểm đại cương. Phần đại cương này cũng đã được cung cấp đến cho quý vị rồi.

Tiêu đề kinh nằm trong quyển thượng, ở trang 130.

Quý vị có thể mở quyển kinh ra, tìm đến trang 130, xem ở dòng thứ 5: "Diệu Pháp Liên Hoa Kinh".

Phần chú giải của Pháp sư Đại Nghĩa quả thật rất đáng ngợi khen xưng tán. Bản chú giải này có tên gọi là "đại thành", nghĩa là thành tựu lớn, hàm ý là Pháp sư đã sưu tập tất cả những chú giải của người xưa mà hợp thành bản chú giải này.

Về phương thức chú giải của Pháp sư thì không theo thông lệ của tông Thiên Thai, mà chọn phép "Thập môn khai khải" của tông Hoa Nghiêm, trong phần huyền nghĩa chúng ta có thể thấy được điều đó.

Lần này chúng tôi sẽ không giảng giải phần huyền nghĩa, bởi vì không đủ thời gian. Việc giảng kinh trong khóa tu này chỉ có 12 lượt, mỗi lượt được 2 giờ đồng hồ. Cho nên chúng ta đành phải lược bớt đi phần giảng giải về huyền nghĩa.

Nhưng về đề kinh thì nhất thiết phải giảng giải. Đi vào giải thích đề kinh, xin mời quý vị mở đến trang 132. Xin mở ra trang 132, xem đến hàng cuối cùng, trong đó có chữ "diệu" (妙), nghĩa là mầu nhiệm, huyền diệu. "Diệu thị năng tán chi từ - 妙字是能讚之辭". (Chữ diệu này là từ ngữ có thể dùng để xưng tán, khen ngợi.) Tiếp theo xem đến chữ "pháp" (法). Chữ "pháp" thì cũng tại trang này nhưng xem ngược từ bên trái qua[1] ở hàng thứ tư, trong câu cuối hàng là chữ thứ tư [từ dưới lên]. "Pháp tức thập giới thập như quyền thật chi pháp - 法即十界十如權實之法". (Pháp tức là pháp quyền và thật của mười giới và mười như.) Đó là đề mục thảo luận trung tâm trong kinh Pháp Hoa. "Mười giới" tức là mười pháp giới, "mười như" tức là mười

[1] Sách Pháp Hoa Kinh Đại Thành in theo lối cổ nên đọc thuận là từ trên xuống, từ bên phải qua. Ở đây đếm từ bên trái qua nên nói là ngược.

như thị. Trong toàn bộ kinh Pháp Hoa, ý nghĩa giảng giải không ra ngoài pháp quyền và pháp thật của mười pháp giới và mười như thị.

Lại nếu mang những ý nghĩa của pháp ấy mà quy nạp thì không ra ngoài ba pháp. Ba pháp đó là "chúng sinh pháp, Phật pháp và tâm pháp".

"Ba pháp ấy vốn chỉ là một tâm", trong đó tâm pháp là thể, còn chúng sinh pháp và Phật pháp đều là tướng, là dụng. Giác ngộ thì gọi là Phật pháp, si mê thì gọi là chúng sinh pháp.

Chúng ta xem qua đồ biểu giảng giải. Đồ biểu này, do người vẽ không thấu triệt ý nghĩa giáo pháp nên trong đó có nhiều nét vẽ không đúng.

Chẳng hạn như về tâm pháp, chúng ta xem thấy trên đồ biểu phía sau có dấu ngoặc cong mà đường thẳng vẽ quá ngắn, lẽ ra phải nối tiếp [đường vẽ] tâm pháp đến chỗ đó, vì tâm là thể.

Khi giác ngộ được tâm pháp thì tâm đó gọi là Phật pháp. Khi mê lầm tâm pháp thì tâm đó gọi là chúng sinh pháp. Vậy có thể thấy rằng, pháp vốn chỉ có một, lẽ nào lại có hai? Cho nên cả ba pháp [chúng sinh pháp, Phật pháp và tâm pháp] vốn chỉ là một tâm.

Phần bên trong dấu ngoặc nói rằng: "Kinh này là tâm tông của chư Phật." Vì nhấn mạnh nơi tâm pháp nên mới có thể được tôn xưng là "vua trong các kinh, đứng đầu Tam tạng". Ý nghĩa chính là ở chỗ này.

Khởi đầu phương tiện giảng giải, trước tiên phải giải thích về chữ "pháp", sau đó sẽ tiếp tục nói rõ về sự mầu nhiệm của pháp như thế nào.

Trước hết nói về chúng sinh pháp. Quý vị xem ở trang

133, hàng đầu tiên, có câu: "Chúng sinh pháp, đó là do mê lầm mà có." Chúng sinh pháp từ đâu mà có? Chính là do mê lầm tâm pháp mà sinh ra, do mê lầm mà có. "Vì không hiểu rõ pháp chân như là một." Hiểu rõ có nghĩa là thấu triệt, sáng tỏ, [mê lầm] là vì chúng ta không thấu triệt rằng pháp chân như là một. Quý vị nghĩ xem, đối với người chân chánh thấu triệt thì hiểu rõ, trong kinh Hoa Nghiêm dạy rằng pháp giới là một, không có hai, chỉ có một thì mới gọi là chân thật, gọi là pháp giới nhất chân. Nếu là hai thì đó là hư vọng, không phải chân thật. Pháp giới vốn xưa nay chỉ là một chân thật.

Nhưng làm sao để có thể thấu triệt được pháp chân như là một? Điều này phải khởi sự công phu từ tâm mình, chính là như trong kinh A-di-đà đã nêu pháp "nhất tâm bất loạn". Nhất tâm là chuyên tâm, là tâm chân thật. Pháp giới hiển lộ từ tâm chuyên nhất đó gọi là pháp giới nhất chân.

Cho nên, nếu muốn chứng đắc pháp giới nhất chân, cũng gọi là thể nhập cảnh giới vô ngại của Hoa Nghiêm, thì nhất thiết phải có tâm chuyên nhất. Do đó mà biết rằng, điểm quan trọng nhất trong sự tu tập hành trì chính là ở chỗ "nhất tâm bất loạn".

Sự mê lầm của kẻ phàm phu chính là mê lầm để mất tâm chuyên nhất, cho nên ở trong một pháp giới mà nhìn thấy ra là vô lượng pháp giới.

Bên dưới lại giảng câu: "Mê vọng thọ nhận năm uẩn, sắc với tâm." Thọ nhận là nói sự cảm nhận, cảm thọ nhận biết. Năm uẩn, như thường giảng trong Tâm kinh, là sắc uẩn, thọ uẩn, tưởng uẩn, hành uẩn và thức uẩn, nếu quy kết lại đều không ngoài hai pháp là hình sắc và tâm thức. Hình sắc là nói chung về vật chất, còn tâm thức hiện nay gọi là tinh thần. Đối với vật chất và tinh thần, quý vị vẫn có đủ mọi loại cảm thọ. Hết thảy những cảm thọ ấy đều là hư vọng, không chân thật.

Lại giảng tiếp: "Tuy bị lớp áo nhiễm ô ràng buộc", đó là nói đến vô lượng vô biên phiền não vô minh; "mà tánh ấy xưa nay vẫn thanh tịnh nhiệm mầu". Nghĩa là chúng ta tuy bị những phiền não vô minh trói buộc ràng rịt, nhưng chân tánh của chúng ta vẫn chưa từng mất đi, vẫn luôn giữ nguyên sự thanh tịnh, vẫn luôn như trong kinh Pháp Hoa giảng đủ về mười sự nhiệm mầu của bản môn và tích môn.

Trong hết thảy các Kinh điển rốt ráo Đại thừa, đức Phật vẫn thường luôn vì chúng ta khai thị ý nghĩa chân tâm không sinh không diệt, nói rõ về cảnh giới của chúng ta, thật ra vẫn là thanh tịnh tịch diệt. Chúng ta được nghe những điều này thì có người tin nhận, có người không tin, cũng có người nửa tin nửa ngờ. Nhất định phải tự mình chứng nghiệm được cảnh giới đó mới có thể gọi là niềm tin chân chánh. Mục đích của đức Phật khi thuyết dạy cũng là hy vọng chúng ta nhờ đó có thể chứng đắc.

Phần sau còn mấy câu nữa, ở hàng thứ tư [từ bên trái sang] cũng trong trang 133, chúng ta bắt đầu xem từ chữ thứ ba. "Chúng sinh do mê lầm không biết." Đó là nói chúng sinh không thấu triệt rõ ràng tướng thật của các pháp. "Như Lai ra đời vốn là vì khai mở chỉ bày cho chúng sinh sự thấy biết vốn thanh tịnh nhiệm mầu." Đây là nói rõ về lý do, nguyên nhân vì sao đức Phật xuất hiện ở thế gian này.

"Một khi sự thấy biết được khai mở." Đây chính là nói đến chánh tri chánh kiến, Phật tri Phật kiến, như trong Phật pháp thường nhắc đến, còn trong kinh Pháp Hoa thì nói là "khai thị ngộ nhập Phật tri kiến", nghĩa là khai mở chỉ bày [cho chúng sinh] nhận hiểu và thể nhập chỗ thấy biết của Phật.

"Một khi chỗ thấy biết đã được khai mở thì hết thảy hình sắc đều là hình sắc Phật, hết thảy âm thanh đều là âm thanh Phật." Câu này mô tả cùng một cảnh giới giống như trong kinh Hoa Nghiêm nói là "hết thảy chúng sinh vốn đã là Phật", cũng như nói "hết thảy các loài hữu tình cùng vô tình đều thành tựu trí tuệ trọn vẹn".

Đến lúc nào thì chúng ta mới có khả năng thể nhập vào cảnh giới như thế? Điều này theo như lời dạy của Bồ Tát Quán Thế Âm thì sau khi dứt trừ được sáu gút thắt của sáu căn, chứng được ba nghĩa không, cảnh giới này sẽ tự nhiên hiển hiện trước mắt. Đây cũng chính là ý nghĩa trong Tâm kinh gọi là "chiếu kiến ngũ uẩn giai không", nghĩa là quán xét thấy năm uẩn đều là không.

Nếu như hỏi rằng, vị Bồ Tát rốt ráo đạt đến địa vị ấy là địa vị nào? Nói theo kinh Hoa Nghiêm và kinh Pháp Hoa thì đó chính là địa vị Bồ Tát Sơ trụ trong Viên giáo. Đó là chúng ta chỉ y theo những kinh điển Viên giáo Nhất thừa, cho nên nhìn theo Viên giáo thì đó là địa vị Sơ trụ viên mãn.

Nhưng nếu theo pháp môn Niệm Phật mà nói, thì khi đạt được "nhất tâm bất loạn" chính là địa vị Sơ trụ viên mãn. Cho nên, trong chỗ "nhất tâm bất loạn", cũng tức là đạt được tâm chuyên nhất, thì trong cảnh giới ấy cũng có sự sâu cạn chẳng đồng. Điều này chúng ta thấy nói đến rất nhiều trong các Kinh điển Đại thừa.

Từ sau địa vị Sơ trụ, tu hành thẳng đến quả Phật Như Lai vẫn còn 41 quả vị nữa, hết thảy đều nằm trong cảnh giới tâm chuyên nhất. Do đó có thể biết rằng, trong cảnh giới tâm chuyên nhất, tuy cũng đều là đạt được sự nhất tâm, nhưng mức độ sâu cạn, khác biệt nhau rất lớn. Đó là nói chỗ thấy biết thật tướng các pháp của vị Bồ Tát Sơ trụ.

Nói ra những điều này đối với người sơ học như chúng ta, cũng không phải là không có tác dụng. Thật ra là có tác dụng rất lớn. Khi chúng ta thấu hiểu rõ ràng ý nghĩa này rồi thì mới hiểu được mục đích tu hành của chúng ta là gì, định hướng tu tập như thế nào, phải nỗ lực dụng công như thế nào, hiện nay ta đang ở cảnh giới nào, và vì sao chúng ta không thể đạt đến chỗ thấy biết chân thật như chư Phật.

Chỗ thấy biết chân thật của chư Phật chính là "hết thảy chúng sinh vốn đã là Phật" và "hết thảy các loài hữu tình cùng vô tình đều thành tựu trí tuệ trọn vẹn". [Trong sự tu tập,] chúng ta phải thường xuyên nêu lên vấn đề này. Nếu suy đi ngẫm lại cho thật kỹ lưỡng, ta sẽ thấy được nguyên do là vì chúng ta đã mắc phải một căn bệnh hết sức nặng nề. Đó là trong bất kỳ cảnh giới nào, chúng ta cũng luôn luôn khởi tâm động niệm, phân biệt bám chấp.

Quý vị thử nghĩ xem, phải làm thế nào mới đạt được tâm chuyên nhất? Trong hết thảy mọi hoàn cảnh, chúng ta đều không ngăn được sự phân tích phán xét, tâm lúc nào cũng bị ngoại cảnh xoay chuyển, đó gọi là chúng sinh pháp. Nếu như không lìa bỏ được chúng sinh pháp, vậy thì làm sao có thể chứng đắc Phật pháp? Lìa bỏ, không có nghĩa là chúng ta phải né tránh, xa lìa hết thảy chúng sinh pháp giới. Vì sao vậy? Vì chúng sinh pháp giới cùng với Phật pháp giới vốn chỉ là một, không phải hai pháp giới khác nhau. Chúng ta làm sao có thể né tránh, xa lìa?

Vậy phải làm sao để lìa bỏ? Phải từ trong nội tâm mà lìa bỏ, nghĩa là ngay trong cảnh giới chúng sinh mà lìa bỏ được hết thảy mọi sự phân biệt bám chấp. Đó là Phật pháp.

Nếu như ở trong chúng sinh pháp mà khởi lên sự phân biệt bám chấp thì Phật pháp cũng biến thành chúng sinh pháp. Lìa bỏ được mọi sự phân biệt bám chấp thì chúng sinh pháp liền biến thành Phật pháp.

Chúng ta xem tiếp bên dưới, trong Phật pháp nói như thế nào, điều này quý vị đặc biệt phải rõ biết, đó là Phật pháp với chúng sinh pháp vốn là một pháp, chẳng phải hai pháp khác nhau. Chúng ta hãy nói về mê và ngộ, khởi tâm động niệm gọi là mê, ở trong mọi cảnh giới không khởi tâm, không động niệm thì gọi là ngộ.

Về việc này, khi chúng ta đọc vào kinh văn, quý vị cần phải suy xét kỹ lưỡng. Bởi vì phẩm Phổ Môn này quý vị rất thường tụng đọc, quen thuộc quá nên có nhiều người bỏ qua không nhận biết được ý nghĩa quan trọng nhất nằm ở mấy câu phía trước. Đó là nói việc giữa chúng ta với Bồ Tát Quán Thế Âm làm thế nào đạt được sự cảm ứng, làm thế nào để cùng hợp nhất với Bồ Tát, thì sau đó mới có thể hiểu được 12 đại nguyện của Bồ Tát Quán Thế Âm, mỗi một đại nguyện đều là chân thật không hư dối.

Ở chỗ này, [chúng ta xem trong sách Pháp Hoa Kinh Đại Thành, trang 133, dòng thứ hai từ bên trái qua, bắt đầu ở chữ thứ 10 từ trên xuống]: "Nói về Phật pháp thì Phật là bậc thánh nhân đại giác ngộ, giác ngộ pháp thế gian và xuất thế gian xưa nay vốn đều tịch tĩnh vắng lặng." Không chỉ pháp xuất thế xưa nay vốn tịch tĩnh vắng lặng, mà ngay cả pháp thế gian cũng xưa nay vốn tịch tĩnh vắng lặng.

Những gì là pháp thế gian? Đó là hoàn cảnh sống hiện nay của chúng ta, là thân và tâm của chúng ta, là hoàn cảnh con người và sự việc, hoàn cảnh vật chất nơi ta đang sống. Hết thảy những điều ấy xưa nay vốn đều thanh tịnh, tịch tĩnh vắng lặng.

Vậy tại sao chúng ta hiện nay vẫn luôn cảm thấy muôn trùng phiền não, nghiệp chướng sâu nặng? Vì sao lại cảm thấy như vậy? Đó là vì quý vị đang mê lầm.

Hết thảy phiền não, nghiệp chướng đều không có thật. Mà không chỉ riêng phiền não, nghiệp chướng, cho đến hết thảy quả báo cũng đều không có thật, chỉ như những điều trong mộng mà thôi. Bởi vì quý vị đang trong giấc mộng, không tỉnh thức. Nếu tôi nói với quý vị rằng những cảnh trong mộng đó đều là thanh tịnh, hết thảy đều thanh tịnh, tịch tĩnh vắng lặng, liệu quý vị sẽ tin hay không tin? Nhưng khi quý vị tỉnh giấc rồi, nhớ lại mọi việc thì liền tin nhận điều đó. Vì sao vậy? Vì những điều trong mộng thảy đều là hư vọng không thật. Vậy ngay trong lúc nằm mộng đó, có cảnh mộng nào lại thực ra không phải là thanh tịnh, không phải là tịch tĩnh vắng lặng?

Hết thảy những cảnh trong mộng ấy đều là từ không hóa có, nên có tức là không. Chỉ vì quý vị trong lúc nằm mộng không tự biết là mình đang nằm mộng, nên cho rằng những cảnh trong mộng ấy là chân thật, nên mới từ nơi những cảnh mộng ấy mà khởi sinh sự phân biệt, sự bám chấp. Từ đó mới tạo thành nghiệp, rồi chịu khổ não, chịu quả báo.

Chư Phật, Bồ Tát ở trong thế gian này của chúng ta giác ngộ được điều gì? Các ngài giác ngộ được rằng hết thảy y báo, chánh báo trang nghiêm trong mười pháp giới của chúng ta chẳng qua cũng chỉ là một giấc mộng mà thôi. Cho nên các ngài ở trong những cảnh giới này không hề khởi tâm, không hề động niệm, không phân biệt, không bám chấp. Các ngài trụ yên trong pháp giới nhất chân, trụ yên trong cảnh giới giải thoát không thể nghĩ bàn. Như vậy cho nên gọi là mầu nhiệm, không thể nói hết.

Chúng ta hiện nay tu hành như thế nào? Nói thật ra, từ vô thủy kiếp đến nay chúng ta tu hành đều không thể nhập vào cảnh giới [giải thoát]. Vì sao không thể nhập được? Bởi vì trước sau chúng ta vẫn luôn cho cảnh giới hiện tại này là chân thật, ngay trong đó hư vọng khởi sinh phân biệt bám chấp, khởi tâm động niệm. Nói cách khác, chúng ta tu hành từ vô thủy kiếp đến nay, cứ nói là tu theo Phật pháp, kỳ thật thảy đều là theo chúng sinh pháp, đã có lúc nào từng học qua Phật pháp đâu? Nếu có lúc học qua Phật pháp, ắt phải hồi quang phản chiếu, tự soi rọi lại mình, như thế chỉ trong một niệm đã có thể thành Phật rồi.

Do đó có thể biết rằng, chúng ta đem tâm phân biệt bám chấp, đem tâm ý thức mà học pháp Đại thừa, học Phật pháp Nhất thừa, thì những pháp Đại thừa, Nhất thừa đó cũng đều hóa thành pháp thế gian.

Đại sư Thanh Lương giảng giải điều này rất rõ. [Ngài dạy,] nếu dùng tâm ý thức (tức là tâm phân biệt bám chấp) để tu học Phật pháp thì kết quả chỉ làm tăng trưởng tà kiến mà thôi. Còn nếu lìa bỏ Kinh điển rồi dùng tâm ý thức để tu thiền định, nghĩa là nói chung việc tu định, bất kỳ học theo pháp môn nào, thì hết thảy cũng đều chỉ làm tăng trưởng vô minh.

Ví như trong pháp hội 7 ngày này của chúng ta, nếu chúng ta không tổ chức giảng kinh, cũng không khai thị, mọi người đều chỉ đến đây để niệm danh hiệu Bồ Tát Quán Thế Âm, thì chỉ sợ rằng đại đa số trong quý vị [tham dự khóa tu này] chỉ làm tăng trưởng vô minh mà thôi.

Còn như mỗi ngày chỉ giảng kinh mà không niệm Phật, mỗi ngày đều chỉ tư duy suy diễn văn tự trong kinh, thì như vậy chỉ làm tăng trưởng tà kiến.

Chúng ta hiện nay thì cả hai việc như trên đều có. Nếu

cả hai việc đều làm không tốt thì đó là vừa tăng trưởng vô minh lại vừa tăng trưởng tà kiến, quả thật là rắc rối to! Cho nên nhất định phải nhận hiểu đúng, trong việc này phải có sự khéo léo đúng mực. Nếu quý vị hiểu đúng được ý nghĩa này thì nghe giảng kinh sẽ tăng trưởng trí tuệ, niệm Phật sẽ dứt trừ vô minh. Công đức như vậy là hết sức thù thắng, là không thể nghĩ bàn. Như vậy mới đích thật là giảng giải Phật pháp. Chúng ta phải ghi nhớ những câu này.

[Chúng ta xem tiếp dòng cuối cùng của trang 133:] "Tánh tướng thường trụ, theo nghiệp mà hiện ra mười pháp giới sai khác." Câu này nói về nguyên nhân khởi sinh ra mười pháp giới, nói rõ cho chúng ta biết ý nghĩa chân thật. Trong pháp chân thật thì tánh tướng thường trụ, biến hiện ra mười pháp giới trang nghiêm, đó đều là theo nghiệp mà hiện ra. Ý nghĩa này đức Phật đã dạy rất rõ trong kinh Lăng-nghiêm. Trước đây tôi cũng đã rất nhiều lần giảng giải kinh Lăng-nghiêm.

Hai câu tiếp theo [sang trang 134] hết sức quan trọng: "Chín pháp giới đều là quyền hiện, riêng Phật pháp giới là chân thật." Do đó, đối với chín pháp giới chúng ta đều không được khởi tâm phân biệt bám chấp, như vậy mới có thể nhập vào Phật pháp giới.

Hai câu tiếp theo đối với chúng ta theo hiện tại mà nói là hết sức trọng yếu. Vì sao vậy? Chúng ta rốt lại vẫn chưa thể buông bỏ được vọng tưởng bám chấp, thực sự chưa buông bỏ được. Chưa buông bỏ được thì vẫn là phàm phu. Đã là phàm phu thì nhất định phải khởi sinh mê hoặc, tạo nghiệp rồi rơi vào luân hồi, cho nên hai câu sau đây đối với chúng ta là hết sức trọng yếu: "Nếu như tạo nhân xấu ác nặng nề nhất thì phải chịu quả báo nơi địa ngục." Địa ngục là từ đâu mà có? Vốn thật xưa nay không có, chỉ do chính trong tâm ta biến hiện mà có. Không phải do Phật, Bồ Tát hay vua Diêm-la tạo ra địa ngục, rồi khi quý vị tạo nghiệp xấu ác liền bắt quý vị đưa vào trong đó chịu tội. Không phải vậy! Địa ngục không hề có thật, chỉ là do chính trong tâm quý vị biến hiện ra thôi.

Quý vị có thể không tin điều này. Bây giờ chúng ta thử xét qua một thí dụ. Ví như trong tâm độc ác, thường nghĩ đến chuyện làm hại người khác thì quý vị sẽ mơ thấy ác mộng. Trong mộng sẽ thấy có người xấu ác làm hại quý vị. Không phải quý vị làm hại người khác rồi bị người khác làm hại, mà là quý vị ắt phải có ác mộng. Bằng như trong lòng quý vị chỉ thuần lương, hiền thiện, quý vị sẽ mơ thấy những giấc mơ lành. Còn nếu trong tâm hoàn toàn thanh tịnh thì quý vị sẽ không nằm mơ.

Quý vị đã biết rằng những giấc mộng ấy đều do tâm biến hiện ra. Xin thưa với quý vị, hết thảy mười pháp giới cũng đều do tâm biến hiện. Địa ngục cũng là do tâm biến hiện, ác quỷ cũng là do tâm biến hiện. Không một pháp nào lại không do tâm của quý vị biến hiện. Cho nên trong việc tu hành thì khẩn thiết và quan trọng nhất chính là tu tâm.

Thế nào là việc ác nặng nề nhất? Thế nào là việc ác hạng giữa? Ở đây không thể giảng giải chi ly cùng quý vị, nhưng trong chú sớ có đủ, quý vị nên tự mình tìm đọc.

"Người làm việc ác hạng giữa chịu quả báo trong cảnh ngạ quỷ. Người làm việc ác hạng nhẹ chịu quả báo trong cảnh súc sinh. Tu tập việc thiện nhỏ thì được sinh làm người. Tu tập việc thiện hạng giữa sinh làm a-tu-la." Đoạn này dùng chữ "thú" (趣), chúng ta cũng gọi là "đạo" (道), chỉ con đường, cảnh giới nơi tái sinh. A-tu-la là chỉ chư thiên a-tu-la, còn gọi là bán thần. "Người tu tập việc thiện cao nhất", là nói những người được sinh về các cõi trời.

"Giảng thuyết pháp Tứ diệu đế, chứng quả Thanh văn.

Giảng thuyết pháp nhân duyên, chứng quả Bích-chi." Bích-chi cũng tức là quả vị Duyên giác.

"Giảng thuyết pháp sáu ba-la-mật, chứng quả Bồ Tát. Chín cảnh giới ấy đều là quyền hiện, không thể gọi là mầu nhiệm." Sự mầu nhiệm đó chỉ được dùng để chỉ cảnh giới Phật. Hay nói cách khác là chỉ cho pháp giới nhất chân, đó mới gọi là mầu nhiệm. Cho nên tiếp theo có câu: "Chỉ Phật mới có khả năng cứu xét tận cùng tướng chân thật của các pháp", đó mới gọi là mầu nhiệm.

Chúng ta lại xem đến phần "tâm pháp", nằm ở trang 134, hàng cuối cùng. "Nói về tâm pháp thì trong mười pháp giới có muôn ngàn sai biệt, thảy đều do một tâm tạo ra."

Trong kinh Hoa Nghiêm đức Phật dạy rằng: "Nên quán tánh pháp giới, hết thảy do tâm tạo." Tâm thức như vậy thật rất khó thấu hiểu rõ ràng. Cho nên trong nhà thiền thường nói: "Nếu người hiểu được tâm, khắp cõi đất chẳng còn chút đất." Thành Phật cũng chính là hiểu được tâm, thấu triệt rõ ràng tâm này.

Tâm nằm ở đâu? Tâm là như thế nào? Đó là vấn đề hết sức quan trọng. Kinh Lăng-nghiêm ngay từ đầu đã nêu vấn đề này. [Ngài A-nan] chỉ tâm bảy chỗ, cuối cùng vẫn không tìm được tâm ở chỗ nào. Trong mười lượt chỉ bày, đức Phật dạy chúng ta rằng tâm chính là căn tánh của sáu căn.

Căn tánh của sáu căn cũng không dễ thấu triệt. Căn tánh đó là tận cùng hư không, biến khắp pháp giới, không chỉ là nói tánh thấy của chúng ta ở nơi con mắt. Nếu nói như vậy sẽ là sai lầm, quý vị sẽ không cách nào thể hội được ý nghĩa. Vì nếu tánh thấy thực sự ở trong con mắt, thì khi mắt bị mù, tánh thấy đó cũng phải mất đi. Quý vị đọc kinh Lăng-nghiêm thì thấy, con mắt vốn có sinh ra, có mất đi, còn tánh thấy thì không sinh không diệt.

Cho nên ngài A-nan tìm không ra tâm ở chỗ nào. Chân tâm là cùng tận hư không, biến khắp pháp giới, mà vọng tâm cũng là cùng tận hư không, biến khắp pháp giới. Hẳn quý vị sẽ hỏi, vọng tâm thì sao cũng cùng tận hư không, biến khắp pháp giới? Đó là vì chân với vọng vốn chẳng phải hai, giác ngộ là chân, mê lầm là vọng. Mê lầm thì gọi là thức a-lại-da, giác ngộ gọi là chân như bản tánh. Chỉ là thay đổi tên gọi, chẳng phải thay mê thành ngộ. Chỉ là thay đổi tên gọi mà thôi.

"Tâm ấy có thể là tánh, có thể là tướng." Tánh là bản thể, tướng là tướng trạng mà tâm có thể biểu hiện. Cũng giống như chúng ta mỗi đêm nằm mộng, những giấc mộng không giống nhau. Tâm có thể tạo thành mộng đó chỉ là một tâm, mà những giấc mộng được tạo thành đó [đều khác nhau]. Quý vị đâu có bao giờ thấy lại cùng một giấc mộng giống hệt như nhau? Lại đâu có mấy ai nằm mộng giống hệt như người khác? Chuyện như vậy thật rất hiếm có.

Tâm có thể biểu hiện thành tướng. Tâm có thể hiện tướng ấy vốn chỉ là một, nhưng hình tướng cảnh giới biểu hiện ra thì vô lượng vô biên. Y báo, chánh báo trang nghiêm trong mười pháp giới, tất cả đều là cảnh giới từ tự tâm của chúng ta biểu hiện.

"Có thể là phàm, có thể là thánh." Khi quý vị mê muội thì tâm biểu hiện là tướng phàm phu. Một khi giác ngộ rồi thì tâm biểu hiện là tướng Phật, tướng Bồ Tát. Hết thảy cũng đều chỉ là một tâm ấy mà thôi.

"Có thể là thiện, có thể là ác." Một niệm từ bi thì tâm là hiền thiện. Một niệm sân hận, lập tức muôn ngàn cánh cửa nghiệp chướng mở ra.

"Có thể thành Phật, có thể làm chúng sinh." Tâm có thể thành Phật, cũng có thể thành chúng sinh trong chín pháp giới.

Do đó có thể biết rằng, tự tâm này của chúng ta quả thật có muôn ngàn phẩm tính, muôn ngàn năng lực. Tâm có muôn ngàn phẩm tính, muôn ngàn năng lực, vậy phải xem chúng ta tự mình vận dụng tâm ấy như thế nào. Chư Phật, Bồ Tát vận dụng rộng khắp không ngăn ngại, cho nên có thể tùy chủng loại hóa thân, chẳng hạn như 32 ứng hóa thân của Bồ Tát Quán Thế Âm.

Quý vị có thể hỏi rằng, làm sao chư Phật, Bồ Tát có được năng lực lớn lao như thế? Đó là vốn đã như vậy, như trong kinh thường nói "pháp vốn là như vậy". Pháp vốn như vậy là nói xưa nay vốn tự đầy đủ năng lực như vậy. Đức Phật đã dạy chúng ta rõ ràng minh bạch, hoàn toàn không phải năng lực ấy chỉ riêng ngài có được, mà là hết thảy chúng sinh đều có đủ, đều có đủ phẩm tính, trí tuệ, hình tướng Như Lai. Hết thảy chúng sinh đều có tâm thức. Đã có tâm thức thì nói cách khác, có chúng sinh nào lại không có năng lực như vậy? Chúng ta vốn có năng lực như vậy mà không biết sử dụng, đó mới gọi là oan uổng.

Vì sao không biết sử dụng? Chúng ta hãy đọc tiếp sang hàng thứ hai sẽ thấy rất rõ ràng.

"Cho nên nói rằng, tâm như người họa sĩ, vẽ ra mọi hình tượng năm uẩn." Câu này chính là trích từ kinh Hoa Nghiêm. Câu tiếp theo cũng rất quan trọng: "Chỉ vì người không chịu quán xét tâm." Câu này nói rõ, sở dĩ Phật có thể thành Phật, Bồ Tát thành Bồ Tát, đều là do các ngài quán xét tâm.

Nguyên do Bồ Tát Quán Thế Âm tu hành thành tựu, quý vị có thể xem trong kinh Lăng-nghiêm. Trong đó nói rõ về phương pháp tu tập của ngài, chính là ngài đã quán xét tâm, gọi là: "Quay cái nghe lại để nghe tự tánh của mình, tánh ấy thành tựu đạo Vô thượng." Nói "quay cái nghe lại" chính là nói việc quán xét tâm.

Phương pháp này, trong pháp hội này chúng tôi sẽ cùng quý vị đồng tu phân tích thảo luận thật chi tiết, vì đây chính là then chốt quan trọng trong sự tu hành. Nếu không thấu triệt rõ ràng thì bất kể quý vị có tu tập khổ nhọc đến mức nào, nói thật với quý vị, đó cũng chỉ là tu pháp chúng sinh, không thể có sự thành tựu.

Tu tập pháp chúng sinh tức là quý vị tu cầu phước báo trong hai cõi trời người. Nếu như phước báo của quý vị càng lớn thì phiền não càng nhiều. Đừng nói với tôi rằng người không có phước báo cũng có phiền não. Đây là tôi thấy rằng, người có phước báo lớn thì phiền não càng nhiều hơn. Đó là vì quý vị không lìa bỏ được pháp chúng sinh.

"Nếu có thể tu tập điều phục tâm mình, quán xét hết thảy các pháp xưa nay vốn không dao động, không lui sụt, không chuyển dời, đồng như hư không." Trong sách chỗ này không ngắt câu, trong khi nghe giảng quý vị có thể khoanh vào làm dấu, vì bản sách này sẽ biếu tặng quý vị, khi học xong có thể mang về nhà.

"Không có thể tánh, quán xét tâm không thật có tâm, pháp không trụ nơi pháp, ngay nơi đó liền liễu ngộ, ngay nơi đó liền giải thoát, như tấm gương sáng lớn tròn đầy chiếu sáng khắp mười phương. Tâm pháp này thật mầu nhiệm biết bao!"

Câu này chính là đem hết thảy chỗ nhiệm mầu của tánh thể, tướng trạng và tác dụng của tâm truyền đạt rõ ràng cho chúng ta, thực sự là rất mầu nhiệm, mầu nhiệm không thể nói hết.

"Phật không có pháp nào khác, ngay nơi tâm này là Phật. Tâm không tự điều phục được là tâm chúng sinh. Tâm, Phật và chúng sinh, ba pháp ấy đều không sai biệt."

Cho nên cả ba pháp này đều không thể nghĩ bàn. Cả ba pháp này đều là mầu nhiệm.

Chỗ này tôi chỉ nói qua đại lược, quan trọng nhất là quý vị phải nhận hiểu thấu triệt được tính chất trọng yếu của tâm pháp. Hết thảy công phu ngày nay chúng ta có được đều nên vận dụng vào tu tập tâm pháp. Người biết dụng công tu tâm pháp sẽ được như Đại sư Thanh Lương khi giảng kinh Hoa Nghiêm đã nói là "lý và sự đều không ngăn ngại, cho đến sự với sự cũng không ngăn ngại".

Nếu như quý vị cảm thấy nơi nơi đều có chướng ngại, đó là vì quý vị không biết cách vận dụng tâm. Người biết dùng tâm thì không có chướng ngại. Người không biết dùng tâm thì đâu đâu cũng thấy có chướng ngại.

Người biết vận dụng tâm thì ở bất cứ cảnh giới nào cũng đều thấy là thuận duyên tăng trưởng để tu tập điều phục tâm mình. Người không biết vận dụng tâm thì bất kỳ cảnh giới nào cũng đều hóa thành chướng ngại. Không chỉ nghịch cảnh mới là chướng ngại, mà thuận cảnh lại càng chướng ngại hơn. Vì sao vậy? Vì trong thuận cảnh quý vị sẽ khởi tâm tham đắm, khởi tâm keo kiệt tham tiếc nên không thể buông bỏ được. Cho nên sự chướng ngại của thuận cảnh lại càng lớn hơn so với nghịch cảnh.

Việc tu học Phật pháp trước tiên nên khởi đầu từ trong nghịch cảnh mà tu, trước tiên học theo khổ hạnh. Tôn giả Đại Ca-diếp là một tấm gương như vậy, ngài tu theo hạnh đầu đà khổ hạnh.

Khi đạt đến mức ở trong nghịch cảnh không còn chướng ngại, tâm được thanh tịnh, nên tiếp tục tu với thuận cảnh. Tu trong thuận cảnh có thể lấy Đồng tử Thiện Tài làm khuôn mẫu để noi theo. Quý vị xem, Đồng tử Thiện Tài sinh ra trong hoàn cảnh gia đình cho đến cây cỏ cũng hóa hiện thành vàng bạc, bảy món báu. Sự thị hiện của ngài là một thuận cảnh. Thuận cảnh đến viên mãn, trong thuận cảnh vẫn không động tâm, như vậy là thành Phật.

Có thể thấy rằng người biết tu tập tâm thì dù ở vào bất cứ hoàn cảnh nào, cảnh giới nào cũng đều là duyên tăng trưởng. Đối với bất kỳ hạng người nào, người hiền thiện, kẻ xấu ác, họ đều xem như bậc thiện tri thức, đều là Phật, Bồ Tát. Còn đối với người không khéo tu tâm, xin thưa cùng quý vị, cho dù có Phật, Bồ Tát đến [thì đối với họ] cũng là ma, cũng là chướng ngại.

Ví dụ như khi quý vị niệm Phật, vừa sắp sửa đạt được tâm thanh tịnh, sắp được tâm chuyên nhất thì bỗng dưng thấy Phật A-di-đà, Bồ Tát Quán Thế Âm hiện ra trước mặt, liền khởi tâm hoan hỷ mừng vui, để mất định lực, tâm chuyên nhất tức thời không đạt được nữa. Phật A-di-đà với Bồ Tát Quán Thế Âm đó đều là ma, đến phá hoại tâm chuyên nhất của quý vị, công phu của quý vị liền mất đi, rốt lại không đạt được thành tựu.

Cho nên kinh Lăng-nghiêm dạy rằng, [trong khi thiền định] bất luận là cảnh giới nào hiện ra, hết thảy đều không được nhận lấy, chỉ giữ tâm thấy như không thấy, nghe như không nghe.

Khi quý vị quán xét tâm, nhất định không được buông bỏ công phu. Quán tâm như vậy là giống như Bồ Tát Quán Thế Âm "nhập lưu vong sở", hết thảy âm thanh khi nghe vào tai đều không bám giữ. Quán xét tâm như vậy gọi là "nhập lưu". Từ lúc mới phát tâm tu hành cho đến thành tựu quả Phật, hết thảy công phu vận dụng đều nằm trong hai chữ "nhập lưu" này. Nhập lưu tức là quay vào quán chiếu tự tâm, không hướng ra bên ngoài chạy theo các duyên vướng mắc, chỉ quay vào quán chiếu trong tâm.

Một khi đánh mất công phu quán chiếu này thì tâm liền bị sự dẫn dắt xô đẩy của ngoại cảnh. Đó là căn bệnh nghiêm trọng nhất của người dụng công tu tập.

Phần tiếp theo nói rằng: "Bản môn với tích môn đều có đủ mười sự nhiệm mầu." Câu này nằm ở hàng cuối cùng trong trang 135. Chỗ này tôi chỉ giảng sơ qua với quý vị về ý nghĩa thế nào là bản, thế nào là tích.

Bản là nói về cảnh giới quả vị Phật. Phần trước có nói đến mười pháp giới, trong đó Phật pháp giới là bản, chín pháp giới còn lại gọi là tích. Phật có thể tự tại, có thể thị hiện không ngăn ngại trong chín pháp giới để làm lợi ích cho chúng sinh.

[Các pháp giới] bản và tích đều có đủ mười sự nhiệm mầu. Mười là ý nghĩa biểu trưng, không phải con số cố định, vì muốn biểu thị đến vô lượng vô biên, không một pháp nào là không mầu nhiệm. Vì có vô lượng vô biên các pháp, không thể nói hết nên quy kết về thành mười điều để nói đại lược mà thôi.

Trong mười sự [nhiệm mầu] (thập diệu) này, sang trang 136 [và 137] chúng ta thấy đề cập đến "cảnh diệu, trí diệu, hành diệu, vị diệu, tam pháp diệu, cảm ứng diệu..."[1] Phần kinh văn chú sớ này quý vị có thể tự mình nghiên cứu, tự mình đọc lấy. Đối với những chỗ trọng yếu, tôi sẽ nêu ra để quý vị lưu ý.

Cảnh nghĩa là cảnh giới, có vô lượng vô biên cảnh giới. Trí là nói về trí tuệ. Trong Phật pháp nói đến Nhất thiết chủng trí là trí tuệ của quả vị Phật, cũng là có đủ trong chân tâm (hay tâm chuyên nhất) của mỗi chúng ta. Đó là trí tuệ chân thật. Trí tuệ ấy khi khởi sinh thành tác dụng

[1] Về Thập diệu, trong kinh liệt kê đủ là: cảnh diệu, trí diệu, hành diệu, vị diệu, tam pháp diệu, cảm ứng diệu, thần thông diệu, thuyết pháp diệu, quyến thuộc diệu và công đức lợi ích diệu.

thì gọi là đạo chủng trí, cũng gọi là hậu đắc trí, cũng gọi là quyền trí, tức là chỗ vận dụng của trí tuệ ấy vào đối tượng bên ngoài (tha thụ dụng). Khi tự vận dụng trí tuệ ấy cho chính mình (tự thụ dụng) thì là căn bản trí hay nhất thiết chủng trí.

Tự thụ dụng là như thế nào? Trong kinh Bát-nhã thường nói "Bát-nhã vô tri", trí Bát-nhã không có chỗ biết. Đối với người khác mà nói thì tha thụ dụng là "vô sở bất tri", không có điều gì không biết.

Nếu trong lòng quý vị có sự nghi hoặc, tự mình thụ dụng thì việc gì cũng biết, vận dụng cho người khác thì người khác không biết, còn mình thì việc gì cũng biết. Đó là mê muội, gọi là điên đảo thác loạn. Từ chỗ mê muội đó mà khởi sinh vô minh tăm tối.

Cho nên trong kinh Lăng-nghiêm giảng giải rất hay. Tôn giả Phú-lâu-na thưa hỏi đức Phật Thích-ca Mâu-ni: "Sự vô minh của con là từ đâu mà có? Do nguyên nhân gì mà có vô minh?" Đức Phật trả lời, giải thích rất rõ ràng: "Từ chỗ thấy biết lập thành tri thức, đó là nguồn gốc của vô minh." Căn bản của vô minh là từ chỗ đó. Chúng ta có trí tuệ, rồi chuyện gì cũng hiểu biết, đó chính là cội gốc của vô minh. Đối với chư Phật, Bồ Tát, quý vị đến hỏi thì các ngài không biết chuyện gì cả. Chúng ta đọc trong Lục Tổ Đàn Kinh, thấy có người đến thưa hỏi, Lục Tổ tự nói ngài không biết, chuyện gì cũng không hiểu.

[Trí tuệ của bậc giác ngộ] khi tự thụ dụng thì không biết gì, chẳng làm được gì, nhưng khi vận dụng cho người khác thì việc gì cũng biết, chuyện gì cũng làm được. Chúng ta phải nhận hiểu thấu triệt ý nghĩa hết sức sâu xa này.

Chúng ta muốn cầu trí tuệ thì nên cầu loại trí tuệ nào? Nên cầu trí tuệ không phân biệt. Nên cầu loại trí tuệ ấy, đó là trí tuệ chân thật. Cho nên bất kỳ phương pháp nào trong Phật pháp cũng đều dạy quý vị phải cầu được căn bản trí.

Căn bản trí làm sao cầu được? Căn bản trí đó chính là tâm thanh tịnh. Cho nên, quy kết đến chỗ rốt ráo lại cũng là nói đến "nhất tâm bất loạn". Trong sự nhất tâm bất loạn có vô lượng vô biên trí tuệ, chỉ là trí tuệ ấy không khởi lên tác dụng, cho nên gọi là trí không phân biệt, trí ấy không khởi lên tác dụng. Nhưng khi có người đến hỏi thì hỏi điều gì đáp điều ấy, đó gọi là hậu đắc trí, là tha thụ dụng, đó chính thật là không gì không biết. Bản thân người ấy trụ yên trong tâm thanh tịnh, trong sự an định, quý vị đến hỏi "làm được gì" thì vị ấy chẳng làm được gì cả. Vị ấy chỉ có thể vì người khác phục vụ, chỉ có thể làm thay cho mọi người, và khi biểu hiện ra bên ngoài thì không gì là không làm được.

Cho nên [phàm phu] chúng ta luôn lấy tha thụ dụng làm tự thụ dụng, lại lấy tự thụ dụng làm tha thụ dụng. Đó chính là điên đảo thác loạn.

Trong kinh Di-đà nói đến "nhất tâm bất loạn", "tâm bất điên đảo", những ý nghĩa ấy thật vô cùng sâu xa. Trí tuệ trong Phật pháp đều là được khai mở xuất phát từ tâm thanh tịnh, từ tâm thanh tịnh mà hiển lộ. Tu tâm thanh tịnh tất yếu phải tu trì giới luật, đó là nhờ có giới mà được định, nhờ có định mới khai mở trí tuệ. Không thể nói là không có định trí tuệ cũng khai mở được. Trí tuệ mà không khởi sinh từ định, trong Phật pháp gọi là "cuồng tuệ", là trí tuệ điên cuồng. Trí này thuộc về thế trí biện thông, không phải trí tuệ Bát-nhã.

[Chúng ta đã giảng qua, thứ nhất là cảnh, thứ hai là trí,] đến thứ ba là hành. Hành tức là hành vi, tức là sự tạo tác. Hành vi phải dựa trên cơ sở là trí tuệ, cho nên hành vi như vậy là hành vi của trí tuệ. Trí tuệ ấy đã là mầu nhiệm, có lẽ nào hành vi này lại không mầu nhiệm? Cho nên trong sự tu hành thì quan trọng thiết yếu là tâm với hành. Tâm đã chân chánh thì [hành vi của] thân với khẩu tự nhiên cũng chân chánh. Đặc biệt Thiền tông Trung Hoa chú trọng việc khởi tu từ căn bản. Tu từ căn bản tức là từ nội tâm. Gần đây nhất, vị Quán trưởng của chúng ta đã thưa thỉnh giảng "Phạm Võng Bồ Tát Tâm Địa" cũng giúp chúng ta có được sự khai thị lớn lao. Sách này chỉ có 2 quyển, là bộ sách nhỏ thôi, nhưng đã nêu ra đại lược hết thảy những điểm cương yếu trong sự tu hành của Bồ Tát như tâm, hành, cảnh giới, lý luận, phương pháp...

Kinh Phạm Võng cũng là một kinh thuộc hệ thống Kinh điển Nhất thừa. Một số vị cổ đức khi phân chia giáo nghĩa đã cho rằng kinh điển Nhất thừa chỉ có 3 bộ là Hoa Nghiêm, Pháp Hoa và Phạm Võng. Ba bộ kinh này thuộc về Nhất thừa. Hay nói cách khác, nếu chúng ta muốn tu tập cảnh giới của Hoa Nghiêm, cảnh giới của Pháp Hoa mà lìa bỏ Bồ Tát tâm giới trong kinh Phạm Võng thì cũng giống như muốn vào nhà mà không đi qua cửa.

Kinh Hoa Nghiêm trình bày các giai vị [chứng đắc], nhưng tuy nói có 41 giai vị, kinh này cũng dạy rằng "tu tập hành trì không chướng ngại sự viên dung, sự viên dung cũng không chướng ngại tu tập hành trì". Cho nên, kinh này thuộc về Viên giáo.

Nội dung kinh Pháp Hoa càng nhiệm mầu hơn, không rơi vào giai cấp, cũng giống như Đại sư Vĩnh Gia [Huyền Giác] từng đối đáp với Lục Tổ: "Không lạc vào giai cấp." Câu này ở trang 137, hàng thứ nhất, theo sau một câu trước đó nữa, nên trọn cả hai câu là: "Nay trải qua giai vị viên mãn, không rơi vào giai cấp." Như vậy chính xác là thuộc về Nhất thừa rốt ráo.

Chúng ta xem tiếp qua hàng thứ hai của trang 137, đề cập đến một vấn đề trọng yếu: "Ba pháp nhiệm mầu." Ba pháp ở đây tức là ba quy tắc. Quy tắc là khuôn mẫu, là đường hướng phải noi theo. Nói cách khác, nhất thiết phải noi theo đó, nếu lìa bỏ những quy tắc, đường hướng ấy tức là sai trái.

Trong mười sự nhiệm mầu (thập diệu), đối với chín điều khác thì quý vị nhớ được cũng tốt, nhưng nếu không nhớ được cũng chẳng sao, chỉ riêng điều này thì nhất định phải ghi nhớ. Vì sao vậy? Vì đối với sự dụng công của quý vị thì đây chính là một đường hướng tu tập hết sức trọng yếu.

Quy tắc thứ nhất là quy tắc về chân tánh (chân tánh quỹ). Đây là điều kiện thứ nhất cần phải có trong sự tu tập. Chân tánh tức là chân tâm. Tôi thường giảng là lòng chân thật ngay thẳng trong tâm Bồ-đề. Trong kinh Quán Vô Lượng Thọ, đức Phật giảng là tâm chí thành. Người thế gian khi cúng bái thần thánh cũng thường nói "tâm chí thành ắt có sự linh ứng, tâm không chí thành thì không có linh ứng". Chân tánh cũng chính là tâm chí thành. Không chỉ đối với người tu pháp xuất thế thì chân tánh là đường hướng tu tập trọng yếu nhất, mà ngay cả đối với sự học vấn, tu dưỡng của người thế gian thì đây cũng là điều quan trọng nhất. Như trong nền học vấn của Nho gia nói là "thành ý, chánh tâm", chính là nói đến ý nghĩa này.

[Nho gia nói:] "Cách vật, trí tri, thành ý, chánh tâm." "Cách vật" chính là như chúng ta ở đây vừa giảng qua về "hành diệu", tức sự mầu nhiệm của hành vi. "Trí tri" chính là ở đây chúng ta vừa giảng qua về "trí diệu", tức sự mầu nhiệm của trí tuệ. "Thành ý, chánh tâm" tức là chúng ta giảng về "tam pháp diệu" như trên. [Nền học vấn của] Nho gia cũng rất tuyệt vời.

Đó là nói về sự dụng tâm, chúng ta nhất định phải dùng tâm chân thành. Bất luận là trong lúc đối xử với người khác hay ứng xử với sự việc, sự vật, đều phải dùng tâm chân thành. Ngay cả khi người khác luôn lừa gạt dối trá ta, chúng ta vẫn phải dùng tâm chân thành đối đãi với họ. Quý vị cần phải tự hỏi, người khác [làm như vậy là] cam tâm đọa lạc trong sinh tử luân hồi, lẽ nào quý vị cũng giống vậy hay sao? Quý vị muốn thành Phật, muốn thành Bồ Tát, thì sự dụng tâm của quý vị không thể cũng [dối trá] như người khác. Thành Phật, Bồ Tát, thấu triệt sinh tử, thoát khỏi luân hồi, chứng nhập pháp giới nhất chân, tất cả đều nhất định phải dùng tâm chân thành. Điều này quý vị không thể không hiểu rõ.

Bất kể người khác dùng tâm như thế nào để đối xử với chúng ta, ta cũng chỉ dùng duy nhất một tâm đối đãi với người, chỉ một tâm chân thành, nhất định không thay đổi.

Cho nên, quý vị học Phật phải có căn bản, phải có đủ điều kiện quan trọng thiết yếu nhất. Về mặt nhân duyên thì đây gọi là nhân duyên tự thân, cũng gọi là chủng tử Phật tánh.

Quy tắc thứ hai là quy tắc về quán chiếu (quán chiếu quỹ). Đây cũng là điểm quan trọng trong sự dụng công tu tập. Bất kể là quý vị tu học theo pháp môn nào, nhất định đều phải có công phu quán chiếu. Tu tập mà không có công phu quán chiếu thì quý vị sẽ trắng tay, không có thành tựu gì. Vì sao vậy? Vì không có quán chiếu thì không đạt định, không khai mở được trí tuệ. Không đạt định thì không thể đoạn dứt phiền não chướng. Không khai mở trí tuệ thì không thể phá trừ sở tri chướng. Hai chướng này không dứt trừ được thì vẫn là phàm phu trong sau đường [luân hồi]. Cho nên, [tu tập] không thể không có sự quán chiếu.

Các bậc đại đức xưa dạy ta rằng, trong công phu tu hành có ba tầng bậc. Thứ nhất là quán chiếu. Bước lên tầng bậc thứ hai là chiếu trụ. Lên thêm một bậc nữa là chiếu kiến.

Ba loại công phu này vận dụng vào pháp môn niệm Phật thì [bậc thứ nhất] là niệm Phật đạt đến công phu thành khối, hoàn toàn chuyên nhất, đạt được kết quả "đới nghiệp vãng sinh", sinh về cõi phàm thánh đồng cư [nơi thế giới Cực Lạc]. Nếu quý vị niệm Phật mà không có sự quán chiếu thì cho dù niệm Phật trong suốt một đời cũng không thể nào được vãng sinh.

Quý vị nên nhớ rằng, chúng ta không phải đến đời này mới học Phật. Chúng ta trong nhiều đời nhiều kiếp quá khứ cũng đã từng tu tập pháp môn niệm Phật, nhưng chẳng có đời nào được vãng sinh về thế giới Cực Lạc ở Tây phương. Nguyên nhân vì sao? Đều là vì trong khi niệm câu Phật hiệu không hề có công phu quán chiếu. Vì thế cho nên suốt đời niệm Phật, đời đời kiếp kiếp niệm Phật, những câu Phật hiệu đó đều hóa thành phước báo trong hai cõi trời người. Chúng ta phải hiểu rõ được điều này.

Chiếu trụ tức là đạt được Niệm Phật Tam-muội, đạt đến nhất tâm bất loạn về sự. Chiếu kiến tức là đạt nhất tâm bất loạn về lý. Cảnh giới này đồng với trong Tâm kinh gọi là "chiếu kiến ngũ uẩn giai không" (soi thấy năm uẩn đều là không), cũng chính là cảnh giới Bồ Tát Sơ trụ của Viên giáo. Những điều này chúng ta nhất định phải hiểu rõ.

Nếu quý vị muốn nghiên cứu sâu vào ý nghĩa này, muốn thấu hiểu rõ ràng phương pháp này, theo tôi thì nên tìm đọc sách "Kim Cang Kinh giảng nghĩa" của cư sĩ Giang

Vị Nông. Trong sách ông ấy giảng giải rất rõ ràng, đề cập được rất nhiều ý nghĩa.

Cho nên chúng ta nhất định phải hiểu rõ được ý nghĩa quán chiếu. Trong giai đoạn quán chiếu thì vẫn sử dụng tâm ý thức, cho đến chiếu trụ cũng là sử dụng tâm ý thức. Đến giai đoạn chiếu kiến thì không còn dùng tâm ý thức nữa, vì dùng tâm ý thức thì không thể chiếu kiến.

Thế nào là quán chiếu? Quán chiếu nghĩa là chúng ta thường xuyên tự mình đề khởi sự tỉnh giác. Đó là quán chiếu. Chẳng hạn như trong khi sáu căn của ta tiếp xúc với sáu trần cảnh, có sự khởi tâm động niệm, khởi tâm tham muốn, ngay khi đó liền lập tức niệm một câu Nam-mô A-di-đà Phật. Một câu Phật hiệu đó chính là đề khởi sự tỉnh giác trong công phu quán chiếu của chúng ta.

Chúng ta vì sao lại mê muội? Vì sao lại khởi tâm động niệm? Sao lại để tâm chạy theo trần cảnh bên ngoài? Một khi khởi lên câu Phật hiệu, liền mang được tâm ấy quay trở về. Đó chính là công phu quán chiếu. Không để tâm chạy đuổi theo cảnh bên ngoài, không hướng sự chú ý ra bên ngoài, mang tâm ấy quay trở lại bên trong. Cảnh giới bên ngoài vẫn sáng tỏ rõ ràng nhưng tâm không bị cảnh ấy xoay chuyển. Đó chính là công phu quán chiếu.

Công phu như vậy tuy [ban đầu] rất cạn cợt, nhưng vẫn phải thực hành, phải liên tục thực hành không ngừng nghỉ. Vì sao vậy? Vì một khi để mất sự quán chiếu như vậy thì tâm lập tức bị trần cảnh bên ngoài lôi kéo, dẫn dắt. Cho nên người xưa nói: “Không sợ niệm khởi,” niệm tức là vọng niệm, “chỉ sợ biết chậm.” Biết tức là tỉnh giác, rõ biết, tức là quán chiếu. Trong tâm nếu khởi một niệm bất an, một niệm sân hận, liền lập tức khởi niệm “Nam-mô Quán Thế Âm Bồ Tát”. [Nghĩ tưởng đến] Bồ Tát Quán Thế Âm đại từ đại bi, lập tức tâm ý bình lặng, tánh khí ôn hòa, sân hận tự nhiên tiêu trừ. Cho nên [danh hiệu] Bồ Tát Quán Thế Âm có công đức lớn lao như vậy.

Danh hiệu chư Phật, Bồ Tát đều giúp cho quý vị trong sự quán chiếu. Những câu quan trọng trong kinh văn cũng giúp cho sự quán chiếu. Cho nên quý vị cần phải ghi nhớ.

Chúng ta khi ở trong mọi hoàn cảnh, nếu không buông xả được, bám chấp quá nặng nề, nên nhớ đến lời dạy trong kinh Kim Cang: "Hết thảy những gì có hình tướng đều là hư vọng." Như vậy thì có gì mà không buông xả được? Lại nhớ đến câu: "Hết thảy pháp hữu vi, như mộng ảo, bọt nước." Đã như vậy thì còn có gì để quý vị bám chấp? Một khi đã buông xả, không còn bám chấp, quý vị có thể thấy tâm thức như vậy thật tự do tự tại biết bao. Những vọng tưởng lo toan, nên hư được mất, liền lập tức tiêu trừ. Đó chính là quán chiếu.

Nếu thường xuyên đề khởi sự tỉnh giác quán chiếu thì quý vị nhìn xem trong cảnh giới có gì mà không tự tại? Trong phần trước đã giảng rõ với quý vị, thế nào gọi là biết vận dụng tâm? Biết vận dụng tâm chính là thường xuyên đề khởi sự tỉnh giác quán chiếu. Đó là biết vận dụng tâm. Người không biết vận dụng tâm thì sự tỉnh giác quán chiếu như vậy không thể khởi lên. Như vậy thì bất kể mỗi ngày có tụng đọc bao nhiêu bộ kinh, niệm bao nhiêu danh hiệu Phật, trong tâm cũng không có được công phu quán chiếu, mọi sự tu tập đều không có tác dụng, không thể dứt trừ phiền não, không thể khai mở trí tuệ, không thể thành tựu công đức.

Phần tiếp theo giảng về quy tắc thứ ba là giúp đỡ thành tựu (tư thành quỹ). Quy tắc này có nghĩa là bất kỳ hoàn cảnh, cảnh giới nào cũng đều giúp đỡ hỗ trợ, thành tựu cho sự tu tập của chúng ta, công đức không thể nói hết. Quý vị không nên cho rằng chỉ những nhân duyên lành mới giúp đỡ, hỗ trợ chúng ta được thành tựu. Thật ra những nhân duyên trái nghịch càng giúp ta thành tựu lớn lao hơn.

Trong kinh [Pháp Hoa] này, phẩm Đề-bà-đạt-đa, đức Phật Thích-ca Mâu-ni ngợi khen xưng tán Đề-bà-đạt-đa. Đề-bà-đạt-đa là kẻ xấu ác, luôn ôm lòng mưu hại đức Phật, luôn mong muốn giết chết Phật. Quả thật là chướng ngại, quả thật là rắc rối. Nhưng đức Phật nói rằng, nếu không có bậc thiện tri thức là Đề-bà-đạt-đa thì ngài không thể thành tựu quả Phật viên mãn. Sở dĩ ngài có thể thành Phật chính là nhờ có sự giúp đỡ hỗ trợ của Đề-bà-đạt-đa, giúp thành tựu cho ngài.

Còn Đề-bà-đạt-đa thì đã đọa vào địa ngục. Vì sao vậy? Vì gây chướng ngại cho Phật pháp, vì phá hoại Phật. Đức Phật Thích-ca đã sai một vị đại đệ tử có thần thông là ngài Mục-kiền-liên đến địa ngục để thăm hỏi Đề-bà-đạt-đa. Ngài nhìn thấy Đề-bà-đạt-đa tại địa ngục mà được hưởng thụ sung sướng, thư thái như trên cõi trời. Do tội phỉ báng Phật, hủy hoại Chánh pháp nên ông phải chịu đọa vào địa ngục, nhưng phước báo của ông rất lớn nên ông được hưởng thụ. Ông hỗ trợ giúp đỡ cho đức Thích-ca Mâu-ni thành Phật, công đức ấy hết sức lớn lao, phước báo ấy hết sức lớn lao. Cho nên một mặt ông phải đọa vào địa ngục, mặt khác lại được hưởng thụ phước báo. Quý vị thấy đó, quả báo là không thể nghĩ bàn. Đề-bà-đạt-đa cố theo hại người, rốt lại người không hề bị hại mà ngược lại thành hỗ trợ giúp đỡ người ấy thành Phật. Do tâm xấu ác hại người nên phải đọa địa ngục, nhưng hỗ trợ giúp đỡ người khác thành Phật được phước lớn, nên dù ở trong địa ngục mà được hưởng phước, sung sướng thư thái không khác gì cõi trời.

Quý vị xem đó thì biết, chẳng phải chúng sinh pháp cũng nhiệm mầu lắm sao? Ví như khi có người xấu ác như vậy khởi tâm gây chướng ngại cho Phật, nếu Phật cũng khởi tâm sân hận, "ngươi gây chướng ngại cho ta, ta nhất định sẽ trả thù ngươi", như vậy thì Đề-bà-đạt-đa phải đọa địa ngục, mà Phật Thích-ca Mâu-ni cũng phải đọa địa ngục chịu tội.

Quý vị nên biết rằng, một người trong quý vị được thành tựu thì mọi người cũng đều thành tựu; một người trong quý vị đọa lạc thì hết thảy mọi người cũng đều đọa lạc. Quý vị ngẫm nghĩ xem, ý nghĩa như vậy là hợp lý hay không hợp lý? Đức Phật là người giảng rõ lý, chẳng phải người không giảng lý. Nên quý vị nghĩ kỹ sẽ thấy đó là điều hợp lý. Vì hợp lý nên mới có chuyện như vậy xảy ra, đó là quy tắc hỗ trợ giúp đỡ, thành tựu sự tu tập.

Cho nên trong phẩm Pháp sư [của kinh Pháp Hoa này], đức Phật dạy rằng, nếu một người tu có thể hành trì theo ba quy tắc này, gìn giữ đúng ba quy tắc này, sau đó lại tu tập bốn pháp trong phẩm An lạc hạnh, thì người ấy dù ở trong bất kỳ cảnh giới nào cũng có thể tùy theo tâm nguyện mà đạt được mọi điều; tất cả chướng ngại, tai nạn đều tự nhiên tiêu trừ.

Có thể thấy rằng hết thảy các pháp đều là mầu nhiệm, chỉ do nơi chúng ta tự mình thông đạt được ý nghĩa đó. Khi rơi vào trong mọi hoàn cảnh, cảnh giới, đều phải biết vận dụng tâm, như vậy thì không một pháp nào là không mầu nhiệm.

Về sự cảm ứng nhiệm mầu (cảm ứng diệu), chúng ta tạm gác lại để giảng trong phần về phẩm Phổ môn.

Về thần thông nhiệm mầu (thần thông diệu), được nói đến ở trang 138, hàng thứ tư. Trong hàng này chúng ta đọc thấy: "Thứ bảy là thần thông nhiệm mầu. Thần là khó suy lường, thông là không ngăn ngại."

Quý vị ghi nhớ được hai câu này thì rất tốt. Bởi vì có rất nhiều người nhầm lẫn về hai chữ thần thông, hiểu sai ý nghĩa của hai chữ này, nên câu vừa rồi đã giải thích rất chính xác.

Thế nào là thần? Đó là siêu việt những hiểu biết thông thường của chúng ta, cho nên nói là không thể nghĩ bàn. Thông nghĩa là thông đạt, không ngăn ngại. Ý nghĩa là như vậy.

Về thuyết pháp nhiệm mầu (thuyết pháp diệu), đó là đặc biệt ngợi khen xưng tán bộ kinh này. Đức Phật tại pháp hội Pháp Hoa này chỉ rõ chỗ quyền biến, hiển bày lẽ chân thật, rồi bác bỏ pháp quyền biến, xác lập pháp chân thật, tất cả đều là thuyết giảng những lời chân thật. Trong quá khứ, có rất nhiều cảnh giới đức Phật chỉ vì tùy thuận chúng sinh mà giảng nói, còn trong Pháp hội Pháp Hoa này thì hoàn toàn thuyết giảng cảnh giới mà đức Phật đã tự thân chứng nghiệm. Đó là sự nhiệm mầu của việc thuyết pháp, cho nên kinh này được gọi là kinh Diệu Pháp Liên Hoa.

Về quyến thuộc nhiệm mầu (quyến thuộc diệu), từ chỗ khởi đầu phần này đề cập đến Đề-bà-đạt-đa, ở hàng cuối cùng của trang 139. Chúng ta xem đến câu "ứng sinh quyến thuộc" rất hay, nằm trong hàng thứ ba từ bên trái sang. Đây là tiểu đoạn thứ năm trong phần này. "Ứng sinh quyến thuộc", ứng có nghĩa là ứng hóa. Kinh Hoa Nghiêm nói: "Đức Phật khi mới nhập thai." Đức Phật muốn sinh vào cõi nhân gian như chúng ta thì ngài cũng phải nhập thai, cũng phải giống như chúng ta, không thể khác. "Các bậc đại sĩ pháp thân theo hầu [Phật] cũng hạ sinh." Cho nên có câu rằng: "Một vị Phật ra đời, ngàn vị Phật ủng hộ." Các vị Phật cùng với Đại Bồ Tát ấy đều phát tâm hỗ trợ, giúp đỡ đức Phật Thích-ca Mâu-ni trong việc hoằng pháp, làm lợi ích cho chúng sinh, nên đến làm quyến thuộc của ngài. Bởi vậy nên các ngài đều hạ sinh [nhân gian], chia nhau nhập thai ở nhiều nơi. Cũng có người sinh ra làm kẻ oán cừu trong thân tộc, làm anh em với đức Phật Thích-ca, như Đề-bà-đạt-đa là anh em chú bác với Phật, nhưng lại làm kẻ oan gia cừu oán. Kỳ thật hết thảy đều là chư Phật, Bồ Tát hóa thân, không phải thực sự như vậy. Làm gì có kẻ là oan gia thực sự [đối với Phật]?

"Dẫn dắt các nghiệp", như trong các đệ tử [Phật] có nhóm Lục quần tỳ-kheo, họ đâu phải là những kẻ thực sự xấu ác, chỉ là thị hiện mà thôi. Cũng giống như mọi người cùng nhau thực hiện [một chương trình] xưng tụng đức Phật Thích-ca Mâu-ni, quý vị xướng lên một tiết mục chính, rồi mọi người chúng ta cùng đóng góp thêm các tiết mục phụ trợ, như vậy là thành ra một chương trình trọn vẹn đầy đủ, khi biểu diễn có đủ các âm thanh, màu sắc. Việc này cũng là như vậy.

Ví như vua Tịnh Phạn và phu nhân Ma-da, [thị hiện] là cha mẹ của Phật, chính thật là cha mẹ của ngàn vị Phật. La-hầu-la [thị hiện] là con Phật Thích-ca, chính thật là con của ngàn vị Phật, Đề-bà-đạt-đa [thị hiện như kẻ oán cừu,] chính thật là thiện tri thức của Phật. Chư vị Thanh văn, bên trong đều ẩn tàng đại hạnh Bồ Tát, bên ngoài hiện tướng Thanh văn, cũng đều là như vậy. Những quyến thuộc như thế đều vây quanh [đức Phật Thích-ca]. Đó là quyến thuộc nhiệm mầu.

Hết thảy đều là để giáo hóa chúng ta. Đức Phật tại đó giáo hóa chúng ta, đại chúng vây quanh Phật ai ai cũng đều là bậc thiện tri thức, đều là thầy dạy của chúng ta. Chúng ta quan sát hành trạng của các vị ấy đều có thể thực sự giác ngộ được ý nghĩa về nhân sinh, vũ trụ.

Phần tiếp theo giảng về công đức lợi ích nhiệm mầu (công đức lợi ích diệu). Công đức như vậy nhất định là chân thật.

Tiếp theo giảng đến ý nghĩa bản môn. Phần này rất dài, chúng ta chỉ xem đến chỗ "bản lợi ích diệu" ở trang 143, hàng thứ nhất. Trong sách nói: "Ngày nay được thành thục là nhờ lợi ích trùng tuyên [giáo pháp] vào thời đức Phật Đại Thông." Hôm nay tôi chỉ giảng với quý vị một câu này, đặc biệt nhắc nhở quý vị về lợi ích của việc giảng lại hay trùng tuyên giáo pháp.

Đây là kể chuyện của chính bản thân đức Phật Thích-ca Mâu-ni, vào lúc ngài phát tâm học Phật cách đây vô lượng kiếp. Khi ấy có một vị Phật hiệu là Như Lai Đại Thông. Khi ấy, [tiền thân của] Phật Thích-ca là một vị vương tử trong số 16 vương tử. Sau mỗi lần nghe Phật Đại Thông giảng kinh, ngài đều trùng tuyên, giảng lại [cho người khác nghe].

Cho nên, các vị pháp sư trong Phật giáo đều là xuất thân từ việc trùng tuyên giáo pháp. Việc trùng tuyên này không phải do người Trung quốc phát minh hay đề xướng mà vốn đã có từ rất lâu rồi. Vào thời đức Như Lai Đại Thông đã có việc trùng tuyên. Tại Trung quốc, trong các tự viện thời quá khứ gọi việc trùng tuyên này là "giảng tiểu tòa". Do vậy, các vị pháp sư trong Phật giáo đều dùng phương cách này để rèn luyện, bồi dưỡng năng lực [thế hệ tiếp theo]. Vì trước đây không hề có các Phật học viện hay trường Phật học. Khi một vị pháp sư giảng kinh, vị ấy sẽ tìm trong thính chúng để chọn ra một người sẵn có năng khiếu, có chí nguyện, tức là người muốn trở thành pháp sư trong tương lai, muốn hoằng pháp lợi sinh, muốn thuyết giảng giáo pháp.

Khi một người có chí nguyện như vậy, vị pháp sư nhất định sẽ mời người ấy ra giảng pháp, giao cho người ấy việc trùng tuyên, giảng lại, gọi là “giảng tiểu tòa”. Ví dụ như buổi sáng tôi giảng qua một đoạn kinh văn thì người trùng tuyên, giảng lại phải hết sức chú tâm lắng nghe. Vì sao vậy? Vì đến sau giờ ngọ thì người ấy sẽ phải giảng lại đoạn kinh ấy cho mọi người nghe. Những người không phải giảng lại thì khi nghe giảng kinh, đại khái chỉ có thể nghe hiểu được vài ba phần. Vì sao vậy? Vì họ không chú tâm. Còn người có trách nhiệm giảng lại ắt phải nghe hiểu được đến năm, sáu phần. Vì sao vậy? Vì sau giờ ngọ sẽ phải lên pháp tòa giảng lại, nên không thể không chú tâm lắng nghe. Cho nên sự chú tâm của hai người không giống nhau.

Trong quá khứ, khi tôi theo học với Lý lão sư[1] tại Đài Trung, những người theo học giảng kinh đều ngồi ở hàng đầu tiên, được gần lão sư nhất. Bởi vì thời ấy tuy có hệ thống khuếch âm nhưng chưa có máy ghi âm, cần được ngồi gần để nghe cho thật rõ, hết sức chú tâm lắng nghe. Vì sao vậy? Vì qua ngày sau hoặc ngày sau nữa phải lên pháp tòa giảng lại. Đó là từ việc giảng lại như thế mà trở thành pháp sư. Các vị pháp sư giảng kinh ở Đài Loan đều là xuất thân từ việc trùng tuyên, giảng lại như vậy.

Có một lần pháp sư Diễn Bồi về nước, một vị cư sĩ đưa ngài đi ngoạn cảnh ở Ô Lai, có mời tôi cùng đi. Khi ngồi cùng nhau, chúng tôi trò chuyện, nói đến tình hình các Phật học viện khi ấy. Pháp sư nhắc đến Phật học viện thì lắc đầu ngao ngán. Pháp sư kể rằng, ngài xuất thân từ việc trùng tuyên tại Pháp tòa của Lão pháp sư Đế Nhàn, tức là được giao việc giảng lại. Nền tảng Phật học căn bản của ngài được thiết lập từ đó. Vào thời ấy, pháp sư còn rất trẻ

[1] Tức là Lão cư sĩ Lý Bỉnh Nam.

tuổi. Ngài xuất gia năm mười mấy tuổi, lúc còn làm sa-di đã tỏ ra cực kỳ thông minh, pháp sư Đế Nhàn rất hài lòng với ngài. Khi Lão pháp sư Đế Nhàn viên tịch, ngài tiếp tục theo học với pháp sư Đàm Hư. Cho nên, các vị pháp sư ấy đều xuất thân từ việc trùng tuyên, giảng lại giáo pháp.

Phương pháp [trùng tuyên] này ngày nay người ta không muốn học theo, cho rằng đã quá cổ xưa, đã quá lạc hậu, cần phải sử dụng những phương pháp mới. Nhưng phương pháp mới không đào tạo ra được nhân tài [như vậy].

Phương pháp trùng tuyên từ thời đức Như Lai Đại Thông truyền cho đến thời đức Phật Thích-ca Mâu-ni, rồi từ đức Phật Thích-ca Mâu-ni có thể nói là truyền đến thế hệ của tôi trở về trước, hết thảy đều vận dụng phương pháp này mà thành tựu. Ngày nay các Phật học viện xây dựng lên rất nhiều, nhưng Phật học viện đào tạo ra được bao nhiêu vị pháp sư? Lý lão sư tại Đài Trung vận dụng phương pháp trùng tuyên, giảng lại này để giáo dục đào tạo, trong khoảng vài năm đã đào tạo được hơn hai mươi người. Hơn hai mươi người này đều có khả năng lên tòa thuyết pháp, giảng kinh. Tôi chưa thấy Phật học viện nào trong khoảng hai năm có thể đào tạo được nhiều người như vậy.

Cho nên chúng ta phải xem trọng phương pháp trùng tuyên, giảng lại, thì mới có thể lưu hành rộng giáo pháp. Phẩm kinh "Quán Thế Âm Phổ Môn" chính là [mang ý nghĩa] hoằng pháp, lưu hành rộng rãi giáo pháp, đó mới là lợi ích chân chánh.

Tiếp theo chúng ta đọc trọn câu: "Nên việc chúng sinh nhiều như số cát của sáu trăm tám mươi vạn ức con sông Hằng đều được lợi ích, lẽ nào lại không có nhân duyên từ đời trước? Nếu không được lợi ích thì sao người trùng tuyên giáo pháp lại được độ thoát? Cho nên biết rằng, đời nay được lợi ích, còn đợi ngày sau sẽ được thành thục. Huống chi đời sau đã được lợi ích, lẽ nào không có lúc sẽ được thành thục hay sao? Cứ như vậy, chư Phật ba đời làm lợi ích cho hết thảy chúng sinh."

[Phần cuối dùng chữ "ích vật" (益物)] là nói lợi ích cho hết thảy chúng sinh trong 9 pháp giới. Nếu nói chỉ là người, thì không bao quát được chư thiên cõi trời, không bao quát được chúng sinh trong ba đường ác: địa ngục, ngạ quỷ, súc sinh. Cho nên chữ "vật" (物) là dùng để chỉ tất cả chúng sinh hữu tình trong 9 pháp giới, bao quát hết thảy trong một chữ này. "Sự giáo hóa tiếp nối không dứt, đó là lợi ích nhiệm mầu."

Cho nên, quý vị phát tâm chân chánh thì nhất định phải học giảng kinh. Muốn học giảng kinh thì phải bắt đầu từ việc trùng tuyên, giảng lại. Trước hết phải học cách giảng lại [những điều vừa được nghe].

Phần dưới giảng về "liên hoa", tức là hoa sen. Dùng hoa sen làm tỉ dụ so sánh. Trong phần chú giải nói rất rõ ràng, ở đây tôi lược bớt, chỉ giảng một phần.

Phần đầu tiên trong đồ biểu giảng giải chỉ nêu đơn giản, [hoa sen là] tỉ dụ cho giáo pháp nhiệm mầu (diệu pháp). Hoa sen là biểu trưng cho nhân quả đồng thời, vào lúc hoa sen vừa nở ra thì bên trong đã sẵn có hạt sen, lấy ý nghĩa "nhân đầy đủ sẵn quả lớn lao, quả thấu triệt tiếp nối nhân không dứt". Cho nên dùng tỉ dụ này, ý nghĩa này để so sánh với giáo pháp nhiệm mầu.

Một chữ "kinh" (經) có đủ bốn nghĩa: quán, nhiếp, thường, pháp (貫攝常法). Ý nghĩa là như vậy. Bốn chữ này trong kinh điển Đại thừa nào cũng có chú giải, quý vị xem qua ắt sẽ hiểu rõ.

Đến đây đã giới thiệu qua với quý vị một cách đơn giản về đề kinh. Bên dưới tiếp tục đề cập đến các vấn đề thừa nhiếp, giáo thể, tông thú của kinh. Chỗ này lẽ ra phải được thể hiện tương ứng [trong biểu đồ giải thích], nhưng người vẽ đã bỏ sót vì không hiểu rõ.

Đoạn này hy vọng quý vị tự đọc qua, tôi không cần phải giảng. Tôi chỉ nêu ra với quý vị về cương lĩnh cốt yếu, quý vị đem những ý nghĩa sâu xa huyền diệu đối chiếu [với cương lĩnh ấy] thì có thể thấu hiểu rõ ràng. Những câu nêu ra đều là được trích từ ý nghĩa sâu xa huyền diệu của kinh. Hay nói cách khác, đó đều là những câu quan trọng thiết yếu nhất trong ý nghĩa huyền diệu của kinh văn. Quý vị không ghi nhớ được hết ý nghĩa huyền diệu của kinh văn thì ghi nhớ những câu nêu ra đó cũng tốt rồi.

[Trong buổi giảng] tối nay, tôi sẽ giới thiệu với quý vị về tiêu đề của phẩm kinh, đó là đi vào kinh văn. Trong quyển hạ [của sách Pháp Hoa Kinh Đại Thành], chúng ta sẽ lấy phẩm Phổ Môn làm trung tâm, quyển thượng có thể không dùng đến nữa.

Bài giảng thứ hai

Tháng 12 năm 1983
Hoa Tạng Đồ Thư Quán,
Cảnh Mỹ, [Đài Bắc], Đài Loan
Số lưu trữ: 08-004-0002

Mời quý vị mở [sách Pháp Hoa Kinh Đại Thành] quyển hạ, trang 798, dòng thứ 5. Trọn hàng này giới thiệu với quý vị đề mục của phẩm kinh: "Diệu Pháp Liên Hoa Kinh - Quán Thế Âm Bồ Tát Phổ Môn Phẩm - Phẩm thứ 25."

Phần trước đã giới thiệu với quý vị về tên kinh, hôm nay chúng ta xem đến tên phẩm kinh. Pháp sư Đại Nghĩa trong phần chú giải đã giải thích rất tường tận, chi tiết. Chúng ta đọc qua phần chú giải này, trước hết biết được vì sao Bồ Tát có danh hiệu này, nghĩa là vì sao ngài được gọi là Bồ Tát Quán Thế Âm.

Kinh Bi Hoa [quyển 3] nói rằng, ở thế giới Tán-đề-lam vào một kiếp quá khứ tên là Thiện Trì, có Phật ra đời hiệu là Bảo Tạng, lại có vị Chuyển luân vương hiệu là Vô Lượng Tịnh. Vị thái tử thứ nhất [của vua này] sau 3 tháng cúng dường Phật và chư tăng liền phát tâm Bồ-đề, nguyện rằng: "Nếu có chúng sinh nào đang chịu những khổ não trong ba đường ác, thường niệm danh hiệu của ta, ta sẽ dùng thiên nhãn để thấy, dùng thiên nhĩ để lắng nghe, không cứu được [chúng sinh ấy] thoát khỏi khổ não thì ta nguyện không thành đạo Bồ-đề." Đức Phật Bảo Tạng dạy rằng: "Ông quán sát hết thảy chúng sinh, muốn dứt trừ hết khổ não cho họ, vậy nay ta gọi tên ông là Quán Thế Âm."

Điều này giải thích rõ do đâu Bồ Tát [Quán Thế Âm] có danh hiệu như vậy. Có thể thấy rõ, danh xưng này cùng với nguyện lực đại từ đại bi mà Bồ Tát thành tựu về sau là hoàn toàn tương ứng.

Trong đoạn văn này kể lại câu chuyện của Bồ Tát từ trong quá khứ, trong đó chúng ta thấy được điều quan trọng tối yếu chính là việc phát tâm Bồ-đề. Lời nguyện [của Bồ Tát] được nói đến sau đó là [một] trong Tứ hoằng thệ nguyện, tức là "chúng sinh vô biên thề nguyện độ". Bồ Tát đã phát nguyện như thế.

Tâm Bồ-đề là căn bản tu học của chúng ta. Trong các kinh điển Đại thừa, đức Phật vẫn thường dạy về tâm Bồ-đề. Chúng ta hoặc là không phát tâm Bồ-đề, hoặc đã phát tâm rồi lại để mất đi. Chúng ta phát tâm Bồ-đề rồi thì sao? Rồi thì quên mất, để thối thất đi. Những trường hợp như vậy có thể nói là rất nhiều, cứ phát tâm rồi lại quên mất đi.

Tâm Bồ-đề là tâm giác ngộ. Chúng ta sống trong cảnh giới này, chỉ cần một niệm mê lầm liền quên mất tâm Bồ-đề.

Người quên mất tâm Bồ-đề, dù tu tập hết thảy các pháp lành cũng đều là bị ma dẫn dắt. Chúng ta thử nghĩ xem, vấn đề như thế thì có nghiêm trọng hay không? Cho nên nói đến việc học Phật, thật sự rất khó! Liệu có được mấy người giữ tâm an trụ nơi Phật đạo, giữ tâm an trụ nơi Bồ Tát đạo? Nếu quả thật chúng ta giữ tâm an trụ nơi Bồ Tát đạo thì có thể nói là không để mất tâm Bồ-đề. Nói thật với quý vị, nếu được như vậy thì việc tu hành chứng quả bất quá cũng chỉ trong khoảng ba đến năm năm mà thôi. Đúng thật như vậy không sai. Vậy thì vì sao tu hành không thành tựu? Chỉ vì không trụ tâm nơi đạo, thường xuyên để mất tâm Bồ-đề.

Hôm nay tôi cần phải giới thiệu sơ qua với quý vị về tâm Bồ-đề. Bởi vì trong giảng đường này không chỉ có quý vị ở địa phương này, mà còn có bộ phận thu hình nữa. Băng ghi hình hôm nay rồi sẽ đưa ra nước ngoài, sẽ lưu thông rất rộng rãi. Cho nên chúng ta có thể hình dung là sẽ có rất nhiều người xem băng ghi hình hôm nay.

Bây giờ chúng ta xem đến đoạn tiếp theo, [trang 799, dòng đầu tiên]. Hai chữ "Lăng-nghiêm" là nói trích dẫn từ kinh Lăng-nghiêm. "Bồ Tát tự trần" là nói trong kinh Lăng-nghiêm, chương "Quán Thế Âm Bồ Tát nhĩ căn viên thông" thuộc quyển 6, [Bồ Tát tự nói ra với Phật rằng:] "Do con từng cúng dường đức Quán Âm Như Lai, nhờ ơn ngài truyền thụ cho phép Kim cang Tam-muội Như huyễn văn huân văn tu, thành tựu được 32 ứng hóa thân, 14 pháp Vô úy, bốn pháp Bất tư nghị. Đức Quán Âm Như Lai khen con khéo đạt được pháp môn viên thông, nên ở giữa chúng hội thọ ký cho con, hiệu là Quán Thế Âm."

Đoạn này nói thêm nhân duyên thứ hai về danh xưng của Bồ Tát Quán Thế Âm. Đó là do ngài cúng dường, gần gũi đức Phật Quán Thế Âm, cùng với Phật Quán Thế Âm tương đồng về tâm nguyện, tương đồng về công hạnh, nên được Phật thọ ký cho hiệu là Quán Thế Âm.

Đoạn kinh văn này trong bản giảng giải của Pháp sư Viên Anh nằm ở trang 879. Nếu quý vị có bản giảng giải của Pháp sư Viên Anh thì có thể tham khảo thêm.

Pháp sư Đại Nghĩa khi chú giải phẩm kinh Phổ Môn này trích dẫn kinh Lăng-nghiêm rất nhiều. Do vậy nên tôi có ghi trên bảng đen một đoạn kinh Lăng-nghiêm trọng yếu để quý vị [nhìn lên] tham khảo.

Những đoạn tiếp theo đều là lời của đức Bồ Tát Quán Thế Âm tự nói ra. [Bồ Tát bạch] "Thế Tôn" là vì Phật đang hỏi về sự tu chứng viên thông, Bồ Tát Quán Thế Âm trả lời với đức Phật Thích-ca Mâu-ni, tôn xưng đức Phật Bổn sư Thích-ca Mâu-ni là Thế Tôn.

"Con nhớ lại thuở xưa" là hồi tưởng lại kiếp sống trong quá khứ, đó không phải là quá khứ tính bằng năm tháng, mà là quá khứ cách đây "vô số kiếp nhiều như cát sông Hằng". Bồ Tát có khả năng nhớ lại rất lâu xa. Chúng ta thì đối với chuyện quá khứ, qua một vài tháng đã không nhớ lại được, còn các ngài thì nhớ biết mọi sự việc trong đời trước. Và không chỉ là sự việc đời trước, mà còn là những sự việc trong vô số kiếp trước đó nữa. Chúng ta có muốn nhớ biết được như thế không? Đương nhiên là rất muốn. Vậy chúng ta có thể nào nhớ biết được như vậy không? Xin thưa với quý vị là được. Chỉ cần quý vị vận dụng phương pháp tu hành của Bồ Tát Quán Thế Âm, cứ y theo phương pháp ấy mà tu tập, tôi dám nói chắc với quý vị, chỉ mấy năm thôi là có thể thành tựu.

Chỉ cần quyết tâm, nhất định không để quên mất tâm Bồ-đề. Điểm then chốt chính là ở đó. Nếu luôn duy trì được không một lúc nào quên mất thì nhất định có sự thành tựu. [Thử nghĩ mà xem,] trong suốt một ngày 24 giờ mà tâm Bồ-đề [của quý vị] chỉ hiện hữu được một vài sát-na, một vài giây phút, thì liệu có tác dụng gì chăng? Không có tác dụng gì cả. Thậm chí không bàn đến những người không học Phật, ở đây tôi muốn nói ngay cả những người đã chân chánh xuất gia, ngày ngày trì niệm danh hiệu Phật, ngày ngày thọ trì kinh điển, nhưng trong một ngày liệu có được bao nhiêu giây phút phát tâm Bồ-đề? Vậy thử nói xem, làm sao thành tựu? Mỗi một niệm tưởng đều chỉ mê mà không giác, tà mà không chánh, nhiễm ô mà không thanh tịnh. Phương pháp tu hành như vậy, chúng ta thấy là có tu qua vô số a-tăng-kỳ kiếp rồi cũng vẫn vậy mà thôi, không thể có sự tiến bộ. Chúng ta phải nhận biết rõ điều này để tự cảnh giác.

Chúng ta xem đoạn kinh văn tiếp theo.

"Thời ấy có đức Phật ra đời hiệu là Quán Thế Âm." Đây là vị Phật mà Bồ Tát được kề cận theo học. "Con ở nơi đức Phật ấy phát tâm Bồ-đề." Quý vị xem, chỗ này cũng nói Bồ Tát phát tâm Bồ-đề, rồi trong kinh Bi Hoa, trong đoạn kinh văn chúng ta vừa đọc qua, câu đầu tiên cũng nói phát tâm Bồ-đề. "Đức Phật ấy dạy con từ chỗ lắng nghe, tư duy, tu tập mà nhập vào chánh định." Kinh văn đến chỗ này là hết một đoạn.

Trước tiên tôi phải cùng với quý vị bàn qua một vấn đề trọng yếu, đó là việc phát tâm. Trong phần trước, khi tìm hiểu về tên kinh, tôi đã có giảng qua chữ pháp (法). Pháp được dùng để chỉ chung vô lượng vô số các pháp thuộc thế gian và xuất thế gian, nhưng nếu quy kết lại thì không ngoài ba cương lĩnh lớn, đó là chúng sinh pháp, Phật pháp và tâm pháp. Tôi sẽ không lặp lại những điều đã giảng.

[Trong ba pháp ấy thì] trọng yếu nhất là tâm pháp. Tâm là bản thể của hết thảy muôn pháp. Hết thảy kinh điển rốt ráo của Đại thừa đều giảng giải về tâm pháp. Giác ngộ được tâm pháp thì tâm đó gọi là Phật pháp, mê lầm tâm pháp thì tâm đó gọi là chúng sinh pháp. Cho nên cả ba pháp vốn từ cội nguồn chỉ là một pháp.

Tâm Bồ-đề cũng chính là tâm giác ngộ, hay nói cách khác, đó là Phật pháp. Tâm Bồ-đề chính là tâm Phật, là tâm gieo nhân căn bản để tu hành chứng quả. Các vị đồng tu học Phật đều đã được nghe qua rồi, người xưa có câu: "Gieo nhân không chân chánh, chỉ được quả tà vạy." Chúng ta tu hành từ vô lượng kiếp xa xưa cho đến hôm nay, hiện tại chỉ được quả báo như thế này là ý nghĩa gì? Cần phải thấu hiểu rõ ràng, chính là do nhân tu hành không chân chánh, thường để mất đi tâm Bồ-đề.

Kinh điển Đại thừa giảng về tâm Bồ-đề, chẳng hạn như trong Đại thừa Khởi tín luận giảng rằng, thứ nhất là trực tâm, tâm ngay thẳng chất trực; thứ nhì là thâm tâm, tâm tin chắc sâu vững; thứ ba là đại bi tâm, tâm bi mẫn rộng khắp. Thật ra thì cả ba tâm này cũng chỉ là một tâm. Trực tâm là bản thể, thâm tâm là tự thọ dụng, tự làm lợi ích cho mình, và đại bi tâm là tha thọ dụng, làm lợi ích cho người khác. Cho nên chúng ta ứng xử với người khác, xử lý các sự việc, cần phải vận dụng tâm đại bi. Đối với chính mình thì phải vận dụng thâm tâm.

Trong phần chú thích giảng giải rất nhiều, chỉ sợ là quý vị càng đọc lại càng thêm mê hoặc, càng đọc lại càng không hiểu, cho nên tôi dùng cách diễn đạt đơn giản nhất để quý vị dễ hiểu, trực tâm đó chính là tâm bình đẳng. Chúng ta thử nghĩ xem mình có được tâm ấy hay không? Chúng ta ở trong mọi hoàn cảnh, có được bao lần giữ tâm bình đẳng? Hết thảy đều là không bình đẳng. Lúc nào so với người khác cũng thấy mình có ưu điểm, lúc nào cũng thấy người khác không bằng mình. Đó chính là tâm phàm phu, là tâm phân biệt, bám chấp, vướng mắc, vọng tưởng. Đó là mê lầm, không phải giác ngộ. Nếu giác ngộ rồi thì muôn pháp đều bình đẳng như nhau. Trước đây tôi đã từng nói qua, trong cảnh giới của Phật và chư Đại Bồ Tát thì "hết thảy chúng sinh vốn đã thành Phật", "chúng sinh hữu tình và vô tình, thảy đều thành tựu trọn vẹn trí tuệ viên mãn". Chỉ dùng trực tâm mới có thể chứng đắc được cảnh giới ấy, mới thể nhập được vào cảnh giới ấy, mới có thể an trụ trong cảnh giới ấy.

Đó chính là chân tâm của chúng ta, là bản tâm của chúng ta. Bản tâm xưa nay vốn bình đẳng, không có cao thấp, chúng ta đã đánh mất đi [tâm bình đẳng ấy].

Nghe Phật khuyên dạy thì chúng ta cũng phát tâm, chỉ có điều trong một sát-na vừa phát tâm [bình đẳng ấy] thì sát-na kế tiếp đã không còn bình đẳng, đã để mất đi.

Tâm Bồ-đề lấy trực tâm bình đẳng này làm nền tảng. Nếu như không có trực tâm thì cho đến thâm tâm với đại bi tâm đều không thể có. Quý vị không nên cho rằng tuy đối với người khác không bình đẳng nhưng vẫn có thể rất từ bi. Quý vị nên biết rằng, tâm [gọi là] từ bi đó [thật ra] chỉ là loại tình duyên theo ái nhiễm, loại tình duyên theo chúng sinh, không phải tâm đại từ bi được giảng giải trong Phật pháp Đại thừa. Bởi vì tâm đại từ bi của Phật pháp Đại thừa là từ nơi trực tâm bình đẳng mà khởi sinh.

Hoặc như nói về thâm tâm, tâm tin chắc sâu vững, chúng ta thấy có những tâm rất thanh tịnh, như các vị A-la-hán của Tiểu thừa, các vị Phật Bích-chi, Bồ Tát quyền giáo, thảy đều có tâm thanh tịnh, dứt sạch hết hai loại phiền não kiến hoặc và tư hoặc, lẽ nào có thể nói đó không phải là thâm tâm hay sao? Xin thưa với quý vị, đó không phải [thâm tâm. Bởi vì] các vị Thanh văn, Duyên giác, từ căn bản vốn không có phát tâm Bồ-đề, cho nên trong Pháp hội Lăng-nghiêm [Phật] nói rằng họ là ngoại đạo. Các vị A-la-hán, Phật Bích-chi đều là ngoại đạo. Chữ ngoại đạo này là nói còn ở ngoài cửa, đối với cửa Phật gọi là ngoại đạo, không phải nói là bên ngoài đạo Phật. Đó là những ngoại đạo nằm trong đạo Phật.

Vì sao gọi các vị ấy là ngoại đạo? Vì họ không phát tâm Bồ-đề. Không phát tâm Bồ-đề tức là cầu pháp ở ngoài tâm, cho nên gọi là ngoại đạo.

Cho nên có thể thấy, then chốt của vấn đề là ở tâm Bồ-đề. Chúng ta phải hết sức đặc biệt xem trọng, chớ nên cho rằng ngày ngày niệm Phật là đủ. Từ vô lượng kiếp đến nay, có đời nào kiếp nào chúng ta không niệm? Niệm như vậy rồi có tác dụng gì không? Xưa nay ta vẫn chưa từng thấy được lẽ thật, chưa từng nhận rõ sai lầm.

Thâm tâm cũng chính là tâm thanh tịnh. Cho nên chúng ta tự mình thọ dụng, tự mình hưởng thụ. Hưởng thụ điều gì? Tâm địa thanh tịnh, đó chính là sự hưởng thụ cao nhất. Bất kể là ở trong hoàn cảnh nào, nếu như tâm thanh tịnh thì đó đều là một sự hưởng thụ. Đó gọi là chánh định. Sự hưởng thụ như vậy gọi là chánh thụ.

Sự hưởng thụ đó, đối với hết thảy các pháp giới mà nói, đều là pháp giới nhất chân. Nơi các cõi trời quý vị cũng không thọ nhận sự vui sướng, tâm vẫn giữ được thanh tịnh. Nếu như [ở cõi trời] quý vị thấy vui thì tâm đã không còn thanh tịnh, đã đánh mất sự thanh tịnh. Nếu như ở trong địa ngục mà quý vị thấy khổ, đó là tâm đã không được thanh tịnh. Nếu tâm thực sự thanh tịnh thì dù ở cõi trời hay trong địa ngục cũng đều hưởng thụ bình đẳng như nhau, đều không nhận lấy [niềm vui hay nỗi khổ từ bên ngoài]. Đó gọi là sự hưởng thụ chân chánh.

Cho nên trong Phật pháp nói đến tam-muội, trong [phần cuối] quyển trước quý vị thấy có nói đến Bồ Tát Hoa Đức, trong câu kinh cuối cùng nói "Hoa Đức Bồ Tát đắc Pháp Hoa Tam-muội". Tam-muội đó chính là chánh thụ. Những gì chúng ta hưởng thụ hiện nay đều không bình thường, không chân chánh, với những tình cảm như mừng, giận, buồn, vui, yêu, ghét... Sự hưởng thụ với bảy loại cảm xúc, năm thứ dục lạc, như vậy đều là không bình thường, không chân chánh. Đó là sự hưởng thụ của phàm phu, sự hưởng thụ hư vọng không chân thật, không bình thường. Đó không phải là sự hưởng thụ chân chánh.

Liệu có mấy người thấu hiểu được cảnh giới [hưởng thụ chân chánh] này? Liệu mấy người có thể nhận biết được chỗ tốt đẹp như vậy? Đó chính là tác dụng sinh khởi từ trực tâm. Cho nên khi tâm của quý vị bình đẳng thì sự hưởng thụ của tự thân quý vị nhất định là thanh tịnh, ứng xử với người khác, xử lý mọi sự việc, cũng đều sẽ đầy đủ tâm đại từ đại bi.

Khi nói "vô duyên đại từ" thì vô duyên có nghĩa là không có điều kiện. "Đồng thể đại bi" thì ý nghĩa "đồng thể" có thể xem nơi tên kinh mà hiểu ra được. Hết thảy muôn pháp đều do nơi một tâm này biến hiện, vậy làm sao có thể không cùng một thể? Trong kinh Hoa Nghiêm nói rất hay: "Nên quán tánh pháp giới, hết thảy do tâm tạo." Vậy đó là tâm nào? Chính là chân tâm của mỗi chúng ta. Y báo và chánh báo trang nghiêm trong mười pháp giới đều là do một tâm của ta biến hiện mà thành. Nếu như quý vị không mê lầm thì hết thảy những cảnh giới đó đều là một cảnh giới Phật. Do quý vị mê lầm nên mới có sự phân chia thành mười pháp giới, mới có đến vô lượng vô biên pháp giới.

Đó là giải thích về tâm Bồ-đề theo cách đơn giản nhất.

Không phát tâm [Bồ-đề] thì không cách gì tu tập được. Không phát tâm [Bồ-đề] thì Phật, Bồ Tát cũng không thể giáo hóa quý vị. Nói cách khác, chư Phật, Bồ Tát muốn giáo hóa quý vị nhưng quý vị không đủ trình độ [tiếp nhận], không đủ điều kiện [tiếp nhận].

Ví như khi quý vị khát nước khô miệng, muốn hỏi người khác xin một chén trà ngon, không chỉ là giải khát mà cũng muốn được hưởng thụ [hương vị] trà. Thế nhưng quý vị lại không có trong tay cái chén uống trà. Người khác có trà cũng không biết phải làm sao, không có cách gì để cho quý vị uống trà. Ít nhất quý vị cũng phải tự mình mang đến chén đựng trà.

Cho nên trong Phật pháp có nói đến pháp khí, nghĩa là đồ đựng pháp. Tự thân quý vị phải có đủ điều kiện pháp khí [để tiếp nhận giáo pháp]. Đó là điều kiện gì? Đó là phát tâm Bồ-đề. Quý vị chân chánh phát tâm Bồ-đề thì chư Phật, Bồ Tát thường hiện đến tìm quý vị. Vì sao vậy? Vì quý vị có đủ tư cách, quý vị có thể học tập Phật pháp Đại thừa, hơn nữa trong một đời này quý vị nhất định sẽ thành tựu, chư Phật, Bồ Tát lẽ nào lại không hoan hỷ? [Các ngài] đời đời kiếp kiếp vẫn thường khuyên nhủ quý vị mà quý vị vẫn không chịu thực sự phát tâm, không chịu thực sự quay đầu. Bây giờ quý vị thực sự đã phát tâm, thực sự đã quay đầu, thử nghĩ mà xem, các ngài sẽ vừa lòng thích ý biết bao! Cho nên quý vị không được cho rằng chúng ta không được gặp Phật, không được gặp Bồ Tát, không có được nhân duyên tốt đẹp. [Thật ra] chư Phật, Bồ Tát lúc nào cũng ở chung quanh quý vị, quan tâm đến quý vị, một khi quý vị hồi tâm chuyển ý [chân chánh tu tập] thì các ngài mới hiện thân. Còn nếu quý vị vẫn cứ niệm niệm mê hoặc điên đảo thì các ngài có hiện thân ra cũng chẳng có tác dụng gì. Như vậy chẳng những không được gì tốt mà ngược lại còn gây tai hại. Vì sao vậy? Vì sẽ làm tăng trưởng tà kiến của quý vị, làm tăng thêm cơ hội tạo nghiệp cho quý vị. Quý vị có nhận hiểu thấu triệt được chỗ này thì mới thấy là chư Phật, Bồ Tát thực sự hết sức từ bi.

Đoạn tiếp theo bên dưới nói về sự cúng dường. Sau đây tôi sẽ giảng đến sự cúng dường.

Cúng dường có hai loại. Thứ nhất là thân cúng dường, đó là chúng ta gần gũi, giúp việc, phụng sự, thay thế các ngài mà làm việc, đó là một loại cúng dường.

Loại cúng dường thứ hai hết sức quan trọng thiết yếu là phát tâm cúng dường. Đó là phát tâm Bồ-đề, vâng làm theo lời dạy, đó gọi là chân thật cúng dường.

Quý vị xem trong kinh Hoa Nghiêm ngợi khen xưng tán công đức cúng dường, đó thực sự là "chỉ Phật với Phật mới rõ biết hết". Trong kinh Hoa Nghiêm cũng có dành riêng một phẩm ngợi khen tán thán việc phát tâm Bồ-đề, đó là phẩm "Sơ phát tâm công đức". Kinh này trước đây tôi đã giảng qua rồi. Một khi quý vị phát tâm tu hành thì chư Phật, Bồ Tát đều sẽ quan tâm đến, nhất định sẽ giáo hóa, dạy cho quý vị phương pháp tu hành. Nói đến phương pháp tu hành thì đó là tu tam tuệ, [nghĩa là văn tuệ, tư tuệ và tu tuệ].

Bồ Tát Quán Thế Âm nói "dạy cho con" là tự kể lại việc đức Cổ Phật Quán Thế Âm từng dạy cho ngài "từ chỗ văn (lắng nghe), tư (tư duy), tu (tu tập) mà nhập vào chánh định". Những người mới học Phật rất thường hiểu sai ba chữ "văn tư tu" (聞思修).

Nói về văn (聞), nghĩa là lắng nghe, vậy như tôi giảng kinh ở đây, quý vị ngồi nghe, có gọi là văn không? Trong khi nghe lại vừa nghe vừa suy nghĩ về ý nghĩa trong đó, thế có gọi là tư (思), nghĩa là tư duy hay không? Xin thưa với quý vị, đó đều là sai lầm cả, đều là quý vị tự khởi sinh vọng tưởng ở đó mà thôi.

Văn tuệ, cho đến tam tuệ, là rất khó đạt được. Vì sao khó đạt được? Bởi vì quý vị không có tâm Bồ-đề. Nếu không có tâm Bồ-đề thì chỉ có thể giảng cho quý vị giáo pháp gì? Chỉ có thể giảng về giới định tuệ, tức là tam học, quý vị có thể tu học được. Những người mới học Phật chỉ có thể tu học được [tam học như thế], còn nói đến tam tuệ [văn, tư, tu] thì không có tư cách. Quý vị thử nghĩ mà xem, văn tư tu gọi là tam tuệ, chúng ta định còn chưa có, làm sao có tuệ? Ở đây nói định không phải loại định phổ thông, hay định của hàng Thanh văn, Duyên giác, cũng đều không phải, mà là nói đến đại định mà hàng Bồ Tát tu tập. Trong định ấy sẽ khai mở tuệ.

Thật ra những người tu tập theo Tiểu thừa đạt đến thánh quả thứ tư, quả A-la-hán, thành tựu tuần tự 9 bậc định, chỉ tiếc là các vị lúc an trụ trong định lại không chịu buông xả cảnh giới định ấy để vượt lên đến cảnh giới cao hơn. Nếu như các vị ấy phát tâm không trụ ở cảnh giới định ấy, muốn vượt lên cảnh giới cao hơn thì đó gọi là phát tâm Bồ-đề. Cho nên gọi là bỏ đường nhỏ theo đường lớn, vào lúc đó vị ấy liền có trí tuệ. Khởi ý vươn lên như trên chính là trí tuệ. Trong chỗ có trí tuệ đó, chư Phật, Bồ Tát nhất định sẽ hiện đến giáo hóa, trong trí tuệ ấy liền có văn tuệ, tư tuệ, tu tuệ.

Có thể thấy được các tầng bậc của tuệ, cũng giống như một căn nhà lầu có ba tầng. Tầng thứ nhất là học giới, tầng thứ hai là tu định, tầng thứ ba là khai mở trí tuệ. Sau đó rồi mới có văn tuệ, tư tuệ, tu tuệ. Đó là một loại cương lĩnh tu học, là cương lĩnh tu học tổng quát trong Phật pháp Đại thừa.

Cương lĩnh tu học tổng quát của Tiểu thừa là Tam học, tức là giới, định, tuệ. Cương lĩnh tu học tổng quát của Đại thừa là Tam tuệ, tức là văn, tư, tu. Mục tiêu của Tiểu thừa là chứng đắc thiên chân Niết-bàn, [nghĩa là cảnh giới Niết-bàn vẫn còn thiên lệch], còn mục tiêu của Đại thừa là thể nhập chánh định.

Chánh định là gì? Trong kinh Lăng-nghiêm gọi là đại định Lăng-nghiêm. Trong pháp môn niệm Phật của chúng ta gọi là nhất tâm bất loạn. Tên gọi tuy khác nhau nhưng vẫn là một. Trong mỗi pháp môn dùng tên gọi không giống nhau nhưng vẫn là cùng một cảnh giới. Sự trình bày của Bồ Tát Quán Thế Âm trong pháp hội Lăng-nghiêm là kể về quá khứ của ngài, theo đúng phương pháp, theo đúng cương lĩnh tu tập do đức Phật Quán Âm chỉ dạy, nhờ đó chứng đắc đại định Lăng-nghiêm.

Kinh Pháp Hoa và kinh Hoa Nghiêm đều thuộc về Viên giáo, vậy so trong các địa vị của hàng Bồ Tát thì Bồ tát Quán Thế Âm khi ấy ở vào địa vị nào? Căn cứ theo trong kinh Lăng-nghiêm nói thì ngài "vừa mới nhập Chánh định", hay nói cách khác, ngài là Bồ tát Sơ trụ của Viên giáo. Theo trong kinh Hoa Nghiêm như chúng ta đã thấy thì không phải ngài ở Sơ trụ mà phải là cao hơn. Trong phẩm Phổ môn [của kinh Pháp Hoa], Bồ tát không nói gì về sự tu hành của mình, mà chỉ nói về đại dụng, đại nguyện cứu độ chúng sinh của ngài. Tất nhiên là ngài phải có sự thành tựu rồi, nếu ngài không tự mình đạt được sự thành tựu, thì làm sao có thể từ nơi tánh thể khởi lên tác dụng? Nếu nói ngài chỉ vừa mới thể nhập đại định, như câu "tùng văn tư tu nhập tam-ma-địa", thì chưa thể có khả năng giáo hóa chúng sinh, chưa thể phát huy được tác dụng tu chứng, vì cảnh giới mà ngài chứng nhập như vậy hãy còn cạn cợt. Nhưng nếu nói rằng ngài đã đi vào rộng độ chúng sinh, thì địa vị đã chứng đắc của ngài nhất định phải là đã rất sâu xa, hết sức sâu xa.

Cho nên, phải kết hợp đọc cả ba bộ kinh Lăng-nghiêm, Hoa nghiêm và Pháp hoa thì chúng ta mới có thể hiểu được một cách đúng thật về Bồ Tát Quán Thế Âm, và chỉ khi có được nhận thức đúng thật như vậy rồi, chúng ta mới có thể xây dựng được niềm tin của chính mình, mới biết làm thế nào để có thể có được sự cảm ứng giao hòa với Bồ Tát Quán Thế Âm. Cho nên, đối với giáo lý này tuyệt đối không được xem thường, nhất định phải hết sức chú tâm nghiên cứu.

Chúng ta đã giảng đến "văn tuệ", vậy "văn" ở đây là gì? Văn là nghe, ở đây nói về tánh nghe của tai. Dùng tánh nghe này để nghe lẽ chân thật như như, đó chính là nói về chân lý. Phương pháp này ngay lập tức khởi phát trí tuệ mầu nhiệm ban sơ, như trong luận Khởi tín gọi là bản giác hay thủy giác, tức là tánh giác ban sơ.

Tánh giác ban sơ này, xin thưa với quý vị rằng, đó chính là Chánh giác, trong kinh thường gọi là A-nậu-đa-la Tam-miệu Tam-bồ-đề, theo ý nghĩa mà dịch ra Hán Việt là Vô thượng Chánh đẳng Chánh giác. Tánh giác ban sơ đó ngay nơi hiện tại này cũng chính là do chánh đẳng chánh giác từ ban sơ đó hiển hiện mà thành. Dùng chữ "văn" là chỉ tánh nghe, có ý nghĩa như vậy.

Vậy còn thế nào là tư tuệ? Tư tuệ hay trí tuệ của sự tư duy, là nói sự quan sát trong chánh giác, tuyệt đối không phải nói đến ý thức. Đại sư Giao Quang trong sách Lăng-nghiêm chánh mạch dạy chúng ta "bỏ thức dùng căn". Vậy thức đó là gì? Chính là nói đến ý thức.

Người tu thiền, lúc tham thiền phải lìa bỏ tâm ý thức mà thực hiện việc tham thiền. Phần lớn những phương thức của nhà thiền đều là dựa vào ý căn, tức là căn tánh của ý căn, vận dụng từ đó để thâu nhiếp cả sáu căn, đều là dùng phương thức đó. Bồ Tát Quán Thế Âm thì lại từ nơi tánh nghe mà khởi sự công phu.

Nói chung, người tu tập sử dụng căn tánh của sáu căn thì nhất định đều thành tựu. Nếu quý vị dựa vào sáu thức, như ý thức, hoặc dùng mạt-na thức, thì cũng đều hỏng việc. Bất kể là quý vị tu theo pháp môn nào, như vậy cũng đều gọi là pháp phàm phu, là pháp của chúng sinh, không thể giải thoát sinh tử, không thể ra khỏi Tam giới. Đây là điều chúng ta phải luôn ghi nhớ.

Dùng tâm phàm phu chính là dùng tâm ý thức, chỉ có mỗi một cách cứu vãn, đó là dùng pháp môn niệm Phật, "đới nghiệp vãng sanh", nghĩa là có thể vãng sanh về cõi Phật mang theo cả nghiệp báo hiện còn. Đó là lý do vì sao pháp môn niệm Phật được gọi là "nan tín chi pháp", nghĩa là rất khó tin nhận. Bởi vì hết thảy các kinh luận Đại thừa, Tiểu thừa đều không thấy nói như vậy, không hề thấy nói đến chuyện "đới nghiệp vãng sinh". Chỉ có pháp môn niệm Phật này nói đến thôi. Nhưng pháp môn này cũng cần phải nghiên cứu học tập cho sáng tỏ rõ ràng, không nên tự mình nhận hiểu sai lầm.

Vì sao vậy? Chúng ta trong quá khứ so với chư Bồ Tát cũng đều như nhau, các ngài đã tu tập qua vô số kiếp thì chúng ta cũng tu tập qua vô số kiếp. Nhưng các ngài thì đã thành Phật còn chúng ta vẫn là phàm phu trong sinh tử luân hồi. Nguyên nhân vì sao? Vì các ngài đã từng quay đầu tỉnh ngộ, còn chúng ta từ xưa đến nay chưa bao giờ chịu quay đầu. Chẳng những không quay đầu, ngay cả khi niệm Phật chúng ta cũng không có lấy một niệm cho tốt, chỉ biết tu hành mù quáng, đời đời kiếp kiếp cũng đều là tu hành mù quáng.

Nếu quý vị không tu hành mù quáng thì hẳn đã sớm về đến thế giới Tây Phương Cực Lạc, chúng tôi ở đây bây giờ phải cung kính tôn xưng quý vị là "thượng thiện nhân", là bậc hiền thiện cao quý, hoặc quý vị cũng đã thành Đại Bồ Tát, đâu có còn phải cùng ngồi lại nơi đây với chúng tôi? Cho nên có thể thấy rằng quý vị niệm Phật chưa tốt, nghĩa là chưa niệm được đến mức công phu thành khối, cho nên không thể được vãng sinh.

Nay chúng ta lại gặp được Phật pháp trong đời này, nếu vẫn cứ một đường tu hành mù quáng như xưa thì kiếp sống này rồi cũng trôi qua uổng phí, giống như những kiếp đã qua trong quá khứ mà thôi. Rồi đến kiếp sau thì không chắc gì có được điều kiện như kiếp này, lúc đó hẳn là càng khó khăn phức tạp hơn nhiều. Cho nên, nếu không nhận thức đúng thì làm sao tu hành đúng hướng?

Muốn nhận thức đúng thì trước tiên phải nghiên tầm lý luận cho thông suốt. Chúng ta bỏ biết bao thời gian, biết bao công sức tinh thần để nghiên cứu bộ Di-đà kinh sớ sao, mục đích để làm gì? Hoàn toàn không ngoài việc muốn nắm vững giáo lý, phương pháp, cảnh giới trong đó cho thật rõ ràng, để trong một đời này chúng ta quyết định phải được vãng sinh, không để trôi qua vô ích.

Bộ Sớ sao ấy giảng qua một lần đã mất bốn năm, chúng ta hiện tại có băng ghi âm, mỗi cuốn băng là 90 phút, đã có 325 cuốn băng như vậy mà vẫn chưa giảng xong. Học tập như vậy, cũng chỉ vì muốn xác định rõ mục tiêu của chúng ta là gì. Như vậy có thể thấy rằng, pháp môn niệm Phật này cũng không phải dễ dàng như người ta thường tưởng tượng. Nếu nói rằng pháp này dễ thực hành, pháp này giản dị dễ dàng, đó là so ra dễ hơn tất cả các pháp môn khác. Điều này thì hoàn toàn đúng thật, không sai chút nào.

Vì sao vậy? Vì các pháp môn khác nếu muốn thành tựu thì đều phải có đủ giới, định, tuệ, phải có "văn tư tu", phải "nhập tam-ma-địa", quý vị nhất định phải đi theo con đường như vậy, dù tám vạn bốn nghìn pháp môn cũng không ra ngoài nguyên tắc này, và trong đó cũng không nói đến chuyện "mang theo nghiệp". Theo con đường ấy thì "nhập tam-ma-địa" như vừa giảng qua, cũng chính là "nhất tâm bất loạn".

Nói rằng tu Tịnh độ dễ, vậy thì dễ ở điểm nào? Đó là vì có việc "đới nghiệp vãng sinh", nghĩa là có thể mang theo nghiệp hiện còn để vãng sinh về cõi Phật, vì ở đó có "phàm thánh đồng cư độ", là cảnh giới mà kẻ phàm bậc thánh có thể chung sống cùng nhau.

Phần trước đã nói với quý vị, phải có công phu quán chiếu thì việc niệm danh hiệu Phật mới có thể có hiệu lực. Trở lại với vấn đề của chúng ta, Bồ Tát Quán Thế Âm khi có thỉnh cầu đều ứng hiện, nhưng việc niệm thánh hiệu Bồ Tát Quán Thế Âm cũng phải niệm đến mức "nhất tâm bất loạn". Sự "nhất tâm bất loạn" này so với nói đến trong kinh A-di-đà là hoàn toàn giống nhau, có nhất tâm về sự, có nhất tâm về lý, cũng có công phu thành khối. Muốn có sự "cảm ứng đạo giao" với Bồ Tát, muốn "hữu cầu tất ứng" thì tối thiểu cũng phải niệm thánh hiệu Bồ Tát đạt được đến mức công phu thành khối, không còn xen tạp. Khi đạt đến mức độ ấy thì có sự mong cầu gì cũng đều được đáp ứng.

Vậy chúng ta cũng nên đặt câu hỏi, khi đó quý vị mong cầu điều gì? Tu niệm đạt đến mức ấy thì quý vị đã có đủ tư cách để kết giao, trò chuyện như bằng hữu ngang hàng với Bồ Tát, cho nên có thể nói: "Bồ Tát Quán Thế Âm, tôi hiện nay có chút chuyện đến làm phiền Bồ Tát, Bồ Tát hãy giúp tôi." Bồ Tát nhất định sẽ đáp ứng. Lúc đó quý vị muốn cầu công danh phú quý, danh tiếng, lợi dưỡng trên đời này, tất cả đều được cả, Bồ Tát đều sẽ giúp cho quý vị.

Nhưng cầu những thứ như thế thì thật là trẻ con quá! Vậy nên cầu điều gì? Hãy cầu thành Phật, cầu thành Bồ tát. Đã không cầu thì thôi, cầu thì nên cầu chuyện lớn, đừng cầu chuyện nhỏ nhặt. Quý vị đã tu tập đến mức ấy thì phải hiểu rõ ý nghĩa này. Phát khởi được niềm tin vững chắc thì một lần tham dự Phật thất Quán Âm này không đến nỗi vô ích. Đối với một đời tu hành của quý vị thì đây là thời điểm quan trọng then chốt, phải nắm bắt cho thật tốt.

Cho nên, "tư tuệ" nói đơn giản thì đó là chánh tri chánh kiến. Chánh đẳng chánh giác cũng là chánh tri chánh kiến, cũng chính là tri kiến Phật được giảng giải trong kinh Pháp Hoa.

Tu thiền phải lìa tâm ý thức, tu theo Giáo tông cũng phải lìa tâm ý thức, không lìa tâm ý thức thì không thể giải quyết triệt để được. Niệm Phật cũng phải lìa tâm ý thức, nếu không lìa tâm ý thức thì không thể đạt đến nhất tâm bất loạn, nhưng vẫn có thể đạt được nhất tâm về sự, vẫn có thể đạt được công phu thành khối. Ưu điểm của pháp môn niệm Phật chính là ở chỗ này. Trong Thiền tông và Giáo tông, nếu người tu tập không lìa tâm ý thức thì không thể thấu triệt sinh tử, không có cách nào để vượt thoát luân hồi. Do đó có thể thấy được sự thù thắng của pháp môn niệm Phật.

Khi tôi đến giảng kinh ở Hoa Kỳ, tôi không chạy theo sự ưa thích của nhiều người. Có nhiều người thích tu thiền, có nhiều người thích Mật tông. Tôi cũng từng đi khắp đó đây giảng rất nhiều về thiền. Tôi cũng có thể làm ra dáng như một hành giả Mật tông. Nhưng tôi không giảng các môn ấy, tôi chỉ chuyên giảng pháp môn Tịnh độ. Vì sao vậy? Vì không dễ có được cơ duyên một lần đến Hoa Kỳ. Cho nên không đến thì thôi, đã đến rồi thì phải thuyết giảng pháp chân thật.

Vậy có người tiếp nhận hay không? Quả có rất nhiều người tiếp nhận. Có những người vốn đã học Thiền, học Mật tông, đến nghe tôi giảng mấy lần thì tâm họ dao động, rồi thì quay sang muốn tu Tịnh độ. Quý vị có thể thấy đó là hiện tượng tốt. Có thể thấy rằng, giáo pháp chân thật thì nhất định sẽ có người tiếp nhận, sẽ có chư Phật, Bồ Tát ngấm ngầm ủng hộ, gia trì.

Thế nào gọi là tu tuệ (修慧)? Tu tuệ chính là ý nghĩa trong kinh chỗ này giảng là "văn huân văn tu".[1] Bồ Tát trong Hội Lăng-nghiêm còn thêm vào một chữ huyễn: "truyền cho con phép như huyễn [văn huân văn tu]".[2] Một chữ huyễn đó chính là "ba luân đều không",[3] hết sức quan trọng thiết yếu, nhất định phải "ngay nơi tướng lìa tướng", quyết định không thể trụ chấp nơi tướng. Vì sao vậy? Một khi đã có sự bám chấp, trụ nơi tướng thì không thể nói là quay cái nghe vào trong, không thể nói là soi chiếu bên trong, đó là tâm đã bôn ba chạy theo cảnh bên ngoài. Công phu như vậy hết sức tinh tế ẩn mật, trong mỗi một sát-na ngắn ngủi đều luôn phải quay về soi rọi tự tâm.

Trong kinh Lăng-nghiêm giảng rằng: "Phản văn văn tự tánh, tánh thành Vô thượng đạo."[4] Cho nên, quý vị phải thấu hiểu rõ ràng thế nào là "phản văn" (quay ngược cái nghe vào trong),[5] đó chính là điểm quyết định then chốt

---

[1] "Văn huân văn tu - 聞熏聞修": hành giả tu tập hướng tánh nghe vào bên trong mà huân tập lâu ngày, khởi phát tự tánh vốn xưa nay sáng suốt tự soi chiếu.

[2] Nguyên văn trong kinh: "thụ ngã như huyễn văn huân văn tu - 授我如幻聞熏聞修" (trao truyền cho con [pháp tam-muội] như huyễn văn huân văn tu).

[3] Nguyên bản "tam luân thể không - 三輪體空", thường được dùng để nói về việc bố thí không trụ tướng, không có vật cho, người cho và người nhận. Tuy nhiên, trong ngữ cảnh này không liên quan đến bố thí, có thể Hòa thượng dùng với nghĩa chỉ vô thường luân, bất tịnh luân và khổ luân. Từ điển Phật Quang giải thích rằng, ba yếu tố này luân chuyển không dứt trong luân hồi, không có điểm khởi đầu, không có điểm kết thúc, hệt như bánh xe quay tròn nên gọi là tam luân (三輪).

[4] Nguyên bản Hán văn: "反聞聞自性，性成無上道". Đây là lời Bồ Tát Văn-thù xưng tán, nói về pháp môn Nhĩ căn viên thông của Bồ Tát Quán Thế Âm. Câu này có nghĩa: "Quay tánh nghe ngược [vào trong] để nghe chính tự tánh của mình, tự tánh đó trọn thành đạo Vô thượng."

[5] Tánh nghe của chúng sinh phàm phu luôn hướng về bên ngoài, chạy theo âm thanh để nắm bắt, theo đuổi. Hành giả tu tập "phản văn" thì quay ngược chiều hướng đó, tức là lắng nghe tự tánh của mình, không chạy theo thanh trần bên ngoài, do đó nói là "quay ngược cái nghe vào trong".

của công phu tu tập. Đây cũng là điều tôi vừa nói ở trước, căn bản cần thiết chính là tâm Bồ-đề. Nếu quý vị không có tâm Bồ-đề thì quay tánh nghe lại cũng có gì để nghe? Khi đó dù có "quay tánh nghe lại" cũng chỉ là vọng tưởng phân biệt bám chấp. Quý vị chạy theo duyên bám víu bên ngoài là vọng tưởng bám chấp, quay vào bên trong là duyên bám víu, cũng lại là vọng tưởng bám chấp. Cho nên, xét cho đến tận cội nguồn thì tâm Bồ-đề là hết sức quan trọng thiết yếu. Tâm Bồ-đề là chân tâm, chẳng phải vọng tâm. Chân tâm là tâm bình đẳng, lìa hết thảy mọi hình tướng, tự nó tức là hết thảy các pháp, quý vị phải khởi sự tu tập từ nơi tâm này.

Tu tuệ khởi sinh công đức không thể nghĩ bàn, đó cũng chính là trí tuệ hiện tiền. Trí tuệ hiện tiền, xét về bên trong thì chính là như trong kinh Lăng-nghiêm nói "mở sáu gút thắt, vượt khỏi ba không".[1] Được như vậy thì tự thân mình mới có thể chứng đắc được đại định Lăng-nghiêm, mới có thể nhập vào chánh định. Cho nên, chánh định hay tam-ma-địa chính là sự hợp nhất của định và tuệ.

Quý vị xem trong Pháp Bảo Đàn Kinh, Lục Tổ Đại Sư đã vì chúng ta mà giảng rõ các pháp ngồi thiền, tu định. Pháp ngồi thiền của ngài cần phải thấu hiểu cho thật rõ ràng, chẳng phải cứ ngồi yên xếp bằng mà gọi là ngồi thiền.

Lục Tổ được khai ngộ từ kinh Kim Cang, cho nên ngài giảng giải về thiền, dù có giảng thế nào cũng đều không ra ngoài kinh Kim Cang, đều y cứ nơi kinh Kim Cang mà giảng giải. Thế nào gọi là thiền? "Không bám chấp hình

[1]Nguyên văn là "解六結破三空 - giải lục kết phá tam không" (mở sáu gút thắt, phá trừ ba không), có thể bị nhầm, vì đúng theo Kinh văn là "việt tam không - 越三空", nghĩa là siêu việt, vượt qua ba không. Trong một phần sau, Hòa thượng có lặp lại câu này và nói là "việt tam không". Ba không ở đây là nhân không, pháp không và câu không (人空, 法空俱空). Câu không có nghĩa là nhân và pháp đều không.

tướng" chính là thiền. Thế nào gọi là định? "Y nhiên không lay động" chính là định. Như vậy, nói về ngồi thiền thì cho dù quý vị đang đi, đứng, nằm, ngồi cũng đều có thể gọi là ngồi thiền, miễn là tâm không hướng ra bên ngoài chạy đuổi các duyên và dù trong bất cứ hoàn cảnh nào cũng y nhiên không lay động. Ở đây không phải nói là ngồi xuống ở đâu đó. Thế nào là ngồi? Đó là nói trạng thái ổn định nhất, không lay động. Lục Tổ đã giảng giải theo ý nghĩa này. Cho nên nếu tâm của chúng ta ở trong mọi hoàn cảnh đều có thể y nhiên không lay động thì đó gọi là ngồi thiền.

Phương pháp mà Lục Tổ thuyết giảng tất nhiên là được lập luận y cứ theo kinh Kim Cang. Như vậy, trước Lục Tổ chúng ta có thể tìm thấy phương pháp tu tập này trong kinh điển hay không? Xin thưa với quý vị là có. Trong kinh Hoa Nghiêm (bản 40 quyển),[1] Đồng tử Thiện Tài trong 53 lần tham vấn, có lần đến tham vấn với Trưởng giả Dục Hương. Ngài là một hành giả tu tập thiền định. Trong bản kinh này, chúng ta xem thấy ngài đã đi đến đâu để tu thiền định? Ngài đi đến những nơi hàng quán buôn bán, như chúng ta ngày nay tức là những khu phố chợ, nơi có những siêu thị, cửa hàng bách hóa, những nơi ồn ào náo nhiệt nhất. Ngài không phải đi đến những nơi đó để ngồi xếp bằng quay mặt vào tường, hoặc ngồi xuống cho thiên hạ nhìn thấy, không phải vậy, mà ngài thủng thỉnh đi qua những ngã tư đường, vừa đi vừa nhìn, vừa nhìn vừa đi... Như vậy gọi là tu thiền định. Như vậy gọi là ngồi thiền.

Đi qua các cửa hàng bách hóa, những nơi buôn bán thì hiểu biết được gì? Hiểu biết được những tiến bộ khoa

---

[1] Tức là Đại Phương Quảng Phật Hoa Nghiêm Kinh [大方廣佛華嚴經], bản dịch của ngài Bát-nhã đời Đường, gồm 40 quyển. Cùng bộ kinh này còn có bản dịch của ngài Phật-đà-bạt-đà-la, đời Đông Tấn, gồm 60 quyển và bản dịch của ngài Thật-xoa-nan-đà, đời Đường, gồm 80 quyển. Do sự khác biệt về số quyển nên người đọc kinh thường dùng số quyển để phân biệt ba bản dịch này.

học kỹ thuật, hiểu biết được hiện nay có những sản phẩm mới nào. Đó là khai mở trí tuệ. Ví như có ai hỏi đến điều gì cũng đều biết cả. Nhưng biết như vậy mà vẫn tuyệt đối không hề động tâm, như nhìn thấy những thứ hiếm lạ cũng không khởi tâm muốn mua... Nếu như có sự khởi tâm, động tâm thì không có định, cũng không có thiền.

Hết thảy mọi sự đều hiểu biết rõ ràng, đó là trí tuệ. Đối với hết thảy mọi pháp đều y nhiên không lay động, đó là thiền định.

Vì vậy, kẻ phàm phu khi đến những nơi mua sắm thì sự cám dỗ cực kỳ mạnh mẽ, đối với những thứ mới mẻ hiếm lạ thì trong tâm họ luôn bị hấp dẫn, dao động. Đó là phàm phu. Một người tu hành khi cùng đi với người thường đến những chỗ ấy thì cũng không khác, cũng gật đầu ngắm nghía món này món kia, cũng khen đẹp khen tốt, nhưng thực sự không hề động tâm, đó gọi là tu tập thiền định. Cho nên, tìm chỗ ngồi thiền không phải là tìm những nơi vắng vẻ không người qua lại, rồi đến đó ngồi quay mặt vào vách. Không phải vậy. Đó là cách tu thiền của hàng Tiểu thừa. Bồ Tát tu thiền không phải như vậy, mà những chỗ nào ồn ào náo nhiệt thì các ngài tìm đến. Đó gọi là tu tập. Tu tập những gì? Tu tập với những vọng tưởng của tự thân, với những sự phân biệt của tự thân, với những sự bám chấp của tự thân. Người tu tập khi ở trong bất kỳ hoàn cảnh nào mà khởi tâm động niệm đều là bệnh, đều phải nắm lấy chỗ đó mà tu sửa chấn chỉnh. Dù ở trong bất cứ hoàn cảnh nào cũng đều không khởi tâm, không động niệm, không phân biệt, không bám chấp, đó gọi là tu tuệ.

Niệm Phật, vận dụng câu Phật hiệu chính là vào những lúc tự mình không giữ vững được tâm, để tâm bị cảnh bên ngoài xoay chuyển. Có nghĩa là ngay khi ở trong hoàn cảnh đã có sự khởi tâm động niệm, liền niệm một câu "Nam-mô

A-di-đà Phật" để tự cảnh tỉnh nhắc nhở mình, "tại sao lại mê muội như vậy"?

Trong ý nghĩa của câu Phật hiệu thì "nam-mô" có nghĩa là quy y. Quy có nghĩa là quay trở lại. Chúng ta bị trần cảnh mê hoặc, ở trong trần cảnh đã khởi tâm động niệm, nên từ trong chỗ mê muội đó phải nhanh chóng quay trở lại ngay. Y là nương theo. Nương theo gì? Là nương theo đức Phật A-di-đà.

A-di-đà Phật có nghĩa là "vô lượng giác". A dịch là vô, Di-đà dịch là lượng, và Phật dịch là giác. Vô lượng là nói hết thảy các pháp, cảnh giới đó là vô lượng vô biên. Trong cảnh giới vô lượng vô biên đó chúng ta phải luôn tỉnh giác không mê muội. Quý vị hiểu rõ được ý nghĩa này thì một câu Phật hiệu đó cũng chính là quán chiếu. Cho nên câu Phật hiệu đó đánh thức chúng ta khỏi sự mê hoặc, thức tỉnh chúng ta khỏi sự điên đảo.

Không nên niệm câu Phật hiệu một cách mê muội, cho rằng Phật là một vị thần sẽ đến chứng giám cho ta: "Ngài phải giúp đỡ bảo vệ cho con. Ngài xem đó, ngày nào con cũng niệm tưởng ngài. Con đối với ngài tốt đẹp như thế, khi con gặp nạn ngài phải đến cứu giúp con." Nếu quý vị tu tập như thế thì hoàn toàn sai lầm. Như vậy là mê tín, như vậy là biến đạo Phật thành tôn giáo.

Xin thưa với quý vị, Phật giáo không phải là tôn giáo. Tôn giáo là sinh ra từ tình cảm, hết thảy tôn giáo đều là mê tín, hết thảy tôn giáo đều nương dựa vào bên ngoài, theo đó tự thân chẳng làm được gì cả, phải cầu khẩn những thế lực bên ngoài đến giúp đỡ. Phật pháp không phải như vậy. Phật pháp dạy quý vị phải dựa vào chính mình, dạy quý vị phải tự giác ngộ. Nếu quý vị đã thực sự tự mình giác ngộ rồi, thì ngay cả giáo chủ của các tôn giáo khác cũng phải đến tôn quý vị lên làm thầy. Vì sao vậy? Vì họ không thể tự giải quyết được những vấn đề của họ, nên nhất định phải đến yêu cầu quý vị giúp đỡ.

Cho nên chúng ta phải nhận hiểu rõ ràng diện mạo chân thật của Phật pháp. Phật giáo là giáo dục trí tuệ, là nền học thuật giáo dục trí tuệ. Đối với tự thân, đó là một sự lợi ích tốt đẹp to lớn biết bao. Đó là nói về lợi ích cho tự thân. Phật pháp mang đến những lợi ích tự thân như "gỡ sáu gút thắt, vượt khỏi ba không, phá trừ năm uẩn, vượt năm uế trược",[1] tất cả đều dựa vào ba tuệ.[2]

Ba trí tuệ này có tên gọi chung là căn bản trí, như quý vị rất thường gặp trong kinh điển, cũng được gọi là vô phân biệt trí, vì cả ba tuệ đều là trí không phân biệt. Vô phân biệt trí là nói từ khía cạnh đối với bên trong, [hay tự thọ dụng, nghĩa là làm lợi ích cho chính mình], còn đối với bên ngoài là đại từ đại bi, gọi là hậu đắc trí, tức tha thụ dụng, nghĩa là làm lợi ích cho người khác.

Chúng ta hiện nay đều rối loạn điên đảo, đem tha thọ dụng biến thành tự thọ dụng, còn tự thọ dụng thì không đạt được, cho nên mới làm phàm phu trong sinh tử, cho nên mới rơi vào hoàn cảnh thật đáng thương xót.

Tiếp theo là một đoạn kinh văn giảng về ba tuệ: văn tuệ, tư tuệ và tu tuệ, quý vị xem qua sẽ biết Bồ Tát Quán Thế Âm đã học pháp như thế nào để nhập vào chánh định. Xin mời đọc kinh văn.

---

[1] Nguyên văn: "解六結，越三空，破五蘊，超五濁 - giải lục kết, việt tam không, phá ngũ uẩn, siêu ngũ trược" (Gỡ sáu gút thắt, siêu việt ba không, phá trừ năm uẩn, vượt năm uế trược.) Toàn bộ các thuật ngữ dùng trong câu này đều trích lại từ kinh Thủ-lăng-nghiêm. Sáu gút thắt (lục kết) là nói sự trói buộc sáu căn với sáu trần. Ba không là nhân không, pháp không và câu không (tức nhân, pháp đều không). Năm uẩn hay năm ấm là sắc ấm, thọ ấm, tưởng ấm, hành ấm và thức ấm. Năm uế trược là những uế trược trong cõi Ta-bà hiện tại bao gồm kiếp trược, kiến trược, phiền não trược, chúng sinh trược và mạng trược.

[2] Ba tuệ (tam tuệ), tức là văn tuệ, tư tuệ và tu tuệ đã được giảng ở trước.

Kinh nói "sơ ư văn trung" (ban đầu ở trong chỗ nghe), bốn chữ này chính là nói về văn tuệ trong ba tuệ. Nói về văn tuệ chỉ có mỗi một câu này. Trong phần này có ba đoạn, cũng là nói về ba tuệ. Nguyên một đoạn từ "nhập lưu vong sở" cho đến "không sở không diệt"[1] là bao gồm cả tư tuệ và tu tuệ. Tiếp theo nói "sinh diệt ký diệt, tịch diệt hiện tiền" là mô tả về cảnh giới, đây là cảnh giới nhập tam-ma-địa, hay chánh định. Cho nên, nếu chúng ta muốn tự mình thấu triệt thì phải rõ biết được cảnh giới này. Khi đạt đến cảnh giới này thì tự nhiên thấu triệt. Cũng giống như khi chúng ta muốn đi đến đâu, trước tiên phải xem kỹ bản đồ, thấu hiểu rõ ràng, biết mình cần đi đến nơi nào và hiện tại mình đang ở nơi nào trên bản đồ.

Về cảnh giới "tịch diệt hiện tiền", quý vị là người niệm Phật, dùng công phu niệm Phật để đạt đến thì tự mình sẽ thấu hiểu rõ ràng, tự mình chứng đắc được đến chỗ nhất tâm bất loạn. Cảnh giới này phải tự mình chứng đắc, không cần phải hỏi nơi người khác, nhất là trong thời kỳ mạt pháp. Trong kinh Lăng-nghiêm đức Phật giảng rất rõ: "Tà sư thuyết pháp nhiều như cát sông Hằng." Quý vị tìm hỏi nơi người khác, người khác chỉ sai đường, khi ấy quý vị cũng đừng nói là oan uổng! Vốn dĩ quý vị đang đi trên đường chân chánh, quý vị lại không tự tin bản thân mình mà tìm hỏi nơi người khác. Người khác chỉ cho quý vị con đường tà vạy, quý vị đi theo là hỏng việc.

Cho nên tự mình phải hiểu biết đúng về cảnh giới, tức là nói phải thường xuyên tụng đọc kinh điển Đại thừa. Phật

[1] Để theo dõi được phần này độc giả cần đối chiếu với kinh văn trong kinh Thủ-lăng-nghiêm, vì Hòa thượng chỉ dẫn như vậy nhưng không đi vào chi tiết từng câu. Chẳng hạn như trọn đoạn văn này trong kinh là: "Sơ ư văn trung, nhập lưu vong sở. Sở nhập ký tịnh, động tĩnh nhị tướng, liễu nhiên bất sanh. Như thị tiệm tăng, văn sở văn tận. Tận văn bất trụ, giác sở giác không. Không giác tịch viên, không sở không diệt."

dạy rằng, sau khi Phật diệt độ thì chúng ta phải "y pháp bất y nhân", nghĩa là nương theo giáo pháp, không nương theo con người. Giáo pháp chính là Kinh điển. Chúng ta nhất định phải nương theo những lý luận, những phương pháp trong Kinh điển. Trong Kinh điển cũng giảng giải cho chúng ta biết về cảnh giới [chứng đắc].

Nói đến công phu thì đều nằm trong hai chữ "nhập lưu" (vào dòng).

"Văn trung" (trong chỗ nghe) thì như phần trước đã giảng qua, đó chính là văn tuệ. Nhất định không được dụng tâm sai lầm, không thể lấy nhĩ thức trong sáu thức mà cho là văn tuệ, đó là sai lầm. Cũng không thể lấy thức thứ sáu là ý thức, vốn có khả năng phân biệt, suy nghĩ, tưởng tượng, mà cho đó là văn tuệ, vì như vậy cũng sai lầm. Như vậy sẽ rơi vào chỗ "Gieo nhân không chân chánh, chỉ được quả tà vạy." Cho nên văn tuệ không phải là nhĩ thức, cũng không phải ý thức, mà là căn tánh của nhĩ căn, cũng chính là căn tánh của sáu căn.

Trong kinh Lăng-nghiêm, mặc dù đức Phật không giảng giải về tánh nghe, nhưng ngài có giảng nhiều về tánh thấy trong suốt đoạn kinh văn "thập phiên hiển kiến - 十番顯見" (mười lần chỉ rõ cái thấy). Nếu quý vị hiểu rõ được về tánh thấy thì cũng sẽ hiểu rõ được về tánh nghe, bởi vì tánh vốn chỉ có một. Kinh văn nói: "Nguyên y nhất tinh minh, phân thành lục hòa hợp. - 元依一精明，分成六和合" (Vốn chỉ một yếu tố sáng tỏ, phân chia ra thành sáu hòa hợp.) Cho nên đối với căn tánh của sáu căn chỉ cần nêu lên một để giảng rõ là đủ, vì các căn khác cũng đều tương tự.

Công phu cũng chính là tư tu (tu tập tư duy), tư tu chính là nhập lưu (vào dòng), mà nhập lưu đó là phản chiếu (quay lại soi chiếu). Bồ Tát Quán Thế Âm giảng về “phản văn”, phản đó là nhập, là hướng vào bên trong, không hướng ra bên ngoài. Hướng vào bên trong thì hoàn toàn lấy trí tuệ làm nền tảng. Trí quán chiếu là năng nhập, âm thanh đi vào qua tai là sở nhập. Hay nói cách khác, chỗ công phu vận dụng của Bồ Tát, ở đây chúng ta chỉ giải thích một cách giản lược mà thôi. Đó là vì chỉ cần giảng giải về nguyên lý chung, khi hiểu rõ được nguyên lý đó rồi thì bất kể quý vị vận dụng vào công phu nào cũng đều được, cũng đều có kết quả hỗ trợ.

Đối tượng của nhĩ căn là âm thanh. Khi quý vị nghe âm thanh thì vận dụng pháp “phản văn” như thế nào? Thật ra thì ban đầu vẫn phải sử dụng tâm [ý thức] phân biệt. Vì sao vậy? Nếu quý vị không sử dụng tâm phân biệt bám chấp thì quý vị đã ngang hàng với Bồ tát Quán Thế Âm rồi. Như vậy thì quý vị không phải phàm phu. Quý vị đã có thành tựu, trong vòng ba năm có thể chứng đắc quả vị tam-ma-địa. Như vậy thì quý vị không phải người phàm.

Cho nên sự thật là chúng ta vẫn phải bắt đầu từ sự quán chiếu, từ chiếu trụ (quán chiếu tập trung vào một điểm) cho đến chiếu kiến (quán chiếu thấy rõ), vẫn phải đi theo con đường như vậy.

Quán chiếu hay chiếu trụ, cả hai đều sử dụng tâm ý thức. Đây là theo chú giải kinh Lăng-nghiêm của hai vị đại sư Giao Quang và Trường Thủy.[1] Nói về sự bất đồng, khác biệt giữa Tân phái và Cựu phái thì chính là ở chỗ này. Chú giải [của Đại sư Trường Thủy] theo Cựu phái thì dựa theo tư tưởng của tông Thiên Thai, tức là pháp chỉ

[1] Đại sư Giao Quang người Bắc Kinh, sống vào đời Minh, cũng có hiệu là Chân Giám. Đại sư Trường Thủy hay Trường Thủy Tôn giả, cũng có hiệu là Lăng-nghiêm Đại sư, sinh năm 965, mất năm 1038, thuộc đời Bắc Tống. Ngài là Tổ thứ sáu của tông Hoa Nghiêm. Cả hai vị đều có tác phẩm chú giải kinh Lăng-nghiêm được truyền lại.

quán của Thiên Thai, bởi vì phương pháp tu tập chỉ quán của tông Thiên Thai là sử dụng tâm ý thức. Trong khi đó Đại sư Giao Quang thì chú giải hoàn toàn dựa theo sự giảng giải kinh Lăng-nghiêm của chính bản thân ngài, tức là nói về xa-ma-tha, tam-ma, thiền-na, về "bỏ thức dùng căn". Đó là pháp tu hành của Nhất thừa.

Nói chung thì sử dụng tâm ý thức là phương pháp tu tập của cả Ba thừa,[1] là phương pháp tu hành của Đại thừa.

Trong Thiền tông Trung Hoa, chúng ta thấy phương pháp của Lục tổ do Tổ Bồ-đề-đạt-ma truyền lại có sự khác biệt, là phương pháp "bỏ thức dùng căn", cho nên đối tượng dẫn dắt của Lục tổ đều là những bậc có căn tánh thượng thượng thừa. Cùng thời ấy, Đại sư Thần Tú ở phương bắc lại tiếp nhận và dẫn dắt những người có căn tánh Đại thừa. Như vậy có thể thấy là những người thuộc Đại thừa cũng vẫn sử dụng tâm ý thức. Bậc thượng thượng thừa thì bỏ thức dùng căn, bất kể là Thiền tông hay Giáo tông, thậm chí ở Tịnh độ tông cũng như vậy.

Chúng ta đã không có cách nào để bỏ thức dùng căn, cho nên vẫn phải sử dụng thức thứ sáu là ý thức để bắt đầu công phu tu tập từ sự quán chiếu. Điều này có nghĩa là, khi chúng ta nghe một âm thanh, bất luận âm thanh gì, sau khi quý vị nghe rồi thì nhận biết rõ ràng minh bạch. Chỉ nhận biết rõ ràng minh bạch là được rồi, không dính mắc bám chấp vào đó. Vì sao vậy? Cái mà quý vị đang sử dụng là thức thứ sáu, tức ý thức, nhận biết rõ ràng minh bạch, nhưng một khi có sự dính mắc bám chấp, lập tức chuyển thành thức thứ bảy, [tức mạt-na-thức], cách biệt rất xa.

---

[1] Ba thừa (Tam thừa), ở đây chỉ Đại thừa, Duyên giác thừa và Thanh văn thừa. Duyên giác và Thanh văn gọi chung là Nhị thừa, cũng gọi là Tiểu thừa. Đại thừa đôi khi cũng được gọi là Bồ Tát thừa.

Vào thời điểm [nhận biết rõ ràng] đó liền xoay tâm lại, cũng giống hệt như công phu của người tu thiền, quay lại nghiên cứu, suy ngẫm, "người nghe đó là ai"? Ai là người có khả năng nghe? Ví dụ như khi có ai đó khen ngợi, quý vị ngay lúc [nghe lời khen] đó liền quay lại suy ngẫm, ai là người đang nghe những âm thanh này? Có phải lỗ tai đang nghe không? Có phải [nhĩ] thức đang nghe không? Có phải tánh [nghe] đang nghe không? Trong lúc nghe, quý vị quay vào bên trong vận dụng công phu như vậy, thì đối với sự khen ngợi bên ngoài quý vị sẽ không khởi tâm mừng vui thích thú, như vậy sẽ không khởi sinh phiền não. [Cũng vậy,] khi có người mắng chửi, nhục mạ, quý vị ngay khi nghe những lời đó cũng [quay lại nghiền ngẫm,] "ai là người đang nghe"? Như vậy thì những lời nhục mạ kia tự mất đi, quý vị không nhận vào tâm, quý vị không sinh phiền não, không có sự bực tức, nhờ vận dụng công phu như vậy.

Khi chúng ta niệm một câu Phật hiệu, [lại nghiền ngẫm xem thật ra] "ai là người đang nghe danh hiệu Phật"? Vận dụng công phu quán chiếu như vậy là tỉnh giác, là không mê muội. Không [để tâm] chạy đuổi theo ngoại cảnh, đem hết thảy cảnh giới bên ngoài chuyển biến thành sự quán chiếu trong nội tâm, đó gọi là "phản văn" (xoay cái nghe), đó gọi là "nhập lưu" (vào dòng). Cho nên, phản văn, nhập lưu, tư tuệ, tu tuệ, hết thảy đều ở trong công phu đó.

Thế nhưng quý vị phải nhớ rằng, ngay trong khi quý vị hướng cái nghe vào bên trong, lúc đó quý vị vẫn còn khởi lên một nghi tình: "Ai là người đang nghe"? Như đã nói thì đó vẫn là tâm ý thức. Nếu vận dụng công phu này vào việc niệm Phật thì có thể đạt đến nhất tâm bất loạn về sự, quyết định chắc chắn sẽ được vãng sinh về thế giới Tây Phương Cực Lạc. Nhưng nếu quý vị muốn đạt đến nhất tâm [bất loạn] về lý thì chưa thể được, bởi công phu như vậy còn cách biệt rất xa. Tuy nhiên, nếu quý vị đã đạt đến nhất tâm về sự, tiếp tục tiến lên để đạt đến nhất tâm về lý, buông bỏ tâm ý thức, không sử dụng tâm ấy nữa thì sự tiến bộ sẽ nhanh chóng, như vậy thì nhất định ngay trong đời này có khả năng chứng đắc. Đến đây là thuộc về "trí quang nội chiếu" (ánh sáng trí tuệ soi chiếu bên trong).

Nhập lưu (vào dòng) chính là tương ưng phù hợp với tánh giác bản lai, nên cũng gọi là hợp giác. Nói "vong sở" (quên đi đối tượng) thì "sở" là [cái được nghe,] như trong thí dụ vừa nói trên thì đó là những lời khen ngợi, những lời nhục mạ mà quý vị nghe thấy. Quý vị phải làm sao? Hãy quên hết đi, không chú ý đến gì cả. Toàn bộ ý thức của quý vị chỉ tập trung vào sự "phản văn", lắng nghe bên trong, tập trung vào sự quán chiếu bên trong, không hướng ra các duyên bên ngoài, buông xả hết cảnh giới bên ngoài. Sự buông xả này không có nghĩa là quý vị không biết gì về ngoại cảnh, quên mất đi ngoại cảnh, không phải vậy. Sự buông xả này có thể lấy một thí dụ, đó là đối với những gì trải qua bên ngoài không nắm giữ hình tướng, như trong kinh Kim Cang nói là "bất thủ ư tướng", không bám giữ hình tướng nơi cảnh giới bên ngoài. Đem hết cảnh bên ngoài biến thành trí tuệ hướng vào bên trong để quán chiếu. Vận dụng công phu là như vậy.

Chỉ cần quý vị vận dụng được thành tựu đôi chút công phu như vậy, trong pháp môn niệm Phật chúng ta gọi là "công phu thành khối", thì việc "đới nghiệp vãng sanh" thật sự không khó!

Chỉ nói riêng việc sử dụng công phu này, tức là nói công phu thành khối, "đới nghiệp vãng sinh", có thể nói với quý vị rằng, từ chỗ phát tâm ban đầu, đối với người bắt đầu tu học, nếu vận dụng tu tập trong ba năm thì thực sự có khả năng thành tựu. Nhưng quý vị không được để mất sự quán chiếu. Nếu mất đi sự quán chiếu thì tu tập ba năm không thể thành công. [Mất đi sự quán chiếu] có nghĩa là, khi có người khen ngợi, quý vị vẫn khởi tâm vui thích, tâm quý vị chạy đuổi ra bên ngoài; khi có người hủy báng, nhục mạ, quý vị vẫn khởi tâm giận dữ bực tức, tâm quý vị cũng chạy đuổi ra bên ngoài.

Kẻ phàm phu thì tâm lúc nào cũng chạy đuổi theo cảnh giới bên ngoài, đó là điều hết sức khổ não. Người học Phật có công phu tu tập thì tâm không hướng ra bên ngoài, có khả năng giữ tâm an trụ.

Quán chiếu cũng chính là thu hồi, xoay chuyển tâm lại. Đây là một phương pháp hết sức quan trọng thiết yếu. Không chỉ riêng Phật giáo khuyên quý vị giữ tâm, mà ngay cả Nho giáo cũng rất chú trọng đến công phu này trong học tập. Mạnh Tử từng nói: "Đạo học chẳng có gì khác, chỉ là tìm lại tâm phóng túng mà thôi." Tâm phóng túng, chẳng phải là phóng túng theo ngoại cảnh đó sao? Chẳng phải là phóng túng theo sáu trần cảnh bên ngoài đó sao? Điều này trong Phật giáo chúng ta thường nói là trôi giạt trong cảnh giới của sáu trần. Thu hồi nắm giữ lại tâm phóng túng này, đó chính là việc học.

Nho giáo đối với việc học đã nói như vậy, nhưng không tiến lên được một bậc cao hơn nữa. Phật pháp dạy pháp quán chiếu, "tìm lại tâm phóng túng" [của Nho gia] cũng chính là công phu quán chiếu, cùng một ý nghĩa giống nhau. Lại nói đến chiếu trụ, tức là tu định, trong Nho giáo cũng có. Nhưng nói đến chiếu kiến thì vượt ngoài tầm hiểu biết của Nho gia, bởi vì cảnh giới này rất cao tột. Nếu y theo phương pháp tu dưỡng của Nho giáo thì vẫn có thể đạt đến cảnh giới nhất tâm bất loạn về sự, nhưng người học theo Nho giáo không có sự hồi hướng, không cầu vãng sinh. Nếu như họ có sự hồi hướng cầu vãng sinh thì cũng không sinh vào Phàm thánh đồng cư độ, mà sẽ sinh vào Phương tiện hữu dư độ.

Do đó có thể thấy rằng, đối với nền học thuật của Nho gia chúng ta thật không thể xem thường. Nhân vì Phật giáo Trung Quốc vốn hâm mộ giáo pháp Đại thừa, nhưng giáo pháp Đại thừa nhất định cũng phải dựa trên nền tảng giáo pháp Tiểu thừa. Ví dụ như Đại thừa dạy Tam tuệ (văn, tư, tu), nhưng nếu không có hiểu biết về Tam học (giới, định, tuệ) thì quý vị không có nền tảng [để tiếp nhận]. Tam tuệ đó chính là trí tuệ của giới, định, tuệ. Nếu quý vị không có những trí tuệ đó thì làm sao nói đến văn, tư, tu? Cho nên, [giáo pháp Đại thừa] lấy giáo pháp Tiểu thừa làm nền tảng.

Thế nhưng, giáo pháp Tiểu thừa đến Trung quốc không truyền rộng được, nguyên nhân vì sao? Vì đã có Nho giáo và Đạo giáo của Trung Quốc thay thế nó. Tư tưởng học thuật cũng như công phu tu dưỡng của Nho gia và Đạo gia không kém Tiểu thừa, mà xét về tâm về nguyện lại còn có phần lớn hơn. [Cho nên], công phu của họ thì tương đương với Tiểu thừa nhưng nguyện lực có thể sánh với Đại thừa. Do vậy, Phật giáo Đại thừa đặc biệt có thể được phát triển, truyền bá rộng rãi ở Trung Quốc, quả thật là nhờ có sự giúp sức của nền tảng Nho giáo và Đạo giáo. [Nho và Đạo] trong trường hợp này không phải là những đạo giáo, mà là những nền tảng học thuật. Khi có sẵn những nền tảng như vậy, Phật pháp Đại thừa một khi truyền đến liền được lưu hành rộng rãi. Đây là những điều chúng ta nên hiểu rõ.

"Vong sở" tức là đã gỡ được gút thắt thứ nhất trong sáu gút thắt, tức là không còn "động". Người thường vận dụng công phu trong cảnh giới này thì tâm được an tĩnh thanh tịnh, bất kể khi gặp thuận cảnh hay nghịch cảnh dường như cũng không liên quan gì đến họ. Tâm họ hết sức thanh tịnh, thường trụ yên trong sự thanh tịnh. Cảnh giới khi ấy hết sức tốt đẹp. Nói theo Phật pháp thì đó là đạt được khinh an (nhẹ nhàng an ổn). Nhưng cần lưu ý rằng đây không phải là định của thiền, vẫn còn cách công phu đạt định của thiền rất xa. Đây chỉ là quý vị vừa đạt đến một cảnh giới tốt đẹp, cũng có nghĩa là tâm quý vị không còn bị xoay chuyển bởi cảnh giới bên ngoài. Tâm đạt được sự khinh an, bất kể là khi gặp thuận cảnh hay nghịch cảnh cũng đều có thể sống thanh thản an nhiên trong hoàn cảnh đó.

Tâm thanh tịnh, đạt đến "tĩnh" cũng là một gút thắt. Gút thắt này nếu chưa tháo gỡ được thì cũng là một sự phiền toái, cho nên vẫn phải tiếp tục tu tập, tiếp tục vận dụng công phu "nhập lưu" (vào dòng) như trước. Công phu nhập lưu cũng chính là công phu phản văn, nhưng phải vận dụng triệt để, từ lúc khởi đầu liên tục cho đến khi thành Phật, trong khoảng giữa tuyệt đối không được gián đoạn. Không thể nói rằng hiện nay mình đã được đôi chút khinh an nên có thể tạm nghỉ ngơi thoải mái, không cần dụng công nữa. Không tiếp tục nỗ lực công phu thì cảnh giới của quý vị dừng tại nơi đó. Khi cảnh giới của quý vị chỉ đạt đến đó, xin thưa với quý vị là pháp môn tu không thể thành tựu. Vì sao vậy? Vì quý vị chưa hề đoạn trừ được phiền não, quý vị chỉ mới ngăn chặn, đè nén phiền não chứ chưa dứt trừ được, không thể thấu triệt sinh tử, vẫn còn trong luân hồi. Cho nên, đó là điều hết sức phiền toái.

Người tu Tịnh độ mà công phu đạt đến mức đó, tức là niệm Phật công phu thành khối, ắt sẽ được "đới nghiệp vãng sinh", không có trở ngại gì. Cho nên có thể thấy việc đới nghiệp vãng sinh cũng không khó, dễ dàng thôi! Nhưng dễ dàng như thế nào? Trong sáu gút thắt chỉ cần tháo gỡ được một gút. Nhưng nếu quý vị không làm được điều đó thì chuyện vãng sinh không thể nói chắc được.

Quý vị nên biết rằng, việc trợ niệm vào lúc lâm chung chỉ có thể nương dựa ở mức độ khoảng một phần nghìn mà thôi. Lúc còn sống không tự mình phát nguyện vãng sinh, đến sau khi chết lại khuyên quý vị vãng sinh, liệu quý vị có nghe theo chăng? Đến lúc sắp qua đời, còn người này người kia tôi chưa gặp, còn việc này việc nọ tôi chưa giải quyết xong, quý vị thấy đó, có quá nhiều thứ lôi kéo dẫn dắt, không thể làm được, không thể buông bỏ được. Cho nên với người học Phật, đức Phật thường dạy phải buông bỏ ngay trong cuộc sống hằng ngày.

Người xuất gia tu hành thì thuận lợi hơn người tại gia ở điểm nào? Người xuất gia không có gia tài sản nghiệp gì, so ra đơn giản dễ dàng hơn nhiều. Thế nhưng ngày nay người xuất gia không được như vậy, họ đều có tài sản, có giấy chứng nhận quyền sở hữu, có tiền gửi ngân hàng... cho nên đến lúc lâm chung cũng không buông xả được. Không giống như trước đây, người xuất gia không có tài sản gì, chỉ ba tấm y với một bình bát, so ra dễ dàng buông bỏ hơn nhiều, nên khi lâm chung nếu trợ niệm cho họ, họ chắc chắn sẽ được vãng sinh. Hiện nay người xuất gia không làm được như vậy nữa, họ cũng có chùa viện, cũng có rất nhiều tài sản, cũng vất vả xoay xở kinh doanh, còn lo sợ người khác cướp mất đi thì tự mình cũng không sống nổi... Những chuyện như vậy thật hết sức phiền toái!

Cho nên, đối với công phu nhập lưu quý vị phải ghi nhớ, [không được có sự gián đoạn,] bất luận là pháp nào trong 84.000 pháp môn, kể cả niệm Phật. Cho dù quý vị có vận dụng tâm ý thức hay tâm Bồ-đề, vẫn là phải theo cùng nguyên tắc đó. Do vậy, công phu này quyết định không có sự dừng nghỉ, đứt đoạn, mỗi một sát-na đều phải luôn tỉnh thức, chú tâm, đó gọi là tỉnh giác.

Người xưa nói: "Không sợ vọng niệm khởi, chỉ sợ nhận biết chậm." Sự tỉnh giác nhận biết như vậy chính là nhập lưu, là vào dòng, nên chỉ sợ quý vị quên mất sự tỉnh giác này, một khi đã không vào được ắt là phải ra, tâm [hướng ra] liền bị cảnh giới bên ngoài xoay chuyển. Quý vị rơi vào cảnh giới đó liền khởi sinh [tham muốn] danh vọng, lợi dưỡng, khởi sinh tham lam, sân hận, si mê và kiêu mạn, tâm của quý vị liền chạy đuổi theo bên ngoài. Nếu như thực sự là "nhập lưu" [như trong câu này] thì nhất định không có những thứ đó, nhất định không tham danh vọng, lợi dưỡng, nhất định không có tham lam, sân hận, si mê, kiêu mạn. Tâm của hành giả [nhập lưu] luôn thanh tịnh, bình đẳng, tuy chưa phải là chân thật bình đẳng nhưng sự biểu hiện ra bên ngoài đích thực là bình đẳng.

Thế nào là chân thật bình đẳng? [Hành giả] phải nhập tam-ma-địa mới là chân thật bình đẳng.

[Hành giả nhập lưu] vào lúc ấy là đang đi trên con đường hướng đến bình đẳng. Sở dĩ có thể biểu hiện bình đẳng ra bên ngoài là nhờ tâm thanh tịnh, đó gọi là công phu chân thật.

Hiện nay vẫn còn một số người xuất gia, những tăng sĩ trẻ, thường muốn có học vị tiến sĩ hay một học hàm, danh hiệu nào đó, vì cho rằng nếu không có thì việc hoằng pháp lợi sinh sau này sẽ không thuận lợi, không có phương tiện. Những người này liệu có thể thành công chăng? Nhất định không thành công. Vì sao vậy? Tâm họ luôn hướng ra bên ngoài, bám víu theo các duyên, không hề có công phu nhập lưu.

Lục tổ Đại sư [ngày xưa] không biết chữ, nhưng quý vị xem, ngày nay trên khắp thế giới khi nhắc đến ngài có ai là không tôn sùng kính ngưỡng? Ngài không biết chữ, đừng nói là học vị tiến sĩ, đến ngay cả bậc tiểu học ngài còn chưa tốt nghiệp. Vậy tại sao mọi người đều tôn kính ngài? Bởi vì ngài thành tựu công phu nhập lưu. Vậy thì những học hàm, học vị kia liệu có ích lợi gì? [Cho nên,] đừng để bị lừa dối bởi những danh vọng, lợi dưỡng của thế gian. Đừng ôm giữ, vướng mắc những thứ đó! Năm xưa Thiền sư Biến Dung đã dạy chính câu này cho Đại sư Liên Trì. Khi Đại sư Liên Trì đến tham vấn, hết lòng chí thành, trên đường đi ba bước một lạy, đến trước Lão hòa thượng cúi lạy, cầu xin một lời chỉ dạy cho con đường phải đi. Lão hòa thượng chỉ nói mỗi một câu: "Đừng để bị lừa dối bởi danh vọng, lợi dưỡng." Thành tựu cả một đời của Đại sư Liên Trì về sau đều nhờ vào lời dạy này của Lão sư, toàn tâm toàn ý nỗ lực tu hành, mới có thể trở thành một vị Tổ sư.

[Kinh văn] câu thứ hai là tháo gỡ gút thắt "tĩnh". Kinh nói: "Sở nhập tức tịch, động tĩnh nhị tướng liễu nhiên bất sinh. - 所入即寂，動靜二相了然不生" (Chỗ vào vắng lặng, cả hai tướng động tĩnh đều không còn sinh khởi.) Cảnh giới đó là bắt đầu đi vào phá trừ năm ấm, ở đây là đã phá trừ được sắc ấm. Trong năm ấm (sắc, thọ, tưởng, hành, thức), đã phá trừ được phạm vi sắc ấm, tương đương với cảnh giới A-la-hán của Tiểu thừa. A-la-hán của Tiểu thừa thì từ sơ quả đã gọi là A-la-hán.

Xin nói rõ với quý vị, theo phương pháp tu học của Tiểu thừa để đạt đến sơ quả thì phức tạp lắm. Người Trung Quốc không thích phức tạp, tính cách của người Trung Quốc là thích sự đơn giản, rõ ràng. Văn chương Trung Quốc theo tiêu chuẩn giản lược, chỉ lấy chỗ thiết yếu, trình bày ngắn gọn nhưng vẫn đầy đủ chi tiết và rõ ràng. Quý vị xem các bản văn cổ, chẳng hạn như trong Cổ văn quán chỉ,[1] mỗi bài văn chỉ ngắn chừng mấy chục chữ, dài lắm cũng không quá vài ba trăm chữ, nhưng trình bày sự việc rất rõ ràng. Hiện nay, khi dịch những bài văn này sang bạch thoại, dịch ra đến mấy ngàn chữ mà vẫn không rõ nghĩa. Người Trung Quốc khi nói chuyện với nhau cũng đơn giản rõ ràng, không phức tạp.

Nói theo Tiểu thừa thì chứng quả thứ nhất là địa vị Kiến đạo, phải dứt trừ được 88 phẩm kiến hoặc trong Tam giới, quả là phức tạp. Như phần trước vừa nói thì [khi hành giả] tháo gỡ được hai gút thắt ["động' và "tĩnh"] là tương đương với địa vị Kiến đạo của Tiểu thừa. Quý vị có thể thấy, việc sử dụng phương pháp này đơn giản hơn nhiều so với phương pháp của Tiểu thừa, mà kết quả cũng như nhau. Thậm chí không chỉ là như nhau mà so ra còn tốt đẹp, thù thắng hơn. Bởi vì hành giả Tiểu thừa có sự bám chấp rất nặng nề, cho nên còn phải dứt trừ 81 phẩm tư hoặc trong Tam giới thì mới có thể phá trừ được ngã chấp, nhưng pháp chấp vẫn còn. Cho nên, Phật pháp Đại thừa sử dụng phương pháp này so về công phu cũng ngang bằng với cảnh giới của Tiểu thừa, nhưng về sự bám chấp thì nhẹ hơn rất nhiều.

Tiếp theo nói "như thị tiệm tăng - 如是漸增" (cứ như vậy tăng dần), có nghĩa là công phu không hề gián đoạn, cứ như vậy tiến lên phía trước, tuyệt đối không dừng nghỉ trong cảnh giới hiện tại, không ngừng tiếp tục tinh tấn đi lên.

---

[1] Cổ văn quán chỉ (古文觀止), tác phẩm từ đời Khang Hy nhà Thanh, soạn giả là Ngô Sở Tài (吴楚才) và Ngô Điệu Hầu (吴调侯), được in lần đầu năm 1695, gồm khoảng 200 bài văn tuyển được phân mục rõ ràng theo từng thời đại, như văn đời Chu, văn đời Hán, văn đời Đường v.v... Sách được sử dụng rộng rãi như một tài liệu giáo khoa, nhưng đồng thời cũng được đông đảo công chúng ưa chuộng.

Câu tiếp theo là "văn sở văn tận - 聞所聞盡" (cái nghe và đối tượng được nghe đều dứt mất). Đây là "căn kết" (gút thắt của căn). Phải đạt đến chỗ cả hai cảnh giới "động" và "tĩnh" đều không còn thì "gút thắt của căn" mới hiện ra.

Cổ nhân khi chú giải kinh Lăng-nghiêm có nêu ví dụ rằng, sáu gút thắt cũng giống như người mặc vào cùng lúc sáu bộ quần áo. Chúng ta chỉ nhìn thấy được một bộ ở ngoài cùng, phải lần lượt cởi bộ bên ngoài ra thì mới thấy được bộ tiếp theo bên trong. Gút thắt của căn, tính từ bên ngoài vào là "bộ quần áo" thứ ba, cho nên hai bộ trước đó phải cởi bỏ ra rồi mới thấy được. Cho nên người bình thường không dễ gì nhận ra.

Những gì chúng ta hiện nay có thể nhận biết, tiếp xúc đều là động. Hết thảy đều là tướng động. Cảnh giới bên ngoài là động, cho đến trong tâm chúng ta cũng động.

Đến như cảnh giới tĩnh thì chúng ta có thể hình dung, tưởng tượng ra được, có thể lý giải được. Tuy chúng ta chưa đạt đến cảnh giới tĩnh nhưng cũng có thể lý giải về nó được.

Tuy nhiên, đến cảnh giới của căn thì không thể biết được. Đó là vì từ một lớp bên ngoài, đi sâu vào một lớp thì tuy có bị che khuất vẫn phảng phất thấy được đôi chút, nhưng vào sâu thêm lớp nữa, sâu thêm lớp nữa thì không thể biết được nữa.

Cho nên phải tháo gỡ được hai gút thắt trước đó thì gút thắt thứ ba là "căn kết" mới hiện ra. Hiện ra rồi thì mới có thể tháo gỡ. Có nghĩa là nếu như quý vị cứ tiếp tục nỗ lực công phu tinh tấn không gián đoạn, định lực ngày càng sâu hơn, thì gút thắt của căn rồi cũng được tháo gỡ.

Hiện tượng tháo gỡ được gút thắt của căn sẽ biểu lộ như thế nào? Khi ấy chủ thể cảm thọ và đối tượng cảm thọ đều không còn nữa. Tức là đã phá trừ được thọ ấm.

Khi quý vị có cảm thọ, cũng giống như hết thảy mọi người trong chúng ta đều có cảm thọ, thì thọ đó là tác dụng từ gút thắt của căn. Khả năng cảm thọ là do nó, mà đối tượng cảm thọ cũng là do nó.

Gút thắt của căn được tháo gỡ, công phu này chúng ta gọi là đạt được "chiếu trụ", theo pháp môn niệm Phật mà nói là đã đạt được nhất tâm bất loạn về sự, cũng chính là đạt được Niệm Phật Tam-muội. Tam-muội tức là chánh thọ. Trong chánh thọ thì chủ thể cảm thọ và đối tượng cảm thọ đều không còn nữa, như vậy mới gọi là chánh thọ. Không giống như phần trước nói về việc đạt được khinh an, đó là tự mình có sự cảm thọ. Khi thấy "trong tâm tôi rất thanh tịnh" thì đó là quý vị đã có cảm thọ. Quý vị có sự cảm thọ đó, có nghĩa là gút thắt của căn còn tồn tại, cảm thọ đó không phải là chân chánh thường tồn. Cho nên như vậy là chưa được. Chỉ cần có cảm thọ, cho dù là cảm thọ hết sức thanh tịnh cũng không được, đó đều là chướng ngại, không phải là chánh thọ, tức là không phải tam-muội.

Vậy phải làm sao? Phải tiếp tục vận dụng công phu nhập lưu không gián đoạn, cũng tức là vận dụng công phu phản chiếu [tự tâm].

Tiến lên một bước, kinh văn nói: "Tận văn bất trụ, giác sở giác không. - 盡聞不住，覺所覺空" (Không dừng lại ở chỗ dứt mất cái nghe, [tiếp theo] cái biết và cái được biết cũng đều là không.) [Đến đây] gút thắt thứ ba đã tháo gỡ xong, gút thắt thứ tư hiện ra. Gút thắt thứ tư là "giác kết" (gút thắt của cái biết). Có nghĩa là quý vị có sự nhận biết, nhưng cảm thọ không còn, chủ thể cảm thọ và đối tượng cảm thọ đều không còn, chỉ còn cái biết.

Cái biết đó cũng là một chướng ngại như trước. Vì sao? Vì đó là chướng ngại của sự bám chấp nơi pháp (pháp chấp). Quý vị đã có cái biết đó thì nó là căn bản của vô minh. Tại Pháp hội Lăng-nghiêm, đức Phật đã dạy: "Tri kiến lập tri thị vô minh bổn - 知見立知是無明本" (Thấy biết lập thành tri thức là gốc của vô minh." Có nghĩa là, khi quý vị nói "tôi có chỗ biết", sự "biết" đó chính là vô minh, mà quý vị không có chỗ biết, không biết thì là phàm phu. Vấn đề này rất phức tạp. [Tu tập] càng về sau thì cảnh giới càng vi tế hơn.

Nếu không tháo gỡ được gút thắt của cái biết thì quý vị sẽ không thể chứng đắc pháp không, không thể phá được pháp chấp. Do đó, với hết thảy cảm thọ, chủ thể cảm thọ và đối tượng cảm thọ đều không còn nữa, chỉ còn một tánh giác hiện tiền, chúng ta cần rõ biết về cảnh giới này, cảnh giới này chưa phải là cảnh giới cứu cánh rốt ráo. Cho nên, lúc này đừng tự cho rằng mình đã đạt được giác ngộ rốt ráo, đừng cho rằng mình đã thành Phật, tánh giác đã hiển lộ. Quý vị xem lại trong kinh giảng về Vô thượng Chánh đẳng Chánh giác sẽ thấy, quý vị đã hiểu sai, điều đó không tốt.

Cũng giống như khi quý vị muốn đến Cao Hùng, quý vị ngồi trên xe vừa đến Tân Trúc lại cho rằng mình đã đến Cao Hùng và rồi xuống xe, trong khi thật ra vẫn còn một quãng đường dài.[1] Cho nên, phải hiểu rõ ràng về cảnh giới này và tiếp tục nỗ lực như trước, không được gián đoạn, tiếp tục nỗ lực công phu, tiếp tục quán chiếu.

Tiếp đến là câu "không giác cực viên, không sở không diệt - 空覺極圓，空所空滅" (cái biết về không đạt đến hết sức trọn vẹn, chủ thể không và đối tượng không cũng đều diệt mất). "Cái biết" ở đây nói chung cả "chủ thể biết" và đối tượng biết", cả hai (năng giác và sở giác) đều là không. Gút thắt của cái biết đã tháo gỡ, vào lúc đó cái "không"

[1] Tân Trúc và Cao Hùng là hai địa danh ở Đài Loan. Từ Tân Trúc đến Cao Hùng khoảng hơn 280 km.

hiện ra. Cái không ấy vẫn là chướng ngại. Vì sao vậy? Ấy là vì quý vị vẫn còn có [phân biệt] năng không (chủ thể không) và sở không (đối tượng của cái không). Ở đây, năng không là công phu nhập lưu của quý vị, sở không chính là cái biết, chủ thể biết và đối tượng biết đều đã là không. Vậy có thể thấy là quý vị vẫn còn có [phân biệt] năng và sở. Nói cách khác, tánh không lúc ấy tuy đã hiển hiện nhưng chưa trọn vẹn tròn đầy, vẫn còn phải tiếp tục tinh tấn công phu, không được gián đoạn, không được dừng nghỉ.

Cho đến khi "sinh diệt diệt dĩ, tịch diệt hiện tiền - 生滅既滅，寂滅現前" (sinh và diệt đã dứt hết, tịch diệt hiện ra), đây mới là cửa ải cuối cùng, là "diệt kết" (gút thắt của tịch diệt).

Nói "sinh diệt" là vì trong sáu gút thắt, cả năm cái đã nói trước, thảy thảy đều là pháp sinh diệt. Hành giả vận dụng công phu nhập lưu lần lượt phá trừ, tiêu diệt được hết, cho nên có thể thấy rằng hết thảy chúng đều là sinh diệt. Nói tóm lại, tất cả đều là tâm sinh diệt, mà tâm sinh diệt là vọng tâm, pháp sinh diệt là pháp hữu vi. Động diệt mất rồi thì tĩnh sinh, tĩnh diệt mất rồi thì căn sinh, căn diệt mất rồi thì giác sinh, giác diệt mất rồi thì không sinh, không diệt mất rồi thì diệt sinh, tịch diệt sinh.

Sự tịch diệt đó cũng chẳng phải điều gì tốt đẹp, cũng vẫn là một pháp hữu vi, là pháp hữu vi tinh tế nhỏ nhiệm nhất. Cửa ải này rất khó đoạn trừ. Phá trừ được cửa ải này tức là nhập tam-ma-địa. Nhập tam-ma-địa là gì? Tức là thấy tánh. Có thể thấy rằng, chân như bản tánh của chúng ta còn cách đến sáu tầng chướng ngại. Chân tánh của chúng ta không thể hiển lộ. Trí tuệ vốn có trong chân tánh, phẩm đức vốn có trong chân tánh của chúng ta không thể biểu lộ ra, không thể khởi sinh tác dụng, chính là do sáu loại chướng ngại này. Phương cách loại trừ sáu chướng ngại này chính là quay lại soi chiếu tự tâm.

Có rất nhiều phương pháp để quay lại soi chiếu tự tâm. Tám mươi bốn ngàn pháp môn đều là phương pháp, niệm Phật cũng là một phương pháp, niệm danh hiệu Bồ Tát Quán Thế Âm cũng là một phương pháp. Phương pháp thì nhiều đến vô số nhưng đều cùng một nguyên tắc, đều cùng một ý nghĩa. Cho nên mới nói rằng pháp môn bình đẳng, không có cao thấp. Vì sao vậy? Bất kỳ quý vị vận dụng phương pháp nào thích hợp thì cũng đều tháo gỡ được sáu gút thắt, phá được ba không, giúp quý vị khai mở tâm sáng suốt, thấy được chân tánh.

Đạt đến chỗ này, tức là thấy tánh rồi, cũng giống như trong Tâm kinh nói: "Soi thấy năm uẩn đều không, vượt qua hết thảy khổ ách." Công phu đạt đến chỗ này cũng vẫn chưa phải là viên mãn, chỉ là quý vị vừa mới thấy tánh, nói theo Viên giáo thì là địa vị Bồ Tát Sơ trụ. Giống như khi chúng ta niệm Phật, vừa mới đạt được nhất tâm bất loạn về lý, không nên xem rằng như vậy là hoàn tất. Như vậy vẫn chưa được. Chỉ có điều là đến lúc ấy thì quay lại dụng công gọi là "vô công dụng đạo", cũng giống như người xưa nói rằng, "đến chỗ ấy không thể dùng sức". Công phu từ đó về sau chỉ là tự nhiên như nhiên mà vận hành đi đến thành tựu, không có cách gì sử dụng sức lực. Thế nhưng công phu vẫn là sử dụng trí tuệ soi chiếu, đó gọi là trải qua sự việc để rèn luyện tâm, quý vị cần phải hiểu rõ.

Có thể quý vị muốn đi sâu hơn và đặt câu hỏi: Công phu của hành giả đến lúc ấy phải vận dụng những pháp nào? Vậy thì quý vị nên xem kinh Hoa Nghiêm, bản dịch 40 quyển,[1] trong đó 53 phần tham vấn chính là các phương

---

[1] Tức là bản dịch của ngài Bát-nhã đời Đường như đã chú thích ở phần trước.

pháp. [Nội dung] 53 phần tham vấn đó là sau khi nhập tam-ma-địa lại tiếp tục tu tiến cho đến thành tựu đạo Vô thượng.

Quý vị hãy xem 53 lần tham vấn của Đồng tử Thiện Tài, chính là bắt đầu từ địa vị Sơ trụ của Viên giáo. Vị Bồ Tát Sơ trụ là Tỳ-kheo Cát Tường Vân. Khi ấy, là Bồ Tát Sơ trụ, ngài đã dạy cho Đồng tử Thiện Tài pháp môn gì? Chính là pháp môn niệm Phật. Cho nên, các vị Bồ Tát đã khai mở tâm trí sáng suốt, thấy được chân tánh, không có vị nào không niệm Phật. Do đó có thể thấy được sự thù thắng của pháp môn niệm Phật.

Chính tôi ngày trước cũng không hiểu biết. Khi mới học Phật pháp, tôi cũng coi thường Pháp môn niệm Phật, cho rằng đó là pháp môn dành cho những bà già. Tự nghĩ rằng mình thông minh như thế này, có trí tuệ như thế này, sao có thể đi học một pháp môn như thế chứ? Về sau, khi đọc được nhiều kinh điển rồi tôi mới cảm thấy xấu hổ. Những gì chúng ta cho là tốt đẹp nhất, cao siêu nhất [thật ra chỉ] là những điều quyền xảo nhỏ nhặt, những phương tiện quảng bá nhằm mục đích tiếp dẫn chúng sinh [căn cơ thấp kém]. Tinh hoa của Phật giáo thực sự lại nằm ở những gì mà chúng ta không đủ sức nhìn thấy. Chúng ta nhìn nhận sai lầm, không biết được của báu, không nhận biết được báu vật chân thật nên lấy giả làm thật, đem giáo pháp phương tiện quyền xảo của đức Phật Thích-ca Mâu-ni cho là pháp chân thật, còn pháp chân thật thì lại không nhận biết được.

Trải qua nhiều năm như thế, cuối cùng rồi tôi mới hiểu được rõ ràng, thật mừng vui hạnh phúc khôn cùng, thực sự biết là khó được. Giá như đời trước tôi sớm hiểu được rõ ràng như vậy, hẳn tôi đã sớm về thế giới Tây Phương làm Bồ Tát, không sinh đến chốn này. Cho nên, đời này đã hiểu ra được rõ ràng rồi thì quyết định sẽ không để trôi qua uổng phí.

Tối hôm nay giảng với quý vị như vậy là để mở đầu, chỉ giảng đến chỗ này, là đoạn kinh Lăng-nghiêm mà Pháp sư Đại Nghĩa đã trích dẫn. [Trong đó] "Kim cang Tam-muội" cũng tức là Tam-ma-địa, cũng là nhất tâm bất loạn về lý, ý nghĩa không khác biệt.

Đoạn kinh này là cực kỳ quan trọng thiết yếu đối với sự tu hành của chúng ta. Quý vị phải thấu hiểu rõ ràng ý nghĩa, rồi vận dụng phương pháp này thì công phu tu tập của quý vị mới hiệu quả, trong khi tu tập mới được tràn đầy niềm vui của sự học pháp, quý vị sẽ không còn thối tâm, luôn biết rõ được từng bước tiến của mình trong sự tu tập, thấu hiểu rõ ràng được cảnh giới hiện tại của chính mình. Nếu quý vị không nắm hiểu rõ phương pháp này mà học Phật, cho dù quý vị có tu tập bao nhiêu năm rồi cũng sẽ hoài nghi, cuối cùng đi đến chỗ đánh mất niềm tin. Các bậc cổ đức từng nói: "Học Phật một năm, Phật ngay trước mắt", là vì quý vị mới học Phật thì rất nhiệt tâm, hăng hái; "Học Phật hai năm, Phật về phương tây", là vì càng học càng lắm hiểu biết mà không làm được gì, không nhận hiểu được gì nên thấy Phật ngày càng xa vời; "Học Phật ba năm, Phật tan thành khói mây", thế là không còn gì nữa.

Đó là nói người [học Phật] mà không thấu hiểu rõ ràng được ý nghĩa này. Nếu quý vị tu hành mà thực sự hiểu rõ ý nghĩa này, quý vị sẽ tự mình cảm nhận được đức Phật cùng quý vị mỗi ngày càng gần nhau hơn, giống như có sự tương giao ngày càng mật thiết hơn, tình cảm ngày càng sâu đậm hơn, ngày càng hết sức thấm đẫm đạo vị.

Cổ nhân dạy chúng ta "trên làm bạn với người xưa", chúng ta kết thành bằng hữu với chư Phật, Bồ Tát, thật là tự do tự tại, thật là cao quý biết bao.

Phần tiếp theo giảng về phẩm Phổ Môn, đều sẽ lấy những lý luận này làm nền tảng. Cho nên, Bồ Tát có năng lực rất lớn lao, cùng với chúng ta có sự cảm ứng đạo giao, chúng ta dù gặp khó khăn gì, nếu y theo lập luận này, y theo phương pháp này mà tu tập thì nhất định sẽ có sự cảm ứng. Ý nghĩa chính là ở chỗ này.

Hôm nay chỉ giảng đến đây thôi.

Bài giảng thứ ba

Tháng 12 năm 1983
Hoa Tạng Đồ Thư Quán,
Cảnh Mỹ, [Đài Bắc], Đài Loan
Số lưu trữ: 08-004-0003

Mời quý vị mở [sách Pháp Hoa Kinh Đại Thành] quyển hạ, trang 799. [Hôm nay] chúng ta lại tiếp tục xem xét đề mục [của phẩm kinh: "Diệu Pháp Liên Hoa Kinh - Quán Thế Âm Bồ Tát Phổ Môn Phẩm - Phẩm thứ 25."] Bắt đầu từ dòng thứ 5 chép rằng:

Kinh Đại Bi nói: "Sức oai thần của vị Bồ Tát này không thể nghĩ bàn, đã thành Phật từ vô số kiếp trong quá khứ, hiệu là Chánh Pháp Minh Như Lai. Do nguyện lực đại bi muốn làm cho chúng sinh an vui nên hiện thân làm Bồ Tát."

Đoạn kinh này cho thấy rằng Bồ Tát [Quán Thế Âm] là tạo nhân khi đang hưởng quả, nghĩa là đã thoát khỏi luân hồi nhưng quay thuyền từ lại [tiếp độ chúng sinh], vì ngài vốn đã thành Phật từ nhiều kiếp lâu xa.

Vậy tại sao ngài không dùng thân Phật để cứu độ chúng sinh mà lại hạ thấp xuống địa vị Bồ Tát? Điều này chúng ta vẫn thường thấy trong kinh luận. Phật là địa vị của bậc thầy. Bậc thầy có vị thế rất tôn nghiêm nên chúng ta nhất định phải tìm đến để cầu học. Cứ y theo lễ nghĩa từ xưa của người Trung Quốc thì chỉ có người học đi cầu thầy, chưa từng có thầy đi tìm học trò để dạy. Cho nên, đạo thầy trò là hết sức tôn nghiêm. Ngay như các bậc đế vương của thế gian, cũng không dám quay mặt về hướng nam để tiếp kiến, đó là theo lễ nghĩa từ xưa, phải hết sức tôn trọng. Khi hoàng đế tiếp kiến thầy phải tự mình đứng ở hướng đông, vị thầy đứng ở hướng tây, dùng lễ chủ khách mà tiếp, không dám theo lễ vua tôi.[1] Đó là vì sự tôn trọng đối với bậc thầy. Cho nên việc học cần phải cầu học.

Hiện nay địa vị của người thầy bị hạ thấp, đó là vì sao? Vì thầy bây giờ làm gia sư, đến tận nhà dạy học, nên học sinh đối với vị thầy không tôn trọng. Thầy làm gia sư, tôi muốn mời thầy đến dạy học, muốn thầy đến giờ nào thì gọi điện thoại, thầy đến; hôm nào tôi không muốn học, [không gọi,] thầy không đến. Khi cần, gọi là đến, không cần, bảo đi là đi, như vậy làm gì có đạo thầy trò? Học sinh cầu học mà đối với bậc thầy không có lòng kính trọng, xin thưa với quý vị, dù là học điều gì cũng không thể học được.

Ngày nay nói là cầu học, chẳng phải cầu đạo. Cũng không phải cầu học vấn, vậy thì cầu những gì? Chẳng qua cầu một chút hiểu biết về kỹ thuật, khoa học kỹ thuật, như vậy thì tạm được, còn muốn cầu đạo, cầu học thì không được.

Bậc cổ đức nói rằng: "Việc cầu học, trong lòng có một phần cung kính thì học được một phần, hai phần cung kính thì học được hai phần, không có tâm cung kính thì không học được gì cả." Phật pháp rất thực tiễn. [Về việc

[1] Theo lễ nghi cổ xưa của Trung Quốc, vị hoàng đế khi lâm triều hoặc gặp gỡ bầy tôi, thần dân... đều quay mặt về hướng nam. Như vậy, theo đoạn văn này thì hoàng đế khi tiếp kiến bậc thầy không dám dùng lễ vua tôi, quân thần, mà dùng lễ chủ khách, giống như người chủ nhà tiếp khách, chủ nhà ở hướng đông, khách ở hướng tây. Đó là vì tôn trọng vị thầy, không dám xem thầy như bầy tôi hay thần dân của mình.

này] Phật pháp nói là học đạo. Không có tâm cung kính thì không thể được đạo. Ví như có đến nghe, cũng không thể nghe ra được đạo.

Vì nguyên nhân nói trên, đức Phật thật sự hết sức từ bi nên tự hạ thấp địa vị của mình xuống, chỉ làm Bồ Tát. Địa vị Bồ Tát thì đối với chúng ta cũng giống như bạn đồng học, cũng giống như học sinh cùng học một trường, ngài đã tốt nghiệp từ trước, chúng ta là học sinh khóa sau, cùng gặp nhau trong trường học mà thôi. Trò chuyện cùng nhau ở trường học thì có thể tự nhiên, tùy tiện, không giống như đối với bậc thầy tôn nghiêm, cho nên có thể tùy triện trao đổi. Đối với bậc thầy thì không thể nói năng tùy tiện. Cũng không thể có chuyện học sinh không thỉnh cầu mà đến dạy. Nhưng với [đàn anh] học cùng trường thì có thể, có thể làm người bạn không mời mà đến. Các bạn không mời tôi, tôi vẫn có thể đến chỉ dạy; các bạn không chịu học, tôi có thể lôi kéo, thúc đẩy các bạn học. Như vậy có thể được, vì là bạn đồng học nên có thể được, đối với bậc thầy thì không được. Sự tôn nghiêm của bậc thầy nhất định phải được duy trì, gìn giữ.

Cho nên, ngài từ địa vị của Phật, tức là một bậc thầy, hạ thấp xuống làm một vị Bồ Tát, nghĩa là không làm một bậc thầy đến giáo hóa chúng sinh, mà làm bạn đồng học, làm một bậc đàn anh để giáo hóa chúng sinh. Làm như vậy để tiếp dẫn chúng sinh thì có nhiều thuận lợi hơn, có nhiều phương tiện hơn.

Cho nên, bất kể là vị Phật nào, các ngài thành Phật ở một thế giới, khi đến một thế giới khác sẽ thị hiện làm Bồ Tát để giáo hóa. Điều này có thể so sánh rất giống như trong trường học hiện nay, đức Phật có thể ví như vị hiệu trưởng, nhất định phải giữ gìn sự tôn nghiêm của mình, trong khi các vị giáo sư có thể ví như các vị Bồ Tát, có thể tùy tiện, linh hoạt hơn [trong việc dạy dỗ]. Vị ấy làm hiệu trưởng ở trường này, có thể đến một trường khác làm giáo sư, tức là làm Bồ Tát. Trong Phật pháp, chư Phật, Bồ Tát thị hiện như vậy có thể nói là rất nhiều, nhiều đến vô số.

Do đó có thể biết rằng Bồ Tát [Quán Thế Âm] đã thành Phật rồi thị hiện trở lại, tại Pháp hội Lăng Nghiêm thị hiện làm vị Bồ Tát sơ địa. Hôm nay có tặng cho quý vị một bản Hoa Nghiêm soát độc, trong đó cũng có một chương tên là "Quán Thế Âm Bồ Tát", trong đó ngài thị hiện là Bồ Tát ở địa vị Hồi hướng thứ bảy.[1] Có thể thấy rằng địa vị mà ngài thị hiện đều là địa vị Bồ Tát, từ Bồ Tát Sơ trụ cho đến Bồ Tát Đẳng giác, gồm 41 giai vị Bồ Tát ngài đều có thị hiện, như vậy mới có thể rộng độ chúng sinh.

Đến phần sau chúng ta sẽ thấy được 32 ứng hóa thân của ngài. 32 ứng hóa thân lại thị hiện ra vô lượng vô biên thân, điều này chúng ta cần phải hiểu rõ. Quý vị nói xem, rốt lại thì Bồ Tát Quán Thế Âm là địa vị nào? Địa vị nào cũng có cả, không một chủng loại nào mà ngài không hiện thân [để giáo hóa chúng sinh].

Tiếp theo nói "Biệt hành huyền vân - 別行玄云". Biệt hành là một phẩm kinh, riêng một phẩm kinh này, được các vị đại đức xưa kia trích ra từ kinh Pháp Hoa và lưu hành riêng biệt nên gọi là "biệt hành". Phẩm kinh [Phổ môn] này được in để lưu hành riêng biệt có thể nói là rất nhiều.

---

[1] Tức là địa vị thuộc về Thập hồi hướng của Bồ Tát. Theo trong kinh Lăng-nghiêm thì bao gồm: 1. Cứu hộ nhất thiết chúng sanh, ly chúng sanh tướng hồi hướng; 2. Bất hoại hồi hướng; 3. Đẳng nhất thiết Phật hồi hướng; 4. Chí nhất thiết xứ hồi hướng; 5. Vô tận công đức tạng hồi hướng; 6. Tùy thuận bình đẳng thiện căn hồi hướng; 7. Tùy thuận đẳng quán nhất thiết chúng sanh hồi hướng; 8. Chân như tướng hồi hướng; 9. Vô phược giải thoát hồi hướng; 10. Pháp giới vô lượng hồi hướng. Như vậy, địa vị Hồi hướng thứ bảy là "Tùy thuận đẳng quán nhất thiết chúng sanh hồi hướng".

Chữ "huyền" là "huyền nghĩa - 玄義", tức là nói huyền nghĩa trong bản "Biệt hành sớ - 別行疏". Trong bản sớ giải này nói rằng: "Quán Thế Âm, theo tên gọi trong tiếng Phạn là A-na-bà-lũ-cát-để-du." Đó là nói phiên âm từ tiếng Phạn Avalokiteśvara, Hán dịch theo ý nghĩa là Quán Thế Âm. "Quán là nói trí của người quán sát, Thế Âm là nói trần cảnh, đối tượng của sự quán sát đó." Trần cảnh là đối tượng quán sát lại có bốn loại, trong đó đều gồm đủ.

Về trí năng quán, tức là ý nghĩa "nhập lưu vong sở" mà hôm qua đã giảng giải, cũng tức là công phu "phản văn". Điều này là hết sức quan trọng thiết yếu.

Trí (智) có khác biệt, không phải là thức (識). Trí ở đây là trí vô phân biệt. Có phân biệt thì gọi là thức, tức là thức thứ sáu, ý thức, có sự phân biệt. Có phân biệt, có bám chấp thì là thức thứ sáu (ý thức), thức thứ bảy (mạt-na thức), không gọi là trí.

Trí là trí vô phân biệt, hay nói cách khác, đó là tác dụng được khởi lên từ tâm thanh tịnh. Các bậc cổ đức thường lấy nước để làm ví dụ so sánh. Mặt nước khi lặng yên không xao động, không gợn sóng, sẽ giống như mặt kính [phản chiếu rõ ràng hình ảnh], được ví như tâm thanh tịnh. Tâm thanh tịnh khởi lên tác dụng, có thể soi chiếu, rất giống như công năng của một tấm kính, bên ngoài có bao nhiêu cảnh vật đều phản chiếu vào trong kính, hiện ra rõ ràng, nên so sánh giống như trí tuệ vô phân biệt, soi chiếu mọi thứ đều rõ ràng.

Nếu tâm của quý vị dao động thì sẽ giống như mặt nước có sóng gợn, vậy có tác dụng gì không? Cũng có tác dụng, cũng có năng lực soi chiếu, nhưng chỉ có điều là không được hoàn toàn. Vì sao vậy? Vì có giới hạn. Khi mặt nước có sóng gợn thì sự soi chiếu chỉ được một phần, hơn nữa cũng không được rõ ràng.

Tâm chúng ta nếu được tĩnh lặng, thanh tịnh, thì khi khởi lên tác dụng gọi là trí, quả thật là không có phân biệt. Tuy không phân biệt nhưng hết thảy đều sáng suốt rõ ràng, không phải nói không có phân biệt là không biết gì cả. Không phân biệt nhưng so với có phân biệt còn sáng tỏ rõ ràng hơn, chân thật hơn, cho nên gọi là trí tuệ.

Tâm của phàm phu sử dụng là vọng tâm, chính là tâm phân biệt, chính là tâm bám chấp, cho nên gọi là thức. Ngày hôm qua tôi có nói với quý vị, Pháp sư Giao Quang trong sách Lăng-nghiêm chính mạch đã đề xướng việc "bỏ thức dùng căn", có nghĩa là buông bỏ sự bám chấp, buông bỏ sự phân biệt, vận dụng trí vô phân biệt. Phải dùng trí này làm căn bản để tu nhân thì mới có thể thành tựu được Vô thượng Bồ đề.

Ở Trung Quốc từ xưa đến nay, trong pháp thế gian cũng như trong Phật pháp, việc học đều bắt đầu từ căn bản trí, điều này chúng ta nên hiểu rõ. Cư sĩ Đường Đại Viên trong sách Duy thức tân tài hiệt vị đã đề cập đến vấn đề này, hơn nữa còn trình bày rất xúc động. Ông nói rằng, từ thời Dân quốc đến nay, hệ thống giáo dục sau khi cải cách đã không còn khởi đầu từ căn bản trí nữa. Không có căn bản trí thì cũng không có hậu đắc trí,[1] như vậy sự tu học của quý vị, theo như Đại sư Thanh Lương nói thì không rơi vào vô minh ắt cũng rơi vào tà kiến.

Đây cũng là một trong những nguyên nhân khiến cho ngày nay việc tu học của chúng ta rất khó thành tựu, hơn nữa còn là một nguyên nhân quan trọng. Sự tu tập căn bản trí là phải học thuộc lòng. Cho nên, không chỉ trong

[1] Căn bản trí (根本智) là trí tuệ vô phân biệt, thấy biết như thật, giúp hành giả đạt đến giác ngộ. Sau khi căn bản trí này đã phát huy tác dụng, đạt được nhận thức chân thật thì mới khởi phát được hậu đắc trí (後得智), tức trí tuệ được vận dụng trong việc giáo hóa, cứu độ chúng sinh.

Phật pháp mà ngày xưa ngay cả sự học [của Nho gia] cũng khởi đầu từ việc học thuộc lòng. Quý vị có thể thấy bậc tiểu học ở Trung Quốc ngày xưa không giống với bậc tiểu học hiện nay. Bậc tiểu học thời xưa nhằm mục tiêu [rèn luyện học sinh] đạt được căn bản trí, tức là trí vô phân biệt. Đứa trẻ bảy tuổi bắt đầu học, gọi là "tựu ngoại phó". Phó là sư phó, tức là vị thầy. Bảy tuổi bắt đầu gần gũi vị thầy, bắt đầu tách rời cha mẹ để theo thầy.

Nhà ở Trung Quốc từ xa xưa là kiểu nhà lớn, khác với kiểu nhà thu nhỏ hiện nay. Theo kiểu nhà lớn thì ngôi nhà được phân chia thành các khu vực bên trong, bên ngoài. Có một lần đến thăm Trung tâm hoạt động thanh niên Khẩn Đinh, tôi đã thấy kiến trúc ở đây đúng là cách thức kiến trúc của Trung Quốc vào thời xưa. Nhưng nơi ấy cũng chỉ có thể tiêu biểu cho kiến trúc phương nam thôi, quy mô của kiến trúc phương bắc Trung Quốc ngày xưa còn lớn hơn thế nhiều. Một ngôi nhà lớn thường xây theo kiểu "tứ hợp viện", [nghĩa là một nhà chính ở giữa với bốn phía đều có kiến trúc phòng ốc], có rất nhiều lối đi vì được phân chia thành hai khu vực trong, ngoài. Khu vực nhà ở là bên trong, từ phòng khách trở ra đều được xem là bên ngoài. Khi mời thỉnh thầy dạy học đến, thầy ở căn phòng phía tây, phía tây là dùng để tiếp khách, đặt phòng khách, người khách đến nhà cũng ngồi phía tây. Chủ nhà ở phòng phía đông, khi tiếp khách cũng ngồi về phía đông.

Cho nên, khi mời thỉnh thầy đến dạy học thì thầy ở căn phòng phía tây, đó cũng là phòng học. Học trò gồm hết thảy con cháu trong nhà, đều theo học với thầy, không được quay vào trong nhà nữa, chỉ trừ những ngày được nghỉ học. Khi nghỉ học thì mới được vào nhà gặp gỡ cha mẹ, anh chị...

[Như vậy,] từ năm bảy tuổi thì [đứa trẻ] hằng ngày đã sống với thầy, đương nhiên thầy phải có sự quan tâm chăm sóc, dạy dỗ. Học trò trước hết học cách theo hầu thầy. Học những điều gì? Học những việc thường nhật, cách ứng xử, đối đáp, học những điều như vậy. Lại học lễ phép, học cách giao tiếp, biết tôn trọng người lớn tuổi hơn, biết cách hầu cận, phụng sự bậc tôn trưởng, học những điều như vậy.

Đứa trẻ học cách theo hầu thầy rồi, khi về nhà liền tự biết cách thức theo hầu cha mẹ, biết cách chăm sóc, phụng sự cha mẹ. Nói cách khác, việc giáo dục [khi ấy] là giáo dục cách sống thường ngày, không phải dạy kiến thức sách vở, mà là giáo dục cuộc sống hằng ngày. Học sinh ngày nay thậm chí không biết quét nhà. Quét xong nền nhà thì bụi bay khắp phòng, đó là không biết quét nhà. Người biết quét nhà thì quét đến đâu sạch sẽ đến đó mà không làm cho bụi bay lên, quý vị đã học qua điều này chưa? [Ngày xưa] từ bậc tiểu học đã học những điều như vậy. Nền nhà ngày xưa không giống như bây giờ, bây giờ đa phần đều là nền lát gạch đá mài, rất sạch sẽ. Trước đây nền nhà dùng bùn đất đắp lên, chỉ có các nhà giàu có mới lát gạch. Cho nên thuở ấy nền nhà rất nhiều bụi, nhưng khi người ta quét nhà đúng cách không làm cho bụi bay lên. Như vậy, [có thể thấy] việc giáo dục cách sống thường ngày hiện nay không còn được xem trọng.

Ngoài việc dạy dỗ những điều như trên, vị thầy còn có một mục tiêu giáo dục quan trọng khác, đó là rèn luyện căn bản trí cho người học trò. Phương pháp rèn luyện căn bản trí là cho học thuộc lòng kinh điển. Vị thầy chỉ dạy đọc từng câu, mỗi từ ngữ đều được phát âm rất chính xác, cứ từng câu, từng câu đọc lên hết sức rõ ràng, không để cho đọc sai. Tuần tự dạy như thế, dạy cho học sinh học thuộc nằm lòng. Vì vậy, đứa trẻ từ năm bảy tuổi đến khoảng chừng mười hai tuổi thì đã thuộc lòng hết thảy những sách quan trọng như Tứ thư, Ngũ kinh cho đến tác phẩm của nhiều tác giả xưa nay. Nhưng nếu quý vị hỏi về ý nghĩa, người học trò ấy không biết gì cả, vì chỉ được dạy học thuộc lòng thôi. Nghĩa là [khi học như vậy] không hề có sự phân biệt, và vị thầy cũng không hề giảng giải.

Vị thầy này được gọi là bậc thầy "khải mông" (啟蒙), tức là người khai mở, phá trừ sự tối tăm [trong đầu óc người học trò], cũng gọi là bậc thầy căn bản. Vai trò của vị thầy này là quan trọng, thiết yếu nhất [đối với đứa trẻ].

Trong giai đoạn học tập này thì có được sách vở nào cũng đều học thuộc lòng, hơn nữa còn học thuộc rất kỹ. Trách nhiệm của vị thầy là đôn đốc, thúc đẩy học trò học thuộc lòng. Có một số trẻ rất thông minh, dạy cho điều gì chỉ đọc qua một vài lần đã thuộc lòng. Trong trường hợp đó, vị thầy lại tăng thêm nội dung học nhiều hơn.

Một đứa trẻ có căn cơ trung bình thì đại khái trong một ngày có thể học thuộc khoảng ba trăm chữ, mức độ phổ biến nhất là từ ba đến bốn trăm chữ. Nếu như với ba, bốn trăm chữ đó mà đọc qua ba lần đã thuộc thì vị thầy sẽ gia tăng nhiều hơn, sẽ cho học đến sáu, bảy trăm chữ.

Về nguyên tắc thì một đứa trẻ thường sẽ học thuộc trong vòng mười lần đọc. Từ mười đến hai mươi lần đọc thì nhất định sẽ phải thuộc. Học thuộc được như vậy rồi, vị thầy lại tiếp tục cho đứa trẻ đọc thêm nhiều lần nữa. Phải đọc đến bao nhiêu lần? Phải tiếp tục đọc từ khoảng một trăm lần trở lên.

Trong Đồ thư quán của chúng ta hiện có sách Ngũ chủng di quy. Đây là một bản sách đời nhà Thanh, do Tổng đốc Trần Hoằng Mưu soạn thành. Nội dung sách dành cho bậc học vỡ lòng. Cách dạy học vỡ lòng cho trẻ từ thời xưa cho đến triều nhà Thanh vẫn như vậy.

Nếu gặp đứa trẻ hơi kém thông minh, vị thầy có thể đốc thúc trẻ phải đọc từ hai đến ba trăm lần. Vì sao phải cho trẻ đọc nhiều lần như vậy? Vì học thuộc như vậy rồi thì từ đó về sau, cho đến suốt đời cũng không quên mất. Cho đến khi đứa trẻ trưởng thành, tương lai bước vào xã hội, trước tác văn chương hoặc đối đáp ứng xử, khi cần trích dẫn kinh điển sách vở đều tự nhiên sẵn có, tùy ý viết ra, không phải mất nhiều công sức, không phải tìm kiếm sách tham khảo.

Quý vị thử nói xem, hiện nay nếu bảo quý vị viết ra một áng văn chương thì phải lật tìm sách vở tham khảo, có khi lục tìm đến đuối sức mà vẫn tìm chưa ra, như vậy có phải khổ sở lắm không? Người xưa nâng bút lên, đặt bút xuống thì [văn chương] tự nhiên tìm đến. Có được công phu như vậy đều là nhờ rèn luyện từ thuở nhỏ.

Trong Phật pháp, điều này cũng giống như Đồng tử Thiện Tài trong Pháp hội của Bồ Tát Văn Thù, cũng chính là học việc căn bản như vậy.

Học được điều căn bản này rồi thì bao nhiêu kinh sách thư tịch đều thuộc nằm lòng, chỉ cần nêu ra một câu thì biết ngay câu ấy nằm ở trong sách nào, tại trang mấy, hàng thứ mấy, tất cả đều nhớ được rõ ràng, có đủ tư cách tham học, như vậy mới đủ tư cách đi tham học.

Tham học là [tìm đến] những nơi nào có các bậc tông sư. Nho học tôn là tông sư, tức là những bậc thầy [có hiểu biết] thông suốt về một bộ kinh sách, hoặc thông thạo một lãnh vực học vấn, học thuật nào đó... Vị ấy giảng dạy ở một nơi nào đó, quý vị [liền tìm đến để] có thể gần gũi học hỏi. [Chẳng hạn như] vị ấy giảng sách Luận ngữ, quý vị đã thuộc lòng sách Luận ngữ thì quý vị có thể tìm đến để gần gũi, lắng nghe vị ấy giảng giải. Cho nên, việc giảng giải là một giai đoạn khác. Tìm học thầy, theo hỏi bạn, đi ra bên ngoài để tìm nơi tham vấn học hỏi. Tham vấn như vậy là muốn hiểu rõ được ý nghĩa kinh sách.

Vị thầy khi giảng giải không sử dụng đến quyển sách, không giống như chúng ta ngày nay, mỗi khi giảng kinh phải có quyển kinh đặt trước mặt. Vì sao vậy? Vị thầy cũng đã thuộc lòng, học sinh cũng đã thuộc lòng, nên không cần đến quyển sách. Nếu quý vị chưa học thuộc lòng thì quý vị chưa đủ trình độ để đến nghe giảng. Khi giảng giải kinh văn chính là khơi dậy hậu đắc trí, đó là trí tuệ có công năng ứng dụng lớn lao không ràng buộc, ích lợi thọ dụng không cùng tận.[1]

Vị thầy giảng giải thường cũng không theo một phương thức nhất định nào, đến giờ giảng thì vào giảng đường. Giảng đường ngày xưa không có bàn ghế, đa số sử dụng bồ đoàn [ngồi trên mặt đất], giống như ở Niệm Phật đường của chúng ta. Ngồi trên bồ đoàn nghe giảng giải mà không cần nhìn vào sách, rồi cùng nhau nghiên cứu, thảo luận.

Vị thầy có lúc cao hứng thì cùng học trò dạo chơi, chuẩn bị ít trà ngon, thức ăn ngon, vừa đi du ngoạn phong cảnh núi sông, vừa giảng giải cho học trò, cho nên việc học rất vui thú. Ngày nay thì việc học rất khó nhọc, nói đến học thì đa số [học sinh] đều khiếp sợ, trong khi trước đây việc học là vui thích nhất.

Chúng ta không may sinh ra trong thời đại mà việc học

---

[1] Nguyên văn "大用無方，受用無窮 - đại dụng vô phương, thọ dụng vô cùng". "Đại dụng vô phương" chỉ công năng ứng dụng giáo hóa của chư Phật, Bồ Tát không bị ràng buộc, giới hạn trong bất kỳ phương thức nhất định nào, có khi thuận, có khi nghịch, nhưng đều vì lòng từ bi làm lợi ích cho chúng sinh. "Thọ dụng vô cùng" tức là lợi ích thọ dụng có được không cùng tận, không bao giờ dứt.

trở nên khó nhọc, không được hưởng niềm vui học tập như người xưa.

Việc học ngày xưa khó nhọc ở chỗ nào? Là khó trong giai đoạn tiểu học, phải học thuộc lòng là khó nhọc, [suốt những năm] từ bảy tuổi cho đến mười hai tuổi. Đến mười ba, mười bốn tuổi thì đã hết sức thảnh thơi thoải mái rồi, việc tham học rất thảnh thơi, thực sự có thể gọi là niềm vui học tập.

Việc tham học trong nhà Phật cũng vậy. Một người mới xuất gia phải mất năm năm học giới. Học giới là gì? Đó không phải là bảo quý vị học giới luật. Năm năm đó chỉ là học Sa-di luật nghi, tức là mười giới [sa-di], hai mươi bốn môn uy nghi, phép tắc sinh hoạt hằng ngày trong tự viện, cũng giống như việc huấn luyện sinh viên mới trong trường học. Nhưng việc huấn luyện sinh viên mới chỉ trong khoảng chừng một, hai tháng, còn người mới xuất gia trong nhà Phật thì thời gian huấn luyện đó là năm năm. Trong năm năm đó học những gì? Học phụng sự đại chúng, học phục vụ. Các tự viện trước đây rất đông người, tất cả công việc nặng nhọc đều do những người mới xuất gia làm, như nấu ăn, trồng rau, đốn củi, gánh nước, đó là phục vụ đại chúng. Những việc như vậy đều do người mới xuất gia làm, đó là giáo dục cách sống.

Ngoài việc rèn luyện cách sống như vậy, [thời gian còn lại] là học thuộc lòng kinh điển. Mỗi một tự viện đều có học phong, đạo phong riêng biệt. Đạo phong là hành môn, học phong là giải môn. Chẳng hạn như tông Thiên Thai tu học dựa trên kinh Pháp Hoa, nói cách khác, người mới xuất gia trong vòng năm năm phải học thuộc lòng kinh Pháp Hoa. Nếu không học thuộc lòng được thì trong tương lai sẽ không đủ tư cách vào giảng đường nghe giảng kinh, chỉ có thể đứng phía sau chờ phục vụ đại chúng, như có người gọi bưng chén nước thì mau mau chạy đi lấy, hoặc có người cần chiếc khăn lông thì lập tức mang khăn lông đến. Chỉ có thể theo hầu phục vụ như vậy, không có tư cách ngồi xuống nghe giảng kinh.

Người học theo tông Thiên Thai không chỉ thuộc lòng kinh Pháp Hoa, mà còn phải học các bộ sớ giải, chẳng hạn như Pháp Hoa kinh văn cú do Đại sư Trí Giả biên soạn, nhất định phải học thuộc lòng. Ngoài bộ sách này ra, nghĩa là Thiên Thai tam đại bộ,[1] còn có sách Pháp Hoa huyền nghĩa thích tiêm,[2] là bộ sách đóng bìa cứng nằm trên giá sách đằng kia, gồm ba quyển lớn, cũng phải học thuộc lòng. Lại còn một bộ Ma-ha Chỉ Quán, độ dày cũng tương tự như vậy, cũng đóng thành ba quyển.

Cho nên, tất cả những sách của tông Thiên Thai phải học thuộc lòng hết trong vòng năm năm, như vậy mới đủ điều kiện theo học tông Thiên Thai.

Thành tựu của người xưa là nhờ thực sự bắt tay vào công phu tu tập. Chúng ta ngày nay công phu gì cũng không thực hiện mà cứ nghĩ đến thành tựu, làm sao có chuyện dễ dàng như vậy. Quý vị thử nghĩ xem, chúng ta ngày nay có điểm nào có thể so sánh được với người xưa? Chỉ có một điểm là được sống sung túc tốt đẹp hơn nhiều, sự hưởng thụ của chúng ta vượt quá xa so với người xưa. Ngoài điểm đó ra thì không còn gì có thể sánh kịp người xưa.

Người xưa tu học như thế đó mà vẫn còn sợ rơi vào ba đường ác. Câu bên dưới tôi không cần đề cập, quý vị có thể tự mình hiểu rõ được.

[1] Thiên Thai tam đại bộ thường được dùng để chỉ Diệu Pháp Liên Hoa kinh văn cú (10 quyển), Diệu Pháp Liên Hoa kinh huyền nghĩa (10 quyển) và Ma ha chỉ quán (10 quyển).

[2] Pháp Hoa huyền nghĩa thích tiêm (法華玄義釋籤), 20 quyển, không thuộc vào Thiên Thai tam đại bộ.

Đoạn này nói việc quán chiếu nhất định phải vận dụng căn bản trí. Mong rằng quý vị biết xem trọng sự quan trọng thiết yếu của căn bản trí, tức là trí vô phân biệt, chúng ta nhất thiết phải nỗ lực rèn luyện.

"Năng quán" (chủ thể quán sát) tức là trí quán sát, tức là căn bản trí, "thì sáng suốt không si mê, thường biết rõ ràng, vững vàng tỉnh giác, xoay lại chiếu soi, nên gọi là quán", tức là như phần trước đã giảng với quý vị về ý nghĩa "nhập lưu".

"Sở quán" (đối tượng quán sát) tức là cảnh giới, vì Bồ Tát Quán Thế Âm vận dụng phương pháp này là từ nhĩ căn mà vào, đối tượng của tai là âm thanh, [nên cảnh giới ở đây] là nói âm thanh đi vào tai. Bồ Tát Quán Thế Âm vận dụng pháp môn này.

So với pháp môn mà Bồ Tát Đại Thế Chí vận dụng thì khác biệt. Bồ Tát Đại Thế Chí vận dụng pháp môn "nhiếp hết sáu căn", Bồ Tát Quán Thế Âm thì trong sáu căn chỉ dùng một căn, chỉ dùng nhĩ căn, đó là một điểm không giống nhau, thế nhưng nói về quán chiếu, nhập lưu, thì chắc chắn là như nhau.

Hai vị Bồ Tát này đều là gương sáng cho người niệm Phật noi theo, là mẫu mực của việc thực hành công phu. Chúng ta noi theo pháp môn nhiếp hết sáu căn của Bồ Tát Đại Thế Chí mà tu hành, đó là một phương pháp tốt. Chúng ta chọn theo pháp môn chuyên nhiếp nhĩ căn của Bồ Tát Quán Thế Âm để tu tập, cũng là một phương pháp tốt. Cả hai pháp môn đều sẽ đạt thành tựu rất lớn lao.

Nói về "âm", tức âm thanh, [có nhiều loại âm thanh], ở đây nói đến "chánh giác chi âm", tức âm thanh chánh giác, tức là pháp âm. Hôm nay chúng ta ở trong giảng đường này giảng kinh thuyết pháp, [âm thanh này] cũng là thuộc về "chánh giác chi âm".

Lại có "chúng sinh chi âm", là âm thanh của chúng sinh, đó là tiếng nói, ngôn ngữ mà người thường chúng ta dùng để trao đổi, trò chuyện.

Lại có "khí thế giới chi âm", là âm thanh các loại trong thế giới, chẳng hạn như gió có âm thanh, mưa cũng có âm thanh, thậm chí nói chung hết các loại nhạc khí, nhạc cụ, cũng là thuộc về "khí thế giới". Chuông, mõ của chúng ta cũng thuộc về khí thế giới, mỗi khi đánh, gõ, khua lên đều phát ra âm thanh, đó gọi là "khí thế giới chi âm". Có thể nói một cách tổng quát, hết thảy những âm thanh diễn tấu phát ra từ các loại nhạc cụ đều thuộc về âm thanh "khí thế giới". Có rất nhiều người thích nghe nhạc giao hưởng, đó là âm thanh "khí thế giới". Nhưng khi chúng ta ca hát, thì đó là thuộc về âm thanh của chúng sinh.

Ngoài ra còn có "tạp loại chi âm", tức là âm thanh của tạp loại, của nhiều loài hỗn tạp, tức là bao quát hết thảy những âm thanh của quỷ thần trong sáu đường.[1] Những âm thanh "tạp loại" này có thể tìm thấy ở đâu? Hiện nay chúng ta có rất nhiều loại thần chú, đó đều thuộc về những âm thanh "tạp loại". Những âm thanh đó không phải là ngôn ngữ của thế gian chúng ta, cho dù được dịch từ tiếng Phạn nhưng chính người Ấn Độ nghe cũng không hiểu.

Trong số các thần chú có rất nhiều âm thanh quỷ thần, nếu quý vị niệm chú với âm thanh thật chính xác thì có thể triệu hồi được quỷ thần. Khi quý vị gọi thì họ đến, lại niệm một câu chú khác có thể mời họ đi, xô đuổi họ đi. Cho nên, thần chú có năng lực sai khiến quỷ thần, cũng có thể

---

[1] Nguyên bản dùng "六道 - lục đạo", tức là gồm: cõi trời, cõi người, cõi a-tu-la, cõi địa ngục, cõi ngạ quỷ và cõi súc sanh.

nói [thần chú] là những tín hiệu để ra lệnh cho quỷ thần. Nhưng quý vị phải phát âm thật chính xác. Nếu phát âm không chính xác thì quỷ thần nghe không hiểu được, họ sẽ không đến, như vậy không có tác dụng.

Cho nên việc phát âm cần hết sức chính xác. Nhưng để phát âm thật chính xác quả thực là điều rất khó, không dễ chút nào. Chỉ nói thôi thì rất đơn giản, nhưng thần chú tuy là phiên dịch theo đúng âm thanh gốc [của quỷ thần], nhất định phải có người trực tiếp truyền dạy. Không có người dạy, quý vị dựa theo chữ viết mà đọc thì sẽ không chính xác. Nếu không tin điều này, quý vị có thể thử lấy một đoạn tiếng Anh hoặc tiếng Nhật, rồi dùng chữ Trung Quốc để phiên âm ra. Sau đó, quý vị lại đọc theo đoạn chữ Trung Quốc [phiên âm] đó, như vậy có giống với âm thanh nguyên ngữ không? Quý vị dựa theo âm [của chữ Trung Quốc] mà đọc, chúng ta là người Trung Quốc, đọc âm [của chữ Trung Quốc] không sai, không một chữ nào bị phát âm sai, thế nhưng người Anh hay người Nhật nghe không thể hiểu được, không biết đoạn văn ấy nói gì. [Việc niệm] thần chú cũng giống như vậy.

Chúng ta hiện nay niệm chú [trong đạo Phật] là theo ý nghĩa để ghi nhớ. Chỉ đem hết tâm thành mà niệm, còn âm thanh không thể chính xác. Bởi vì sự truyền dạy của đức Phật Thích-ca Mâu-ni, theo ghi chép của Trung Quốc thì đến nay đã 3.010 năm.[1] Điều này được ghi lại trong lịch

[1] Chúng tôi dịch theo đúng văn bản "到今年是三千零十年 - đáo kim niên thị tam thiên linh thập niên". Chúng tôi ngờ rằng Hòa thượng đã căn cứ vào sách Quy nguyên trực chỉ hoặc nguồn dẫn của sách này là Tam giáo pháp số. Hiện trong Quy nguyên trực chỉ tập (歸元直指集), quyển hạ, có đoạn văn này: "三教法數云。周昭甲寅第四帝釋迦降誕迦維衛 – Tam giáo pháp số vân: Chu Chiêu Giáp Dần đệ tứ đế Thích-ca giáng đản Ca-duy-vệ." (Sách Tam giáo pháp số nói rằng: "Đời vua thứ tư của nhà Chu là Chu Chiêu Vương, vào năm Giáp Dần, đức Phật Thích-ca đản sanh tại thành Ca-duy-vệ.) (Xem Vạn tục tạng, Tập 61, kinh số 1156, trang 469, tờ b, dòng thứ 11-12. Bản Việt dịch của Nguyễn Minh Tiến,

sử Trung Quốc. Sự truyền thừa qua một thời gian quá lâu xa như vậy thì ngữ âm hẳn đã sớm biến đổi rồi, không còn chính xác nữa. Cho nên nói về thần chú thì cách phát âm của tiếng Tây Tạng so ra chính xác hơn đôi chút, vì tiếng Tây Tạng là trực tiếp dùng tiếng Phạn biến đổi mà thành. Trong tiếng Tây Tạng có rất nhiều âm bảo lưu được âm gốc từ tiếng Phạn, nên so sánh thì chính xác hơn. Nhưng nếu nói hoàn toàn chính xác thì chúng ta không tin được. Ngữ âm Trung Quốc thời cổ hiện chỉ còn bảo lưu được đôi phần trong tiếng Quảng Đông, hoặc ngay cả trong tiếng Mân Nam [ở miền nam tỉnh Phúc Kiến], còn trên cả nước thì hầu như đã không còn nữa. Lấy ví dụ khi chúng ta niệm chữ "nam-mô". Nam-mô là một âm thời cổ vốn là "nã-ma", ngày nay chúng ta niệm là "nam-mô", đã biến đổi khác biệt rất xa. Ngày nay chúng ta đọc chữ "nam", chữ "mô", căn cứ trên chữ viết thì hoàn toàn không sai, quý vị tra cứu trong từ điển cũng thấy rất chính xác, không sai. Thế nhưng người thời xưa nếu nghe như vậy thì không hiểu. Bởi vì ngữ âm thời đó so với chúng ta bây giờ có rất nhiều âm đã thay đổi.

Ví dụ như tên sách "Đại Học" trong bộ Tứ thư, khi tôi nói "Đại Học" thì quý vị đều nghe hiểu được. Thế nhưng trong ngữ âm cổ, chữ "đại" (大) không đọc là đại mà đọc là thái, còn chữ "học" (學) thì đọc là giáo, cho nên [đại học] đọc là thái giáo. Chúng ta hiện nay nếu nghe người xưa đọc là "thái giáo" thì không hiểu, trong khi ngày nay chúng ta

NXB Tôn giáo, Hà Nội, 2005 - Quyển Hạ, Mục số 19: "Biện minh việc đản sanh trước sau của ba vị Thánh nhân Tam giáo.") Đây là căn cứ duy nhất phù hợp chúng tôi tìm thấy được, trong khi sách Tam giáo pháp số mà sách này trích dẫn thì hiện chúng tôi chưa tìm thấy. Chu Chiêu Vương lên ngôi năm 1052 trước Công nguyên, mất năm 1002 trước Công Nguyên. Trong đời Chiêu Vương chỉ có duy nhất một năm Giáp Dần là năm 1027 trước Công nguyên. Tính đến năm Hòa thượng giảng bài này là 1983 thì đúng là 3.010 năm. Tuy nhiên, theo như được công nhận rộng rãi hiện nay thì đức Phật đản sinh năm 624 trước Công nguyên.

đọc là “đại học” thì người thời xưa nếu nghe cũng không hiểu. Có thể thấy rằng, chữ viết dù không thay đổi, nhưng cách phát âm luôn thay đổi theo từng triều đại.

Cho nên, chúng ta ngày nay trì tụng thần chú chỉ hết lòng cung kính mà niệm, không nên có sự phân biệt, vận dụng việc [niệm chú] này để rèn luyện trí vô phân biệt thì đây là một công cụ rất tốt. Có nghĩa là quý vị không được phân biệt, không được bám chấp, cũng không cần phải hiểu được ý nghĩa thần chú, chỉ vận dụng [việc niệm chú] để rèn luyện căn bản trí. Đây là một công cụ rất tốt.

Hết thảy những âm thanh “tạp loại” đó, gọi chung là “thế âm”. Còn về phương pháp quán sát thì hôm qua đã nói rõ với quý vị rồi, ở đây không cần lặp lại nữa.

Câu kế tiếp là: “Năng và sở đều nêu lên, cảnh và trí cùng nói đến, cho nên gọi là Quán Thế Âm.” [Từ trước] đến đây là giải thích vì sao Bồ Tát có danh hiệu Quán Thế Âm, nói về nguyên do ý nghĩa của danh xưng này.

Phần tiếp theo giảng về “Phổ Môn phẩm”.

“Phổ nghĩa là cùng khắp”, tức là phổ biến, “công hạnh trùm pháp giới, tùy tâm lợi ích vật, ứng theo thể mà hiện khắp, cho nên gọi là phổ”. Công hạnh là nói sự nghiệp của Bồ Tát làm lợi ích cho tất cả chúng sinh. Công hạnh tức là sự nghiệp. [Công hạnh đó] quả thật là quá phổ biến. Trong cùng tận hư không trùm khắp pháp giới, bất cứ nơi nào có chúng sinh là Bồ Tát đều hiện đến đó để phụng sự chúng sinh, giúp đỡ chúng sinh, thỏa mãn mọi nguyện vọng của chúng sinh, có sự cầu xin thì đều ứng nghiệm. Đó là ý nghĩa của chữ “phổ”.

“Tùy tâm ích vật”, ích là lợi ích, vật đây là nói hết thảy người và vật, bao gồm hết thảy chúng sinh hữu tình trong chín pháp giới.[1] Nếu nói làm lợi ích cho người thì ý nghĩa không bao gồm chư thiên các cõi trời, cũng không bao gồm các cảnh giới ngạ quỷ, súc sinh. [Ở đây] nói một chữ "vật" (物) bao gồm được hết thảy, như khi chúng ta nói đến động vật, thực vật, khoáng vật, thì cũng đều được bao gồm trong chữ "vật". Cho nên, phạm vi [đề cập] của chữ "vật" lớn hơn rất nhiều so với chữ "người".

Ý nghĩa của hai chữ "tùy tâm" rất sâu xa, nhưng ở đây không thể nói sâu vào chi tiết. Nếu quý vị muốn hiểu rõ thì nên nghiên cứu kinh Lăng-nghiêm. [Nói rõ hơn là] tùy theo tâm [chúng sinh] mà có sự ứng hiện [phù hợp], làm lợi ích cho hết thảy chúng sinh.

"Xứng thể như chu", thể là tánh pháp, chu là chu biến. Chỉ khi "xứng thể" (hợp với tánh pháp) rồi thì mới có thể "chu biến" (hiện khắp). Bốn chữ này chúng ta thật ra không dễ dàng nhận hiểu được, chúng ta chỉ có thể nói được một chút ý nghĩa cạn cợt, nếu quý vị vận dụng tâm bình đẳng thì cũng có thể chu biến, không có sự phân biệt. Nếu có sự phân biệt thì khi ta làm một việc tốt chỉ mang lại lợi ích cho một người nào đó, nếu không phân biệt thì một việc lành [có thể làm lợi ích] đến tận cùng hư không, trùm khắp pháp giới, cho nên gọi là "phổ".

"Môn" được dùng với ý nghĩa thông đạt, [nên trong sách giải thích] là "môn thị thông nghĩa, xuất nhập vô ủng" (môn là ý nghĩa thông suốt, ra vào không tắc nghẽn); "pháp pháp toàn chương", chương nghĩa là hiển lộ rõ ràng, không có gì ẩn giấu bên trong, tất cả đều hiển lộ ra bên ngoài sáng tỏ rõ ràng, "sự sự vô ngại", mọi việc đều không ngăn ngại, cho nên gọi là "môn".

---

[1] Theo giáo lý Thiên Thai tông thì có 10 pháp giới. Ở đây nói 9 pháp giới nghĩa là trừ ra Phật pháp giới, còn lại nói đến hết thảy chúng sinh chưa hoàn toàn giác ngộ trong khắp 9 pháp giới.

"Bồ Tát này", tức là đang nói đến Bồ Tát Quán Thế Âm, "sức thần thông không thể nghĩ bàn, soi chiếu khắp cùng pháp giới", là nói trí tuệ của ngài, tâm thanh tịnh của ngài, có thể đem toàn cõi pháp giới soi chiếu vào trong tâm thanh tịnh, giống như một tấm gương sáng phản chiếu tất cả, không có gì không soi chiếu.

"Muôn hình tượng trôi chảy chuyển động", là nói đến muôn hình vạn tượng dày đặc trong pháp giới, cũng tức là y báo và chánh báo trang nghiêm của mười pháp giới, nói "trôi chảy chuyển động" là chỉ cho hiện tượng không ngừng sinh diệt của hết thảy các pháp.

"Âm thanh khác nhau, các loài khác nhau", là như phần trước đã giảng về bốn tổng loại âm thanh khác nhau, mỗi loại đều có sự khác biệt.

Bồ Tát Quán Thế Âm có thể "thị hiện thân hình sắc ở khắp nơi, tùy căn cơ [chúng sinh] mà thuyết pháp, công hạnh nhiệm mầu ứng hiện trọn vẹn". [Ở đây nói "viên ứng"], viên là viên mãn, ứng là khi chúng sinh có sự chiêu cảm thì Bồ Tát liền ứng hiện, đáp ứng, có sự cảm ứng đạo giao giữa hai bên, "không có gì chướng ngại, cho nên gọi tên [phẩm kinh này] là Quán Thế Âm Bồ Tát Phổ Môn Phẩm.

Như trên là giới thiệu ngắn gọn về tiêu đề của phẩm kinh này.

Bên dưới trong phần chú giải có một đoạn giải thích chữ "lai ý" (來意), ý nghĩa chỗ này là "ý tứ" (意思), do bị viết sai, quý vị nên sửa lại cho đúng.

Đoạn văn nói về "lai ý" này cũng là đoạn văn ngay theo sau, tôi đã có đưa vào phần tiết mục, chúng ta đọc qua đoạn văn này thì sẽ thấy rõ ràng ý nghĩa.

"Lại có [Bồ Tát] Diệu Âm hiện hình thuyết pháp", Diệu Âm tức là trong phẩm "Diệu Âm Bồ Tát", [thứ 24,] ngay trước phẩm này. Bồ Tát Diệu Âm với Bồ Tát Quán Thế Âm có mối quan hệ hết sức thân thiết, giống như anh chị em trong một nhà, bởi vì hai vị cùng tu tập một pháp môn. Bồ Tát Diệu Âm cũng hiện thân thuyết pháp khắp nơi, "cứu giúp chúng sinh khổ nạn, cùng với Bồ Tát Quán Âm không khác biệt". Nếu quý vị đem phẩm Diệu Âm Bồ Tát (thứ 24) so sánh đối chiếu với phẩm Phổ Môn (thứ 25) này, thì quý vị sẽ hiểu rõ, [hai phẩm kinh này] giống nhau về đại thể, chỉ có những khác biệt nhỏ.

Khác biệt ở chỗ nào? [Trong sách nói: "Chỉ là rộng nhưng chưa khắp, nhiệm mầu mà chưa trọn vẹn." Nói cách khác, Bồ Tát Diệu Âm cứu độ hết thảy chúng sinh, nhưng phạm vi còn nhỏ, chưa rộng khắp. Trong thực tế, Bồ Tát Quán Thế Âm chính là từ nơi Bồ Tát Diệu Âm mà phát huy lớn rộng, rộng khắp cả pháp giới.

Cho nên trong kệ xưng tán Phật đều dùng "Diệu Âm Quán Thế Âm", tức là hợp cả hai danh hiệu lại để cùng xưng tán.

"Bồ Tát Quán Thế Âm cũng không xa rời công hạnh này." Hành môn của Bồ Tát Quán Thế Âm so với Bồ Tát Diệu Âm cũng đều như nhau, nhưng phạm vi rộng lớn hơn, "nên có thể ứng hiện đầy khắp đại thiên", đại thiên tức là đại thiên thế giới.[1]

"Không có hình tướng đến đi, gọi là hành nghiệp tự tại, thị hiện rộng khắp, nên tiến xa hơn Bồ Tát Diệu Âm." Tiến là bước tiến, nghĩa là [Bồ Tát Quán Thế Âm] tiến xa hơn

[1] Theo vũ trụ quan Phật giáo thì 1.000 thế giới hợp lại thành một tiểu thiên thế giới, 1.000 tiểu thiên thế giới hợp lại thành một trung thiên thế giới, 1.000 trung thiên thế giới hợp lại thành một đại thiên thế giới. Vì cấu thành bởi 3 lần số 1.000 nhân với nhau, nên cũng thường gọi là tam thiên đại thiên thế giới (三千大天世界).

một bước, dùng pháp môn tu hành như Bồ Tát Diệu Âm nhưng phát huy lớn rộng, trải khắp pháp giới, rộng làm lợi ích chúng sinh.

"Thật ra hai vị thánh này cùng chung một đường," hai vị thánh tức là nói Bồ Tát Diệu Âm và Bồ Tát Quán Thế Âm. Hai vị Bồ Tát này cùng tu tập một pháp môn, cùng đi chung trên một con đường, "tương vi chung thủy" (khai mở và phát triển cho nhau), Bồ Tát Diệu Âm là người khai mở (thủy), Bồ Tát Quán Thế Âm là người phát huy lớn rộng, đạt đến mức cùng cực, tức là đến mức cuối cùng không còn gì hơn được nữa (chung).

"Nên bài kệ sau đó xưng tán", [đây là nói câu] mở đầu bài kệ, nói tiếp việc xưng tán "công đức Bồ Tát Quán Thế Âm, nhưng kết hợp nói cả về Bồ Tát Diệu Âm, nên biết rằng cả hai vị thánh cùng một con đường, tức là công hạnh Diệu Âm mà thi triển rộng thành Phổ Môn", Bồ Tát Quán Thế Âm dựa trên công hạnh của Bồ Tát Diệu Âm mà phát huy lớn rộng, thành pháp môn thông suốt rộng khắp (phổ môn), "thị tri tương vi chung thủy" (nên biết rằng [hai vị] khai mở và phát triển cho nhau). Chữ chung thủy đem so với thủy chung thì ý nghĩa dài rộng hơn nhiều. Khi nói "thủy chung" tức là từ mở đầu cho đến cuối cùng, đến đó xem như kết thúc, nhưng nói "chung thủy" thì vĩnh viễn không có điểm kết thúc. Ví dụ như nói năm bảy mươi hai tuổi đã hết (chung), thì [có nghĩa là] ngày hôm sau bắt đầu (thủy) năm bảy mươi ba tuổi. Cho nên, "chung thủy" là tướng tương tục, nối tiếp không dứt, còn "thủy chung" là tướng đoạn diệt, kết thúc, ý nghĩa không giống nhau.

"Muốn hiểu rõ pháp môn [Diệu Âm ở] trước thì phải kết hợp tu cả hai công hạnh." Điều này chính là dạy cho chúng ta, muốn học được [pháp môn] ứng hiện tròn đầy rộng khắp của Bồ tát Quán Thế Âm thì phải bắt đầu công phu từ [pháp môn của] Bồ Tát Diệu Âm. Vì sao vậy? [Trong sách nói:] "Tùng diệu nhi phổ, hữu thủy hữu chung, nhiên hậu viên bị, cố kế diệu âm nhi thuyết phổ môn yên." (Từ chỗ nhiệm mầu đi đến rộng khắp, có khởi đầu, có chung cuộc, sau đó mới trọn vẹn đầy đủ, cho nên vì tiếp nối Diệu Âm mà giảng thuyết Phổ Môn.)

Phẩm Phổ Môn chính là được thuyết ra như vậy, từ nơi [pháp môn] Diệu Âm mà phát huy lớn rộng mới thuyết ra phẩm Phổ Môn. Ý nghĩa nguyên do này cũng là làm rõ ý nghĩa nguyên do của trọn phẩm kinh.

Bên dưới có hai đoạn văn, quý vị xem trong phần chú giải, đoạn đầu tiên là giới thiệu sơ lược nội dung phẩm kinh này.

Nói về Bồ tát Quán Thế Âm có ba bộ kinh, trong ba bộ kinh đó có phần nói về Bồ Tát chứ không phải những bộ kinh riêng biệt nói về ngài. Phần thứ nhất nằm trong kinh Hoa Nghiêm, quý vị có thể tìm đọc được trong sách Hoa Nghiêm soát độc. Phần này là một chương nằm trong phẩm Nhập Pháp Giới, nói về việc Đồng tử Thiện Tài đến tham vấn Bồ Tát Quán Thế Âm.

Bồ Tát Quán Thế Âm là tiêu biểu cho vị Bồ Tát hồi hướng thứ bảy. Chương kinh này trước đây tôi cũng đã từng giảng giải.

Phần thứ hai nằm trong kinh Lăng Nghiêm. Chúng ta theo thứ tự mà Đức Phật đã thuyết giảng các bộ kinh. Sau khi đức Phật Thích-ca Mâu-ni thành đạo thì trước tiên ngài thuyết giảng kinh Hoa Nghiêm. Sau kinh Hoa Nghiêm là các kinh thuộc bộ A-hàm. Sau A-hàm là các kinh Phương đẳng. Kinh Lăng nghiêm thuộc về kinh Phương đẳng, được thuyết giảng trước kinh Pháp Hoa. Cho nên tôi đề cập đến phần thứ hai nói về Bồ Tát Quán Thế Âm là nằm trong quyển thứ sáu của Kinh Lăng Nghiêm, chương Bồ Tát Quán Thế Âm nhĩ căn viên thông. Phần thứ ba nói về Bồ Tát Quán Thế Âm là trong kinh Pháp Hoa, đó là phẩm Phổ Môn.

Hai phần nằm trong hai kinh trước là nói về quá trình tu tập của Bồ Tát, phương thức mà ngài tu tập để đạt được thành tựu tự thân. Đặc biệt, trong kinh Hoa Nghiêm gọi tên ngài là Quán Tự Tại, chính là nhấn mạnh đến sự thành tựu của bản thân. Danh xưng Quán Thế Âm thì nhấn mạnh đến phương diện làm lợi ích cho chúng sinh. Theo ý nghĩa "tự thọ dụng" thì gọi là Tự Tại, theo ý nghĩa "tha thọ dụng" thì gọi là "Quán Âm", là nghĩa đại từ bi đại bi.

Cho nên trong phẩm Phổ môn không đề cập đến quá trình tu tập mà ngài đã tự thân trải qua, hoàn toàn chỉ nói đến những công hạnh làm lợi ích chúng sinh của Bồ Tát. Nội dung phẩm kinh này hoàn toàn chỉ nói đến sự ứng hiện rộng khắp của ngài trong thế giới đại thiên, đem tất cả những khổ nạn của chúng sinh phân chia khái quát thành mười loại lớn, dựa theo trong kinh Hoa Nghiêm mà dùng số mười, đó là có ý nghĩa biểu thị. Hết thảy tai nạn của chúng sinh đến từ bên ngoài có bảy loại lớn, nên nói "miễn thất nạn" (tránh được bảy nạn), trong khi những khổ nạn nội tâm chính là phiền não thì có ba loại lớn: tham, sân và si. Cho nên nói "miễn thất nạn, ly tam độc" (tránh bảy nạn, lìa ba độc).

Hết thảy chúng sinh đều vẫn còn nhiều tham muốn, khổ não vì cầu mong không được thỏa mãn, nên Bồ Tát Quán Thế Âm mới "ứng nhị cầu". Nói về hai điều cầu mong, trong thực tế bất kể quý vị có mong cầu gì cũng không vượt ra ngoài "hai điều mong cầu" đó, không nhất thiết chỉ là hai điều mong cầu ghi trong phẩm kinh Phổ môn này là cầu sinh con trai, con gái. Chẳng qua vào thời đại đức Phật thuyết giảng kinh thì người đời xem trọng nhất là có con nối dõi, ai ai cũng mong cầu có con trai ngoan, con gái đẹp. Cho nên nếu những điều này mà cầu được thì những điều khác đương nhiên không thành vấn đề. Cho nên trong tất cả những chuyện mong cầu thì chỉ nêu lên việc quan trọng nhất, những điều ít quan trọng hơn thì đương nhiên được bao gồm trong đó.

[Tránh được bảy nạn, lìa được ba độc, thỏa mãn được hai điều mong cầu, cả thảy là 12 điều.] 12 điều đó tương ứng với 12 đại nguyện của Bồ Tát Quán Thế Âm, cũng giống như 48 đại nguyện của Phật A-di-đà tiếp dẫn chúng sinh. Bồ Tát Quán Thế Âm dùng 12 đại nguyện để cứu khổ cứu nạn, rộng độ chúng sinh, lưu truyền giáo pháp nhiệm mầu. Giáo pháp nhiệm mầu chính là "diệu pháp" trong kinh Diệu Pháp Liên Hoa. Cho nên phẩm kinh này thuộc phần Lưu thông trong kinh Pháp Hoa, không xếp vào phần Chánh tông.

Tiếp theo bên dưới nói "khuyến phát", nghĩa là khuyên mọi người phát tâm. Vậy nên phát tâm như thế nào? Phần tiếp theo đề cập đến năm điều, cả năm điều này đều nằm trong kinh Pháp Hoa, cũng đều được xếp trong phần Lưu thông.

[Điều thứ nhất] "vị pháp", là nói vì cầu pháp, "nên như Bồ Tát Dược Vương khổ hạnh phân thân". Dược Vương Bồ Tát là phẩm kinh nằm ngay trước phẩm Diệu Âm Bồ Tát.

Từ xưa đến nay, hết thảy chư Phật, Bồ Tát, các bậc tổ sư, đại đức, không một vị nào là không vì pháp quên thân, sẵn sàng hy sinh bản thân mình vì đạo pháp.

Đại sư Huyền Trang năm xưa đến Ấn Độ cầu pháp, nếu vẫn quan tâm đến tính mạng và sự an toàn của bản thân, không chịu hy sinh sự hưởng thụ của mình, thì làm sao có thể chịu đựng được gian khổ như thế? Đó là một chuyến đi bằng đường bộ. Từ Trung Quốc đến Ấn Độ phải đi mất ba năm, không phải là một quãng đường ngắn, phải băng qua sa mạc rộng lớn, phải xuyên qua rừng rậm, rồi là núi cao, cao hơn gấp nhiều lần so với núi Alishan [ở Đài Loan] của chúng ta. Trong Thế chiến thứ hai, máy bay không thể bay qua núi ấy mà phải bay vòng để tránh, như vậy quý vị thử nói xem là cao đến mức nào! Cho nên những người ở Trung Quốc phát tâm đi sang Ấn Độ thỉnh kinh Phật, trăm người đi chỉ có khoảng mười mấy người về được, còn lại đều gặp nạn mà chết trên đường. Những người đi ấy cũng đều biết rõ sự nguy hiểm như thế, nhưng vẫn phát tâm đi, hy sinh vì cầu pháp.

Cũng giống như các vị Bồ Tát [tiền thân] được kể lại trong kinh Bản sanh. Không cần nói nhiều, cứ tự hỏi xem chúng ta có được tinh thần như vậy hay không? Nếu chỉ khó khăn một chút đã không chịu được thì làm sao mà làm, làm sao được thành tựu? Quý vị phải biết rằng người xưa cầu pháp khó khăn như thế nào, đức Phật Thích-ca Mâu-ni vì cầu nửa bài kệ mà phải xả bỏ thân mạng. Chuyện này quý vị đều biết rõ. Chúng ta ngày nay đối với pháp khí, kinh điển chà đạp không quý tiếc, thật là sai lầm! Cho dù việc in ấn ngày nay rất phát triển, nhưng vì sao chúng ta phải tôn trọng kinh điển? Bởi vì thời xưa cổ nhân cầu thỉnh về được không dễ dàng. Ngày nay chúng ta có được rất dễ dàng nhưng vẫn phải tôn trọng, phải nhớ nghĩ đến sự khó khăn của người xưa trong việc cầu pháp.

[Để có được] kinh Lăng-nghiêm, ngài Bát-lạt-mật-đế đã phải rạch thịt nơi cánh tay mình giấu kinh vào trong rồi may lại, mới có thể mang đến [Trung Quốc]. Bởi vì thời đó quân canh biên phòng không cho phép đưa kinh này ra khỏi nước, xem đó là quốc bảo, cấm không được mang sang nước khác. Ngài phải bí mật dùng phương thức như vậy để mang kinh đến Trung Quốc. Quý vị thử nói xem, khổ nhọc biết dường nào! Ngày nay chúng ta cầm đến quyển kinh, làm sao có thể không trân trọng! Đó gọi là vì pháp, tức là vì cầu pháp.

[Điều thứ hai] là "việc hoằng pháp nên giống như Diệu Âm, Quán Âm, ứng hiện đầy đủ khắp mọi nơi". Chỉ có việc hoằng pháp mới có thể báo đáp ân đức của Phật. Hoằng pháp phải trên tinh thần giống như Bồ Tát Quán Thế Âm, trên tinh thần như Bồ Tát Diệu Âm, giảng dạy không phân biệt. Cho nên nói rằng, chúng sinh "có cảm lập tức có ứng", cảm ứng giao hòa trong mối đạo, tuyệt đối không có sự phân biệt hai bên. Không hề phân biệt đây là người Trung Quốc, tôi sẽ giảng nhiều hơn, kia là người ngoại quốc, tôi sẽ giảng ít hơn. Như thế thì không phải là [tinh thần của] Bồ Tát Quán Thế Âm, cũng không phải [tinh thần của] Bồ Tát Diệu Âm. Phải đem hết những gì mình hiểu biết ra giảng giải, làm lợi ích chúng sinh, giúp đỡ người khác, giúp đỡ mà không có bất kỳ điều kiện nào.

Nếu như giảng kinh thuyết pháp mà đòi hỏi điều kiện, quý vị thỉnh tôi thuyết pháp một lần thì phải cúng dường tôi một số tiền, như vậy là thương lượng mua bán trao đổi, gọi là "buôn bán Phật", mang giáo pháp của Phật ra làm vật mua bán, đó là tội lỗi phải vào địa ngục A-tỳ.

Cho nên trong tương lai nếu quý vị có phát tâm làm pháp sư để hoằng pháp, lợi lạc cho đời, thì phải biết rằng nếu làm không đúng sẽ phải chịu quả báo ở địa ngục A-tỳ, kẻo có khi vào đó rồi mà vẫn chưa biết tại sao. [Lại tự nghĩ] tôi một đời hoằng pháp lợi sinh, làm nhiều việc tốt đẹp, tại sao tôi phải vào địa ngục? Đó là vì quý vị hoằng pháp lợi sinh nhưng thật ra lại là buôn bán Phật pháp. Phật pháp cần phải được rộng truyền, làm sao có thể mang ra mua bán như hàng hóa?

Đặc biệt với những bản kinh đã in hiện nay, quý vị nhìn vào trang bản quyền sẽ thấy ghi, "Bản quyền được bảo vệ, sao chép in lại là phạm pháp", mấy chữ này là đủ để đưa vào địa ngục A-tỳ rồi, lấy kinh bảo đảm cho việc vào địa ngục A-tỳ, đây là báo trước việc vào địa ngục.

Phật pháp phải lưu hành rộng, phải hoan nghênh việc in ấn lại, in ra càng nhiều càng tốt, sao có thể nói là không được phép in lại? Ví như quý vị là pháp sư, tự trước tác ra, chú thích, chú giải kinh điển, thì sau đó cũng nên lưu hành rộng, phải hoan nghênh việc [người khác] in ấn lại. Quý vị tự mình chú thích [kinh điển], không cho phép tự do lưu hành, nói rằng "giữ bản quyền, không được phép in lại", như vậy là buôn bán Phật pháp, cho dù chú thích của quý vị có hay đến đâu thì đó vẫn là tạo nhân để vào địa ngục A-tỳ.

Khi tôi đi giảng kinh, cũng có nhiều nơi không hoan nghênh. Vì sao vậy? Vì nghe tôi nói giống như đang quở trách họ, dù rằng tôi chỉ nói lời chân thật. Lẽ ra họ nên thấu hiểu viết, xé bỏ trang bản quyền đi, in vào dòng chữ "hoan nghênh việc tái bản" thì sẽ được công đức vô lượng. Khi thấy việc [giữ bản quyền là] tạo nghiệp như vậy, tôi cố khuyên can thì họ cho rằng tôi sách nhiễu, tôi nhiều chuyện. Họ nói rằng nếu không bán sách thì làm sao có tiền để tái bản? Tiền in kinh sẽ có mọi người đóng góp, không cần phải bán. Chúng sinh có phước báo thì chư Phật và Bồ Tát tự nhiên cảm ứng, cần gì phải làm như thế? Bồ Tát Quán Thế Âm cứu khổ cứu nạn đâu có thương lượng điều kiện với ta? Nhưng chúng sinh đều lấy tâm phàm phu mong cầu Bồ Tát Quán Thế Âm giúp đỡ thì phát nguyện với Bồ Tát thế này thế khác, tương lai nhất định sẽ làm, đó là đặt điều kiện: "Bồ Tát Quán Thế Âm, xin phù hộ cho con, con được giàu có rồi sẽ cúng dường Bồ Tát." Nếu Bồ Tát Quán Thế Âm đã có khả năng giúp quý vị làm giàu thì cần chi phải đợi quý vị cúng dường? Bồ Tát giúp cho quý vị phát tài được một triệu, quý vị cúng dường lại một trăm ngàn, thế thì Bồ Tát Quán Thế Âm lỗ vốn nặng, có lý nào lại như vậy? Đây đều là đem tâm phàm phu để đo lường tâm lượng Bồ Tát, hết sức sai lầm! Chư Phật, Bồ Tát cứu giúp chúng sinh hoàn toàn không có điều kiện.

Cho nên việc hoằng pháp phải giống như Bồ Tát Quán Thế Âm, Bồ Tát Diệu Âm. Các ngài là những khuôn mẫu để noi theo.

[Điều thứ ba] là "hộ pháp nên giống như thần chú hàng phục yêu ma." Ngay tiếp theo sau phẩm Phổ Môn là phẩm Đà-la-ni (thần chú). Thần chú, như tôi đã có giảng với quý vị rồi, đó là gọi quỷ thần đến để bảo vệ Phật pháp, hàng phục yêu ma. Nhưng năng lực hàng phục yêu ma, giao tiếp với quỷ thần chỉ là một khía cạnh của thần chú, còn một khía cạnh quan trọng hơn là hàng phục yêu ma trong tâm của chính mình. Quý vị nên biết rằng, những yêu ma làm hại quý vị cũng giống như đối với một đất nước, có kẻ thù từ bên ngoài tấn công thì nhất định trong nước cũng có những kẻ phản bội, làm gián điệp, làm tình báo, trong ngoài cấu kết với nhau thì chúng mới dám ra tay. Nếu như người trong nước đoàn kết một lòng, bọn yêu ma bên ngoài dù có mạnh đến đâu cũng không dám xâm phạm quý vị.

Yêu ma bên ngoài là những gì? Quý vị hãy xem trong kinh Bát đại nhân giác, có giảng về bốn loại ma, trong đó chỉ có một loại ma bên ngoài là thiên ma, còn lại đều là bọn nội ứng trong tâm thật đáng sợ. Ma nội ứng có ba loại lớn, đó là ma năm ấm, ma phiền não và ma sinh tử. Một khi bọn ma bên trong với bên ngoài cấu kết nhau, thế lực của chúng sẽ mạnh mẽ hơn, quý vị sẽ gặp vô số tai họa khôn lường. Không có ma trong tâm, thiên ma ngoại đạo bên ngoài không thể làm gì được quý vị. Khi trong tâm quý vị không có ma, bọn ma bên ngoài sẽ rất kinh sợ, sẽ thấy quý vị thật là bậc chính nhân quân tử, chẳng những không dám xem thường quý vị mà ngược lại còn kính phục, sẽ phát tâm theo bảo vệ quý vị. Nếu như quý vị thay đổi tâm ý, trở thành giống như ma, bọn ma sẽ khinh thường quý vị. Bản chất của bọn yêu ma là như vậy. Cho nên, khi việc làm của quý vị là chân chánh, quý vị không cần quan tâm đến yêu ma, tự nhiên bọn chúng sẽ kính trọng, sẽ đi theo bảo vệ quý vị. Còn như quý vị ngày ngày theo cầu khẩn, cúng bái bọn ma, chúng sẽ nhìn quý vị như người đáng thương hại, có thể xem thường, ức hiếp quý vị. Nói cách khác, trước sau quý vị đều luôn bị bọn ma khống chế, không cách gì thoát khỏi được.

Cho nên Phật dạy: “Có thể làm việc của thế gian nhưng không được theo ý của thế gian.” Hai câu này nằm trong kinh “A-nan vấn sự Phật cát hung”, quý vị đều đã đọc qua, hết sức quan trọng. Thế nào là ý của thế gian? Đó là cùng với ma quỷ giao tiếp, chẳng hạn như đoán vận mệnh, xem tướng, xem phong thủy, giao tiếp với những quỷ thần như vậy, cầu khẩn quỷ thần ban phúc cho, phù hộ cho. Đó chính là trói buộc quan hệ với ma quỷ, cũng giống như người ta tạo ra mối quan hệ móc ngoặc với bọn đầu đảng trong xã hội đen. Quan hệ móc ngoặc ấy cũng có được chút lợi thế, bọn chúng có thế lực để nâng đỡ quý vị, nhưng quý vị phải chịu sự khống chế của chúng trọn đời, chỗ được không bằng chỗ mất.

Việc của thế gian thì chúng ta có thể làm tất cả. Việc gì

thấy thích đều có thể làm, tự mình cảm thấy làm điều gì thoải mái thì cứ làm, việc gì phải hỏi quỷ thần, phải cầu ma quỷ? Không cần như vậy. Khi quý vị phát tâm Bồ-đề, thực hành Bồ Tát đạo, quỷ thần gặp quý vị sẽ phải quỳ mọp sát đất, đảnh lễ cung kính. Quý vị là bậc thánh, là đệ tử của đức Phật, họ sao có thể không tôn trọng quý vị? Ngược lại nếu quý vị cung kính sợ sệt họ, họ sẽ khinh thường quý vị. Cho dù quý vị là đệ tử Phật nhưng họ biết đó chỉ là hư danh, là quý vị mạo nhận chứ không chân chánh là đệ tử Phật, nên quỷ thần càng khinh thường quý vị. Quý vị cần phải hiểu rõ ý nghĩa đó.

Cho nên, muốn dùng thần chú để hàng phục yêu ma thì trước hết phải hàng phục ma phiền não trong tâm của chính mình, khi ấy quỷ thần bên ngoài tự nhiên không dám xâm phạm. Đây chính là hộ pháp. Trước đây trên giảng đường tôi vẫn thường giảng rằng, người hộ pháp thì trước hết là hộ pháp của chính mình. Muốn hộ pháp của chính mình thì trước hết phải gìn giữ tâm Bồ-đề của mình, không được quên mất tâm Bồ-đề của mình, giữ gìn tâm thanh tịnh của chính mình. Phải bắt đầu từ chỗ đó mà khởi làm.

Nói về thần chú thì niệm một câu "Nam-mô Quán Thế Âm Bồ Tát" là thần chú, niệm một câu "Nam-mô A-di-đà Phật" cũng là thần chú, không cần phải dùng đến thần chú nào khác. Niệm càng nhiều chỉ càng khiến cho quý vị loạn tâm mà thôi. Thần chú này linh nghiệm, thần chú kia không linh nghiệm, khởi tâm phân biệt như vậy rồi thì không thần chú nào linh nghiệm cả. Vì sao vậy? Vì tâm quý vị không thanh tịnh. Nói "bảo vệ" tức là bảo vệ tâm thanh tịnh của chính mình. Loại thần chú nào làm cho tâm thanh tịnh thì thần chú đó sẽ linh nghiệm. Dùng đến hai loại, ba loại... tâm thanh tịnh liền rối loạn thì những thần chú ấy không linh nghiệm nữa, chẳng có câu nào linh nghiệm cả.

Cho nên quý vị phải biết rằng, một câu thì linh nghiệm, hai câu không còn linh nghiệm. Dù học thần chú nào, càng đơn giản càng tốt, mới có sự linh nghiệm. Càng nhiều càng phân tâm, trong số nhiều làm sao khỏi khởi tâm phân biệt bám chấp, hủy hoại tâm thanh tịnh của chính mình, cho nên thần chú sẽ không còn tác dụng.

[Điều thứ tư] là "tu hành nên như Nghiêm Vương chuyển hóa tà ác", đó là nói phẩm Diệu Trang Nghiêm Vương [ngay sau phẩm Đà-la-ni], đều có đủ trong bộ sách của chúng ta. Như tôi đã nói, năm điều đề cập ở đây đều có trong quyển hạ, trong một quyển sách này. Vị Bồ Tát [Diệu Trang Nghiêm Vương] này là mẫu mực tu hành. Trong việc tu hành điểm nào trọng yếu nhất? Chính là chuyển hóa tà kiến thành chánh kiến, chuyển hạnh xấu ác thành hiền thiện. Nói cách khác, Diệu Trang Nghiêm Vương tức là dũng mãnh sửa đổi sai lầm, tự hoàn thiện mình. Chuyển hóa tà ác, nói theo cách ngày nay là sửa lỗi làm mới, hoàn thiện chính mình. Biết mình có lỗi thì lập tức sửa ngay, chúng ta tu hành cũng phải noi theo giống như ngài. Chúng tu hành sở dĩ không thể thành tựu đều là vì tuy biết rõ mình có rất nhiều thói hư tật xấu nhưng lại không thể sửa chữa. Ví dụ như thói xấu lớn nhất là tâm tham lam, đối với danh lợi, năm thứ dục lạc trong sáu trần cảnh đều không buông bỏ được. Dù biết rõ ràng là cần phải buông bỏ, nhưng lại không buông bỏ được, không sửa lỗi được.

Còn thói xấu nào khác nữa không? Như là buông thả, lười nhác, chúng ta đều biết rằng nên chuyên cần tinh tấn, nhưng rồi ngày ngày cứ thích buông xuôi lười nhác. Như vậy thì không thể thành tựu. Nhất định phải tự biết lỗi lầm của mình, phải tìm phương cách sửa đổi. Nếu không sửa được thì nhất định suốt đời không thể thành tựu.

Thói hư tật xấu nào của chúng ta là nghiêm trọng nhất thì trước hết phải bắt đầu từ đó. Bởi vì thói xấu nghiêm trọng nhất mà có thể sửa được thì những việc khác nhỏ nhặt hơn sẽ có thể sửa đổi dễ dàng.

Trong quá khứ, khi tôi mới bắt đầu học Phật, tôi tự biết tật xấu lớn nhất của tôi là buông thả, lười nhác. Tự mình biết rõ, nhưng không dễ sửa đổi. Dù có người khác khuyên bảo, có noi theo người khác nhưng vẫn không hiệu quả. Cuối cùng tôi phải dùng cách nào? Tôi dùng việc giảng kinh để sửa đổi được thói xấu này. Khi tôi mới bắt đầu học giảng kinh, để giảng trong một giờ phải chuẩn bị trước khoảng 20 giờ. Mỗi tuần chỉ giảng một lần thì tôi phải dành ít nhất hơn 20 giờ cho việc chuẩn bị. Nếu không có sự chuẩn bị đầy đủ thì lên bục giảng rồi không thể đi xuống.

Cho nên, khi có một vị thầy đốc thúc, tôi vẫn cứ lười nhác, nhưng một khi lên bục giảng thì bao nhiêu là bậc thầy, có đến mấy trăm cặp mắt cùng chú ý nhìn vào, tôi không cách gì có thể lười nhác được nữa. Quả là biện pháp hay! Cho nên có người nói, sao thầy thích giảng kinh thế? Tôi nào có thích đâu? Chỉ là để sửa đổi tật xấu thôi. Tôi nói, tôi lên bục giảng mà làm học sinh thôi. Bên dưới bục giảng đều là các bậc thầy, đều là các vị giám học, người nào cũng đến để đốc thúc tôi, ngày nào cũng ngồi đó lắng nghe xem tôi có tiến bộ không. Tôi có giảng kinh đâu? Đó là tôi lên bục giảng để báo cáo, báo cáo với các bậc thầy. Tôi dùng phương pháp này để đối trị tật xấu của mình. Cho nên quý vị phải tự mình suy nghĩ tìm cách đối trị. Nếu quý vị không nghiêm túc suy nghĩ tìm phương cách tốt để đối trị, cứ tiếp tục lười nhác như vậy, thì tương lai về sau sẽ không có việc gì thành tựu cả.

Vấn đề của mỗi người đều khác nhau, không thể có một phương pháp để áp dụng cho tất cả mọi người, điều đó là không thể. Hơn nữa, vấn đề phát sinh trong mỗi thời kỳ cũng khác nhau, vài năm nay quý vị có tật xấu này, vài ba năm trước lại có tật xấu khác, không giống nhau và cũng sẽ thay đổi. Nên phương pháp đối trị cũng phải thường xuyên thay đổi. Giống như bệnh tật vậy, năm trước có bệnh một lần, năm nay lại có bệnh, nhưng bệnh không giống nhau, nếu chỉ dùng cùng một loại thuốc thì có thể hại chết người. Toa thuốc phải tùy lúc mà điều chỉnh, loại thuốc phải thường xuyên thay đổi, như vậy mới có thể chữa khỏi bệnh.

Tu hành chính là trị bệnh, hành vi của chúng ta có phát sinh tật xấu gì thì phải sửa đổi, phải làm cho trở nên đúng đắn. Cho nên nguyên tắc chung là sửa đổi sai lầm, hoàn thiện chính mình. Ví như nói, tất cả chúng ta đều biết rằng tu hành phải bắt đầu từ việc nghiêm giữ giới luật, từ đó mà điều chỉnh hành vi, ý nghĩ của thân tâm. Thế nhưng quý vị hãy xem các bản ghi lỗi, từ mấy năm nay chúng ta đã in ra bao nhiêu vạn bản, tính chung phải đến mấy chục vạn bản rồi, liệu có bao nhiêu người làm theo được? Có người nhận được bản ghi lỗi ấy rồi, rất quyết tâm làm, làm được hai ngày, ba ngày rồi thôi, sau đó lại buông thả, không làm nữa.

Sách Tự tri lục của Đại sư Liên Trì là một “bản ghi lỗi” của người xuất gia. Đại sư Liên Trì ở cương vị một bậc Tổ sư nhưng suốt một đời vẫn thực hành y theo đó. Chúng ta ngày nay thực sự xấu hổ khi mở sách này ra xem và rất muốn làm theo như vậy, chúng ta làm theo được một ngày, đến ngày thứ hai đã quên mất, từ ngày thứ ba trở đi thì quên hẳn luôn chẳng nhớ gì đến nữa. Ngài có thể trở thành một bậc Tổ sư, chúng ta làm sao có thể trở thành Tổ sư? Chỉ một điểm này đã không được như ngài, còn nói gì đến những điều khác? Ghi chép việc mỗi ngày, ghi được ba ngày, đến hôm nay bận quá nên thôi, hôm nay không cần ghi. Ngày mai, lại quên thêm một ngày nữa, thôi cứ quên đi, không cần ghi nữa. Không có tâm kiên trì, không theo đuổi dài lâu thì làm sao làm được? Làm sao có thể thành tựu? Cho nên nói: "Kiên trì là nền tảng của thành công." Không có tâm kiên trì là một căn bệnh nghiêm trọng, cần phải sửa đổi. Chúng ta phải có sự kiên trì, phải nhẫn nại, phải theo đuổi lâu dài. Đó là điều chúng ta phải học theo Bồ Tát Diệu Trang Nghiêm Vương trong sự tu tập.

[Điều thứ năm] là "khuyên phát tâm phải giống như yêu cầu của ngài Phổ Hiền". Khuyên phát tâm nghĩa là khuyên hết thảy chúng sinh phát tâm. Việc này phải học theo ngài Phổ Hiền.

Ngài Phổ Hiền khuyên chúng ta những gì? Trong kinh văn có bốn điều, thứ nhất là "chư Phật hộ niệm". Quý vị không phát tâm thì thôi, nếu đã phát tâm chắc chắn được chư Phật hộ niệm. Quý vị không nên sợ sệt, không nên nghi hoặc. Nói chung đa số người tu hành học Phật, hoặc là có lòng nghi, hoặc là có tâm sợ sệt, nên không có cách nào tinh tấn được.

[Họ thường] nghi điều gì? Nghi lời Phật dạy không biết có thật đáng tin chăng? [Phật dạy] tôi không đừng mong cầu bất cứ điều gì, buông bỏ tất cả, ngày mai tôi không có cơm ăn thì biết làm sao? Ngày mai biết có ai đến cúng dường tôi không? Có ai cho tôi món gì để ăn không? Quý vị còn hoài nghi như vậy cho nên không tin Phật. Không tin Phật thì phải làm sao? Thì phải quay sang cầu người giúp đỡ.

Điều thứ hai là tâm sợ sệt. Vì có nghi ngờ nên tâm sợ sệt, cho nên [nghĩ rằng] phải dành dụm một ít tiền, phải xây dựng được một ngôi chùa nho nhỏ, phải chuẩn bị cho tuổi già sau này. Cứ làm như thời gian ở thế giới Ta-bà này hãy còn lâu lắm, không nghĩ đến chuyện rời đi. Đã niệm một câu A-di-đà Phật cầu được vãng sanh thế giới Cực Lạc càng sớm càng tốt, nhưng bên cạnh đó lại còn lo toan chuẩn bị rất, rất nhiều việc, chuẩn bị như vậy cho mấy chục năm, mấy trăm năm, mấy ngàn năm sắp tới. Quý vị thấy đó, như vậy là nói một đường làm một nẻo, trong tâm mong cầu so với hành vi bên ngoài hoàn toàn khác biệt, làm sao có thể thành tựu?

Thuở xưa, người xuất gia chỉ có ba tấm y, một bình bát, mỗi ngày ôm bát đi khất thực, cũng có khi khất thực không được gì. Dù khất thực không được gì để ăn cũng không oán trời trách người, lúc đó chỉ quay về niệm Phật suốt ngày hôm đó, hôm sau lại đi khất thực, không cầu cạnh ai. Quý vị không cầu ai thì tự nhiên được Phật hộ trì, sẽ có hộ pháp đến gia hộ. Vì sao vậy? Vì hộ pháp có trách nhiệm phải hộ trì những người tu hành. Nếu người tu hành thiếu thốn thức ăn, hộ pháp phải nghĩ cách đưa đến cho họ. Nếu như quý vị cầu cạnh người giúp đỡ, hộ pháp sẽ nghĩ rằng: “Vui thay, ta rảnh việc rồi. Ông ấy đã có cách, không cần đến ta gia hộ.” Và hộ pháp sẽ bỏ đi. [Khi ấy] Phật không có, Bồ Tát không có, hộ pháp cũng không còn nữa, người đến giao tiếp với quý vị sẽ là những ai? Đều là bọn yêu ma quỷ quái, đều là những tà thần, quý vị giao tiếp với bọn họ rồi sẽ gặp toàn những rắc rối lớn.

Khoảng mười mấy năm trước, khi tôi chừng bốn mươi lăm tuổi, Lão Hòa thượng Linh mời tôi đến chùa Đại Giác ở thành phố Cơ Long (Keelung) cùng dự an cư kết hạ và giảng kinh Lăng-nghiêm cho đại chúng. Giảng đường nằm cách điện Thiên Vương một bức tường, trong điện có thờ Bồ Tát Vi Đà. Lúc đó tôi có khuyên đại chúng rằng, người tu hành chúng ta không cần cầu cạnh tín đồ, chỉ cần tu tập cho thật tốt. Nếu chúng ta mà không đủ lương thực thì Bồ Tát Vi Đà sẽ lập tức bị cách chức điều tra, vì ông ta hộ pháp kiểu gì [mà xảy việc như thế]. [Còn nếu] chúng ta cứ mỗi ngày tìm tín đồ để hóa duyên, thì Bồ Tát Vi Đà chỉ còn hình tượng đó thôi, nhưng Bồ Tát thật không đến. Vì sao vậy? Vì Bồ Tát thấy rằng quý vị mỗi người đều có cách lo liệu, Bồ Tát không cần phải hộ trì nữa. Cho nên, chư Phật hộ niệm là khi quý vị chân chánh phát tâm, tâm địa hoàn toàn thanh tịnh thì chư Phật hộ niệm, quý vị không có gì phải lo.

Khi tôi mới vừa học Phật, gặp được Đại sư Chương Gia lần thứ hai. Trước đó tôi đã lễ bái cầu kiến ngài được một lần. Lần đầu tiên gặp ngài, ngài dạy tôi phải nhìn thấu và buông bỏ, lại dạy tôi khởi sự côgn phu từ việc bố thí. Khi gặp ngài lần thứ hai, ngài dạy tôi rằng người chân chánh học Phật thì suốt đời luôn được chư Phật, Bồ Tát và hộ pháp chiếu cố, không việc gì phải lo lắng hay thắc mắc. Tôi tin lời thầy nên từ khi bắt đầu học Phật cho đến nay, tôi không lo lắng điều gì, không thắc mắc điều gì. Nếu quý vị hỏi tôi về công việc của Đồ Thư Quán, tôi không biết gì cả. Đồ Thư Quán ra đời như thế nào, được thành lập như thế nào, tôi không biết. Đồ Thư Quán chi tiêu như thế nào, tôi không biết. Chuyện gì cũng không biết, quý vị thấy đó, nên tâm mới được thanh tịnh.

Tôi đi hoằng pháp đến đâu, người ta muốn xây chùa cho tôi. Tốt lắm! Tôi gật đầu, quý vị cứ làm đi. Nhưng làm như thế nào, tôi không biết. Tôi hoàn toàn không vướng bận. Nếu bảo tôi phải nghĩ cách mang theo bao nhiêu tiền sang Mỹ để xây chùa, tôi sẽ không làm. Tôi chỉ thong thả đi sang đó một chuyến, thế là mọi người xây chùa hoàn tất rồi mời tôi đến. Tôi nói: “Tốt lắm, vậy mỗi năm tôi sẽ đến một lần, giảng cho quý vị nghe một bộ kinh. Thật hoàn toàn không vướng bận.

Cho nên xin thưa cùng quý vị, người không có gì cả tức là có tất cả. Nếu quý vị có một thứ gì đó thì chỉ có một thứ đó thôi, và nếu mất đi thì quý vị sẽ không có gì cả. Không có gì cả thì mọi thứ đều sẵn có, quý vị hoàn toàn không vướng bận! Chư Bồ Tát đều đạt được đại tự tại, tôi tuy chưa được đại tự tại nhưng cũng được một chút tự tại. Cho nên tôi có đầy đủ lòng tin, được chư Phật và Bồ tát hộ niệm.

Lời khuyên thứ hai [của ngài Phổ Hiền] là "vun trồng cội đức". Trồng có nghĩa là vun trồng bồi đắp. Chúng ta tự mình phải biết tu dưỡng, phải biết bồi đắp phước báo, tu sửa đức hạnh. Vậy phải khởi làm từ đâu? Từ việc giữ giới, tu định. Đó là căn bản của đức hạnh. Tu tập sáu ba-la-mật, mười ba-la-mật là căn bản của phước báo. Có đủ đức hạnh và phước báo thì dù quý vị đi đâu cũng sẽ không bao giờ thiếu thốn.

Lời khuyên này nhấn mạnh ở việc phục vụ đại chúng, vì đại chúng phục vụ. Giới luật cũng là vì đại chúng phục vụ. Quý vị xem sách Sa-di luật nghi sẽ thấy 24 môn oai nghi trong đó đều là phục vụ đại chúng.

Lời khuyên thứ ba là "nhập vào chánh định". Đây là "tự thụ dụng" (lợi ích cho chính mình), là tu sửa tự thân. Tự mình phải đưa tâm an trụ vào chánh định, cũng giống như trong kinh A-di-đà đã nói, đem tâm mình an trụ vào chỗ "nhất tâm bất loạn, tâm bất điên đảo" (tâm chuyên nhất không rối loạn, tâm không điên đảo). Đó là tự thụ dụng.

Lời khuyên thứ tư là "phát tâm cứu độ tất cả chúng sinh". Đây chính là tâm Bồ-đề, là tâm đại bi trong tâm Bồ-đề, là "chúng sinh vô biên thề nguyện độ" trong Tứ hoằng thệ nguyện. Phải phát khởi tâm nguyện này thì tâm của quý vị mới trở nên rộng lớn và không ích kỷ, đối với chấp ngã dù không phá cũng tự nhiên mất đi. Phá trừ chấp ngã là điều cực kỳ khó khăn. Người tu tập Tiểu thừa phá trừ loại mê chấp này không dễ, nhưng phương pháp phá trừ của Bồ Tát Đại thừa thật hết sức khéo léo mầu nhiệm. Vì sao vậy? Chỉ cần tâm của quý vị trở nên rộng lớn thì tự ngã nhỏ nhoi sẽ không còn nữa.

Đây là những điều Bồ Tát Phổ Hiền đã khuyên bảo sách tấn đại chúng ở pháp hội Pháp Hoa. Hôm nay chúng ta đọc kinh Pháp Hoa ở đây thì chúng ta cũng trở thành một phần trong Pháp hội, đương nhiên cũng nằm trong số đại chúng được Bồ Tát Phổ Hiền khuyên bảo sách tấn.

Đến đây, chúng ta đã giảng giải xong ý nghĩa của phần đề mục. Từ đây trở đi là chính thức đi vào giảng giải nội dung kinh văn.

Phẩm kinh này xét theo hệ thống cấu trúc của toàn bộ kinh, trong Phật học gọi là phân khoa, tức là phân chia kết cấu chương mục, tư tưởng trong hệ thống, được nêu lên với đề mục là "phổ môn viên ứng" (ứng hiện khắp mọi nhà). Đây là chủ đề chung của phẩm Phổ Môn. Phần tiếp theo được chia làm hai mục lớn.

Mục lớn thứ nhất là "Vấn đáp hiển đức" (hỏi đáp để hiển bày đức độ). "Hiển" là hiển thị, hiển bày, cũng là nói năng lực đức độ, sự nghiệp của Bồ Tát. "Đức" là một thành tựu, trong sự nghiệp của Bồ Tát có sự thành tựu rất tuyệt vời. Chữ đức này cùng với chữ "đắc" trong "đắc thất" rất thông dụng vào thời cổ đại.

Mục lớn thứ hai là "Văn phẩm hoạch ích" (nghe phẩm kinh này được lợi ích). Đây là nói phàm phu chúng ta, khi được nghe Bồ Tát và Phật vấn đáp, giải thích rõ ràng về việc Bồ Tát Quán Thế Âm từ vô thủy kiếp đến nay đã làm đủ mọi việc lợi ích cho chúng sanh trong tận cùng hư không, biến khắp pháp giới. Chúng ta nghe qua như vậy rồi sẽ tự mình được lợi ích. Lợi ích lớn nhất là khơi dậy niềm tin của chúng ta và khuyến khích chúng ta noi theo việc làm của Bồ Tát. Bồ tát đã có thể làm được như vậy, chúng ta nên noi gương Bồ Tát, phải học hỏi theo ngài.

Trong mục lớn thứ nhất lại chia ra có phần văn trường hàng và phần kệ tụng. Phần văn trường hàng là thể loại tản văn, phần kệ tụng dùng thể loại thi ca. [Trong kinh điển], kệ tụng đa phần là "trùng tụng" (lặp lại). Sau khi giảng đến phần cuối tôi sẽ quay lại nói rõ chỗ này với quý vị.

Trong phần văn trường hàng có "hai lần hỏi đáp". Lần thứ nhất là thưa hỏi về Bồ Tát Quán Thế Âm. Phần thứ nhì lại chia thành hai tiểu đoạn. Tiểu đoạn thứ nhất là "Vô Tận thưa hỏi". Vô Tận tức là Bồ Tát Vô Tận Ý, ngài là người nêu ra vấn đề.

Mời quý vị xem trong kinh văn, trang 801, dòng thứ tư từ bên trái qua:

"Lúc ấy, Bồ Tát Vô Tận Ý từ chỗ ngồi đứng dậy, vén tay áo bên vai phải, quỳ xuống chắp tay cung kính bạch Phật rằng: "Bạch đức Thế Tôn! Do nhân duyên gì mà Bồ Tát Quán Thế Âm có danh hiệu ấy?"

Đây là hỏi về Bồ Tát Quán Thế Âm, do nhân duyên gì được gọi là Quán Thế Âm? Phẩm kinh này là nhân nơi sự thưa hỏi phát khởi của Bồ Tát Vô Tận Ý. Chúng ta xem trong danh hiệu của Bồ Tát có ý nghĩa rất thâm sâu, biểu thị rằng phổ môn là ý nghĩa không cùng tận, "phổ môn công hạnh viên mãn ứng hiện không cùng tận". Cho nên, [trong kinh điển] bất cứ ai đứng ra thưa hỏi thì những vị ấy đều có hàm nghĩa biểu thị.

“Pháp sư Nhược Ngu có bài tán rằng:

Thế gian vô biên bụi trần nhiễu nhiễu,
Chúng sinh vô số nghiệp mang mang.
Ái hà vô để lãng thao thao,
Thị cố ngã danh Vô Tận Ý.
Thế gian vô biên bụi mờ mịt,
Chúng sinh vô số nghiệp mênh mang,
Sông ái thẳm sâu sóng cuồn cuộn,
Bởi thế ta tên Vô Tận Ý.”

Đây là bài kệ xưng tán của một bậc cổ đức đối với Bồ Tát Vô Tận Ý. Công hạnh của Bồ Tát Quán Thế Âm cũng tương đương như được nêu trong bài kệ xưng tán này.

“Vén tay áo bên vai phải” là lễ nghi. Cho nên trong lúc thi lễ không được quên bổn phận, đó gọi là thực sự cung kính. Trong khi thi lễ, phải vạch trần tay áo để lộ vai bên phải ra. Vì sao vậy? Để thuận tiện làm việc. Nếu bậc thầy có việc sai bảo là đứng dậy làm ngay. Khi quỳ thì chỉ quỳ một chân chứ không quỳ cả hai chân. Quỳ cả hai chân thì đứng dậy không thuận tiện. Cho nên khi làm việc phải nhanh nhẹn, hoạt bát, chính xác, điều này từ xưa đến nay dạy như vậy, không thể cứ làm việc gì cũng chậm chạp, lơ đễnh. Không phải các bậc thầy muốn yêu cầu quý vị phải làm điều này điều nọ, muốn đòi hỏi quý vị phải cung kính tôn trọng. Không phải vậy. Quý vị khởi tâm cung kính một phần thì được lợi ích một phần, cung kính mười phần thì được lợi ích mười phần, đó là chuyện riêng của quý vị. Nếu có bậc thầy nói: “Ông không được thiếu sự cung kính đối với ta. Ông không cung kính thì ta không dạy. Ông cung kính một chút, ta dạy ông một chút; ông hết lòng kính trọng, ta sẽ dạy ông hết lòng.” Ông thầy như vậy thì chỉ là phàm phu, không phải Bồ Tát. Vì sao? Vì có tâm phân biệt đối xử. Cho nên, sự cung kính tôn trọng thầy là pháp khí, là sự tu dưỡng của chính quý vị. Vị thầy cũng giảng giải cùng những điều đó, nhưng quý vị có thể tiếp nhận được bao nhiêu là tỷ lệ thuận với sự cung kính tôn trọng của quý vị. Nếu không có tâm cung kính, cho dù quý vị theo học với thầy hai mươi, ba mươi năm, nhất định cũng không có thành tựu gì.

Nếu quý vị không tin thì cứ xem trong Lục Tổ Đàn Kinh, Thượng tọa Huệ Minh theo học với Ngũ Tổ rất nhiều năm nhưng không đạt được gì cả. Nguyên nhân vì sao? Vì không có tâm cung kính. Ông chạy đuổi theo Lục Tổ, đến nơi thì nhấc bọc đựng y bát lên không nổi, lúc đó liền sinh tâm cung kính, tức thì được khai ngộ. Thật là quá rõ ràng! Bậc thầy đâu cần gì phải yêu cầu quý vị tôn trọng cung kính? Không phải, việc tiếp nhận được nhiều ít là chuyện riêng của quý vị, không liên quan đến bậc thầy, vì tâm của thầy luôn thanh tịnh. Nếu vì quý vị tôn trọng cung kính mà vị thầy khởi tâm hoan hỷ thì đó là phàm phu. Vị thầy ấy hẳn đã thối chuyển rồi.

Một bậc thầy tuyệt đối không bao giờ để tâm dao động vì sự tôn trọng cung kính của quý vị, hoặc vì quý vị không tôn trọng cung kính mà ghét giận. Nếu một vị thầy như vậy thì đó chỉ là kẻ phàm phu ở thế gian, không đáng để chúng ta theo học.

Tâm địa bậc thầy luôn thanh tịnh, tám ngọn gió đời không lay chuyển được. Do đó, thái độ ngạo mạn hay tôn kính của chính quý vị sẽ cho biết là quý vị có thể tiếp nhận bao nhiêu, có thể đạt được bao nhiêu. Đối với học sinh, bậc thầy khi giảng kinh xem qua là biết rõ người nào sẽ thành tựu được mấy phần, người nào sẽ tiếp nhận được bao nhiêu, ai được bao nhiêu. Từ đâu mà vị thầy thấy biết được? Từ nơi tâm cung kính của quý vị mà thấy biết được, không bao giờ sai lầm. Một bậc thầy cao minh thì chỉ nhìn qua là thấy biết rõ ràng, chắc chắn không thể sai lệch, cho nên không cần khảo thí, không cần gạn hỏi.

Hiện nay thì cần phải khảo thí, phải làm trắc nghiệm, mà chưa chắc đã chính xác. Kết quả trắc nghiệm cũng chưa chắc là đúng thật. Nhưng từ nơi thái độ cung kính, tùy theo sự biểu hiện của học sinh mà xem xét đánh giá thì tuyệt đối chính xác.

Cho nên các bậc cổ đức giảng dạy đồ chúng xưa nay chưa từng nghe nói có thi cử kiểm tra, nhưng bậc thầy đối với trình độ của học sinh có tiến bộ và thối chuyển đều biết rất rõ ràng.

Vì vậy, trong khi làm lễ phải có đủ tâm cung kính.

"Chắp tay." Quý vị nên nhớ rằng, chắp tay cũng là biểu hiện của sự cung kính. Mười đầu ngón tay biểu trưng cho sự rời rạc phân tán, mười ngón tay hợp lại thành một khối tượng trưng cho sự nhất tâm, vì vậy nên chắp tay phải khép sát lại với nhau. Có người chắp tay mà trong lòng bàn tay có khoảng trống, ngón tay cái thì duỗi ra. Như vậy biểu thị điều gì? Không phải nhất tâm mà là tâm tán loạn, vẫn còn tán loạn. Như vậy chỉ có hình thức, không có tâm chân thành.

Chắp tay là biểu hiện sự nhất tâm, cho nên lòng bàn tay khép sát lại, các ngón tay phải khép vào nhau. Cũng có một số người xuất gia chắp tay không đúng tư thế, không biết là khi ở giới đàn được dạy dỗ thế nào mà không hiểu điều này. Nói chung hiện nay ở các giới đàn, những vị thầy hướng dẫn lễ nghi [dẫn lễ sư] cũng rất qua loa, cẩu thả. Vì sao vậy? Vì [mỗi lần] có quá nhiều người thọ giới. Nhiều người quá thì sẽ phải làm qua loa, cẩu thả, đó là điều tất nhiên. [Thầy dẫn lễ] không đủ sức quan tâm đến từng người, không thể sửa chữa uốn nắn từng người, cho nên có rất nhiều điều không đúng pháp.

Từ hai chữ “Thế Tôn” về sau là nội dung vấn đáp. [Bồ Tát Vô Tận Ý] thưa hỏi đức Phật Thích-ca Mâu-ni về nhân duyên của danh hiệu Bồ Tát Quán Thế Âm, và vì sao Bồ Tát Quán Thế Âm có thanh danh uy thế cao cả lớn lao như vậy? Nói đến Bồ Tát Quán Thế Âm thì ai ai cũng đều biết. Ngày nay có thể nói là Bồ Tát được biết đến nhiều nhất. Trong tất cả chư Phật và Bồ tát trong Phật giáo được nhiều người biết đến thì Bồ Tát Quán Thế Âm là vị được biết đến nhiều nhất. Cũng có rất nhiều người không biết đức Phật A-di-đà, không biết đến Phật Thích-ca Mâu-ni, nhưng không có ai là không biết đến Bồ Tát Quán Thế Âm.

Trước đây tôi có nói với quý vị rằng trong tất cả kinh điển thì bản kinh được nhiều người biết đến nhất là kinh Kim Cương. [Cũng vậy,] trong tất cả chư Phật và Bồ Tát thì được nhiều người biết đến nhất là Bồ Tát Quán Thế Âm. Ý nghĩa câu hỏi của Bồ Tát Vô Tận Ý là ở chỗ này: Vì sao Bồ Tát Quán Thế Âm được nhiều người biết đến như vậy? Do những nhân duyên gì mà ngài có được những thành tựu như vậy?

Hôm nay thời gian đã hết, chúng ta giảng đến đây thôi.

Bài giảng thứ tư

Tháng 12 năm 1983
Hoa Tạng Đồ Thư Quán,
Cảnh Mỹ, [Đài Bắc], Đài Loan
Số lưu trữ: 08-004-0004

Mời quý vị mở [sách Pháp Hoa Kinh Đại Thành, quyển hạ], trang 802. Chúng ta sẽ xem phần giảng giải. Quý vị đếm ngược từ bên trái sang đến hàng thứ năm, câu thứ hai: "Từ chữ Thế Tôn[1] trở đi..." Bây giờ tôi sẽ đọc lên mấy câu từ trong sách:

"Từ chữ Thế Tôn trở đi, thưa hỏi về Bồ Tát Quán Âm, ý muốn nói về việc danh hiệu của ngài vang xa, được tôn kính trong khắp pháp giới, các bậc hiền thánh đều thuận theo. Danh hiệu như thế không phải tự nhiên mà có, phải nhân nơi ý nghĩa mà hiển lộ ra. Cho nên, Bồ Tát Quán Âm sở dĩ được gọi là Quán Âm, nhất định phải có nhân duyên mới có danh xưng như vậy. Có rất nhiều nhân duyên, chỉ lược nói tổng quát, lấy hai căn cơ hiền thiện và xấu ác của chúng sanh làm nhân, trí tuệ linh ứng với tâm từ bi của Bồ Tát làm duyên."

Những câu này thật hết sức quan trọng, thiết yếu, bất kể là nói ra nhiều ít các loại nhân duyên, tất thảy cũng đều không đi ra ngoài hai nguyên tắc nêu ra trong đó. Chúng ta phải nắm hiểu, ghi nhớ những câu này.

[1] Tức là nói bắt đầu từ câu kinh "Thế Tôn! Quán Thế Âm Bồ Tát dĩ hà nhân duyên danh Quán Thế Âm."

Tiếp theo, phần sau nói:

"Đại Kinh nói: 'Đầy đủ hai pháp trang nghiêm là bậc có thể hỏi, có thể đáp.'[1] Nay Bồ Tát Vô Tận Ý có đầy đủ hai pháp trang nghiêm là định và tuệ cho nên có thể thưa hỏi, đức Như Lai rốt ráo trọn đủ hai pháp trang nghiêm cho nên có thể giải đáp."

Những câu vấn đáp như vậy thật là thuộc tầm học vấn rất cao, chẳng phải hạng người tầm thường có thể nêu ra được câu hỏi như vậy, cũng chẳng phải hạng người tầm thường có thể giải đáp được vấn đề như vậy. Huống chi đây là câu hỏi về Bồ Tát Quán Thế Âm, một vị Bồ Tát có nhân địa cực kỳ sâu xa, lòng từ bi rộng lớn, cho nên nếu không phải đức Như Lai thì chắc chắn là không ai khác có thể giải đáp được trọn vẹn vấn đề.

Trong câu này nói đến "Đại kinh", vậy Đại kinh là chỉ đến kinh nào? Chữ "đại kinh" này không phải chỉ nói đến duy nhất một bộ kinh. Như chúng ta thường nói Đại Kinh là nói đến kinh Hoa Nghiêm, tức Đại phương quảng Phật Hoa nghiêm kinh. Đây là bộ kinh lớn nhất, quan trọng nhất. Thế nhưng theo tông Thiên Thai thì nói Đại kinh là chỉ kinh Niết-bàn, nên ở đây gọi kinh Đại Bát Niết-bàn là Đại kinh. Kinh Pháp Hoa là kinh điển thực hành chủ yếu của tông Thiên Thai, nhưng ở đây trong bài giảng nói đến Đại kinh đương nhiên là nói đến bộ kinh được tôn trọng nhất, tức là kinh Đại Bát Niết-bàn. Nếu quý vị xem trong các kinh luận của Tịnh độ tông, như chúng ta đã xem qua Di-đà kinh sớ sao. Trong Sớ sao thường trích dẫn "Đại kinh nói rằng". Tịnh độ tông nói đến Đại kinh thì đó là nói kinh Vô Lượng Thọ. Cho nên, cùng là hai chữ Đại kinh

[1] Kinh Đại Bát Niết-bàn, quyển 25: "具二莊嚴者能問能答 - Cụ nhị trang nghiêm giả, năng vấn năng đáp." Xem Đại Chánh tạng, Tập 12, số 375, trang 767, tờ c, dòng 16.

nhưng tùy theo trong mỗi tông phái và sớ luận của tông phái ấy mà chúng ta biết là chỉ đến bộ kinh nào. Đó là điều chúng ta phải hiểu rõ.[1]

Đây là nói theo trong kinh Niết-bàn giảng giải, phải có đủ hai pháp trang nghiêm thì mới có khả năng nêu câu hỏi, phải rốt ráo trọn đủ hai pháp trang nghiêm thì mới có khả năng giải đáp. Bồ Tát Vô Tận Ý có đầy đủ hai pháp trang nghiêm là định và tuệ. Đó mới là sự trang nghiêm chân thật.

Chúng ta mỗi ngày đọc kệ hồi hướng đều có câu "trang nghiêm cõi Phật", chúng ta dùng những gì để trang nghiêm? Là dùng những thứ như hương hoa trà nước, những món lễ vật nọ kia để trang nghiêm. Đó hoàn toàn chỉ là những việc bên ngoài, hoàn toàn chỉ là hình thức biểu hiện mà thôi. Sự trang nghiêm chân thật chính là các pháp định và tuệ.

Bồ Tát Vô Tận Ý là bậc Bồ Tát Đẳng giác, có đủ hai pháp định và tuệ, cho nên ngài có khả năng nêu câu hỏi. Đức Như Lai là bậc chứng quả vô thượng nên không cần phải nói nhiều, tất nhiên là đối với các pháp định tuệ ngài đều viên mãn, rốt ráo viên mãn, cho nên đức Như Lai có khả năng giải đáp. Trong câu kinh này là Bồ Tát Vô Tận Ý nêu vấn đề thưa hỏi, tiếp theo phần sau là đức Phật Thích-ca Mâu-ni giải đáp cho câu hỏi.

Thật ra, Bồ Tát Vô Tận Ý chỉ là thay chúng ta thưa thỉnh, vì không có lẽ nào mà ngài lại không biết. Chính chúng ta mới không hiểu biết, cho nên ngài thay chúng ta thưa hỏi Phật. Đức Phật giải đáp cho ngài, thật ra chính

[1] Ở đây giảng rộng về ý nghĩa "Đại kinh" được dùng trong các tông phái khác nhau. Riêng trường hợp trong câu giảng giải trên là trích từ kinh Đại Bát Niết-bàn như chúng tôi đã dẫn.

là vì chúng ta mà thuyết pháp, dạy cho chúng ta biết về Bồ Tát Quán Thế Âm, về nhân duyên thuở xưa của ngài cùng với công đức sự nghiệp làm lợi ích chúng sanh.

Mời quý vị tiếp tục xem trong sách, phần trước có 4 hàng đầu là ý nghĩa phân đoạn, chúng ta xem qua câu này.

"Đức Như Lai rủ lòng từ giải đáp." Phần kinh văn tiếp theo đây là một đoạn lớn, dùng câu này làm tiêu đề. Qua tiêu đề ấy chúng ta có thể hiểu được nội dung của đoạn lớn này. Đoạn lớn này lại chia thành 3 đoạn vừa. Đoạn thứ nhất là "giải đáp tổng quát", đoạn thứ hai là "giải đáp cụ thể", đoạn thứ ba là "khuyên trì niệm danh hiệu".

"Giải đáp 3 đoạn này tức là 14 công đức vô úy trong kinh Thủ-lăng-nghiêm. Trong kinh ấy, Bồ Tát tự trình bày."

Nói "kinh ấy" là chỉ kinh Thủ-lăng-nghiêm, trong pháp hội Bồ Tát Quán Thế Âm tự nói ra việc ngài chứng đắc 14 công đức vô úy như thế nào, nhưng trong kinh Pháp Hoa này thì là do đức Phật nói ra.

"Kinh ấy nêu rõ nguyên nhân, kinh này nói về quả đức."

Tại pháp hội Lăng-nghiêm, Bồ Tát Quán Âm nói ra ngài đã tu nhân như thế nào, đạt được quả báo như thế nào để giải thích rõ về sự tu chứng của tự thân mình. Trong kinh Pháp Hoa này thì hoàn toàn dựa trên quả vị Bồ Tát của ngài làm lợi ích chúng sanh để nói, cho nên không có câu nào để nói về nhân tu tập của ngài cả.

Chúng ta đọc kinh điển nhất thiết phải có một cái nhìn chung, tổng hợp các kinh. Nếu không hợp lại nhìn chung thì phẩm kinh Phổ Môn này thật rất khó tin nhận, cũng giống như những gì đức Phật Thích-ca Mâu-ni thuyết giảng ở pháp hội Di-đà, quả thật là "nan tín chi pháp" (pháp khó tin nhận).

"Kinh ấy chỉ nêu rõ năng lực cảm ứng", kinh ấy tức là chỉ kinh Lăng-nghiêm; "kinh này nêu rõ cả căn cơ và sự cảm ứng".

Tại pháp hội Lăng-nghiêm, chỉ riêng Bồ Tát Quán Âm tự nói ra, trình bày về phương diện khả năng cảm ứng của tự thân ngài. Còn ở kinh Pháp Hoa, trong phẩm Phổ môn này nêu rõ việc chúng sanh có sự chiêu cảm thì Bồ Tát có sự cảm ứng, sự cảm ứng giao hòa giữa hai bên đều được nói rõ.

"Hợp cả 2 kinh để luận bàn", chúng ta thường chỉ xem riêng một bản kinh [Phổ môn này] về Bồ Tát Quán Âm. Trong thực tế nên xem và tổng hợp ý nghĩa trong cả 3 bản kinh thì "mới có thể biết được sự chân thật trong danh xưng của Đại sĩ". Tổng hợp cả 3 bản kinh thì ý nghĩa mới trọn vẹn, đầy đủ. Vì thế, quý vị nên tận dụng những lúc có thời gian rãnh rỗi mà đọc thêm chương Quán Tự Tại trong kinh Hoa nghiêm. Đọc thật kỹ chương kinh ấy một lần rồi thì mới hiểu được chúng ta nên thọ trì danh hiệu Bồ Tát Quán Thế Âm theo phương pháp như thế nào.

Hiện tại chúng ta thường chỉ chú trọng ở việc trì niệm danh hiệu. Đại sư Thanh Lương trong sách Chú giải Hoa nghiêm kinh có dạy ta rằng:

"Niệm danh hiệu bằng miệng, dùng khẩu nghiệp mà thọ trì, nếu được sự cảm ứng của Bồ Tát thì Bồ Tát ứng hiện giúp cho được thoát khỏi 7 loại tai nạn. Dùng ý nghiệp mà thọ trì, tức là trong tâm thường nhớ nghĩ không quên, thì mới có khả năng dứt trừ được ba độc: tham, sân, si.[1] Dùng thân thể lễ bái Bồ Tát thì cảm ứng được hai sự mong cầu."[2]

---

[1] Ở đây nhắc lại nội dung phần trước đã giảng về "miễn thất nạn, ly tam độc".

[2] Hai sự mong cầu được nói trong phẩm Phổ môn là cầu sanh con trai và cầu sanh con gái. Tuy nhiên, đây chỉ là cách nói biểu trưng hàm ý tất cả những sự mong cầu của chúng sanh nếu cảm ứng đến Bồ Tát thì đều được thỏa mãn.

Như vậy có thể thấy được rằng, tu tập pháp môn Quán Âm này ắt phải thọ trì bằng cả ba nghiệp thân, khẩu, ý. Nếu chỉ duy nhất dùng khẩu nghiệp để trì niệm thì quý vị chỉ được một phần ba công đức mà thôi. Cho nên, vào lúc sáng sớm có chút thời gian, quý đồng học nam ở bên Phật đường Thất Lâu nên thường lễ bái Bồ Tát Quán Thế Âm. Tốt nhất là có thể lễ bái trong khoảng thời gian tàn một cây hương, tức là vào khoảng 30 đến 40 phút. Quý đồng học nữ số lượng ít hơn, cũng có thể đến đó lễ bái, có thể lễ bái ở phạm vi bên cạnh. Khi miệng niệm và trong tâm nhớ nghĩ, cộng thêm sự lễ bái thì ba nghiệp cùng chiêu cảm thỉnh cầu, Bồ Tát nhất định sẽ có sự cảm ứng. Quý vị đọc kinh Hoa nghiêm thì có thể hiểu được như vậy.

Tiếp theo kinh văn nói:

"Đức Phật bảo Bồ Tát Vô Tận Ý: Thiện nam tử! Nếu có vô số trăm ngàn vạn ức chúng sanh."

Đây là tiểu đoạn thứ nhất trong đoạn "giải đáp tổng quát", là tiểu đoạn "nêu lên số lượng chúng sanh". Xem từ đoạn kinh này trở đi thì thấy rõ đức Bồ Tát Quán Thế Âm quả thật là thần thông quảng đại.

Trong sách nói "căn cơ trong mười pháp giới", căn cơ là chỉ đến chúng sanh, là nói những chúng sanh gặp tai nạn, không chỉ nói riêng trong thế giới Ta-bà này, mà là trong vô lượng vô biên thế giới, nên chúng sanh gặp khổ nạn cũng là vô lượng vô biên.

"Nhưng nói 'trăm ngàn vạn ức' không phải là nói chúng sanh trong mười pháp giới cộng lại mà có con số đó."

Câu giảng giải này rất hay. "Đây là nói cho mọi người biết mỗi một loại nghiệp nhân của chúng sanh." Nghiệp là vô lượng vô biên, nên mỗi một loại nghiệp chính là "có vô số trăm ngàn vạn ức chúng sanh".

Vô lượng cũng là một chữ số, là chữ số quá lớn, rất lớn. Chúng ta thấy ở đây dùng đến ức (100.000) làm đơn vị thì có thể thấy số lượng nói đến là hết sức rộng lớn.

Phần tiếp theo nêu ra một thí dụ để làm rõ nghĩa trên: "Như trong một địa ngục, chúng sanh cùng chịu một loại khổ não", lấy sự khổ đó mà suy nghiệm về người, liền hiểu rõ được, "nên biết là cùng chung một loại nghiệp". Những chúng sanh ấy không phải là tạo cùng một loại nghiệp giống nhau, vì sao lại cùng chịu chung một quả báo? Đó là trường hợp tôi vẫn thường nói là do cộng nghiệp chiêu cảm. Theo đó mà suy ra thì chúng sanh sinh vào một cảnh giới nào, nhận chịu một loại quả báo nào, "cũng đều là như vậy". Cho nên, chữ số vô lượng này là chỉ đến một loại nghiệp, một loại quả báo, "cho nên biết rằng con số đó là để nêu ý cùng chung một loại nghiệp".

"Đây là nêu chung căn cơ của chúng sanh rất nhiều." Nói căn cơ thì phần trước đã giảng qua, có căn cơ hiền thiện, có căn cơ xấu ác, dù thiện hay ác cũng đều có thể cảm ứng giao hòa cùng Bồ Tát. Phần sau sẽ nói rõ điều này với quý vị.

"Làm rõ việc Bồ Tát có sự quán sát sâu xa", quán sát là công phu của tự thân Bồ Tát, công phu này rất sâu xa, "cảm ứng lớn rộng", bất kể ở nơi đâu, khi chúng sanh có sự chiêu cảm thì Bồ Tát đều có sự ứng hiện.

Kinh văn nói tiếp, những chúng sanh rất nhiều như vậy "đang chịu đựng các điều khổ não".

Câu kinh này là một tiểu đoạn tiếp theo, là tiểu đoạn "nêu tổng quát về chúng sanh gặp khổ não". Câu này là nói nghĩa tổng quát.

Trong phần giảng giải nói: "Đây là nêu việc gặp những khổ ách, tự thân có nhiều sự khổ." Đây là nói khổ khổ, như tôi thường giảng về ba loại khổ, trong đó có khổ khổ; bao gồm hoại khổ, hành khổ và khổ khổ. Ba loại khổ này bao gồm tất cả mọi nỗi khổ.

"Một chúng sanh hoặc nhiều chúng sanh cùng chịu một nỗi khổ; một chúng sanh chịu nhiều nỗi khổ; hoặc một chúng sanh chịu ít nỗi khổ", đó đều là nêu các trường hợp tiêu biểu để nói.

"Trong kinh này", tức là nói trong bản kinh đang giảng giải đây có nói, "trăm ngàn vạn ức" là nói rất nhiều người, "đang chịu đựng các điều khổ não" là nói nhiều nỗi khổ.

Số lượng chúng sanh rất nhiều, lại chịu các nỗi khổ cũng nhiều, nhưng phần trước giảng rằng số chúng sanh tuy nhiều mà chỉ tạo một loại nghiệp, đó là nói theo cách "nêu số nhiều để làm rõ số ít". Nghiệp của chúng sanh chỉ một loại, nhưng do tạo một loại nghiệp đó mà có rất nhiều chúng sanh phải nhận chịu khổ não.

Trong sách nói tiếp "rất nhiều khổ não còn có thể cứu được, huống chi chỉ một ít nỗi khổ". Phần trước nói "trăm ngàn vạn ức", là nói những chúng sanh cùng một loại nghiệp, cùng chịu một loại khổ não; bây giờ nói các loại khổ não, mỗi loại khổ não tức là một loại nghiệp, như vậy tức là có trăm ngàn vạn ức loại khổ não. Phần trước nêu số lượng như nhau, ở đây nói nghiệp khác nhau, dụng ý là nói đến muôn vạn căn cơ của chúng sanh trong khắp các pháp giới, thật là số lượng không thể nghĩ bàn. "Không thể nghĩ bàn" cũng là chữ để nêu số lượng. Trong những cách nói chỉ số lượng của Ấn Độ thì cách nói này chỉ số lượng lớn nhất.

Đoạn giảng giải này của Pháp sư Đại Nghĩa thật hết sức rõ ràng. Chúng ta đọc kinh văn, xem qua đoạn giảng giải này rồi thì tự mình nhất định cần có sự cảnh giác.

Đây chính là ý nghĩa "Bồ Tát sợ nhân, chúng sanh sợ quả". Chúng sanh phàm phu mê hoặc điên đảo nên khi quả báo đến rồi mới biết sợ. Khi ấy, dù sợ cũng không làm gì được nữa, trốn chạy cũng không khỏi. Bồ Tát thấu hiểu rõ ràng ý nghĩa này, cho nên ngay từ lúc tạo nhân các ngài đã hết sức cẩn thận. Tạo nhân chính là tạo nghiệp, cho nên Bồ Tát rất cẩn thận, quyết định không tạo nghiệp. Vì sao vậy? Vì Bồ Tát thấu hiểu rõ việc tạo nghiệp xấu ác thì tương lai phải chịu quả báo khổ não. Có thể hiểu biết rõ ràng như vậy mới gọi là Bồ Tát. Phàm phu không có sự hiểu biết như vậy nên buông thả tâm ý tạo nghiệp, chịu quả báo ngay trong hiện tại, đó là nghiệp nhất định. Đối với nghiệp nhất định thì dù Phật, Bồ Tát cũng không có cách nào cứu được quý vị. Điều này chúng ta nhất thiết phải hiểu rõ. Phần sau tôi sẽ giảng lại về sự cảm ứng giao hòa, việc này không hề đơn giản.

Việc tạo nghiệp không chỉ nói đến những hành động của thân, gọi là thân nghiệp. Miệng nói ra lời cũng là tạo nghiệp, gọi là khẩu nghiệp, hay ngữ nghiệp, tức nghiệp của lời nói. Cho nên, lời nói nên hạn chế càng ít càng tốt, tránh bớt việc tạo nghiệp. Ngoài ra lại còn một hình thức tạo nghiệp nghiêm trọng nhất là ý niệm, suy nghĩ, tức là ý nghiệp. Khởi tâm suy nghĩ việc thiện, ác cũng tức là tạo nghiệp. Một khi khởi lên ý nghĩ, trong thức a-lại-da liền chứa lại một hạt giống, tức là chủng tử. Chủng tử đó khi gặp nhân duyên thích hợp liền phát khởi hiện hành, nên tất yếu phải chịu quả báo. Chúng ta cần phải thực sự hiểu rõ ý nghĩa này.

Đã vậy thì tại sao trong mỗi một ý niệm lại không niệm tưởng Phật A-di-đà? Với ý nghiệp như vậy thì trong tương lai chính mình rồi cũng sẽ được thành Phật A-di-đà. Đã vậy thì tại sao trong mỗi một ý niệm lại không niệm tưởng

Bồ Tát Quán Thế Âm, mà lại khởi lên những vọng tưởng khác? Nếu không có niệm tưởng thì thôi, đã có niệm tưởng thì nên tưởng đến Phật, Bồ Tát. Như vậy thì trong tương lai quả báo của quý vị là sẽ được thành Phật, Bồ Tát. Cho nên cần phải thấu hiểu rõ ràng ý nghĩa này.

Việc tốt đẹp trong thế gian chính là hạn chế khởi sinh vọng tưởng. Vì sao vậy? Nói chung về tất cả các nghiệp [dù thiện hay ác] trong sanh tử, đều không thoát ra ngoài ba cõi, đều không tránh khỏi luân hồi. Đã không tránh khỏi sự luân hồi, nói cách khác là không tránh khỏi quả báo khổ não trong ba đường ác. Đó là ý nghĩa chắc chắn phải vậy. Cho nên chúng ta mỗi ngày từ sáng đến tối, khởi tâm động niệm, sao không dùng phép ghi lỗi[1] để tự kiểm điểm? Suốt trong một ngày, rốt lại thì ta khởi lên nhiều ý niệm hiền thiện, hay nhiều ý niệm xấu ác? Là nhiều ý niệm thanh tịnh, hay nhiều ý niệm nhiễm ô? Điều này chúng ta nhất định phải có công phu tự mình kiểm điểm, nhận biết rõ sự thật để phản tỉnh. Nếu như quả thật ta tạo ý nghiệp ô nhiễm rất nhiều, nghiệp thanh tịnh rất ít, thì đạo nghiệp không thể thành tựu. Lại trong những nghiệp ô nhiễm đó, nếu như nghiệp xấu ác rất nhiều, nghiệp hiền thiện rất ít, thì chúng ta nhất định phải đọa vào trong ba đường ác. Cho nên, những việc này đừng hỏi nơi người khác, mà phải tự mình thấu hiểu, biết được rõ ràng. Chúng ta tạo nhân như thế nào, sau này chịu quả báo như thế nào, đó là ý nghĩa nhất định rõ ràng, cần gì phải hỏi nơi người khác?

Khi khổ nạn đã đến, chúng ta cần phải biết hồi tâm chuyển ý, như câu nói "quay đầu là bờ", quay đầu tức là sám hối lỗi lầm. Người thực sự giác ngộ rõ biết, chấp nhận

[1] Nguyên bản dùng "công quá cách", chỉ phương pháp sửa lỗi bằng cách dùng một quyển sổ ghi lại tất cả những điều thiện ác, đúng sai đã làm rồi tự mình xem lại, suy ngẫm và tự sửa chữa.

quay đầu, đó gọi là chân thật sám hối. Sau khi đã chân thật sám hối rồi, xưng niệm danh hiệu Bồ Tát mới có được sự cảm ứng giao hòa, mới thực sự có tác dụng. Nếu không phải vậy, chẳng hóa ra Bồ Tát Quán Thế Âm trở thành người bao biện, che chở cho tội ác, là kẻ cầm đầu các thế lực xấu ác trong xã hội, đâu có gì đáng để tôn kính? Chúng ta cứ tạo nhiều tội lỗi, chẳng có gì phải sợ, chỉ cần niệm danh hiệu ngài là được che chở, bảo vệ, như vậy chẳng phải ngài là người cầm đầu những kẻ xấu ác trong xã hội đó sao? Không thể là như vậy, làm gì có sự cảm ứng như thế!

Vậy người như thế nào mới có thể cầu được Bồ Tát? Đó là những người đã chân thật quay đầu, sám hối mọi nghiệp chướng, rõ biết những sai trái mình đã làm, từ đó không làm các việc xấu ác, vâng làm theo mọi việc lành. Những người như vậy thì niệm Bồ Tát Quán Âm mới có sự cảm ứng. Bằng như một mặt thì niệm Bồ Tát Quán Âm, cầu xin Bồ Tát gia hộ cho mình tai nạn tiêu trừ, một mặt lại không ngừng tạo nghiệp xấu ác, hạng người như thế thì Bồ Tát cho dù có muốn cứu cũng không thể nào cứu được. Quý vị nên hiểu rõ ý nghĩa này: Phải chân thật sám hối lỗi lầm.

Kinh văn nói:

“Nghe biết đến Bồ Tát Quán Thế Âm, một lòng chuyên nhất xưng niệm danh hiệu của ngài.”

Ở đây, ý nghĩa then chốt nằm ở chữ “một lòng chuyên nhất”. Trong mấy dòng tiếp theo, pháp sư Đại Nghĩa cũng giải thích ý nghĩa “một lòng chuyên nhất”. Giải thích tuy đơn giản, yếu lược nhưng cũng rất rõ ràng.

Quý vị xem như Đại sư Liên Trì trong khi giảng giải kinh A-di-đà cũng giải thích ý nghĩa “một lòng chuyên nhất không tán loạn”. Phần giải thích này rất rõ ràng chi tiết, chiếm đến nửa quyển, tức là khoảng một phần tám của bộ Di-đà kinh sớ sao.

Chỗ này đơn giản nhưng rất quan trọng, quý vị xem lại những điều tôi mới vừa giảng qua đều có ý nghĩa này.

"Do những việc ác trong quá khứ và hiện tại", đây là nói quá khứ đã tạo nhân xấu ác,hiện tại tạo nhân xấu ác, nên mới "gặp nhiều khổ não", tức là nhận lấy quả báo, quả báo phải chịu khổ não.

Quý vị cũng cần phải hiểu rằng, trong thế gian không có người nào là hoàn toàn xấu ác, tức là nói người từ xưa đến nay hoàn toàn không làm một việc tốt lành nào. Quý vị cứ thử tìm xem, thật không thể nào tìm được người như vậy. Lại nói có người từ xưa đến nay hoàn toàn chỉ làm những việc hiền thiện, không có một chút xấu ác nào, quý vị cũng không thể tìm thấy được người nào như vậy. Hết thảy chúng sanh vốn đều là xen tạp giữa thiện và ác, chỉ là việc thiện nhiều việc ác ít, hoặc việc ác nhiều việc thiện ít mà thôi. Do tạo nghiệp ác nên phải chịu quả báo khổ, "chịu nhiều khổ não". Lại do trong quá khứ hoặc hiện tại tạo những nghiệp lành nên "lại được nghe biết danh hiệu Bồ Tát". Quý vị có cơ duyên được nghe đến danh hiệu Bồ Tát Quán Thế Âm, đọc được kinh điển nói về Bồ Tát Quán Thế Âm, đó đều là nhờ nơi căn lành trong quá khứ, nghiệp lành trong hiện tại của quý vị, cho nên quý vị mới có được những cơ duyên như vậy.

"Đó là việc thiện, việc ác bao hàm trong nhau", trong việc xấu ác có việc hiền thiện, trong việc hiền thiện có việc xấu ác. Nên khi việc thiện khởi lên, có tác dụng, ta nên dùng việc thiện ấy để dứt trừ việc ác, phát khởi tâm lành, tu tập việc thiện, đoạn trừ việc ác. "Hợp nhau thành căn cơ cảm ứng", đây là một trong những điều kiện để có được sự cảm ứng từ Bồ Tát Quán Thế Âm.

Vậy người như thế nào có thể cầu được Bồ Tát Quán Thế Âm? Người tu thiện trừ ác như trên là tự có đủ tư cách để cầu Bồ Tát Quán Thế Âm, chỉ có điều cần phải có công phu. "Một lòng chuyên nhất xưng niệm" tức là nói đến công phu. Niệm một câu thánh hiệu như vậy, không phải là dùng tâm tán loạn để niệm, phải dùng tâm chuyên nhất, một lòng xưng niệm.

"Nói một lòng chuyên nhất, cũng có sự, có lý." Nói có sự có lý, đương nhiên cũng là có công phu chuyên nhất thành khối, phần tiếp theo sau sẽ giải thích một cách đơn giản để quý vị hiểu.

"Nếu dùng tâm còn nhiều ý niệm", tức là nói tâm ý thức, tâm phân biệt, tâm bám chấp, "niệm niệm tiếp nối nhau, tâm khác không thể xen vào", quyết định không thể có tạp niệm, một niệm dứt, niệm khác nối liền, liên tục nối nhau như thế, suốt ngày suốt đêm chỉ một câu Nam-mô Quán Thế Âm Bồ Tát, không để cho bất kỳ một ý niệm xen tạp nào khác chen vào.

"Một lòng quy y nương dựa", quy y là nương theo, nương dựa là dựa theo, "hoàn toàn không có ý nào khác", là không có bất kỳ một ý niệm nào khác, đó gọi là "một lòng chuyên nhất xưng danh, hiểu theo sự". Quý vị thử nghĩ xem, công phu trì niệm như vậy mới có thể cảm ứng giao hòa với Bồ Tát Quán Thế Âm, mới có thể khỏi được 7 nạn, trừ được 3 độc, đáp ứng 2 sự mong cầu, tức là có cầu có ứng.

Chúng ta niệm Phật A-di-đà cầu vãng sanh Tây phương, cũng là vận dụng cùng một phương pháp, cùng một nguyên lý tương đồng như vậy. Quý vị thử nghĩ xem, công phu như vậy quả thật không hề dễ dàng.

Nói là không dễ dàng, nhưng cũng không phải là quá khó. Vậy vấn đề khó dễ nằm ở đâu? Vấn đề chính là ở nơi tự thân chúng ta. Tự mình quyết tâm làm thì không khó; tự mình không quyết tâm làm thì rất khó. Khó ở chỗ nào? Khó ở chỗ là không quyết tâm làm, khó ở chỗ là trong một ngày từ sáng đến tối thường khởi sinh vọng tưởng.

Cho nên, tu tập pháp môn này sẽ biến tất cả những vọng tưởng của chúng ta thành thánh hiệu Bồ Tát. Đã không khởi niệm thì thôi, một khi khởi niệm thì đều là niệm thánh hiệu Bồ Tát, quyết định không có một niệm tưởng nào khác. Xin nói cho quý vị biết, công đức lợi ích như vậy là không thể nghĩ bàn.

Bây giờ chúng ta xem phần tiếp theo, giảng đến nghĩa "một lòng chuyên nhất, hiểu theo lý".

"Nếu đạt đến tâm chuyên nhất, hiểu theo sự", đạt được như vậy là công phu của quý vị đã đến mức chuyên nhất về sự. Một lòng chuyên nhất về sự tức là còn bám chấp nơi hình tướng, một lòng chuyên nhất về lý là lìa khỏi hình tướng. "Tự tha đều dứt lìa", tự là nói tự thân người niệm, tha là nói Bồ Tát Quán Thế Âm, tức là người được niệm.

Thế nào là niệm mà không niệm? Là nói công phu xưng niệm hoàn toàn như trước đã nói, chỉ một danh hiệu Bồ Tát, suốt cả ngày đêm không hề gián đoạn, tâm đang niệm danh hiệu đó cũng không thể nắm bắt, cho đến thánh hiệu được niệm cũng không thể nắm bắt.

"Tự tha đều dứt lìa, đều không thể nắm bắt, không có tâm, không có niệm." Đó chính là niệm mà không niệm, không niệm mà niệm. "Định và tuệ tương ứng nhau, người xưng niệm với danh hiệu được xưng niệm đều không thể nắm bắt. Đó chính là một lòng chuyên niệm về lý."

Nếu như hỏi rằng, một lòng chuyên niệm về lý như vậy thì là có niệm hay không niệm? Quả thật có niệm. Tâm chuyên nhất về lý là không bám chấp hình tướng, nhưng cũng vẫn là suốt ngày trì niệm Bồ Tát Quán Thế Âm, Bồ Tát Quán Thế Âm... So với việc một lòng chuyên niệm về sự cũng không hề khác biệt. Chỉ có điều, chuyên nhất về sự thì còn bám chấp nơi hình tướng, chuyên nhất về lý thì dù niệm suốt ngày nhưng không có sự bám chấp nơi hình thức niệm đó. Niệm cho đến mức ba luân đều không,[1] tự mình và đối tượng xưng niệm đều không thể nắm bắt, cũng giống như trong Tâm kinh nói "vô trí diệc vô đắc" (không có trí tuệ, cũng không có gì đạt được), như kinh Lăng-nghiêm cũng nói: "Trọn vẹn đạo Bồ-đề, quy về chỗ không có gì để đạt được." Đó chính là tâm chuyên nhất không tán loạn về lý.

Tâm chuyên nhất không tán loạn về lý cũng chính là cảnh giới của Bồ Tát Sơ trụ, cũng chính là như trong kinh Lăng-nghiêm nói: "Sanh diệt đã dứt, tịch diệt ngay nơi hiện tiền." Chữ diệt trong tịch diệt không phải là chữ diệt trong sanh diệt, tuy là viết giống nhau, âm đọc cũng giống nhau nhưng ý nghĩa hoàn toàn khác nhau. Chữ diệt trong sanh diệt là nghĩa tương đối, chữ diệt trong tịch diệt là nghĩa xa lìa tương đối, cảnh giới đó mới gọi là tịch diệt. Cho nên, tịch diệt là tự nhiên, không phải tương đối. Cảnh giới như vậy không cách gì có thể nói ra được, cho nên mới nói "dứt mọi ngôn ngữ, diệt mọi tâm hành", đó mới là cảnh giới chân thật. Theo Viên giáo thì chứng đắc cảnh giới ấy là Bồ Tát Sơ trụ. Hàng Bồ Tát ấy là chỉ mới vừa chứng đắc.

Cho nên, tâm chuyên nhất không tán loạn về lý là tương

[1] Tam luân thể không: tức là thấy được rằng cả ba yếu tố liên quan đều không: không có người niệm, không có người được niệm, cũng không có cả việc xưng niệm.

đương với hàng Bồ Tát Sơ trụ, tương đương với 41 giai vị Pháp thân Đại sĩ trong kinh Hoa nghiêm, có lý nào lại nói người như vậy mà không cảm ứng giao hòa được với Bồ Tát Quán Thế Âm? Sự hiển lộ của Bồ Tát Quán Thế Âm tại pháp hội Lăng-nghiêm chính là ở hàng Bồ Tát Sơ trụ theo Viên giáo. Công phu tự thân của quý vị nếu đạt được đến mức Bồ Tát Sơ trụ thì mới chân thật có sự cảm ứng giao hòa. Vì thế, xưng niệm danh hiệu Bồ Tát Quán Thế Âm, xưng niệm danh hiệu Phật A-di-đà, đều phải thấu hiểu rõ ràng được ý nghĩa này, hiểu rõ được danh hiệu Phật phải xưng niệm theo phương pháp như thế nào.

Ban đầu, đương nhiên vẫn phải sử dụng tâm ý thức. Đạt đến mức chuyên tâm không tán loạn thì buông bỏ tâm ý thức, đưa cảnh giới tự tâm của mình hướng lên cao hơn nữa. Nếu nói ngay lúc ban đầu đã có thể lìa bỏ tâm ý thức thì từ xưa đến nay chưa từng thấy ai được như vậy. Trong chỗ tôi biết thì chưa từng có.

Vào lúc tôi bắt đầu học Phật, nói đúng ra chưa hẳn là học Phật, chỉ là bắt đầu được tiếp xúc với Phật pháp, quyển kinh sách đầu tiên mà tôi được đọc là quyển Pháp Bảo Đàn Kinh của Lục tổ, do Đinh Phúc Bảo chú giải. Đó là trong một chuyến đi chơi đến Đài Trung, tôi ngụ lại ở nhà một người bạn. Trong nhà anh ấy có rất nhiều bản sách xưa. Trong tủ sách của anh ấy, tôi gặp được quyển Pháp Bảo Đàn Kinh, loại sách cổ dùng chỉ khâu ở gáy, hình dạng màu sắc cổ kính. Tôi bỏ ra 3 ngày đọc trọn quyển sách ấy, thấy quả thật có rất nhiều đạo vị.

Về sau tôi học Phật, theo học với một bậc thầy chỉ dạy cho tôi rất nhiều điều tốt đẹp trong Phật giáo, đó là tiên sinh Phương Đông Mỹ. Tôi thưa với thầy là tôi có đọc qua Đàn kinh rồi. Thầy nghe xong lắc đầu, chỉ nói với tôi một câu, rằng trước Lục tổ Đại sư thì ở Trung quốc chưa từng có ai như ngài, từ sau Lục tổ cho đến nay, cũng chưa có ai như ngài. Đó là người chỉ có thể xa trông, không thể nào theo kịp, không cách gì có thể học theo. Con người ấy sanh ra đã tự biết, chẳng phải do học mà biết.

Lại về sau tôi được gần gũi Đại sư Chương Gia, Đại sư cũng hỏi tôi đã đọc qua được những gì. Tôi thưa với ngài là đã đọc qua Đàn kinh. Đại sư Chương Gia lắc đầu, không nói gì.

Sau khi Đại sư Chương Gia viên tịch, tôi đến Đài Trung thân cận với Lý lão sư.[1] Lý lão sư hỏi tôi đã đọc qua những kinh điển nào. Tôi cũng thưa với thầy như vậy, thầy nghe tôi nhắc tên đến Đàn kinh thì cũng lắc đầu.

Cả ba vị thầy đều lắc đầu, đều nói rằng Đàn kinh không thể nào học theo được. Phương tiên sinh thuở ấy bảo tôi phải bắt đầu học từ Duy thức. Thầy nói rằng, trong Thiền tông chỉ có Đàn kinh là độc đáo nhất, có thể nói là dạy người "một bước lên trời". "Ông học được điều đó, như lên không được mà ngã xuống thì tan xương nát thịt." Thầy bảo tôi học Duy thức, bảo tôi đọc luận Bách pháp minh môn, đọc các chú giải của Đại sư Khuy Cơ. Thầy nói rằng, Pháp tướng tông nói chung cũng giống như cái thang để lên lầu, khi leo thang có thể cứ từng bậc, từng bậc một mà leo, leo được đến đâu thì lên cao đến đó.

Như vậy thì quá tốt! Tôi liền đi tìm các sách chú giải của Đại sư Khuy Cơ, nhưng thật cũng không dễ tìm được. Kết quả khi vừa mở ra xem qua một lần, thật giống như đọc thiên thư, dù một câu cũng không hiểu nổi. Thầy nói điều đơn giản dễ dàng nhất, tôi xem qua cũng không hiểu được. Thầy nói điều khó hiểu nhất, lại khó đến mức không

[1] Tức Cư sĩ Lý Bỉnh Nam.

thể hiểu được. Tôi thấy Phật pháp thật quả là mênh mông phong phú. Bất quá tôi chỉ còn biết tin theo lời thầy. Đại khái thầy nói là, tuy tôi chưa hiểu được, nhưng chỉ sợ nhất ở chỗ là tương tợ như hiểu mà không phải hiểu, còn tôi nhận biết mình chưa hiểu thì đó thực sự là chưa hiểu.

Quý vị xem đó, chuyện sơ sài cạn cợt nhất mà còn không hiểu, những ý nghĩa sâu xa làm sao hiểu được? Huống chi cả 3 bậc thầy đều xác định như nhau, hẳn nhiên phải có chung một ý. Cho nên, học Phật pháp phải có tâm nhẫn nại, cứ chầm chậm dần dần mà thăm dò học hỏi, không được gấp rút, không được sợ sệt, cứ từng bước từng bước mà học tập.

Trong kinh luận của pháp môn Tịnh độ, pháp trì danh niệm Phật được cho là dễ thực hành, nhưng cũng phải có đầy đủ điều kiện. Chính là như trong việc tham thoại đầu nhà thiền có nói: "Không sợ niệm khởi, chỉ sợ chậm biết." Một câu Phật hiệu của chúng ta cũng chính là thoại đầu, từng giây từng phút phải luôn luôn nắm giữ, nêu cao. Trong tâm không có vọng niệm, không có danh hiệu Phật cũng không hề gì. Một khi vừa khởi vọng niệm, câu Phật hiệu liền lập tức đề khởi. Câu Phật hiệu đó chính là có tác dụng.

Bình thường chúng ta niệm Phật cũng giống như luyện tập quân binh. Vọng niệm vừa khởi lên liện vận dụng để trấn áp, có thể so với một cuộc chiến tranh. Bình thường luyện tập quân binh hết sức chuyên cần, đến lúc có chiến tranh lại không dùng đến, để cho kẻ địch mặc sức tấn công, đó thật là hết sức sai lầm. Khi vọng niệm vừa sinh khởi, phải ngay lập tức vận dụng câu Phật hiệu để trấn áp, đó gọi là dụng công, gọi là xoay chuyển cảnh giới, đó gọi là chân thật niệm Phật. Nếu không phải như vậy thì quý vị sớm tối công phu niệm Phật rốt lại để làm gì? Sớm tối niệm Phật chính là nêu cao tỉnh giác, là rèn luyện quân bình. Trong sinh hoạt hằng ngày, mỗi khi khởi tâm động niệm cần phải ngay nơi ý niệm đó mà chuyển hóa, làm cho vọng tưởng không sinh khởi, như vậy thì quý vị mới có thể đạt đến tâm chuyên nhất không tán loạn về sự. Như vậy thì câu Phật hiệu mới thật sự có chỗ vận dụng.

Đương nhiên là vào lúc mới bắt đầu phải chuyên cần nỗ lực hành trì cho công phu thành khối, đó là vì quý vị hoàn toàn chưa thể dứt trừ được phiền não, chỉ có thể dựa vào sức tu tập để khống chế, kiềm giữ. Có thể liên tục khống chế, kiềm giữ được phiền não, đó là công phu ban đầu, gọi là công phu thành khối. Đến lúc tu tập được như thế thì nhất định có sự cảm ứng của Bồ Tát Quán Thế Âm, thực sự trừ được 7 nạn, tuyệt đối kinh điển không lừa dối người.

Phần tiếp theo giảng đến công đức "đều được giải thoát". Kinh văn nói:

"Bồ Tát Quán Thế Âm tức thời quán xét theo âm thanh đó, hết thảy đều được giải thoát."

Phần giảng giải ở đây rất hay: "Kinh văn nói, vừa nghe danh hiệu Bồ Tát liền xưng niệm, đó là nói căn cơ nhanh nhạy; xưng niệm danh hiệu liền có cảm ứng, tức là nói cảm ứng nhanh chóng." Tốc độ cảm ứng giao hòa thật là rất nhanh chóng.

Nói "được nghe danh hiệu", chữ nghe này tức là đối với những lý luận, phương pháp, cảnh giới của danh hiệu đều đã thấu hiểu rõ ràng, mới nói là "được nghe danh hiệu". Nhờ đó nên khi quý vị niệm một câu Phật hiệu thì luôn đúng pháp, đúng lý đúng pháp. Không phải như người đời chỉ tụng niệm nơi cửa miệng, như vậy chẳng ích gì, như vậy không hề có sự tương ưng. Quý vị hiểu rõ được ý nghĩa này rồi liền khởi sự niệm, niệm danh hiệu Bồ Tát Quán Thế Âm, niệm Phật A-di-đà, cũng đều như vậy. Khi quý vị niệm một câu, Bồ Tát liền lập tức cảm ứng; quý vị niệm được nhanh, Bồ Tát cảm ứng cũng nhanh.

Kinh văn nói: "Đều được giải thoát." "Nói 'đều được giải thoát' tức là nói được sự ứng hiện lợi ích", Bồ Tát Quán Thế Âm cảm ứng căn cơ chúng sanh, quý vị liền được công đức lợi ích.

Phần tiếp theo, Đại Sư giảng giải cho chúng ta rất chi ly đầy đủ. Tuy đoạn văn này không nhiều nhưng đã nói rõ được hết những chỗ mà chúng ta thường có sự nghi hoặc.

"Nói 'đều được' tức là không chỉ làm ích lợi cho chúng sanh có nhiều căn cơ, mà cũng hiển lộ sự cảm ứng trọn vẹn khắp mọi nơi." Như trong phần trước cũng đã nói, hết thảy chúng sanh trong mười phương pháp giới, như có bất kỳ chúng sanh nào theo đúng pháp xưng niệm danh hiệu, Bồ Tát đều có sự cảm ứng.

Trong sự cảm ứng cũng có cảm ứng ngấm ngầm và cảm ứng hiển lộ, điều này cần phải hiểu rõ. Cảm ứng ngấm ngầm tức là quý vị nhận được sự cảm ứng, được sự lợi ích nhưng tự mình không hay không biết. Cảm ứng hiển lộ là sự cảm ứng bộc lộ rõ ràng. Sự việc này chúng ta cần thiết phải nhận hiểu, nhất là trong giai đoạn hiện nay, trong trường hợp quả thật thấy được một hiện tượng cảm ứng hiển lộ rõ ràng, chẳng hạn như thấy Bồ Tát Quán Thế Âm hiện thân.

Có một vị đồng tu chụp được một bức ảnh, trong khi chụp quang cảnh một tai nạn xe thì trong ảnh chụp chiếc xe lại thấy hiện ra một tượng Phật, vị ấy nói là ở chùa Kim Long, mang đến đưa cho tôi xem. Vị ấy gặp ai cũng lấy bức ảnh ra, đưa cho mọi người xem. Tôi liền bảo vị ấy cất vào, không nên đưa cho mọi người xem như thế.

Những việc như thế này chúng ta cần phải tự mình nhận hiểu. Bồ Tát nếu có cảm ứng hiện thân như vậy đều phải là vì lợi ích của chúng ta. Chúng ta xem chương Quán Tự Tại trong kinh Hoa nghiêm, nói rằng Bồ Tát có sự ứng hiện đều là vì thuận theo lợi ích của chúng sanh, tuyệt đối phải là có lợi ích cho chúng sanh. Nếu như Bồ Tát quả thật hiện thân, hiện ra hình tướng như vậy, thì đó là phá hoại tâm thanh tịnh của chúng ta. Trong lòng chúng ta thực sự đang chuyên tâm thanh tịnh, nhìn thấy bức ảnh đó liền lập tức dao động, khởi sinh vọng niệm, đó chính thật là ma hiện ra trước mắt. Những trường hợp như vậy, đặc biệt là trong thời mạt pháp này, quả thật rất nhiều.

Chúng ta xem kinh Lăng-nghiêm, phần sau nói về 50 loại ấm ma. Năm mươi loại đó là nói 50 chủng loại, trong mỗi một loại lại có vô lượng vô biên những cảnh ma, chúng ta phải tự mình hiểu rõ, không thể để cho cảnh ma ngăn che. Cho dù là hiện ra thân tướng gì, hiện ra điềm lành gì, chúng ta phải thấy như không thấy, nghe như không nghe. Vì sao vậy? [Phật dạy rằng,] hết thảy những gì có hình tướng đều là hư dối. Trong tâm chúng ta phải không nắm giữ hình tướng, phải lặng yên không dao động, như vậy thì quý vị mới có thể đạt đến tâm chuyên nhất, như vậy quý vị mới có thể một lòng chuyên nhất xưng niệm danh hiệu.

Cho nên, Bồ Tát Quán Thế Âm đối với chúng ta hết thảy đều là ngấm ngầm gia hộ độ trì, không thể hiện thân. Một khi Bồ Tát hiện thân thì sự tu tập của quý vị xem như đã hỏng! Công phu của quý vị chưa hoàn mãn, trình độ chưa có đủ, một khi thấy Bồ Tát hiện thân liền rơi vào tâm ma, lập tức cao hứng mất cảnh giác, tự nghĩ: “Tôi được thấy Bồ Tát, Bồ Tát đối với tôi đặc biệt ưu ái, các người đều tu hành chẳng ra gì, các người không được như tôi.” Quý vị xem lại tâm mình khi ấy, lập tức không còn sự chuyên nhất, đi đến đâu rồi cũng tạo khẩu nghiệp. Bồ Tát tuyệt đối không thể làm cho quý vị tạo thành tội nghiệp, cho nên Bồ Tát không hiện thân, chỉ có sự ngấm ngầm gia hộ độ trì cho quý vị.

Quý vị hiểu rõ được ý nghĩa này thì nếu thấy Bồ Tát hiện thân, nên tự xét lại công phu tu tập của mình, có thực sự đủ tư cách chiêu cảm được Bồ Tát ứng hiện hay không? Khi tự thấy mình không có công phu, không có căn lành, không có phước đức, không có sự tu trì, thì nếu như Phật, Bồ Tát đến, lại thường tới lui thì quả thật rất phiền, đích thị đó là ma vương giả mạo. Điều đó chúng ta phải tự mình rõ biết.

Việc này cũng giống như ở thế gian có người chẳng làm được việc gì tốt đẹp, cũng chẳng có lòng tốt, lại nói rằng có bậc đại nhân, đại phú quý, đại trưởng giả thường đến chơi chỗ tôi, thường quan tâm đến tôi, quý vị xem liệu có hợp lý không? Đức Khổng tử trong kinh Dịch có nói: "Vật dĩ loại tụ, nhân dĩ quần phân." (Con vật tụ tập theo cùng loài, con người tùy sự tương đồng mà phân chia.) Không cùng một loại, không tương đồng làm sao có sự cảm ứng? Nếu như tâm của chúng ta quả thật là tâm Phật, hành vi của chúng ta quả thật là công hạnh Bồ Tát, như vậy mà cảm ứng với Phật, Bồ Tát thì có thể tin được. Vì sao vậy? Vì chúng ta với chư Phật, Bồ Tát có sự tương đồng. Nếu chúng ta suốt ngày khởi sinh vọng tưởng, vốn dĩ không có sự tương đồng với chư Phật, Bồ Tát, như thấy có Phật, Bồ Tát hiện đến thì đó nhất định là giả mạo, không thể là chân thật.

Cho nên, nếu quý vị hỏi tôi, chuyện [Bồ Tát hiện thân] như vậy có hay không có? Tôi sẽ trả lời là có, quả thật là có. Nhưng có thì có đấy, mà rốt lại là Phật hay ma thì còn khó nói. Việc này chúng ta phải tự có khả năng phân biệt rõ ràng.

Trong Đại tạng kinh có một bộ kinh tên là kinh Pháp diệt tận. Tương lai Phật pháp cũng sẽ diệt mất thôi. Vậy kinh nào sẽ mất trước? Kinh Lăng-nghiêm sẽ mất trước. Bộ kinh bị mất trước nhất là kinh Lăng-nghiêm. Do ý nghĩa gì mà kinh Lăng-nghiêm là bộ kinh sẽ mất trước tiên? Bởi vì, kinh Lăng-nghiêm chính là bộ kinh bị hết thảy bọn ma vương, ngoại đạo phản đối nhiều nhất. Vì kinh Lăng-nghiêm phơi bày rõ ràng chân tướng của hết thảy bọn chúng. Có được bộ kinh Lăng-nghiêm, đọc qua kinh Lăng-nghiêm rồi thì khai mở tuệ nhãn, có thể phân biệt được giữa Phật với ma.

Cho nên, khi giảng kinh Lăng-nghiêm, sau những lời răn dạy về bốn sự thanh tịnh,[1] đến 50 loại ấm ma, tôi có nói rằng đây là đức Phật Thích-ca Mâu-ni ban cho chúng ta một loại kính chiếu yêu. Quý vị hiểu được những điều này rồi thì bất kỳ loại yêu ma quỷ quái nào quý vị cũng đều thấy biết rõ ràng, khiến chúng phải lộ ra hết cả nguyên hình. Cho nên bọn ma vương, quỷ quái yêu ma đối với kinh Lăng-nghiêm này căm hận thấu xương, chỉ mong muốn làm sao phá hoại hoàn toàn pháp này, diệt mất đi pháp này.

Vì thế, việc Bồ Tát cảm ứng đối với chúng ta không thể nói là không có, nhưng có sự cảm ứng ngấm ngầm, như chỗ này trong sách giảng là "nên biết có cảm ứng ngấm ngầm và cảm ứng hiển lộ". Cảm ứng ngấm ngầm là rất nhiều, cảm ứng hiển lộ chỉ là thỉnh thoảng, một đôi khi hiếm hoi mà thôi.

---

[1] Tức "tứ chủng thanh tịnh minh hối", Phật răn dạy về việc người tu hành nhất thiết phải đoạn trừ 4 việc là dâm dục, giết hại, trộm cắp và nói dối.

Đối với những người ban đầu mới học Phật, nếu gặp được những trường hợp hiển lộ hiếm hoi này sẽ có tác dụng gì? Tác dụng chính là khơi mở, phát triển niềm tin cho họ. Quả thật có những sự hiện thân như vậy, quả thật đó là không thể nghĩ bàn, khiến cho người ấy khởi lòng tin. Khởi lòng tin rồi thì về sau không còn thấy như vậy nữa. Quý vị nên biết, đó không phải là do quý vị thối tâm. Nhưng có niềm tin rồi mà sau đó vẫn thường thấy [Bồ Tát hiện thân] thì đó là điều đáng ngờ. Làm gì có chuyện thường hiện như vậy? Có vị đồng tu nói với tôi, khi mới học Phật thường được thấy rất nhiều điềm lành, còn hiện nay đã qua nhiều năm rồi chẳng hề thấy gì cả. Không thấy gì cả chính là điều tốt. Nếu ngày nào cũng thấy thì không được rồi! Đó là tâm của quý vị bị cảnh ma xoay chuyển.

Thỉnh thoảng có sự thị hiện hình tướng là để giúp cho quý vị tăng trưởng niềm tin [lúc ban đầu]. Ngoài ra còn có thể có vào thời điểm nào? Đó là lúc quý vị đã thành tựu công phu tu tập. Khi công phu tu tập đã thành tựu, thỉnh thoảng cũng có thể thấy [Bồ Tát hiện thân], đó là để khảo nghiệm công phu của quý vị. Khảo nghiệm xem quý vị có thực sự đạt đến chỗ nhìn thấy hình tướng mà không động tâm hay chưa. Cho nên, điều này so với việc người mới học Phật nhìn thấy [Bồ Tát hiện thân] là có dụng ý khác nhau.

Người thật sự có công phu thành tựu thì khi thấy được sự cảm ứng hiển lộ [của Bồ Tát] tuyệt đối sẽ không nói cho người khác biết. Điều này quý vị cần phải rõ biết. [Bồ Tát] vì quý vị mà thị hiện, quý vị lại đi nói với người khác thì hóa ra là việc của ma. Thị hiện cho quý vị thấy, quý vị nhất định không được nói ra câu nào. Nếu không nói ra, đó mới thật sự là Phật, mới là chân thật. Vậy đến lúc nào có thể nói ra? Là lúc quý vị sắp vãng sinh, sắp ra đi thì có thể nói cho mọi người biết. Nói cho mọi người biết vào lúc đó là để làm tăng thêm lòng tin của họ. Quý vị xem như trường hợp của Đại sư Tuệ Viễn. Trong đời ngài đã 3 lần nhìn thấy cảnh Tây phương Cực Lạc, nhưng chưa từng nói cho ai biết. Đến khi sắp vãng sinh ngài mới nói với mọi người, tuyên bố trước mọi người rằng: "Ta sắp vãng sinh, Phật A-di-đà đã đến đây để tiếp dẫn ta. Thế giới Tây phương Cực Lạc thì ta đã từng nhìn thấy được 3 lần rồi." Chỉ khi ấy ngài mới nói ra.

Chúng ta hiện nay làm sao thấy được Phật hiện thân? Chỉ vừa thấy được một chút gì đó mơ mơ hồ hồ thì đã vội tô vẽ là chứng đắc, chỉ sợ người khác không biết đến. Như vậy có nghĩa là gì? Là không đủ tư cách để tiếp nhận sự cảm ứng hiển lộ [của Phật, Bồ Tát]. Nếu như quý vị có nhìn thấy sự cảm ứng hiển lộ [của Phật, Bồ Tát] thì đó chính là ma vương giả mạo hiện ra, hiện ra để dụ hoặc quý vị, để phá hoại tâm đạo của quý vị, phá hoại tâm chuyên nhất của quý vị. Không chỉ là phá hoại quý vị, chúng còn khiến cho quý vị truyền rộng việc ấy, phá hoại đến người khác nữa. Nhìn thấy người khác có công phu tu tập tạm ổn, quý vị liền đến phá hoại. Rốt lại là quý vị nhận chịu sự lừa dối [của ma vương], trở thành sứ giả của ma, phục vụ cho ma, đi phá hoại người khác. Điều này chúng ta phải thấu hiểu rõ ràng.

Quý vị có thể xem trong sách Giảng nghĩa của Pháp sư Viên Anh. Pháp sư vào năm 20 tuổi dụng công tu tập, từng thấy có cảnh giới hiện ra. Chỉ có điều một khi ngài khởi tâm mừng vui, cảnh giới ấy liền biến mất. Về sau không nhìn thấy nữa. Qua đó có thể thấy được rằng, hết thảy mọi cảnh giới đều là từ trong tâm chuyên nhất không tán loạn mà thấy được. Trong khi ấy, nếu quý vị vừa khởi lên một niệm phân biệt, có một chút cảm thụ, cảm thấy tốt đẹp thì điều ấy liền lập tức mất đi.

Đó là giảng về sự cảm ứng [của Bồ Tát], có cảm ứng ngấm ngầm, có cảm ứng hiển lộ. Trong sự cảm ứng ngấm ngầm, xin thưa với quý vị rằng chư Phật, Bồ Tát gia hộ bảo vệ cho tất cả chúng sanh đều bình đẳng như nhau. Bất kể là quý vị có thỉnh cầu hay không, quý vị có xưng niệm danh hiệu hay không, Bồ Tát cũng đều gia hộ độ trì một cách bình đẳng cho tất cả quý vị. Nhất định không có chuyện quý vị xưng niệm danh hiệu ngài thì ngài mới "quán sát âm thanh của chúng sanh, hết thảy đều được giải thoát", còn nếu quý vị không xưng niệm thì Bồ Tát không quan tâm đến. Nếu như vậy thì tâm Bồ Tát không bình đẳng, lòng từ bi của Bồ Tát không hề rộng lớn.

Nhưng Bồ Tát nhất định phải có tâm bình đẳng. Chỉ có điều là khi quý vị xưng niệm thì quý vị sẽ nhận được sức gia trì bình đẳng của Bồ Tát, còn khi quý vị không xưng niệm thì sức gia trì bình đẳng đó quý vị không tiếp nhận được.

Vì sao không tiếp nhận được? Phần sau Đại sư có giả thiết một hình thức vấn đáp để giải đáp cho chúng ta vấn đề này. Bây giờ tôi sẽ đọc lên đoạn văn này, phần giải đáp nằm ngay trong đoạn văn sau đó.

"Hỏi: Căn cơ chúng sanh trong mười pháp giới nhiều vô số," là nói chúng sanh chịu khổ nạn trong mười pháp giới nhiều đến vô lượng vô biên, "làm sao cùng một lúc có thể đều được giải thoát".

Đây là câu hỏi vì hoài nghi, Bồ Tát Quán Thế Âm rốt lại có năng lực lớn lao đến mức nào? Vô lượng vô biên chúng sanh cùng một lúc khẩn cầu ngài, ngài đều có cách giúp họ giải quyết vấn đề, như vậy thật là không thể nghĩ bàn, chúng ta thật khó mà tin được.

Câu trả lời dùng phương pháp so sánh, "ví như cha mẹ,

lòng nhớ nghĩ đến con rất sâu nặng", là nói trong thế gian, ân tình sâu nặng nhất không gì hơn cha mẹ đối với con cái. Con cái yêu kính cha mẹ thì không nhất định lúc nào cũng vậy, tình cảm này có thể thay đổi, nhưng tấm lòng cha mẹ nhớ nghĩ đến con cái thì đích thực là vĩnh viễn không thay đổi, không gián đoạn. Điều này theo thế gian có thể nói là lòng từ bi chân chánh, không hề có mảy may điều kiện. Con cái nếu có mất đi, cha mẹ vẫn luôn nhớ nghĩ không quên, cũng không bao giờ muốn thấy con cái chịu khổ nạn. Bồ Tát Quán Thế Âm cũng giống như cha mẹ của tất cả chúng sanh. Ngài có "nhiều tài nhiều trí", lại cũng "đầy đủ thế lực lớn lao", đây là theo thí dụ như trước đã nói, quả thật đúng như vậy. "Các con gặp tai nạn, cha mẹ liền cứu giúp tất cả, Bồ Tát lại cũng như vậy", Bồ Tát có năng lực, có trí tuệ, ngài có thể cứu giúp được. Bồ Tát sử dụng "tâm từ bi vô duyên", duyên tức là chỉ các điều kiện, không hề có điều kiện, hoàn toàn không điều kiện, đó là "vô duyên đại từ, đồng thể đại bi".

"Trí tuệ quyền biến và trí tuệ chân thật đều sâu xa", Bồ Tát ở giai vị Đẳng giác tất nhiên là vậy, huống chi trong kinh còn nói cho chúng ta biết rất rõ ràng, Bồ Tát Quán Thế Âm vốn đã thành Phật từ trước, ngài xoay hướng thuyền từ đến thế gian này cứu độ chúng sanh, cho nên hai trí quyền, thật của ngài đều đã rốt ráo viên mãn.

"Thánh tài của ngài vô lượng, sức thần thông lớn, chúng sanh trong mười pháp giới tuy rất nhiều, vẫn thừa sức cứu giúp", nói về Bồ Tát Quán Thế Âm thì có việc gì là khó khăn đối với ngài? Điều này chúng ta nhất định phải tin tưởng. Vì sao vậy? Chỉ cần có một chút nghi hoặc liền gây chướng ngại cho sự cảm ứng giao hòa với Bồ Tát. Phần trước nói "một lòng chuyên nhất xưng niệm danh hiệu", quý vị phải ghi nhớ câu này, nếu có một chút nghi hoặc thôi, tâm quý vị sẽ không còn chuyên nhất. Phần vấn đáp tiếp theo sẽ giải thích rõ vấn đề này.

"Hỏi: Nay thấy có người xưng niệm danh hiệu trong nhiều năm, không thấy được một chút hiệu nghiệm nào, vì sao vậy?"

"Nay thấy" tức là nói người này trong hiện tại nhìn thấy. Quả thật chúng ta cũng nhìn thấy trước mắt đúng là như vậy, có nhiều việc giống như vậy. Xưng niệm danh hiệu Bồ Tát Quán Thế Âm đã qua nhiều năm, mong cầu điều gì đó mà rốt lại không cầu được, không hề có sự cảm ứng, duyên do là vì đâu?

Trước đây rất nhiều năm, ước chừng khoảng mười năm, khi ấy tôi vừa đến Đài Bắc để giảng kinh, từng ở lại chùa Pháp Hoa, nằm kế bên Tây Môn Đình, trên đường Tây Ninh Nam Lộ. Hình như là khi ấy vừa giảng kinh Địa Tạng xong, rồi tôi có giảng thêm điều gì đó. Có một vị pháp sư đến nghe giảng, nghe đến đoạn nói về sự cảm ứng giao hòa với Bồ Tát linh cảm như thế nào, vị này liền nói với tôi: "Việc này tôi không tin lắm." Tôi hỏi: "Vì sao vậy?" Vị ấy nói: "Tôi ngày ngày lễ bái Phật, lễ bái Bồ Tát, cầu được một cái tủ lạnh, mà cầu đã 3 năm rồi chẳng được. Bồ Tát chẳng hề ban cho tôi." Cầu như vậy là hoàn toàn không đúng pháp, chỉ là suốt ngày vọng tưởng mà thôi. Lấy chuyện này mà giải đáp [vấn đề trên] thì rất rõ ràng.

"Việc một lòng chuyên tâm xưng niệm danh hiệu cũng phải có sự, có lý; không theo đúng hai điều ấy thì làm sao cảm được bậc thánh." Điều này chúng ta nhất định phải ghi nhớ.

Phần trước đã một lần giải thích về chuyên tâm xưng niệm danh hiệu, hoặc nói về sự, hoặc nói về lý, như vậy mới có thể cảm ứng giao hòa, có cầu liền có ứng. Quý vị hiện nay nếu như cả hai điều này, [hoặc sự hoặc lý] đều không có, cho dù ngày ngày ở đó xưng niệm danh hiệu, ở đó niệm Phật, niệm Bồ Tát Quán Thế Âm, quý vị không hề đạt đến tâm chuyên nhất. Quý vị niệm với tâm xen tạp, niệm với tâm bán tín bán nghi, hoặc niệm với tâm ý muốn thăm dò để thử xem, quý vị niệm chẳng qua chỉ muốn thử xem có linh ứng hay không. Như vậy thì làm sao có sự cảm ứng? Đó là chuyện không thể nào có được.

"Ví như dùng gương soi đặt ở sau lưng", ở đây ví dụ quý vị có một tấm gương soi, "trong gương hoàn toàn không có hình người". Tấm gương soi của quý vị đặt ở phía sau lưng, đương nhiên là chẳng soi được gì. Đó là lỗi tại người soi gương, không phải lỗi của tấm gương.

"Như đứng trong khe núi ngậm miệng", chúng ta ở nơi khe núi mà kêu to một tiếng thì nhất định phải nghe tiếng vọng, nhưng quý vị ngậm chặt miệng lại, không kêu không nói, làm sao có tiếng vọng? Những thí dụ này đều là để làm rõ, việc cảm ứng giao hòa với Bồ Tát có chướng ngại đều là do nơi chính mình, về phía Phật, Bồ Tát hoàn toàn không có chướng ngại. Chướng ngại đều là do chúng ta tự tạo ra.

Phần tiếp theo, Đại sư dẫn một đoạn kinh Lăng-nghiêm để giải thích.

Kinh Lăng-nghiêm nói: "Thứ nhất, do con không tự quán âm thanh, dùng pháp quán để quán người đang quán, nên khiến cho chúng sanh khổ não trong mười phương, khi quán âm thanh của mình liền được giải thoát."

Kinh Lăng-nghiêm có một đoạn kinh văn như vậy. Đoạn kinh này là Bồ Tát Quán Thế Âm tự mình nói ra chỗ đạt được trong sự tu chứng. Ngài đem chỗ đạt được qua sự tu chứng của mình mà gia hộ độ trì cho hết thảy chúng sanh. Sức mạnh như vậy là không thể nghĩ bàn, đích thật là có thể gia hộ được, không phải là không thể, quả thật là có thể gia hộ độ trì cho chúng sanh.

Trong kinh Lăng -nghiêm so với sự giảng giải ở đây tương đồng về đại thể nhưng cũng có chút khác biệt nhỏ. Ở đây nói về 7 nạn, trong kinh Lăng-nghiêm nói có 8 nạn, nhưng trong số 8 nạn thì giúp cho chúng sanh "khổ não" không sợ sệt là một điều bao quát tất cả. "Khổ" là nói sự khổ do thân thể ta cảm thụ, đủ mọi sự bức bách khó chịu. "Não" là nói sự khổ do nội tâm cảm nhận, tức là những điều bức bách, thúc ép,buồn lo trong tâm, làm cho ta đau khổ.

Kinh văn nói: "Con không tự quán âm thanh, dùng pháp quán để quán cái đang quán", hai câu này là nêu công phu tu chứng của tự thân Bồ Tát. "Khiến cho chúng sanh khổ não trong mười phương, khi quán âm thanh liền được giải thoát." Đây là nói rõ chỗ vận dụng tâm từ bi của Bồ Tát, giúp cho người khác giải trừ được sự đau đớn khổ não.

Chúng ta nhất định phải thấu hiểu rõ ràng ý nghĩa đoạn kinh văn này thì sau đó mới có thể tin tưởng và hiểu được năng lực của Bồ Tát Quán Thế Âm do đâu mà có. Chúng ta biết được năng lực của Bồ Tát do đâu mà có thì mới tin được là quả thật có năng lực như thế. Khi ấy, chúng ta xưng niệm Bồ Tát Quán Thế Âm, một lòng chuyên nhất xưng niệm danh hiệu Bồ Tát cầu cảm ứng, liền đạt được tâm an ổn, lý thấu đạt. Lý sáng tỏ rõ ràng, thấu đạt, tâm liền an ổn, không còn nghi hoặc, không khởi vọng tưởng, tâm chuyên nhất xưng niệm danh hiệu, thì mới có thể đạt được sự cảm ứng giao hòa.

Cho nên có rất nhiều vị đồng tu hỏi tôi, việc tu hành

phải bắt đầu từ đâu? Trước hết là phải thấu hiểu lý một cách sáng tỏ. Quý vị chưa hiểu rõ được đạo lý, mù quáng tu hành, tu được một thời gian chẳng thấy có sự cảm ứng gì, đối với pháp Phật liền hoài nghi, sinh tâm thối thất. Cho nên, nhất định phải hiểu lý sáng tỏ. Hiểu lý sáng tỏ thì sự tu tập mới thực sự có hiệu quả vận dụng.

Kinh văn nói "do con" là Bồ Tát Quán Thế Âm tự xưng [khi thưa với Phật]. Phương thức tu học của ngài là "không tự quán âm thanh". Vậy ngài quán những gì? Ngài "dùng pháp quán để quán cái đang quán". Câu kinh này cực kỳ vi diệu. Quán là nói đến trí thực hiện việc quán. Phần trước tôi có giảng qua rồi, đó là "vào dòng", là "xoay cái nghe vào trong". Bồ Tát Quán Thế Âm đối với hết thảy các loại âm thanh trong thế gian này, như phần trước đã giảng, âm thanh trong thế gian phân ra làm 4 loại lớn, tâm của Bồ Tát Quán Thế Âm không chạy đuổi theo, trôi giạt ra bên ngoài, ngài có thể xoay vào bên trong. Xoay vào bên trong thì quán những gì? Quán "cái nghe đó là gì". Ngài không quan tâm đến loại âm thanh nào được nghe, không quan tâm điều đó, ngài chỉ quán chiếu xem "cái nghe" đó là gì. "Cái nghe" chính là tánh nghe, đó là "xoay cái nghe lại để nghe tự tánh của mình".

Nghe tự tánh (văn tánh) tức là nói nhĩ căn. Nhãn căn là thấy tự tánh (kiến tánh). Nhà thiền thường nói "minh tâm kiến tánh" hay "kiến tánh thành Phật". Văn tánh với kiến tánh cũng đều như nhau. Kiến tánh thành Phật, lẽ nào văn tánh không thành Phật? Làm sao để có thể văn tánh? Xoay cái nghe vào là văn tánh. Bồ Tát Quán Thế Âm vận dụng công phu như vậy. Cho nên khi quán ngài dùng trí quán, trí quán đối với gì? Đối với tánh nghe năng quán.

Bồ Tát Quán Thế Âm có thể từ nơi 6 trần cảnh mà

không phân biệt hết thảy các âm thanh, không quan tâm đến hết thảy âm thanh. Âm thanh chỉ là sự cảm phát mà thôi, tức là trợ duyên. Dựa vào sự trợ duyên đó mà Bồ Tát có thể xoay lại cái nghe, đó gọi là lìa trần cảnh (ly trần). Âm thanh tức là thanh trần, Bồ Tát không tự quán âm thanh, đó cũng là lìa trần cảnh. Bồ Tát có thể quán tánh nghe, đó gọi là chiếu tánh, cũng gọi là thấy tánh. Ly trần (lìa trần cảnh) cũng là bội trần (ngược với trần cảnh), chiếu tánh tức là hợp giác (hợp với tánh giác), bội trần hợp giác, Bồ Tát vận dụng phương pháp như vậy. Điều này không cần phải nói nhiều, trước đây tôi đã từng giảng giải rất chi tiết.

Phương pháp tu học này là nguyên tắc chỉ đạo quan trọng nhất trong hết thảy các pháp tu. Bất kể là quý vị tu tập theo pháp môn nào, trong 84.000 pháp môn, cũng đều không thể trái với nguyên tắc này. Trái với nguyên tắc này thì không thể kiến tánh, trái với nguyên tắc này thì niệm Phật không thể đạt được tâm chuyên nhất. Quý vị phải vận dụng đúng phương pháp này thì mới có thể thấy tánh, mới có thể đạt được tâm chuyên nhất không tán loạn. Vận dụng được công phu như thế trên đường tu tập là sự hưởng thụ cao quý nhất trong mọi sự hưởng thụ của thế gian và xuất thế gian, đó là sự thật. Tự mình an trụ trong đại định, đối với hết thảy mọi cảnh giới đều có thể như như bất động, lúc đó gọi là chân tâm thường trụ hiện tiền. Chân tâm hiện tiền cũng chính là tâm thanh tịnh hiện tiền, tôi cũng thường nói là tâm Bồ-đề hiện tiền. Tâm Bồ-đề hiện tiền chính là giai vị Bồ Tát Sơ trụ.

Tâm Bồ-đề khởi sinh tác dụng, chính là như trong kinh Lăng-nghiêm nói "diệu lực vô tác, gia bị chúng sanh" (sức nhiệm mầu không làm mà gia hộ trợ giúp chúng sanh). Vì sao gọi là "vô tác" (không làm)? Vì Bồ Tát không hề có sự khởi tâm động niệm, do vậy mới có được tác dụng rộng lớn đến như thế. Nếu như quý vị thật có sự chiêu cảm, Bồ Tát liền nhận biết ngay lập tức. Nếu như nói rằng "ta sẽ ứng hiện, chúng sanh vừa niệm danh hiệu ta, ta sẽ lập tức tìm đến chúng sanh ấy", vị Bồ Tát như vậy sẽ mệt mỏi đến chết được. Bồ Tát không khởi tâm niệm. Vì không khởi tâm niệm nên Bồ Tát không mệt mỏi, không chán bỏ; vì Bồ Tát làm mà như không làm, không làm mà làm. Đó gọi là sức nhiệm mầu. Năng lực của Bồ Tát như vậy hết sức nhiệm mầu.

Nếu quý vị không tin, hãy thử nghĩ xem, như ở đây chúng ta có mõ gỗ, chuông đồng, những thứ này có tâm hay không? Một khi quý vị đánh gõ vào, liền lập tức vang lên âm thanh. Chúng không hề nói rằng "khi các ông gõ vào một cái, tôi sẽ lập tức vang lên một tiếng", chúng không có tâm như vậy. Không có tâm, nên khi quý vị cứ liên tục đánh gõ, đánh gõ suốt một năm, chúng cũng không mệt mỏi. Nếu có tâm sẽ có sự mệt mỏi, không có tâm nên không mệt mỏi.

Tôi ở đây giảng kinh cũng không có tâm, giảng mà không giảng, không giảng mà giảng. Ngồi ở đây suốt ngày, giảng kinh từ sớm đến chiều tối, không mệt mỏi, không mệt mỏi chút nào. Vì sao vậy? Vì giống như không giảng. Nếu như quý vị có tâm, giảng khoảng vài giờ đã mệt mỏi lắm. Vài giờ là mệt rồi. Như quý vị niệm Phật, lễ Phật, khoảng một giờ trở đi là mệt mỏi. Vì sao vậy? Vì có tâm. Nếu quý vị có thể đạt đến chỗ vô tâm như đã nói, quý vị suốt ngày từ sáng đến tối công phu không gián đoạn, ngày ngày lễ bái, trong một ngày lễ bái đủ 24 giờ, quanh năm lễ bái như vậy, nhất định cũng không mệt không chán, không hề mệt mỏi. Khi tu tập lễ bái như vậy không mệt mỏi thì quý vị ở thế gian làm bất cứ công việc gì cũng không mệt mỏi. Pháp môn này thật quá tốt đẹp! Cho nên nếu quý vị học được rồi thì ở giữa thế gian, bất kể là làm công việc gì, quý vị đều sẽ dẫn đầu, không thua kém ai. Vì sao vậy? Vì quý vị có trí tuệ, có định lực, có công phu, phàm phu ở đời không thể nào sánh được với quý vị.

Cho nên Bồ Tát mới có thể thành tựu Kim cương tam-muội. Tam-muội là gì? Tam-muội là thọ nhận chân chánh, tam-muội là hưởng thụ, là sự hưởng thụ bình thường. Kim cương là gì? Là không thể hủy hoại. Sự hưởng thụ của Bồ Tát chính là thanh tịnh vô vi, không làm gì cả, nhưng khi khởi lên tác dụng thì không gì là không làm. Tuy không có gì không làm, nhưng vẫn là không làm gì cả, rất nhiệm mầu như vậy. Nếu vô vi với hữu vi phân thành hai bên thì không có gì là mầu nhiệm. Nhưng đó là một, chẳng phải hai, cho nên mới gọi là "sức nhiệm mầu không làm". Sức mạnh, năng lượng của Bồ Tát như vậy, gia hộ độ trì cho hết thảy chúng sanh trong mười phương pháp giới. Như vậy mới thực sự đạt đến sự cảm ứng rộng lớn khắp nơi. Ý nghĩa lý luận này là hết sức thâm sâu.

Nhưng tuy là ý nghĩa rất thâm sâu như vậy, cũng không phải là không thể nhận hiểu. Chúng ta có thể nhận hiểu được rồi, chúng ta mới có thể tin nhận. Tin nhận được rồi mới không còn nghi hoặc, chỉ y theo phương pháp ấy mà tu hành, chúng ta nhất định sẽ thành tựu.

Trong kinh văn có những câu hết sức quan trọng thiết yếu. Có khi trong kinh Lăng-nghiêm không có thì trong phẩm Phổ môn lại có, hoặc trong phẩm Phổ môn không có thì trong kinh Lăng-nghiêm lại có. Ví dụ như trong kinh Lăng-nghiêm không nói "nhất tâm xưng danh" (một lòng chuyên nhất xưng niệm danh hiệu), câu này rất là quan trọng thiết yếu, nhưng kinh Lăng-nghiêm không có. Thế nhưng trong kinh Lăng-nghiêm lại có đủ các phương pháp tu hành quan trọng thiết yếu, như “không tự quán âm thanh, dùng pháp quán để quán cái đang quán”. Điều này hết sức quan trọng thiết yếu, nhưng trong phẩm Phổ môn của kinh Pháp Hoa lại không có. Cho nên, chúng ta hợp cả 3 kinh lại để xem thì có bao nhiêu nghi vấn đều có thể tìm được lời giải đáp. Như vậy mới có thể dứt sạch lòng nghi, khởi sinh tín tâm. Pháp sư Đại Nghĩa trong sách giảng giải, ở đoạn này trích dẫn kinh Lăng-nghiêm rất nhiều chỗ, hầu như chỗ nào cũng có trích dẫn kinh Lăng-nghiêm để giải thích.

Phần tiếp theo, Pháp sư viết: “Dùng pháp quán để quán tánh thể, dùng cái nghe để nghe tự tánh.” Đây là Pháp sư Đại Nghĩa giải thích đoạn kinh Lăng-nghiêm vừa dẫn trên. Tánh thể tức là chân như bản thể. Trong kinh Hoa nghiêm nói đến tam đại là thể, tướng và dụng; thể tức là chân như bản tánh. Bồ Tát quán là quán chân như lý thể; Bồ Tát nghe là nghe chân như bản tánh. Thể và tánh là một, chẳng phải hai. Thể tánh là gì? Có thể nói với quý vị, đó là tâm chuyên nhất. Khi giảng giải tiêu đề kinh tôi đã có nói qua, hết thảy các pháp đều quy về trong 3 pháp: chúng sanh pháp, Phật pháp và tâm pháp. Ba pháp đó trong thực tế cũng chỉ là một tâm pháp, tức là nhất tâm, hay tâm chuyên nhất.

Tâm chuyên nhất tức là tâm thanh tịnh, tâm phân hai là tâm không thanh tịnh. Tâm chuyên nhất là tâm tỉnh giác, tâm phân hai là tâm nhiễm ô. Trong tâm chuyên nhất vốn không có khổ, vui. Cho nên Lục tổ Đại sư nói: “Xưa nay không một vật.” Đó cũng chính là nhất tâm, cũng là tâm tánh. Trong tâm tánh không có gì cả, ngay cả cái “không có gì cả” đó cũng không có. Nếu như trong tâm chuyên nhất mà vẫn còn có cái “không có gì cả” thì đó vẫn còn là tâm phân hai, không thực sự là tâm chuyên nhất.

Trong tâm chuyên nhất vốn không có khổ hoặc vui, vậy khổ vui trong tâm từ đâu đến? Điều này phải nói đến Duy thức. Khổ hoặc vui chỉ ở trong vọng tâm mới có, trong chân tâm hoàn toàn không có. Khi mê hoặc để mất chân tâm thì gọi là vọng tâm. Vọng tâm đó tức là nói thức a-lại-da, là căn bản của vọng tâm. Từ nơi thức a-lại-da lại biến hiện ra thức mạt-na với 6 thức[1] hướng ra ngoài, được gọi chung là 7 chuyển thức, đều do thức a-lại-da biến hiện ra. Đó đều là thể của tâm, thể của vọng tâm. Trong thể của vọng tâm, xin thưa với quý vị là cũng không hề có khổ hoặc vui. Tám thức trải qua đều là hư vọng, khổ vui từ đâu mà có? Khổ vui từ những tâm tương ưng [của 8 thức] mà có, có thể thấy rằng đó là hư vọng ở trong hư vọng, đối với chân tâm của chúng ta hoàn toàn không có liên quan gì, mà đối với vọng tâm của chúng ta cũng chẳng có quan hệ gì đáng nói, chính là từ trong các tâm sở mà phát sinh, từ trong 51 tâm sở phát sinh.

Nếu như chúng ta thực sự thấu hiểu rõ ràng ý nghĩa này, đó gọi là quay lại quán chiếu. Một lần quay lại quán chiếu liền thấy biết rõ ràng minh bạch. Chúng ta làm sao có thể để cho tâm hư vọng đó sai khiến? Như vậy chẳng phải là điên đảo sao? Tâm sở trở thành chủ nhà, làm chủ nhân ông; bản tánh, tâm vương lại phải nghe theo chúng, có lý nào lại như vậy? Ở chư Phật, Bồ Tát đều là chân như, bản tánh làm chủ, các tâm sở đều phải nghe theo sự chỉ huy của tâm vương. Như vậy thì trở thành như thế nào? Đó là thành sở tác trí, thành tựu vô lượng vô biên sự nghiệp lợi ích chúng sanh. Phật muốn làm lợi ích chúng sanh nên dùng đến tâm vương, cũng có thể dùng các tâm sở, thế nhưng đó không phải là chỗ tự thọ dụng. Chỗ tự thọ dụng của chư Phật là tâm thanh tịnh, là cảnh giới tịch

[1] Sáu thức chỉ nhãn thức, nhĩ thức, tỉ thức, thiệt thức, thân thức và ý thức.

diệt, đó là tự thọ dụng. Về tha thọ dụng thì từ trong bản tánh biến hiện ra tâm vương, tâm sở, đó là tha thọ dụng, dùng để giáo hóa chúng sanh, hoàn toàn xem đó là công cụ, phương tiện, biến thành hậu đắc trí, biến thành thành sở tác trí. Đó chính là hiệu quả của việc xoay cái nghe, quay lại quán chiếu [tự thân].

Phần sau nói "theo âm thanh mà lưu chuyển", tức là nói kẻ phàm phu, tùy theo cảnh giới bên ngoài mà khởi tâm động niệm, tâm bám chấp chạy đuổi theo cảnh giới. Chạy theo ngoại cảnh, thấy hợp với ý muốn của mình liền khởi tâm vui mừng, thấy không hợp với ý muốn của mình liền khởi tâm sân hận. Tâm đã bám víu chạy theo ngoại cảnh thì suốt ngày từ sớm đến tối luôn bị ngoại cảnh xoay chuyển.

Xin nhắc lại với quý vị, cảnh giới bên ngoài đó là giả; cảnh giới bên ngoài vốn là thanh tịnh, chẳng phải Phật cũng chẳng phải ma. Nếu tự tâm quý vị là tâm Phật thì hết thảy cảnh giới bên ngoài đều là Phật. Nếu tự tâm quý vị là tâm ma thì hết thảy cảnh giới bên ngoài đều là tâm ma. Trong kinh điển, đức Phật đã giảng giải cho chúng ta rất rõ ràng, cảnh theo tâm mà chuyển.

Cho nên, chúng ta ở trong cảnh giới có thể biết được trình độ tu tập của chính mình. Nếu ta ở trong cảnh giới chỉ thấy toàn là ma, đó chính là trong tâm ta có ma. Nếu trong tâm ta không có ma, làm sao có thể thấy ma nơi ngoại cảnh? Cần phải thấu hiểu rõ ràng ý nghĩa này. Nếu quý vị đạt được tâm đồng thể đại bi thì sẽ thấy được ngoại cảnh đều là tướng tịch diệt thanh tịnh. Như trong kinh Hoa nghiêm có dạy, pháp giới vốn là nhất chân, do chúng ta khởi tâm động niệm nên đối với pháp giới nhất chân ấy nhìn thấy sai lệch, nhìn thấy thành ra mười pháp giới, nhìn thấy thành ra vô lượng vô biên pháp giới, đó đều là do chính mình tạo thành.

Khi tâm quý vị thanh tịnh không khởi sinh bất cứ ý niệm nào, quý vị sẽ nhìn hết thảy mọi người đều không có sự phân biệt, thấy hết thảy mọi người đều không thể nói là người tốt, cũng không thể nói là người xấu, hoàn toàn không có sự phân biệt.

Cho nên, cảnh giới vốn là bình đẳng. Khởi lên một niệm tâm lành, "hết thảy đều là người tốt"; khởi lên một niệm "người ấy có vẻ xấu ác, thì hết thảy đều là kẻ ác". Đều là do tâm quý vị động. Có người nào là tốt hay xấu? Đều là do tâm của quý vị động. Quý vị khởi niệm thiện, cảnh giới liền thiện; khởi một niệm ác, cảnh giới liền ác; khởi một niệm Phật, hết thảy đều là cảnh giới Phật; khởi một niệm ma, hết thảy đều là cảnh giới ma. Đích thật là vạn pháp duy tâm (muôn pháp đều do nơi tâm)!

Khi chúng ta vào trong cảnh giới, như trong xã hội hiện nay, mỗi người đều ngày ngày suy nghĩ, ham muốn những mẫu thời trang mới, đặc biệt là các đồng tu phái nữ. Chúng ta hãy lấy ngành thời trang y phục làm thí dụ. Các nhà thiết kế y phục thời trang ngày ngày suy nghĩ tạo ra kiểu mẫu, suy nghĩ được một mẫu mới, đưa ra thịnh hành trong năm. Tốt thôi! Nhưng rồi năm trước quý vị vừa may một bộ y phục, còn chưa mặc qua được vài lần, năm nay có mẫu thời trang mới, mẫu cũ thành lỗi thời, quý vị liền lập tức suy nghĩ tìm cách làm sao để mua cho được một bộ hợp thời trang. Khi quý vị vừa mua được mẫu thời trang ấy rồi, qua mấy ngày sau thì họ lại thiết kế ra một mẫu khác, mẫu cũ thành lỗi thời. Quý vị bị những người thiết kế thời trang điều khiển, xoay chuyển. Quý vị vất vả khổ sở kiếm tiền rồi đều mang đến nuôi dưỡng những người ấy, đều bị họ phỉnh gạt hết sạch. Đó là gì vậy? Là ma, chính thật là ma. Ma ở chỗ nào? Đó chính là ma vương, ngày ngày suy nghĩ kiểu mới, làm cho quý vị không được an ổn trong tâm, lôi kéo quý vị chạy theo.

Các nhà thiết kế thời trang đó đối với người xuất gia chẳng làm gì được. Vì sao vậy? Vì người xuất gia chỉ có một hình thức. Người xuất gia mặc y phục chỉ một hình thức, không bao giờ thay đổi. Mấy trăm năm nay cũng một hình thức đó, nên họ quả thật không làm gì được. Nếu như quý vị đã nhận hiểu được rồi, y phục dù lỗi thời cũng vẫn mặc được, y phục đó vẫn còn rất tốt. Tôi mặc một bộ quần áo ít nhất cũng 10 năm, 8 năm chưa hư rách, cần gì phải chịu ảnh hưởng sự bày đặt của bọn họ?

Nếu như quý vị nói, mặc những quần áo như vậy thì người ta sẽ chê cười. Cười thì cũng không thể cười được quý vị. Nếu cười đến chết thì họ chết, không phải quý vị chết, chúng ta không chết; cười đến chết là họ chết, ta không chết, họ chết như vậy cũng đáng đời, ta không chết. Như vậy quý vị không bị họ sai khiến. Ngày ngày họ bày trò thêm kiểu, quý vị cứ như như không dao động.

Nói cho quý vị biết, quý vị nên nhìn họ như Phật, họ mỗi ngày đều khảo nghiệm quý vị, quý vị không động tâm, đó là như trước đây có một lần tôi đã nói với quý vị về việc vâng theo tam quỹ (3 quy tắc).[1] Đây chính là "tư thành quỹ". Họ hỗ trợ giúp đỡ cho quý vị, thành tựu cho quý vị, thành tựu cho sự như như bất động của quý vị. Bồ Tát ở trong cảnh giới tu tập những gì? Chính là trải qua sự việc mà rèn luyện tâm mình. Những người này không phải Phật thì ai mới là Phật? Chính họ giúp đỡ, hỗ trợ cho quý vị thành Phật.

[1] Tức là chân tánh quỹ, quán chiếu quỹ và tư thành quỹ. Ba nội dung này cũng nằm trong thập diệu của kinh Pháp Hoa, tức mục thứ năm là Tam pháp diệu.

Khi quý vị buông thả tâm chạy đuổi theo ngoại cảnh thì những người ấy là ma; quý vị là ma thì họ cũng là ma. Quý vị giữ tâm như như bất động, quý vị là Phật thì họ cũng là Phật. Cho nên, Phật với ma ở đâu? Đều ở trong một niệm tưởng mà thôi. Hy vọng quý vị suy xét kỹ về ý nghĩa này. Ý nghĩa này được thông suốt rồi thì sự tu hành của quý vị tự nhiên rộng đường mở lối, mới có lý luận để y cứ, không rơi vào chỗ mù quáng đi theo, không rơi vào mê tín, có thể đạt được lợi ích chân thật.

Nói chung, khi tâm buông thả hướng ra bên ngoài thì đều dẫn đến khổ não, cho nên nói "do đó chịu khổ não". Không chỉ là trong pháp thế gian, trong Phật pháp cũng là như vậy. Quý vị đã biết rằng, trong Phật pháp thì chư Phật Bồ Tát khuyến khích chúng ta phải hoằng pháp lợi sinh. Quý vị bám chấp nơi hình tướng của việc hoằng pháp lợi sinh, ngày ngày cố nghĩ ra đủ mọi phương pháp để hoằng pháp lợi sinh. Như vậy là hỏng! Quý vị bám chấp thành ma, tâm của quý vị toàn chạy theo nơi ngoại cảnh. Cho nên, Bồ Tát phải có đại nguyện: "Chúng sanh vô biên thệ nguyện độ." Chỉ có điều là tuyệt đối không phải đi tìm chúng sanh để hóa độ. Có nguyện rồi, không được khởi tâm, tức là nói không được có vọng niệm. Chúng sanh phải có cơ duyên thành thục mới có thể được hóa độ. Cơ duyên thành thục thế nào đều là thuận theo tự nhiên, gượng ép tạo ra thì phải chịu khổ não. Xin thưa với quý vị, tùy duyên mà làm thì trong mỗi một niệm đều viên mãn công đức.

Ví dụ như nói về sự bố thí, tôi xin nêu ra một việc mà chúng ta rất thường thấy. Ở ngôi chùa kia hôm nay có pháp hội, dù có việc gì ta cũng nên đến đó vun bồi phúc đức, đến đó cúng dường một đôi chút. Quý vị dùng hết khả năng của mình để cúng dường, điều đó rất tốt, đó là tu phúc. Lại có người khác không có khả năng, thấy mình không đủ sức cúng dường, liền đi vay mượn tiền lãi cao để cúng dường tạo phúc. Như vậy là sai lầm, cực kỳ sai lầm. Chuyện vượt quá sức mình mà gượng ép miễn cưỡng làm, đó gọi là chạy theo ngoại duyên, không phải tùy duyên. Trong việc tùy hỷ liền có công đức, việc chạy theo ngoại duyên không có công đức, chỉ có khổ não. Một mặt thì làm việc cúng dường tạo phúc, một mặt phải lo tiền vay bạc mượn lãi cao, phải trả ra rất nhiều tiền bạc, có lẽ nào đó lại là bản ý đại từ đại bi của nhà Phật! Chỉ có ma mới bức bách quý vị phải làm như thế, mới khiến cho quý vị đi vay tiền lãi cao để cho ma hưởng thụ, ma mới làm những việc như vậy. Phật thì không, không bao giờ như vậy.

Chuyện mê muội như vậy nhưng quả thật có không ít người làm theo, chúng ta đều đã từng thấy rất nhiều trường hợp. Miễn cưỡng gượng ép mà làm, đó là sai lầm. Đem hết sức mình mà làm, hoàn toàn không miễn cưỡng, như vậy là công đức viên mãn. Không cần phải so sánh với người khác. Như người có khả năng, có thể quyên góp cả chục ngàn đồng,[1] chúng ta vốn không có khả năng, mỗi tháng thu nhập chỉ được vài ngàn, làm sao có thể so sánh với họ? Người ta mỗi tháng thu nhập đến mấy trăm ngàn, hoặc đến mấy triệu đồng, họ đưa ra mười ngàn vốn không đáng kể, chúng ta đưa ra một trăm, vài trăm đã thấy hết sức rồi. Nhưng một trăm, vài trăm đó của quý vị được phước báo vượt hơn người kia đưa ra mười ngàn, vài chục ngàn, vì thu nhập của họ nhiều, so theo tỷ lệ thì sự góp sức của quý vị lớn hơn, phước báo của quý vị cũng lớn hơn họ. Như vậy mới là thật sự công bằng.

Không phải chỉ người có tiền mới có thể tu phúc. Phúc đức tu được của người không có tiền lại nhiều hơn so với

---

[1] Hòa thượng giảng tại Đài Loan nên ở đây nói đến đồng tiền của Đài Loan, số tiền 10.000 này tương đương khoảng 8.000.000 đồng Việt Nam.

người có tiền. Cho nên trong đời sau quý vị sẽ giàu có hơn cả họ. Người giàu không phải là đời đời kiếp kiếp luôn luôn giàu. Người nghèo cũng không phải đời đời kiếp kiếp luôn luôn nghèo. Như vậy thì chẳng có công bằng. Nếu như nói người giàu mới có khả năng tu phúc, người nghèo không thể tu phúc, như vậy thì ông trời không công bằng.

Trong Phật pháp là hết sức công bằng. Kinh Phật kể lại cho chúng ta nghe một câu chuyện thời xưa. Có một cô gái nghèo, khổ sở vất vả đến nỗi chẳng kiếm được bữa cơm ăn. Một hôm được gặp Phật, cô gom góp hết toàn bộ tài sản của mình chỉ được một đồng tiền. Cô mang một đồng tiền ấy cúng dường lên Phật, với tâm hết sức thành kính. Đó là cung kính cúng dường toàn bộ những gì mình có được. Đời sau cô sinh ra được quả báo cực kỳ giàu có, cực kỳ sang quý, được làm hoàng hậu. Vì sao vậy? Vì cô cúng dường toàn bộ tài sản, lại hết sức thành tâm thành ý, cho nên được quả báo lớn lao như vậy. Khi được sinh ra làm hoàng hậu như vậy, cô lại sinh tâm kiêu ngạo. Nhưng do căn lành đời trước nên mỗi khi gặp người xuất gia cũng đều cúng dường, gặp chùa, miếu cũng cúng dường rất nhiều. Trong chùa có một vị hòa thượng chứng đắc thần thông, biết được tiền thân của cô gái, nói với cô rằng: "Công đức của cô ngày nay so với công đức đã tạo đời trước thật chênh lệch với nhau rất nhiều, rất nhiều. Công đức đời này của cô chỉ nhỏ nhặt bằng phần ngàn, phần vạn của công đức đời trước. Công đức đời trước của cô là cúng dường toàn bộ những gì mình có." Nói như vậy mới là công bằng, như vậy mới có ý nghĩa.

Cho nên, khổ, vui từ đâu mà có, chúng ta cần phải hiểu rõ.

"Bồ Tát lìa trần cảnh, trở lại chân tánh", tức là trừ thoát năm dục sáu trần, tâm như vậy tuyệt đối không trụ yên trong cảnh giới của sáu trần cảnh. "Trở lại chân tánh", tánh đó là tâm thanh tịnh. Tâm thanh tịnh thì thân cũng thanh tịnh. Thân tâm thanh tịnh thì cảnh giới thanh tịnh, thế gian này đối với sự cảm thọ tự thân của quý vị chính là cõi nước Cực Lạc, chính là Tịnh độ. Tịnh độ từ đâu mà có? Tâm tịnh ắt cõi nước tịnh. Hiện tại được thanh tịnh, đến thế giới Tây phương Cực Lạc cũng thanh tịnh như vậy. Cho nên đạt được tâm thanh tịnh thì mới có thể cảm ứng được Tịnh độ của chư Phật hiện tiền. Chỉ cần có thể "lìa trần cảnh, trở về chân tánh, các vọng tự thoát", thoát là thoát ly, lìa khỏi, được giải thoát.

"Có thể khiến cho những chúng sanh khổ não", tức là nói năng lực như vậy của Bồ Tát có thể gia hộ độ trì cho chúng sanh đang chịu khổ não, chúng sanh chưa được giác ngộ, chúng sanh mê hoặc điên đảo, gia hộ độ trì cho khắp thảy. Tuy Bồ Tát gia hộ cho khắp thảy, nhưng tự thân quý vị tất yếu phải có sự giác ngộ, thì quý vị mới có thể thọ dụng được sức gia trì của Bồ Tát. Điều này cũng giống như tấm gương có khả năng phản chiếu, nhưng quý vị không đặt trước mặt để soi lại đặt phía sau lưng thì không có tác dụng, trong gương không thể có hình. Cho nên, bản thân quý vị phải có sự dụng tâm.

Chỗ này lại nói "trì niệm danh hiệu được Bồ Tát quán chiếu", nhờ Bồ Tát quán chiếu nên được sức gia hộ, "cũng được giải thoát, đó là nhờ sức quán từ bi chân thật thanh tịnh gia hộ mà được".

Đoạn kinh văn này là đức Phật Thích-ca Mâu-ni nói với ngài Vô Tận Ý, nêu rõ về công đức của Bồ Tát Quán Thế Âm, về năng lực của ngài, về sự thật là ngài cứu độ hết thảy chúng sanh gặp khổ nạn. Chúng ta sở dĩ không nhận được sự cảm ứng, không chỉ là như Đại sư giảng giải ở đây, mà còn do chúng ta xưng niệm danh hiệu Bồ Tát không hề đạt đến sự nhất tâm, chúng ta trong lúc xưng niệm danh hiệu Bồ Tát mà vẫn còn có sự nghi hoặc. Thậm chí ngay từ căn bản chúng ta đã không thể tin nhận. Nhưng đã không tin thì vì sao còn niệm? Là chỉ vì muốn thử nghiệm, muốn thử xem sao. Niệm thử như vậy rồi thấy không hề có sự cảm ứng. Niệm như vậy thì không niệm còn tốt hơn.

Từ câu "không thể làm gì được" trở đi nói trường hợp bị bức bách không thể nào không xưng niệm, cầu Bồ Tát để thử xem có kết quả không. Dùng tâm như vậy mà niệm, làm sao có thể được thành tựu? Trường hợp như vậy tức là không nhận hiểu được rõ ràng ý nghĩa của việc trì niệm. Xin nhắc lại với quý vị rằng, ý nghĩa này, chúng ta ở đây học tập trong 7 ngày, suốt 7 ngày để lắng nghe học hỏi ý nghĩa này cho thật rõ ràng minh bạch. Nếu thực sự nghe hiểu và tin nhận được thì quý vị đúng là bậc thượng căn, là bậc xuất chúng. Nếu là người bình thường thì sau 7 ngày nghe giảng sẽ đạt được đến mức nào? Chỉ là ở mức bán tín bán nghi thôi. Cho nên, ý nghĩa này phải thường xuyên giảng nói, thường xuyên nghiên cứu thảo luận, như vậy thì mới có thể thực sự nhận hiểu sáng tỏ rõ ràng, rồi mới có thể thực sự tin nhận.

Đó là sự thật. Như bản thân tôi học Phật đến 7 năm mới có thể thực sự tin nhận việc niệm Phật, thời gian trước đó căn bản là chưa tin nhận. Tôi là người đối với Phật học cực kỳ ham thích, rất vui thích trong việc nghiên cứu, học hỏi khảo sát, nhưng phải mất đến 7 năm mới thực sự tin nhận. Làm sao có thể tin nhận? Chỉ là bán tín bán nghi, tức là không chống lại, trong suốt 7 năm chỉ là không chống lại ý nghĩa này, cũng tụng đọc, cũng nghiên cứu những kinh luận liên quan. Nếu quý vị hỏi tôi rằng, vậy khi nào tôi mới thực sự tin nhận? Xin nói thật cùng quý vị, tôi đến hôm nay mới thật sự tin nhận. Bởi vì tín tâm của ngày hôm qua không giống như ngày hôm nay, tín tâm của ngày mai so với ngày hôm nay lại sẽ tiến xa hơn một chút nữa. Điều này quả thật không đơn giản. Mỗi ngày đều có thêm chỗ hiểu.

Cho nên, quý vị đến đây nghe tôi giảng kinh, trong số chúng ta ở đây cũng có cả nhiều vị đồng tu lớn tuổi, trước đây mười mấy năm cũng đã từng đến nghe tôi giảng. Nếu như tìm lại những băng ghi âm các buổi giảng của tôi trước đây, so với ngày nay sẽ thấy không giống nhau. Cùng một bộ kinh, mỗi lần giảng là một lần khác nhau. Cùng một bộ kinh, từ đầu kinh giảng đến cuối kinh, cảnh giới ban đầu với cảnh giới về sau không giống nhau.

Cho nên, nếu quý vị hỏi tôi từ lúc nào mới có tín tâm, tôi sẽ nói với quý vị đến ngay lúc này mới có tín tâm. Nếu như ngày mai nói có tín tâm, thì tất nhiên là ngày hôm nay không tính.

Hy vọng quý vị có thể nhận hiểu được một chút ý nghĩa trong việc này. Nếu có tâm nhẫn nại, có tâm kiên trì, có nghị lực, làm tốt việc nghiên cứu học hỏi, thì sự lợi ích nhận được không thể nào nói hết.

Thuở ban sơ tôi bắt đầu tìm hiểu Phật pháp, nhờ một câu nói của Tiên sinh Đông Phương Mỹ đã thôi thúc, làm động cơ cho sự tu học của tôi.

Khi ấy, tôi theo tiên sinh học triết học, thầy bảo tôi rằng, triết học trong kinh Phật so với hết thảy các loại triết học là cao nhất, là tột bậc, không gì hơn được. Đó chỉ là nói về phương diện học thuật, không hề làm cho tôi động tâm. Sau đó thầy lại nói: "Đọc kinh Phật là sự hưởng thụ cao nhất ở thế gian." Câu nói này thực sự làm tôi động tâm. "Sự hưởng thụ cao nhất", như vậy thì tôi nhất định phải đạt đến cho bằng được. Kết quả là thầy không hề dối gạt tôi. Đích thật là khi đạt được rồi mới thấy đó quả là sự hưởng thụ cao nhất. Cho nên lòng tôi đối với ân đức của thầy không giây phút nào quên. Con đường tôi đi chính là nhờ thầy chỉ lối. Tôi thực sự đạt được lợi ích, đó cũng là không phụ công ơn thầy.

Hôm nay thời gian đã hết, chúng ta giảng đến đây thôi.

Bài giảng thứ năm

Tháng 12 năm 1983
Hoa Tạng Đồ Thư Quán,
Cảnh Mỹ, [Đài Bắc], Đài Loan
Số lưu trữ: 08-004-0005

Mời quý vị mở [sách Pháp Hoa Kinh Đại Thành, quyển hạ], trang 807. Hôm qua đã giảng đoạn này, trong phần chú giải có dẫn hai công án, một là về Pháp sư Lâm, một là về Tôn Kính Đức. Hai công án này đều có trong phần Âm Nghĩa của bản kinh này. Phần về Pháp sư Lâm được ghi ở trang 1087 của bản in chúng ta đang dùng, quý vị có thể tự ghi nhớ và tra cứu là được. Phần công án về Tôn Kính Đức nằm ở trang 1088, chúng ta cũng không cần giảng lại, quý vị tự ghi nhớ. Nếu như muốn tham khảo, có thể mở xem phần Âm Nghĩa ở cuối sách.

Tiếp theo là phần "biệt đáp", tức là giải đáp cụ thể, chính là nội dung chính của phẩm kinh này, nói về mười hai đại nguyện của Bồ Tát Quán Thế Âm.

Phần này chia làm ba đoạn lớn. Đoạn thứ nhất nói việc thoát được bảy nạn; đoạn thứ hai nói việc lìa được ba độc; đoạn thứ ba nói việc đáp ứng hai sự mong cầu.

Trong đoạn thứ nhất lại chia làm hai đoạn nhỏ. Đoạn thứ nhất giảng rõ về bảy nạn; đoạn thứ hai tóm kết về thần lực của Bồ Tát.

Đoạn nhỏ nói về bảy nạn lại chia ra bảy phần. Phần thứ nhất nói về việc thoát nạn lửa thiêu. Mời quý vị mở xem Kinh văn:

"Nếu có người trì niệm danh hiệu Bồ Tát Quán Thế Âm, dù cho nhảy vào lửa dữ, lửa cũng không thiêu đốt được. Đó là do sức oai thần của Bồ Tát."

Trong phần chú giải, Đại sư nói: "Từ đây trở đi [ý nghĩa] không ngoài ba nghiệp là căn bản." Ý nói phạm vi cả mười hai đại nguyện này đều không ra ngoài ba nghiệp thân, khẩu và ý. "Gặp bảy nạn xưng niệm danh hiệu Bồ Tát, đó là lấy khẩu nghiệp làm căn bản; muốn trừ ba độc thường niệm danh hiệu Bồ Tát, đó là lấy ý nghiệp làm căn bản." Cho nên, muốn trừ ba độc [tham, sân, si] thì trong tâm phải thường niệm tưởng, nhớ nghĩ đến Bồ Tát Quán Thế Âm. Hai sự mong cầu muốn được đáp ứng thì phải lễ bái Bồ Tát Quán Thế Âm, đó là lấy thân nghiệp làm căn bản.

Do đó, muốn cầu được sự gia trì của Bồ Tát Quán Thế Âm thì nhất định phải lễ bái, đó là dùng ba nghiệp cung kính. Ý nghĩa này trong ngày hôm qua đã giảng với quý vị. Đại sư Thanh Lương trong phần chú giải kinh Hoa Nghiêm cũng giảng rõ với chúng ta ý nghĩa này. Quý vị xem chú giải kinh Hoa nghiêm, trong chương Quán Tự Tại, sẽ hiểu rõ được cách cầu nguyện Bồ Tát như thế nào để được cảm ứng.

Mấy câu này là nêu tổng quát, tìm hiểu sâu vào suốt đoạn lớn này chính là nói về mười hai đại nguyện. Phần tiếp theo giải thích những cách dùng "nếu có" trong kinh văn. Kinh này thường dùng cách nói như vậy, ý nghĩa là giả thiết, là nói "ví như có xảy ra", "đều là nói những trường hợp không xác định". Ý nói rằng nếu như có những tai nạn như vậy xảy ra, nếu ứng dụng tu tập pháp môn này thì đều có thể thoát khỏi. Phần tiếp theo dẫn Kinh Lăng Nghiêm để giải thích do đâu mà Bồ Tát Quán Thế Âm có được năng lực gia trì như vậy. Trong phẩm Phổ Môn chỉ nói việc gia trì, không nói việc do đâu Bồ Tát có năng lực gia trì như vậy. Cho nên phải kết hợp xem cả hai bộ kinh mới hiểu được.

Kinh Lăng Nghiêm nói: "Thứ hai là, xoay cái thấy vào trong, nên khiến cho chúng sinh ví như có vào lửa lớn, lửa cũng không thể thiêu đốt."

Chúng ta cùng đọc tiếp hai hàng rưỡi phần chú giải in nhỏ bên dưới.

"Thấy biết thuộc hỏa", là nói trong bốn đại thì "thấy biết" thuộc về hỏa đại. "Chỗ thấy biết xoay vào trong thì lìa được lửa ngoài cảnh trần. Cảnh trần huyễn hóa đã lìa, chân tánh vẫn còn, nên không bị lửa làm hại. Do sự gia trì từ oai lực của Bồ Tát đã lìa được cảnh trần xoay lại chân tánh, nên chúng sinh khi vào lửa dữ, trì niệm danh hiệu Bồ Tát thì lửa cũng không thể thiêu đốt."

Nói đến "chỗ thấy biết" thì cũng đã bao gồm cả sáu căn. Sáu căn của chúng ta thì tác dụng là thấy, nghe, ngửi, nếm, xúc chạm, nhận biết. Ở nhãn căn gọi là thấy, ở nhĩ căn gọi là nghe, ở tỷ căn gọi là ngửi, ở thiệt căn gọi là nếm, ở thân căn gọi là xúc chạm, ở ý căn gọi là nhận biết. Sáu căn này thật ra đều là tác dụng khởi lên từ một tánh biết sáng suốt, cho nên nói rằng "vốn từ một bản tánh sáng suốt, phân chia thành sáu căn hòa hợp".

Nói "xoay trở lại" tức là quay đầu, nghĩa là những tác dụng [từ sáu căn] của chúng ta không còn hướng ra bên ngoài trần cảnh, mà quay lại hướng vào bên trong, tức là rõ biết sự quay đầu. Trong tất cả kinh điển thuyết dạy chúng sinh, chư Phật luôn nêu ý nghĩa này trước nhất. Chúng ta trong kinh Kim Cang có thể thấy được, đức Phật Thích-ca Mâu-ni vào thành Xá-vệ khất thực, khất thực xong liền quay trở về tinh xá, rửa chân, trải tòa ngồi. Đây chính là biểu thị ý nghĩa có thể "quay về". Bệnh của chúng ta chính là không biết "quay về". Không biết quay về nên tâm chúng ta liền bị cảnh trần bên ngoài xoay chuyển, xô đẩy, cho nên gọi là phàm phu.

Vì thế mà trong sự tu học nghiêm túc thì bất luận khi làm việc gì, khởi tâm động niệm, trong tất cả việc làm đều phải biết "quay về". Người biết quay về thì sự nghiệp ở thế gian được thành tựu, trong việc tu học xuất thế gian pháp cũng sẽ được thành tựu. Vì sao vậy? Đây là điều thuộc về thiện căn, phước đức. Ở thế gian gọi là phước đức, người biết quay về là người có phước đức. Nói chung, người làm việc gì cũng biết quay về là người có phước đức. Còn đối với người học Phật, nếu tâm có thể quay về thì là người có thiện căn, sự tu học nhất định có thành tựu.

Cho nên trong Phật pháp nói đến việc quán cơ, tức là quán xét căn cơ của chúng sinh. Người nào căn tánh thuần thục thì có thể hóa độ, người nào căn tánh chưa thuần thục thì chỉ có thể giúp họ gieo hạt giống lành.

Vậy dựa vào đâu để quán xét căn cơ? Chính là quán xét xem người ấy có thể "quay về" hay không, dựa vào chỗ đó mà xem xét. Nếu trong mỗi một niệm tưởng đều có thể quay sự sáng suốt trở lại soi chiếu vào trong tâm mình thì đó là người căn tánh thuần thục, Phật Bồ Tát nhất định sẽ giúp đỡ gia hộ, bởi vì ngay trong một đời người ấy có thể chứng quả, có thể thành tựu, cho nên nói đó là chúng sinh căn tánh thuần thục.

Còn trong pháp thế gian, quý vị cứ xem như cách dùng người của các công ty, cửa hàng hiệu, hoặc của những vị đứng đầu các cơ quan, đơn vị, thì thấy họ cũng biết quán xét căn cơ. Những người nào có thể được họ sử dụng, được họ đề bạt? Đó là những người làm việc biết quay đầu, nghiêm túc, có trách nhiệm, suy xét tinh tế, kín đáo. Những người như vậy thì họ nhất định sẽ bồi dưỡng, để trong tương lại thành cán bộ của mình.

Từ đó có thể biết rằng, hai chữ "quay về" đối với cả thế gian và xuất thế gian đều rất được xem trọng.

Chúng ta học Phật nếu muốn được thành tựu thì đối với hai chữ này nhất định không thể xem nhẹ. Nguyên do Bồ Tát Quán Thế Âm có được năng lực gia trì chính là nhờ biết quay về. Cho nên trong nhà Phật thường nói "quay đầu là bờ", quay trở lại cũng chính là quay đầu. "Quay" tức là xoay chuyển, "về" tức là trở về trang thái ban sơ, chính là nói "quay đầu là bờ". Chính trong lúc ấy, Bồ Tát Quán Thế Âm xoay hư vọng, quay về chân thật. Ngay khi các căn tiếp xúc với cảnh trần liền sinh ra các thức, ví như nhãn căn của chúng ta tiếp xúc với sắc trần, con mắt nhìn thấy hình sắc, liền khởi lên sự phân biệt, bám chấp. Phân biệt bám chấp chính là thức; thức đã khởi sinh thì đó là hư vọng.

Vậy "quay về" nghĩa là gì? Là ngay lúc [thức khởi sinh] liền lập tức "quay về". Một khi đã quay về, thức liền không khởi sinh, nên vẫn ở trong cảnh giới này mà không tiếp tục phân biệt, bám chấp; tâm phân biệt, bám chấp liền dứt trừ.

Đã dứt trừ rồi thì công phu như thế nào? Công phu xoay chiếu vào trong; xoay chiếu vào trong chính là trở về tâm chân thật. Tâm chân thật là gì? Là tâm chuyên nhất, cũng tức là tâm thanh tịnh. Khi ấy mắt chúng ta nhìn thấy hết thảy hình sắc bên ngoài đều là soi chiếu, soi chiếu thật rõ ràng, nhưng trong lúc nhìn thấy không có sự phân biệt, bám chấp; tâm không sinh khởi, không khởi động niệm, đem tâm chân thật đối diện với trần cảnh, đó gọi là "quay về".

Cho nên nói "quay về" thì quý vị phải hiểu đúng ý nghĩa như vậy. Nếu quý vị hiểu sai thì phiền phức rất lớn.

Hiểu sai là như thế nào? Là nghĩ rằng quay vào trong để nhìn thấy, nhưng bên trong có gì để nhìn thấy? Mắt chúng ta chỉ có thể nhìn ra bên ngoài, làm sao nhìn được vào bên trong? Tai chỉ có thể nghe tiếng bên ngoài, làm sao nghe được bên trong? Đó chính là quý vị chạy theo câu chữ để tìm ý nghĩa, chính là chết trong văn tự, âm thanh, như vậy là sai lầm.

Cho nên nói "quay về" thì không gì khác hơn là dứt vọng hiển chân, chính là ý nghĩa đó. Nếu như không hiểu rõ được ý nghĩa đó, vận dụng sai lầm thì chẳng những không có lợi ích gì mà còn có hại.

Cũng giống như thuở xưa có người đọc sách của Khổng Tử, đến câu "cách vật trí tri" (格物致知) liền thực hành "cách vật". Người ấy "cách vật" như thế nào? Người ấy cho rằng "cách" (格) là nghiên cứu, liền đối với sự vật đều nghiên cứu chi ly tinh tế, chính là như phương pháp của khoa học hiện nay. Nghiên cứu như thế, cuối cùng cũng chỉ là bệnh nặng, vấn đề vẫn không hề giải quyết được. Đây chính là vì không hiểu đúng ý nghĩa của hai chữ "cách vật".

Về thuyết "cách vật" của Nho gia, Tư Mã Quang giải thích rất hay. "Vật" là gì? Ở đây là chỉ cho dục vọng, là sự ham muốn của chúng ta. "Cách" là gì? Là dứt trừ, diệt bỏ, như trong Phật pháp nói dứt trừ phiền não. Có người giải thích rằng đó là công phu tự chế bản thân, phải tự khắc chế dục vọng của mình, biết hài lòng với những gì hiện có nên thường sống an vui. Ý nghĩa "cách vật" được giảng giải như vậy.

Khi quý vị biết hài lòng với những gì hiện có, tâm không hướng ra bên ngoài chạy theo ngoại duyên thì tâm quý vị tự nhiên thanh tịnh; trong tâm thanh tịnh liền khởi sinh trí tuệ, gọi là "trí tri", tức là trí tuệ có khả năng hiểu biết.

Có thể thấy nhà Nho giảng giải công phu như vậy, trình tự với phương pháp đều không khác với Phật pháp, đúng như câu nói: "Chỗ thấy của các bậc anh hùng đều tương đồng về đại thể." Đức Phật là bậc thánh nhân, Khổng Tử cũng là thánh nhân, cho nên kiến giải của các vị có rất nhiều chỗ tương đồng. Hai vị này chưa từng gặp mặt, cũng chưa từng cùng nhau trò chuyện, bàn bạc, nhưng kiến giải của các vị tương đồng rất nhiều.

Cho nên chúng ta phải hiểu rõ thế nào gọi là "quay về". Ý nghĩa hai chữ này nhất định phải hiểu rõ, chính là giữ cho tâm chúng ta khi ở trong bất kỳ hoàn cảnh nào cũng đều phải biết "quay về". Vì sao phải quay về? Không "quay về" không được sao? Trong kinh Kim Cang nói rất rõ: "Những gì có hình tướng đều là hư vọng." Vì tất cả hình tướng trong cảnh giới đều không chân thật, nên làm sao có thể không quay về? Không quay về tức là vọng tâm chạy theo vọng cảnh, như vậy thì càng mê muội, càng lún sâu. Mê muội rồi nhất định khởi lên hư vọng, liền có sự tạo tác; tạo tác rồi không tránh khỏi có thiện ác; đã có thiện ác thì liền có nghiệp báo. Cho nên sáu đường luân hồi chính là do tự mình tạo thành; khởi sinh mê hoặc, tạo nghiệp rồi chiêu cảm quả báo, đó chính là sáu đường luân hồi.

Chỗ này nói bảy loại tai nạn chính là thuộc về quả báo, ba độc [tham, sân, si] chính là nghiệp nhân, chính là tạo nghiệp. Cho nên bảy loại tai nạn [thuộc về quả báo] đó Bồ Tát nói là có thể cứu được. Thế nhưng tai nạn thuộc về quả báo đó nói thật ra không đáng sợ; tai nạn thuộc về nghiệp nhân mới thật sự đáng sợ, nghĩa là ba độc [tham, sân, si] mới thật sự đáng sợ. Ba độc nếu đã dứt trừ thì [bảy loại] tai nạn thuộc về quả báo không có gì đáng sợ; những tai nạn đó rất dễ tiêu trừ. Cho nên trong mười hai nguyện này, lấy việc dứt trừ ba độc làm phần quan trọng nhất.

Ý nghĩa ở đây chính là "xoay chỗ thấy biết vào trong", chính là từ chỗ thấy biết không chân chánh mà quay trở lại, quay về chỗ thấy biết chân chánh. Phương pháp vận dụng công phu của Bồ Tát Quán Thế Âm là từ nơi nhĩ căn xoay cái nghe lại nhập vào dòng thánh. Ngài dùng phương pháp như vậy. Phương pháp thì có rất nhiều, cho nên nói là "vô lượng vô biên", như quý vị thấy trong bốn nguyện lớn mà chúng ta thường niệm có nói: "Pháp môn vô lượng thệ nguyện học."

Bồ Tát Quán Thế Âm dùng phương pháp như vậy mà thành tựu, nên phương pháp này thích hợp với Ngài, Ngài vận dụng rất thuận lợi, rất thoải mái, không một chút miễn cưỡng, như vậy mới dễ dàng thành tựu. Nếu như pháp môn đó đối với chúng ta thấy có phần miễn cưỡng, vận dụng không được thuận lợi thì chúng ta nên từ bỏ. Cũng giống như khi chúng ta muốn vào giảng đường này, ví như giảng đường này bốn phía đều có cửa. Có rất nhiều cửa vào giảng đường, giống như có rất nhiều pháp môn để thể nhập pháp giới nhất chân. Chúng ta đứng ở cửa giảng đường này, từ cửa này vào rất thuận tiện thì không cần đi vòng đường xa, đi vào cửa khác, vì vào được bên trong đều là như nhau. Quý vị phải hiểu được ý nghĩa này, sau đó mới tự mình biết lựa chọn pháp môn.

Nhưng dù là cùng một pháp môn, phương pháp tu học cũng không hoàn toàn giống nhau. Tất cả đều phải thuận theo căn tánh của mình, thuận theo phương thức sinh hoạt hiện tại của mình, như vậy mới có thể hoàn toàn tự nhiên. Cho nên mới có thể an vui tu tập, không cảm thấy có sự gò bó, trói buộc, không có khổ não, không hề cảm thấy như vậy. Cho nên Phật mới dạy rất nhiều pháp môn, không phải chỉ một pháp môn, không phải khác với pháp môn này là không được, không phải như vậy. Hết thảy các pháp môn đều bình đẳng, không có cao thấp; bất kỳ pháp môn nào, chỉ cần quý vị thấu hiểu được ý nghĩa "quay về" thì đều có thể thành tựu đạo vô thượng.

Bồ Tát Quán Thế Âm từ nơi nhĩ căn [mà tu tập], có người do vậy cho rằng nhĩ căn là nhạy bén. Thế nhưng có một số người, như hiện nay cũng có, quý vị giảng nói với họ rất nhiều, họ nghe đi nghe lại nhiều lần cũng không hiểu; quý vị viết ra đưa cho họ xem, họ vừa xem qua liền hiểu ngay. Vì sao vậy? Vì nhãn căn của họ nhạy bén. Tôi cũng đã từng gặp rồi, những người ấy khi nghe diễn giảng thì không thích, nhưng quý vị đem bài giảng ấy viết ra, họ xem qua liền hiểu ngay. Cho nên có người nhĩ căn nhạy bén, cũng có người nhãn căn nhạy bén. Căn tánh nào nhạy bén thì chúng ta vận dụng căn tánh đó; pháp môn nào thích hợp thì chúng ta chọn pháp môn đó, chỉ cần nguyên tắc, nguyên lý không sai là được. Không nhất định rằng người khác tu pháp môn đó được thành tựu thì mình cũng phải tu pháp môn đó. Cũng giống như việc điều trị bệnh. Người ấy mắc bệnh, uống thuốc đó liền hết bệnh; tôi cũng mắc bệnh, vội vàng đi mua thuốc giống như vậy để uống. Nhưng hai người mắc bệnh không giống nhau, khi uống thuốc đó vào thì bệnh có thể nặng thêm, có thể chết mất.

Cũng vậy, mỗi người căn tánh không giống nhau, người khác tu pháp môn đó dễ dàng thành tựu, chúng ta tu pháp môn đó chưa chắc có thể thành tựu. Cần phải hiểu rõ được ý nghĩa này.

"Một căn quay về nguồn, sáu căn đều giải thoát", vì các căn có mối quan hệ liên đới với nhau. Chúng ta hiểu rõ được ý nghĩa "một căn quay về nguồn, sáu căn đều giải thoát" thì lập tức liên tưởng đến câu nói của người xưa: "Thông hiểu một bộ kinh thì thông hiểu tất cả kinh." Quý vị thông đạt một bộ kinh rồi thì tất cả kinh đều có thể thông đạt. Điều này so với "một căn quay về, sáu căn đều giải thoát" cũng là cùng một ý nghĩa. Ngàn kinh muôn luận đều giảng giải một ý nghĩa, quý vị thấu hiểu được ý nghĩa đó rồi thì ngàn kinh muôn luận đều thông đạt. Chính vì vậy, nên các bậc cổ đức mới đề xướng việc tu tập từ căn bản. Căn bản là gì? Trong tất cả kinh luận, quý vị thấy ưa thích một bộ kinh, quý vị đối với bộ kinh này đặc biệt có cảm tình. Quý vị quyết định trong suốt một đời này tu tập bộ kinh này, học bộ kinh này. Như vậy, bộ kinh này được gọi là căn bản. Thấu hiểu, thông đạt bộ kinh này rồi thì tất cả kinh khác đều thông đạt. Đây gọi là tu tập từ căn bản.

Cho nên ở Trung quốc thời xưa, quý vị thấy các tông phái đều có cái gọi là căn bản, mỗi tông phái đều có căn bản riêng. Tông Hiền thủ y theo kinh Hoa nghiêm, lấy đó làm căn bản; tông Thiên Thai có căn bản là kinh Pháp Hoa; tông Tịnh Độ lấy căn bản là ba kinh [Vô lượng thọ, Quán Vô lượng thọ và A-di-đà] với một luận là Vãng sanh luận. Mỗi tông phái đều tu tập theo căn bản của mình, mỗi tông phái đều đưa đến thành Phật thành Tổ, mỗi tông phái đều sẽ thành tựu đạo Vô thượng. Nếu như có người nói rằng có bao nhiêu kinh điển đều phải tu học hết, vậy thì trong suốt cả một đời, người ấy cho dù một bộ kinh cũng không học thông suốt được. Điều này chúng ta nên hiểu rõ.

Đã biết pháp Phật dạy tu tập từ căn bản, vậy phải biết căn bản là những gì. Như căn bản của Thiền tông là nói về tâm tánh, đó gọi là "chẳng lập văn tự, chỉ thẳng tâm người". Như vậy là căn bản của Thiền tông. Từ đó có thể biết, theo kinh giáo có căn bản của kinh giáo; Tịnh độ có căn bản của Tịnh độ; Mật tông có căn bản của Mật tông; mỗi tông phái đều có căn bản của riêng mình.

Như trên vừa nói, chỗ thấy biết là thuộc về hỏa, tức trong bốn đại thuộc về hỏa đại. Đó là vì "chỗ thấy biết" hàm ý nghĩa là sáng suốt; sáng là tướng của lửa, lửa có tác dụng chiếu sáng. "Xoay chỗ thấy biết", là nói quay về, liền xa lìa ngọn lửa trần cảnh. Nói cách khác, ngọn lửa thấy biết bên trong đã không còn thiêu đốt thì nạn lửa bên ngoài không thể làm hại; bên ngoài dù có lửa dữ cũng không thể làm hại.

Nói về tai nạn nước lửa, chúng ta đọc kinh văn quả thật khó mà tin được. Nếu thật là như vậy, có thể ở chỗ lửa dữ mà lửa không thiêu đốt, không có tai nạn, vậy thì đội cứu hỏa của thành phố, của quốc gia đều không cần nữa. Lại như hiện nay quý vị nhìn thấy trong chiến tranh, bom nguyên tử chính là lửa dữ, chúng ta niệm Bồ Tát Quán Thế Âm, khi bom nguyên tử rơi xuống lửa liền tắt, ai tin được chứ? Chúng ta có thể nói, những người Phật tử thuần thành nhất cũng không thể tin, người khác làm sao tin!

Xin thưa với quý vị, lửa dữ đó quả thật là không thể thiêu đốt. Lửa muốn có tác dụng thiêu đốt thì nhất định phải có sự tương cảm giữa trong tâm và ngoại cảnh, khi đó lửa mới có tác dụng. Cho nên các bậc cổ đức nói, bốn đại bên trong và bốn đại bên ngoài thường giao cảm với nhau, chúng ta hiện tại sống trong cảnh giới như vậy, cho nên mới có các loại tai nạn. Nếu như bốn đại bên trong đều đã thanh tịnh, xa lìa, bốn đại bên ngoài cũng sẽ bị quý vị chuyển hóa. Trong kinh điển từng nói đến lập luận này, cũng có lúc chúng ta đã nghe qua và đồng thuận, kinh nói rằng "cảnh tùy tâm chuyển". Như thân thể này của chúng ta cho đến hoàn cảnh bên ngoài đều là cảnh giới, đều là những thứ chỉ do tâm ta biến hiện. Chính vì tâm không thanh tịnh nên biến hiện ra bên ngoài cảnh giới như vậy. Chúng ta lại mê trong cảnh giới ấy nên mới hứng chịu đủ loại chướng ngại, đủ loại tai nạn. Một khi tâm đã được thanh tịnh thì cảnh giới bên ngoài cũng sẽ khôi phục sự thanh tịnh.

Cho nên, cảnh giới vốn là nhất chân, cảnh giới vốn là tướng tịch diệt thanh tịnh, làm gì có tai nạn? Nói cách khác, mấy ai có thể thật sự tin chắc điều đó? Cho nên, trong đại kinh Vô lượng thọ Phật dạy rằng: "Đức tin là nguồn của đạo, là mẹ của các công đức." Nhưng việc xây dựng tín tâm thật sự rất khó. Chúng ta sở dĩ không có được sự cảm ứng, không đạt được thành tựu, căn bản là vì chúng ta không hiểu về tín tâm, không xây dựng được tín tâm. Hết thảy mọi sự tu học, mọi sự cầu nguyện đều là dựa trên vọng tâm, từ đó mà chạy theo mọi sự hư vọng. Vậy mà không biết quay về tự trách chính mình, ngược lại còn trách lời Phật dạy là không đáng tin, rằng Phật Bồ Tát không linh thiêng, rồi quay sang chê trách người bên ngoài. Đó là lỗi lầm rất lớn của chúng ta.

Trong Phật pháp, sự sinh khởi tín tâm là giai đoạn tu học quan trọng nhất. Hiện tại chúng ta nói rằng đã có niềm tin, nhưng nói cho dễ nghe một chút thì chỉ là miễn cưỡng tin, chưa thể nói đó là chánh tín. Chánh tín nghĩa là đối với những lập luận này, đối với tất cả mọi hiện tượng đều có sự hiểu biết chính xác rồi khởi lòng tin, đó mới gọi là chánh tín. Còn như nói thẳng ra hơi khó nghe thì niềm tin hiện tại của chúng ta chỉ là mê tín. Sao gọi là mê tín? Bởi vì chúng ta không hiểu rõ ràng nguyên lý sự thật, không hiểu rõ ràng chân tướng sự thật, chỉ nghe người khác nói rồi liền tin. Chúng ta rốt cuộc không tự mình chứng nghiệm được cảnh giới này, chỉ nghe người khác nói liền tin theo, niềm tin như vậy không phải mê tín thì gọi là gì? Những gì người thế gian nói là tin theo cách như vậy đều gọi là mê tín; xin thưa với quý vị, không có một điều nào không phải mê tín. Nhà khoa học tin vào khoa học cũng là mê tín. Vì sao vậy? Khoa học không có điểm dừng, những gì ngày nay quý vị tin theo chỉ mới có một phần, còn rất nhiều điều quý vị chưa hiểu được. Khoa học rồi sẽ đưa chúng ta đi đến đâu, có chỗ nào tốt đẹp chăng? Cho nên ngày nay ngay cả niềm tin của các nhà khoa học cũng luôn dao động. Vì sao vậy? Vì phát triển đến mức như hôm nay, chỉ cần một chút bất cẩn thì toàn thể nhân loại sẽ cùng diệt vong. Đây là kết quả của khoa học. Cho nên, hai chữ "tin Phật" là cực kỳ quan trọng.

Chúng ta nhìn thấy qua các thời đại, như trong những chuyện cảm ứng của Bồ Tát Quán Thế Âm, ta thấy đủ các hạng người được cảm ứng. Niềm tin của họ tuy là mê tín nhưng cũng có thể khởi sinh tác dụng. Khởi sinh tác dụng gì? Đó là làm khởi sinh thần lực gia trì của Bồ Tát Quán Thế Âm. Những người ấy quả thật được thoát khỏi tai nạn. Niềm tin của họ có sinh khởi tác dụng như vậy.

Vì sao những người ấy tuy mê nhưng có thể khởi sinh tác dụng, còn chúng ta mê không khởi sinh tác dụng? Vì mức độ mê đắm của chúng ta không sâu bằng họ. Chúng ta mê nhưng trong đó còn có sự nghi vấn; họ mê đến mức hoàn toàn tin nhận, không có một chút nghi vấn nào, do đó nên khởi sinh được tác dụng. Cho nên, mê đến cực điểm chính là chân thật! Giác với mê không phải hai điều khác nhau. Giác đến cực điểm giống như mê; mê đến cực điểm giống như giác. Tục ngữ Trung quốc thường nói "Đại trí giống như ngu"; ngu tức là mê, đại trí tức là giác, nhưng đạt đến cực điểm thì chỗ giao nhau đó chính là một, không phải hai. Cho nên những người mê ấy cũng có thể khởi sinh tác dụng. Bồ Tát Quán Thế Âm là cực kỳ giác, những người ấy là cực kỳ mê, hai bên làm khởi sinh tác dụng, đó là tín tâm.

Tín tâm như vậy thuộc về loại nào? Xin thưa với quý vị, đó chính là tâm chí thành. Những người ấy trong tâm không có một chút vọng tưởng, đến mức cực kỳ tinh thuần. Nói cách khác, tâm như vậy chính là chân tâm, không cần phải giải thích theo giáo nghĩa, chân tánh tự nhiên hiển hiện. Thiền tông chính là dùng phương pháp này. Cho nên Thiền tông vừa khởi đầu liền dạy quý vị phát tâm tham cứu, không dạy quý vị nghe kinh, không dạy quý vị đọc tụng. Trừ ra những lúc làm việc, thời gian còn lại chỉ là ngồi thiền, tham cứu.

Vậy Thiền tông có cần xem kinh điển không? Chúng ta thấy các bậc Tổ sư đại đức xưa nay, lấy ví dụ như trường hợp của Lục tổ, trong Pháp bảo đàn kinh Lục tổ trích dẫn kinh điển rất nhiều. Những kinh điển đó nếu ngài chưa từng đọc qua, chưa từng nghe qua thì làm sao có thể trích dẫn? Thiền tông đọc tụng kinh điển là sau khi tâm địa thanh tịnh, tức là sau khi đã minh tâm kiến tánh mới có thể xem kinh điển. Phương pháp của Giáo tông thì ngược lại, trước tiên phải từ nơi kinh luận mà khởi tu, sau đó mới quay lại cầu đến sự nhất tâm bất loạn, lại cầu tâm thanh tịnh tâm. Trước tiên nghiên cứu lý luận, phương pháp cho thật rõ ràng, sau đó mới cầu chứng nghiệm. Thiền tông thì trước tiên phải đạt được sự chứng nghiệm, sau đó mới đem kinh luận dẫn ra. Để làm gì? Để ấn chứng, để xem chỗ nhận hiểu của mình so với Phật có tương đồng hay không.

Cho nên, kinh điển có hai tác dụng. Đối với người sơ học, kinh điển là nguyên tắc chỉ đường để noi theo; đối với người đã chứng quả, kinh điển là để chứng nhận, xác thực, tức là xem chỗ nhận hiểu, thấy biết của người ấy có tương đồng với Phật hay không. Nếu quả thật tương đồng thì chứng minh là tu tập không sai lầm, đúng với tri kiến của Phật.

Do đó có thể biết rằng, điểm cốt yếu chính là ở tín tâm. Nếu chúng ta đối với Bồ Tát không hề nghi ngờ, liền có sự cảm ứng, lửa dữ không thể thiêu, nước lớn không thể nhận chìm, hết thảy mọi tai nạn, hết thảy mọi khổ ách đều được tiêu trừ.

Chúng ta đọc tụng kinh điển Đại thừa, mục đích cũng không ngoài việc xây dựng tín tâm. Nhận hiểu lý lẽ càng rõ ràng, tín tâm của chúng ta càng kiên cố, nghi hoặc càng giảm bớt. Nếu như thực sự không có gì nghi hoặc thì chúng ta đọc tụng kinh điển để làm gì? Không cần phải đọc kinh nữa. Vì thế, điều kiện tu học trong nhà Thiền chính là tín tâm kiên định, không một mảy may nghi ngờ mới có thể tham cứu kinh điển. Vì có nghi ngờ nên phải từ nơi kinh luận mà khởi tu. Cho nên theo giáo học, dù là thế gian hay xuất thế gian, có hai hạng người có căn cơ sẵn sàng tiếp nhận. Thứ nhất là hạng thượng trí, nghe một điều hiểu ra ngàn điều, không có sự hoài nghi. Hạng người này rất dễ dạy bảo, dễ dàng thành tựu. Hạng người thứ hai chính là hạng cực kỳ ngu si, không có một ý niệm gì, bảo sao làm vậy. Hạng người này cũng dễ dạy bảo, nhất định sẽ thành tựu.

Khó khăn phiền phức nhất chính là những người chỉ hiểu biết một nửa vấn đề, gọi là biết nửa vời. Nếu quý vị nói họ là người ngu, họ lại có chỗ rất thông minh; quý vị nói họ thông minh, họ lại thật sự rất ngu. Những người này đối với hết thảy các pháp đều nửa tin nửa ngờ, thật khó thành tựu nhất, là những học sinh khó dạy nhất. Quý vị nghĩ xem, chúng ta có phải là những học sinh khó dạy nhất của đức Phật không? Kết quả chỉ là thiệt thòi cho chính mình.

Bồ Tát Quán Thế Âm có thể quay đầu, chính là vì ngài có thể quay đầu, cho nên quay đầu rồi liền thấy được chân tánh, chính là như trong Tâm Kinh nói "soi thấy năm uẩn đều không". Bốn đại là pháp hình sắc nằm trong năm uẩn [sắc, thọ, tưởng,hành, thức], không chỉ pháp hình sắc là không, mà ngay cả những pháp thuộc tâm như thọ, tưởng, hành, thức cũng là không, cho nên mới "vượt qua hết thảy mọi khổ ách". Câu kinh này là cương lĩnh tổng quát, những điều chúng ta bàn đến hôm nay là chi tiết bên trong, từng điều một qua [cương lĩnh ấy] đều tự hiển lộ.

Cho nên khi Bồ Tát "xoay lại chỗ thấy biết", ngài không còn thấy có nghiệp quả, không có hiểu biết sai lầm, thấy biết sai lầm, lửa [ngoài tần cảnh] với trong tâm ngài không có sự tương cảm. Đây là nói về nguyên do năng lực của ngài, có thể vào trong lửa cũng không bị thiêu đốt. Đây là việc không thể nghĩ bàn; hết thảy chúng sinh như chúng ta đều không có năng lực này, nhưng có thể được với một điều kiện, chính là đối với Bồ Tát hoàn toàn khẳng định tin tưởng, không một chút nghi ngờ; ví như vào trong lửa dữ, bị lửa thiêu đốt thân thể thành tro than vẫn không khởi lên một niệm nghi ngờ. Làm được như vậy thì mới có thể vào trong lửa dữ thật không bị thiêu đốt; bằng như lúc ấy còn có một chút nghi ngờ thì sẽ không có sự cảm ứng.

Trước đây trong phần cương lĩnh tổng quát cũng đã có nói qua, đã có nêu ra vấn đề này. Có rất nhiều người trải qua nhiều năm niệm danh hiệu Bồ Tát Quán Thế Âm, vì sao không hề có sự cảm ứng? Không phải đã nói với quý vị rồi sao, trong kinh đã nói rất rõ ràng là phải "nhất tâm xưng danh", chỉ cần trong tâm những người ấy khởi lên một chút nghi ngờ thì đã không phải là nhất tâm; vừa khởi một ý niệm thì công phu đã không còn thuần nhất. Không cần nói đến nhất tâm, chỉ cần công phu thuần nhất là đã có cảm ứng rồi, huống chi là đạt được nhất tâm?

Vì vậy, khi chúng ta không có sự giao cảm với chư Phật Bồ Tát trong tâm đạo, không đoạn trừ được phiền não, không tránh khỏi được tai nạn thì phải quay lại tự xét mình. Chúng ta ngay cả công phu thuần nhất còn chưa đạt được, suốt ngày từ sáng đến tối trong tâm vẫn toàn là vọng tưởng tạp niệm. Nguyện lực và tâm từ bi của Bồ Tát tuy rộng lớn, nhưng tự chúng ta không có khả năng tiếp nhận, cho nên không được sức gia trì của ngài. Đó không phải do ngài không gia trì, mà là do chính chúng ta tạo ra chướng ngại, ngăn cản thần lực gia trì. Sức mạnh từ bản thân chúng ta rất lớn, trong kinh điển dạy rằng: "Tâm, Phật và chúng sinh, ba điều này không khác biệt nhau", nghĩa là đều có năng lực như nhau. Vì vậy, do chính chúng ta tạo ra chướng ngại nên tâm đạo không thể giao cảm với Bồ Tát. Nếu chúng ta thật sự tin tưởng, không một chút nghi ngờ thì tự nhiên chướng ngại sẽ được trừ bỏ, thần lực của Phật Bồ Tát mới có thể gia trì. Sức mạnh này, khoa học ngày nay gọi là cảm ứng tâm linh, thành tâm đến cực điểm thì sẽ có cảm ứng.

Không cần nói đến mối tương quan giữa Phật Bồ Tát với chúng ta, mà ngay cả trong chúng sanh phàm phu cũng có mối tương quan, như trường hợp "mẹ con giao cảm". Thuở xưa có những trường hợp như vậy, trong lịch sử có ghi chép lại. Khi người mẹ suốt ngày lo lắng cho con, người con ở xa cũng rất hiếu thảo, thường nhớ đến mẹ. Người mẹ nhớ con, cắn ngón tay; người con cảm thấy nhói đau trong lòng. Đó là mẹ con giao cảm, cũng chính là sự cảm ứng tâm linh. Trong tâm của mẹ và con đều không có sự nghi ngờ, không có vọng niệm, cho nên có sự cảm ứng. [Chúng sanh phàm phu còn được như vậy,] huống chi là giữa Phật Bồ Tát đối với chúng ta. Quý vị cứ từ những ý nghĩa và sự thật này mà suy xét thêm, ý nghĩa cảm ứng là hoàn toàn chân thật. Nếu không hiểu ý nghĩa này, quý vị sẽ không thể đạt được sự cảm ứng; nếu hiểu rõ ý nghĩa này, sự cảm ứng sẽ đến rất nhanh; chúng sinh có cảm, Bồ Tát lập tức có ứng.

Tình thương của mẹ đối với con là duyên theo sự luyến ái, nhưng tình yêu thương đó cũng là vô điều kiện. Chư Phật Bồ Tát đối với tất cả chúng sinh là tâm đại bi đồng thể, là tâm đại từ không duyên theo ngoại cảnh, năng lực này vượt xa tình luyến ái giữa mẹ và con, có lẽ nào lại không có sự cảm ứng? Chỉ là vì chúng ta xem Phật Bồ Tát như người ngoài nên không thể khởi sinh sự cảm ứng.

Chư Phật Bồ Tát trong mỗi một niệm tưởng đều nghĩ đến chúng sinh, còn chúng sinh trong mỗi một niệm tưởng đều không nhớ đến chư Phật Bồ Tát, cho nên mới không thể khởi sinh tác dụng. Điều này nói lên thần lực của Bồ Tát, chứng minh Bồ Tát thật sự có năng lực gia trì chúng sinh; nếu chúng sinh có sự chiêu cảm, chư Phật Bồ Tát thật sự có ứng hiện. Nhưng quý vị nhất định phải ghi nhớ một câu quan trọng nhất trong kinh điển, đó là "nhất tâm xưng danh". Lúc nào được như vậy thì sẽ được hào quang và oai đức từ nơi tâm đại bi của Bồ Tát bao trùm che chở, mới có thể không rơi vào nạn lửa. Chỗ này trong sách nói đơn giản: "Bồ Tát xa lìa trần cảnh quay về chân tánh nên có oai lực gia trì che chở, khiến cho chúng sanh trì niệm danh hiệu thì dù vào trong lửa dữ cũng không bị thiêu đốt."

Tiếp theo dẫn một câu chuyện để suy ngẫm, có ghi chép trong Quán Âm Bồ Tát Cảm Ứng Lục. Đây là câu chuyện của cư sĩ Chúc Trường Thư thời nhà Tấn.

Chuyện kể rất rõ ràng, Chúc Trường Thư là người Lạc Dương, nay là Hà Nam. Ở Trung quốc đại lục đa phần sống trong nhà tranh, các bạn trẻ ở Đài Loan bây giờ chưa từng nhìn thấy. Quý vị nào ở độ tuổi 20, 30, sinh ra sau khi chính phủ đến Đài Loan, do kinh tế phát triển, đời sống khá giả nên hiện tại chẳng còn ai sống trong nhà tranh. Ở Đài Loan chúng ta không tìm thấy nhà tranh. Còn nhà cửa trên đại lục [ngày xưa] đều là tự xây dựng, tường trát đất, mái lợp tranh. Nhưng nhà tranh thật sự cũng có ưu điểm, mùa đông ấm, mùa hè mát; do tường đất dày nên mùa đông ấm mùa hè mát, có phong cách riêng, sống trong đó rất thoải mái. Nhưng nhà tranh sợ nhất là lửa, chỉ cần một que diêm, một đóm lửa cũng có thể gây hỏa hoạn. Trên đại lục, nhà tranh rất nhiều, nhà gạch ngói là nhà giàu có, người bình thường đều ở nhà tranh.

Khi ấy, căn nhà tranh của Chúc Trường Thư "bị đám cháy lớn lan đến gần". Lúc đó nhà hàng xóm đã cháy, sắp lan đến nhà ông. "Mấy nhà hàng xóm đều vội vàng dọn đồ đạc", người khác thấy lửa cháy, vội vàng mang đồ quý giá ra ngoài. Ông tin vào Bồ Tát Quán Thế Âm, hoàn toàn không nghi ngờ. Nếu người khác trong tình huống này hẳn sẽ nghĩ: "Bồ Tát Quán Thế Âm chưa chắc đáng tin, nếu nhà vẫn bị cháy thì sao?" Chỉ cần một niệm nghi ngờ này là không được. Chúc Trường Thư có lòng tin kiên định, không có nghi ngờ, lúc này hoàn toàn nương tựa vào Bồ Tát Quán Thế Âm. Ông nhất tâm, quý vị chú ý hai chữ "nhất tâm" này, "nhất tâm xưng danh", then chốt nằm ở hai chữ này. Trong đoạn văn này, hai chữ "nhất tâm" là then chốt. Ông không có niệm gì khác, không lo lắng, không nghi ngờ, cũng không có bất kỳ suy nghĩ nào khác, chỉ nhất tâm niệm Bồ Tát Quán Thế Âm. Lửa cháy đến nhà ông thì chuyển hướng sang nơi khác, nhà ông không bị cháy.

Người khác cảm thấy kỳ lạ, cũng có người không cho là đúng, lý giải rằng lúc lửa cháy gần đến nhà ông, do may mắn là gió đổi hướng, thổi lửa đi nơi khác, chưa chắc là Bồ Tát thật linh hiển. Chúc Trường Thư nghe như vậy vẫn không dao động. Những người trong làng khi ấy nghĩ, "ông nói Bồ Tát Quán Thế Âm linh hiển, vậy để chúng ta thử xem", họ liền cố ý phóng hỏa đốt nhà vào ban đêm, đốt liên tiếp ba ngày mà nhà ông vẫn không bị cháy. "Phóng hỏa đốt nhà ông", trong sách nói rất đơn giản. Đó là họ lợi dụng lúc đêm tối, mỗi đêm đốt một lần, nhưng đốt không cháy được. Đêm thứ hai lại đốt, cũng không đốt cháy được. Đêm thứ ba lại đốt nữa. Liên tiếp ba đêm đều có người cố ý đốt nhà ông, đều không đốt được. Từ đó, mọi người trong làng đều niệm Bồ Tát Quán Thế Âm, mới biết thật sự là do thần lực cảm ứng của Bồ Tát, không phải ngẫu nhiên. Không có những người nghi ngờ này thì không thể làm rõ việc Bồ Tát thật sự có uy lực, lại cũng chứng minh cư sĩ Chúc Trường Thư thật sự nhất tâm xưng danh, không có nghi ngờ.

Ngày nay chúng ta cầu nguyện nhiều, đều do tâm không thành; tâm không thành thì không có cảm ứng. Ví dụ này, chúng ta không nên xem là ngẫu nhiên, nhất định không phải ngẫu nhiên. Tự chúng ta nhất tâm xưng danh thì sẽ có cảm ứng, giống như cư sĩ Chúc Trường Thư vậy. Cho nên, nhất tâm là điều quan trọng nhất.

Tôi kể thêm một câu chuyện, xảy ra ở Đài Loan, chúng ta đã chứng kiến. Khi tôi học với thầy Lý ở Đài Trung, quý vị biết rằng Đài Trung có nhà sách Thụy Thành, thường in sách Phật. Cả nhà họ đều học Phật, là đại hộ pháp của thầy Lý. Lúc đó tôi đang ở Đài Trung, khi thầy Lý giảng kinh, chúng tôi cùng nghe, ông chủ Thụy Thành cũng đang nghe. Ông chủ già lúc đó còn sống, cùng con trai ông là Hứa Viêm Đôn cũng đang nghe giảng kinh. Nghe được nửa chừng, người nhà chạy đến báo nhà hàng xóm cháy, sắp lan đến nhà họ. Hai cha con ông chủ Thụy Thành rất đáng khen, họ nghe xong xem như không có chuyện gì, vẫn tiếp tục nghe giảng kinh, không hề hoảng hốt. Họ không vội về nhà dọn máy móc, cứu hỏa, cứ xem như không có chuyện gì, vẫn ngồi đó nghe kinh. Đến khi giảng kinh xong, nghe nói lửa đã tắt, nhà họ không bị cháy. Thầy Lý xuống tòa, gọi hai người lại, gật đầu nói: "Hay, khá lắm! Hai người cũng khá lắm." Nếu là người khác hẳn đã loạn tâm rồi; hai người họ nghe rồi xem như không có chuyện gì, như lửa không cháy nhà họ, đến nhà họ thì tắt. Chuyện như vậy chúng ta nghe qua có vẻ như ngẫu nhiên, nhưng thật ra không hề ngẫu nhiên. Một niệm thanh tịnh thì một niệm cảm ứng, niệm niệm thanh tịnh thì niệm niệm cảm ứng. Đó gọi là, một niệm cảm ứng một niệm Phật, niệm niệm cảm ứng niệm niệm đều là Phật. Nếu chúng ta khởi tâm nghĩ rằng "để tôi cũng thử làm xem có được không" thì sẽ không có cảm ứng. Vì sao? Vì tâm không chân thành, tâm không chuyên nhất. Quý vị khởi tâm câu may, khởi tâm muốn thử nghiệm, như vậy là không chân thành. Đó không phải tâm chuyên nhất, vì tâm chuyên nhất thì không có ý niệm nào khác.

Mời quý vị xem tiếp đoạn thứ hai, nói về "thoát nạn nước trôi".

"Nếu bị nước lớn cuốn trôi, xưng danh hiệu ngài, liền được đến chỗ cạn."

Nói "nước lớn", vì dòng nước nhỏ không gây thành tai nạn. Nước lớn tức là lúc lũ lụt. "Kinh nói ba điều", ở đây chỉ kinh Lăng nghiêm. "Xoay cái nghe vào trong, nên khiến cho các chúng sinh dù bị nước lớn cuốn trôi cũng không bị nhấn chìm."

Trong bốn đại thì "nghe" thuộc về thủy đại. "Cái nghe xoay chuyển thì lìa nước bên ngoài trần cảnh, nên không bị nước nhận chìm." Xoay cái nghe vào trong, đây là nguyên do thần lực của Bồ Tát, do xoay lại quán xét tánh nghe, xoay chuyển cái nghe hư vọng, trở về cái nghe chân thật, ý nghĩa cũng giống như phần trước [nói về cái thấy]. Trước đây nói cái thấy thuộc về hỏa, ở đây cái nghe thuộc về thủy. Nghiệp nghe của chúng sinh chiêu cảm, tức nghiệp nghe bên trong tương cảm với cảnh giới bên ngoài, mới hiện ra tai nạn nước trôi. Từ đó có thể thấy, thiên tai, tức tai họa tự nhiên, cũng là do chúng sinh tạo tác nghiệp chung. Nếu không có nhận thức tương đối về Phật pháp thì cũng khó tiếp nhận ý nghĩa này. Những điều này trong Phật pháp thuộc về giáo lý thâm sâu. Người bình thường tiếp nhận giáo lý nông cạn thấy rất có lý, có thể tiếp nhận, nhưng những chỗ quá sâu xa như thế này họ không thể lý giải, không thể tiếp nhận, còn có thể chê trách cho là mê tín. Nếu người chê trách ấy có địa vị trong xã hội, có học vấn cao, có ảnh hưởng rất lớn, như vậy thì họ tạo nghiệp cũng rất sâu nặng.

Vì vậy, đức Phật dạy chúng ta, sau khi Phật diệt độ, chúng ta có thể tuân theo "tứ y pháp" thì cũng giống như Phật còn tại thế. Trong tứ y pháp, trước tiên là nguyên tắc "y pháp bất y nhân" (y theo pháp, không y theo người).

Ngày nay, bất kể một người có địa vị cao đến đâu, danh tiếng lớn đến đâu, nếu lời nói của họ không thấy trong kinh điển thì chúng ta không tin theo. Chúng ta phải lấy chánh pháp, lấy kinh điển làm căn cứ, không thể lấy tri kiến của người khác làm căn cứ, điều này rất quan trọng. Vì người thế gian đối với những người có danh tiếng đều có tâm kính trọng, ngưỡng mộ, lời họ nói dễ được tin theo. Còn đức Phật cách chúng ta quá xa, chúng ta quên lời Phật dạy, tin theo những người ấy. Nếu tri kiến của họ sai, chúng ta cũng đi theo con đường sai lầm, như vậy thì tai hại rất lớn.

"Xoay cái nghe vào trong thì không tạo nghiệp nghe, nên nước không thể nhận chìm." Chúng ta là phàm phu nhưng nếu có thể nhất tâm xưng niệm danh hiệu Bồ Tát Quán Thế Âm thì gặp nạn nước lớn cũng có thể bảo toàn tính mạng, thoát khỏi tai nạn. Việc gặp nạn nước trôi mà thoát được nhờ "nhất tâm xưng danh" có rất nhiều ví dụ, ở đây dẫn ra một ví dụ là chuyện ngài Đạo Quýnh. Câu chuyện của ngài Đạo Quýnh trong sách này ở trang 1089, tức trong phần Âm nghĩa cuối sách, quý vị ghi nhớ, khi có thời gian thì xem qua. Những ví dụ như vậy rất nhiều, không kể xiết, quý vị có thể xem trong Quán Thế Âm Bồ Tát Linh Cảm Lục. Vẫn chỉ là một nguyên tắc: "nhất tâm xưng danh", bốn chữ này nhất định không thể bỏ qua, mới có thể đạt được sự cảm ứng.

Đoạn thứ ba nói về "thoát nạn la-sát", mời quý vị xem kinh văn.

"Nếu có trăm ngàn vạn ức chúng sinh, vì cầu vàng, bạc, lưu ly, xa cừ, mã não, san hô, hổ phách, chân châu v.v... mà vào biển lớn, giả sử có gió đen thổi thuyền trôi dạt vào nước la-sát, trong số đó dù chỉ có một người xưng danh hiệu Bồ Tát Quán Thế Âm thì tất cả những người đó đều được giải thoát khỏi nạn la sát. Do nhân duyên này, nên ngài có tên gọi là Quán Thế Âm."

Chúng ta đều có thể tin chắc rằng, người thế gian ai cũng hy vọng có cuộc sống giàu có hạnh phúc, không thích nghèo khó. Chỉ có rất ít ngoại lệ. Những ai có thể cả đời sống trong nghèo khó thì đều là nhân vật không tầm thường, tâm địa thanh tịnh, biết đủ thường vui, không phải người thường. Trên đại lục có rất ít người như vậy. Trước đây tôi được nghe, dường như là Lão hòa thượng Nam Đình, kể một câu chuyện về người cùng quê. Hòa thượng là người Thái Châu, Giang Tô, kể rằng có một ông lão là người ăn xin. Sau này đứa con trai ông ấy thành đạt, có địa vị trong xã hội, giàu có, vì cha ở ngoài đi ăn xin, con trai cảm thấy rất xấu hổ. Do vậy tìm cách mời ông lão về. Ông về nhà, ở chưa đầy một tháng, lại lén bỏ đi ăn xin nữa. Người ta hỏi tại sao? Ông nói như vậy được tự do! Xin được thức ăn no rồi thì đi chơi khắp nơi, ngao du sơn thủy, rất tự do tự tại! Ông nói rằng về nhà có nhiều người hầu hạ, thấy rất khó chịu. Người như vậy không phải người thường, thật không đơn giản. Biết sống thanh tâm quả dục, được thanh tịnh tự tại.

Vì vậy, người tu đạo muốn sống cuộc sống nghèo khó, không muốn giàu có, yên trong cảnh nghèo mà vui với đạo. Ngày xưa, ngoài những người xuất gia tu đạo, còn có những vị ẩn sĩ, có học vấn, đạo đức, không muốn ra làm quan, chỉ muốn sống cuộc sống thanh bần. Xem như các nhà văn thời xưa, không phải là không có học vấn, không có năng lực, nhưng còn đi khắp nơi mượn tiền bạn bè, mua rượu thiếu, còn nợ nhiều tiền, nợ nần rất nhiều, trong đó họ lại có niềm vui riêng.

Nhưng đó là số ít, còn đa số đều cầu giàu sang. Vì vậy người xưa thường nói "thanh bần trọc phú", thanh cao thì nhất định là nghèo khó, nghèo khó mới hiển thị thanh cao. Ví dụ như các vị cao tăng, chỉ thanh bần mới thật cao tăng, giàu có thì là tục tăng, không phải cao tăng. Vì vậy, người thế gian đa số cầu tài phú, cầu công danh, cầu phú quý, đó là thói thường của con người.

"Vào biển cầu châu báu", như ngày nay tức là thương gia buôn bán với nước ngoài. Phương tiện giao thông tàu thuyền ngày xưa chưa phát triển như bây giờ, đều là thuyền buồm, đi trên biển rất dễ gặp nạn. Không như bây giờ, tàu hàng ngàn tấn, hàng vạn tấn không dễ gặp nạn. Ngày xưa tàu lớn nhất cũng chỉ vài chục tấn, thuyền lớn đóng bằng gỗ. Quý vị có thể xem câu chú giải này: "Vào biển cầu châu báu, kết bạn không biết bao nhiêu người", nghĩa là luôn phải kết bạn đồng hành, mỗi lần ra khơi đều có nhiều tàu, "cuối cùng không thể đi một mình", nhất định phải có bạn đồng hành, "nên nói trăm ngàn vạn ức tổng số, không xác định được bao nhiêu người", là nói ý nghĩa số lượng ở đây. "Vào biển, kinh Hiền Ngu nói, trồng trọt lợi gấp trăm", đây là nói lợi nhuận của nông dân, "buôn bán gấp ngàn, làm quan gấp vạn, vào biển may mắn về được", là nói thật sự tìm được châu báu trở về, "thì được đến vô số lần". Đây là vì muốn được châu báu nên mới mạo hiểm; mạo hiểm lớn như vậy để vào biển tìm châu báu.

"Kinh A Hàm nói, gió thêm đen, sợ hãi lắm." Gió đen là gì? Như bây giờ biết là lốc xoáy, bão lớn. Ngày xưa trên biển, không dự báo thời tiết chính xác như bây giờ, hoàn toàn dựa vào kinh nghiệm, đi biển phải dựa vào kinh nghiệm. Gặp nạn gió, nếu gần đó không có đảo an toàn tránh gió, lúc này khó tránh khỏi tai nạn. "La-sát" là loài quỷ ăn thịt người, thường sống trên đảo. Ngày nay nói ra người ta không tin, có người nói có thể là người man rợ, tức các tộc người ăn thịt người, là gặp phải những người này. Thuyền trôi dạt vào đảo của họ, gặp những người như vậy rất nguy hiểm, "la sát là quỷ ăn thịt người". "Một người xưng danh hiệu, những người khác đều được giải thoát, vì cùng hoạn nạn, tuy miệng không cùng xướng, tâm giúp tìm phước, nên đều được cứu." Đây là nói trong số bạn đồng hành, có một hai người có thể nhất tâm xưng danh, cầu Bồ Tát cứu nạn này, đều có thể được cảm ứng, đều có thể thoát nạn. Ý nghĩa ở đây là, mọi người cùng trong hoạn nạn thì dễ đồng tâm đồng nguyện. Tai nạn đang xảy ra, không có cách nào khác, nên người không tin cũng niệm, cũng niệm theo. Hơn nữa, trong lúc nguy nan này, tâm niệm Phật đặc biệt thành khẩn. Vì sao? Vì không có vọng niệm, chuyện sống chết là quan trọng. Vì niệm như vậy nên rất dễ được cảm ứng.

Kinh Lăng Nghiêm nói: "Thứ tư, dứt trừ vọng tưởng, tâm không giết hại, nên khiến cho các chúng sinh dù vào các nước quỷ, quỷ không thể làm hại." Đây là kinh văn. Bồ Tát Quán Thế Âm "diệt vọng đoạn sát", đã dứt trừ sạch sẽ, nên có thể "xa lìa quỷ ác hại". Trong đoạn này dẫn Kinh Lăng Nghiêm có hai câu rất quan trọng, chúng ta nhất định phải tu học, đó là "dứt trừ vọng tưởng, tâm không giết hại", hai câu này rất quan trọng. Vọng tưởng là ý thức thứ sáu, trong kinh Lăng Nghiêm đức Phật nhiều lần dạy rằng, đây không phải chân tâm của chúng ta. Vọng tưởng có thể chướng ngại pháp thân huệ mạng của chúng ta, giống như quỷ la sát có thể hại thân mạng chúng ta. Vọng tưởng gây chướng ngại khiến cho pháp thân huệ mạng của ta không thể hiển hiện. Từ đó có thể thấy, giao cảm với ma quỷ chính là vọng tưởng. Nếu vọng tưởng không sinh, ma quỷ dù nhiều cũng không thể gây hại. Đừng nói là quý vị niệm Bồ Tát Quán Thế Âm, cho dù không niệm, ác quỷ cũng không thể làm hại quý vị. Bởi vì, do vọng với vọng giao cảm nên mới có những tai nạn này hiện ra.

Muốn dứt trừ vọng tưởng, nhất định phải học Phật pháp, nhất định phải tu tâm thanh tịnh. Không có vọng tưởng, tâm liền thanh tịnh; không giết hại, tâm liền từ bi. Người khác hại mình, giết mình, chúng ta cũng không khởi niệm báo thù, như vậy thì tai nạn này mới có thể vĩnh viễn dứt trừ. Người khác hại mình, giết mình, chúng ta phải suy nghĩ, đời trước nhất định có nhân nghiệp. Tại sao không giết người khác, tại sao không hại người khác, lại giết hại mình? Phải nghĩ đến đạo lý nhân quả luân hồi trong kinh Phật thường nói, "một miếng ăn, một ngụm nước, đều do tiền định". Đời trước mình không hại họ, đời này họ quyết không hại mình; mình không nợ mạng họ, họ không thể lấy mạng mình.

Thuở xưa Lục Tổ gặp một tên ám sát, tên Hành Xương, bị người phương bắc mua chuộc, bảo giết Lục Tổ, giết xong sẽ cho tiền. Vì họ ghen ghét Lục Tổ. Lục Tổ có thần thông, có tha tâm thông, đã biết trước, nên lúc đó đợi hắn đến giết, bên cạnh để sẵn mười lượng bạc. Kết quả khi hắn đến, chém xuống ba đao, lưỡi đao đều xoắn lại, Lục Tổ vẫn an nhiên bất động. Tên ám sát hoảng sợ bỏ chạy. Lục Tổ gọi hắn lại, nói rằng ta chỉ nợ ngươi tiền, không nợ mạng sống, nên ngươi không thể lấy mạng ta; đây có mười lượng bạc hãy lấy đi, đời trước ta nợ ngươi, bây giờ trả ngươi; nợ tiền trả tiền, nợ mạng trả mạng; ta không nợ mạng ngươi nên đưa cổ cho ngươi chém ba đao cũng không bị thương.

Vì vậy, khi bị người khác làm hại, chúng ta hãy nghĩ rằng đời trước mình đã hại họ, hôm nay họ hại mình. Tốt thôi, một báo trả một báo, việc này xong. Từ nay về sau bắt tay làm bạn tốt, giúp đỡ lẫn nhau, oán kết mới giải. Nhất định phải tu tâm đại từ bi, oán oán tương báo thì không bao giờ dứt.

Quý vị xem trong An Sĩ Toàn Thư, bài Âm Chất Văn của Văn Xương Đế Quân, thử nghĩ xem như Văn Xương Đế Quân trong mười bảy đời trước kết oán gia, đời đời kiếp kiếp báo oán qua lại, thê thảm không kể xiết. Cuối cùng gặp Bồ Tát mới tỉnh ngộ, oán kết mới giải trừ. Vì vậy, chúng ta đối với bất kỳ người xấu ác nào, quyết không có một niệm báo thù, tai nạn của chúng ta mới có thể tiêu trừ. Nhất tâm xưng danh cầu Bồ Tát gia trì thì tai nạn sẽ được tiêu trừ. Những ý nghĩa này nếu thấu hiểu thì oan gia trái chủ từ vô thủy kiếp đều có thể hóa giải, tại sao chúng ta không làm?

Nguyên do năng lực gia trì của Bồ Tát Quán Thế Âm là "xoay cái nghe vào nghe tự tánh", "ngược vọng quay về chân", "ngoài không duyên theo trần cảnh, trong không tìm cầu căn", gọi là "căn không gặp trần", vọng tâm tự nhiên dứt mất. Bồ Tát không có vọng tưởng. Bồ Tát không giết hại nên trong tâm ngài căn bản không có ma quỷ. Không ma cũng không quỷ, ma và quỷ đều hại người, ngài dùng thần lực này gia trì cho tất cả chúng sinh, dù gặp những quỷ này cũng không bị hại, có thể khiến những chúng sinh này thoát khỏi nước quỷ la sát.

Nhưng chỗ này phải chú ý, tức là nhất định phải "nhất tâm xưng danh" quỷ mới không thể hại. Bình thường chúng ta phải tu tâm, tu tâm thanh tịnh, tu tâm từ bi. Chỉ có tâm địa thanh tịnh, từ bi mới có thể lìa tất cả ma quỷ. Quý vị xem những chuyện trong Liêu Trai Chí Dị, có nhiều người nói chỉ là hư cấu, không đáng tin, nhưng những chuyện này tôi tin là có. Hoặc như sách Tử bất ngữ, rồi còn có Duyệt vi thao đường bút ký của Kỷ Hiểu Lam. Quý vị xem, đó đều là những câu chuyện yêu ma quỷ quái. Trong những câu chuyện đó, xin thưa cùng quý vị, tôi vẫn tin có bảy trên mười phần là thật, không phải hoàn toàn hư cấu, vẫn có phần là sự thật.

Thật sự có quỷ, không phải không có quỷ, và quỷ cũng thật sự có thể hại người. Có nhiều người có kinh nghiệm này, quỷ lớn thì chưa gặp nhưng đã gặp quỷ nhỏ, gây hại ít hơn. Ví dụ như trong ba mươi sáu loại quỷ có loại quỷ đè, ở đây nhiều đồng tu đã gặp. Trước khi học Phật tôi rất thường gặp, mỗi tháng gặp mấy lần. Gặp phải rồi, sau này học Phật mới suy nghĩ gặp như vậy là đúng lẽ. Vì sao? Vì có tâm giết hại. Từ nhỏ, trong khoảng ba năm, 16, 17 và 18 tuổi là lúc tôi giết hại vật mạng nhiều nhất. Ngày nào cũng đi săn, tôi bắn súng trăm phát trăm trúng, đều nhờ luyện tập mà được. Mỗi ngày tôi bắn trung bình hai mươi viên đạn, ngày nào cũng luyện tập, ngày nào đi săn cũng mang thú về. Vì vậy sau này thường bị quỷ bắt nạt. Ban đêm ngủ, quỷ đè lên người, trong tâm biết rất rõ nhưng không cử động được, kêu la thế nào cũng không ra tiếng, bị hành hạ như vậy mấy tiếng đồng hồ, thật khổ! Sau này học Phật, người ta nói với tôi, gặp chuyện này thì trong tâm nên niệm Phật A-di-đà, niệm Bồ Tát Quán Thế Âm. Có lúc không nghĩ ra, có lúc nghĩ ra, trong mộng niệm mấy câu, quả nhiên không có nữa, rất hiệu quả. Hai mươi năm gần đây tôi chưa từng gặp nữa, với những ác quỷ này duyên đã dứt, chưa từng gặp lại. Nhưng lúc trẻ, kinh nghiệm này rất phong phú, rất thường gặp. Khi tôi học với thầy Lý ở Đài Trung, tôi hỏi thầy rốt cuộc là chuyện gì. Thầy Lý nói với tôi, loại quỷ này gọi là quỷ đè, chúng bắt nạt người, tuy không có chướng ngại lớn, nhưng chúng bắt nạt quý vị. Thường gặp lúc đó, người vận khí không tốt, mới bị quỷ bắt nạt. Vì vậy người đời thường nói, lúc khí vượng thì quỷ thấy cũng sợ, không dám bắt nạt. Khi quỷ bắt nạt quý vị tức là lúc vận khí không tốt, đen đủi mới gặp quỷ.

Đây là điều chúng ta nhất định phải tu học, tức là phải dứt trừ vọng tưởng, tu tâm từ bi. Không giao thiệp với quỷ thần, điểm này rất quan trọng. Đừng nghĩ rằng, nếu tôi không lạy thần đó, thần đó sẽ gây phiền phức, sẽ khiến tôi gặp tai nạn. Đây chính là vọng tưởng của quý vị, vọng tưởng kết hợp với quỷ thần. Quỷ thần vì quý vị có vọng tưởng nên mới có thể bắt nạt. Nếu quý vị căn bản không có vọng tưởng, căn bản không lưu ý đến họ, hạnh phúc của ta là do ta tạo, có liên quan gì đến quỷ thần? Quỷ thần thấy như vậy cũng đành bỏ đi, không có cách gì làm phiền quý vị. Quỷ thần thấy có thể bắt nạt nên mới bắt nạt quý vị, không thể bắt nạt thì không dám. Những người tâm chân chánh, công hạnh chân chánh thì quỷ thần đều kính trọng, sao có thể bắt nạt?

Trong kinh cũng có một câu chuyện nhỏ, nói về nước Sư Tử, tức là đảo Tích Lan phía nam Ấn Độ ngày nay. Có một số người, "hơn trăm người, từ nước Sư Tử đi biển, bỗng gặp gió độc, trôi vào nước quỷ, quỷ muốn ăn hết". Gặp những người này, hoặc quỷ la sát, quý vị gọi họ là dân tộc man rợ cũng được, dù sao thì họ cũng đều gây hại. Tất cả mọi người trên thuyền đều niệm danh hiệu Bồ Tát Quán Thế Âm, nhưng trong đó có một người không tin, cũng không niệm. Kết quả quỷ la sát muốn ăn thịt người này, "Tốt lắm, ta không ăn các ngươi, riêng người không niệm Bồ Tát hãy đưa cho ta, ta ăn hắn." Người này sợ hãi, vội vã niệm một tiếng, cũng được thoát nạn.

Những chuyện nạn quỷ như thế này, xưng danh được Bồ Tát cứu giúp, có rất nhiều, ở đây không thể kể ra nhiều ví dụ cho quý vị. Trong khóa Phật thất này giảng bộ kinh này, quan trọng nhất là để chúng ta hiểu rõ ý nghĩa, xây dựng tín tâm, biết "nhất tâm xưng danh", có thể quyết định cầu được sự cảm ứng. Mục đích của chúng ta ở đây là như thế. Quý vị muốn biết nhiều chuyện thì xem trong Quán Thế Âm Bồ Tát Linh Cảm Lục, sách này lưu thông rất rộng ở đây, khắp nơi đều có thể tìm xem. Quý vị đừng ngại xem nhiều, và quan trọng là phải tin chắc mỗi chuyện trong đó đều là chân thật, không phải hư cấu, không phải để lừa dối người, đều sự thật hoàn toàn. Vì vậy, lúc xưng danh nhất định phải nhất tâm, tuyệt đối không có ý niệm khác, quyết định không nghi ngờ thì mới có cảm ứng.

Bài giảng thứ sáu

Tháng 12 năm 1983
Hoa Tạng Đồ Thư Quán,
Cảnh Mỹ, [Đài Bắc], Đài Loan
Số lưu trữ: 08-004-0006

Mời quý vị mở [sách Pháp Hoa Kinh Đại Thành, quyển hạ], trang 811, hàng thứ 5 từ bên trái sang, tiểu mục [thứ tư] là "Thoát nạn vua". Mời quý vị xem kinh văn:

"Nếu có người sắp bị giết hại, xưng niệm danh hiệu Bồ Tát Quán Thế Âm thì dao gậy kẻ kia tự nhiên gãy nát, liền được giải thoát."

Pháp sư Đại Nghĩa trong phần chú giải nói: "Kinh nói 'dao gậy tự nhiên gãy nát', là thời xưa kia dùng hình phạt, nếu không dùng dao ắt phải dùng gậy, gậy thì phần nhiều được làm bằng cây gỗ". Pháp sư giảng rõ, tức là giải thích về người nắm giữ những công cụ giết hại như dao gậy, "đánh tới liền gãy, đánh cái nào gãy cái đó, đó là hiển lộ sức mạnh cứu khổ của Đại sĩ Quán Âm". Những sự việc như vậy là thật có, chẳng phải không có, nhưng cũng thật là hết sức khó tin.

Thần lực như thế này của Bồ Tát Quán Thế Âm do đâu mà có? Trong kinh Lăng Nghiêm có nói. Dưới đây trích dẫn lời dạy từ kinh Lăng Nghiêm:

"Thứ năm là huân tập thành tựu tánh nghe, sáu căn ẩn mất đồng vào tánh nghe, khiến cho chúng sanh khi sắp bị hại, đao gãy từng đoạn, binh khí chạm thân như cắt vào nước, như thổi ánh sáng, bản tánh không hề dao động."

Ở đây tôi sẽ giải thích qua một cách sơ lược mấy câu kinh văn trong kinh Lăng Nghiêm. Đây là nói về công đức không thể nghĩ bàn của bậc Đại sĩ, tức là Bồ Tát Quán Thế Âm, khi "xoay cái nghe vào soi chiếu tự tánh, lấy sự tỉnh giác huân tập bên trong". Chúng ta sở dĩ nghi ngờ những việc như trên là vì không hiểu được năng lực của việc "xoay cái nghe vào để nghe tự tánh" lớn lao như thế nào, chúng ta không thể nào suy lường được điều đó.

Trong kinh này lại nói về nhất tâm xưng danh. Công đức của nhất tâm là không thể nghĩ bàn. Nhất tâm cũng chính là tâm chí thành được giảng trong kinh Quán Vô Lượng Thọ. Đức Khổng Tử trong Kinh Dịch cũng dạy chúng ta rằng, tâm chí thành thì có thể giao tiếp được với quỷ thần. Hiểu theo nghĩa ở đây tức là tâm chí thành có thể cảm ứng tương giao với chư Phật, Bồ Tát; tâm chí thành có thể cảm ứng tương giao với thượng đế, thượng đế là có thật, chẳng phải không. Tâm chí thành có thể cảm ứng tương giao với quỷ thần; tâm chí thành có thể cảm ứng tương giao với tất cả chúng sinh. Trong kinh nói "nhất tâm" chính là tâm chí thành.

Trong sự tu học Phật pháp, tuy nói rất nhiều pháp môn nhưng đó chỉ là phương pháp, cách thức khác nhau thôi, mục đích cuối cùng đều là để đạt đến sự nhất tâm, không loạn động. Trong Thiền tông nói "thấy tánh sáng tâm", trong giáo môn nói "khai mở hoàn toàn, thấu hiểu trọn vẹn", so với trong pháp môn Tịnh độ nói "nhất tâm không loạn động" chính là cùng một cảnh giới. Chỉ là dùng tên gọi khác nhau thôi, cảnh giới thì hoàn toàn tương đồng.

Do đó có thể biết rằng, trong sự tu học thì bất kể dùng phương pháp nào, mục đích nhắm đến của quý vị đều phải là đạt được sự nhất tâm không loạn động. Như vậy thì gọi là Phật pháp, như vậy gọi là học Phật. Nếu mục đích của quý vị không phải là nhất tâm không loạn động, thì dù quý vị mỗi ngày đều niệm Phật, lạy Phật, tụng kinh Pháp Hoa, tụng kinh Đại phương quảng Phật Hoa nghiêm, cũng đều gọi là ngoại đạo.

Dùng phương pháp của Phật giáo nhưng mục đích là cầu pháp bên ngoài tâm, vẫn xem là ngoại đạo. Dù là tôn giáo khác, tông phái khác, nhưng nếu mục đích của họ là cầu được nhất tâm, mục đích là tâm thanh tịnh, thì bất kỳ phương pháp nào cũng đều là Phật pháp. Điều này cho thấy rõ thần lực của việc "quay cái nghe vào soi chiếu tự tánh" là không thể nghĩ bàn.

Bồ Tát Quán Thế Âm đã tu tập thành tựu. Không chỉ là tu tập thành tựu, mà còn là sự thành tựu viên mãn, là thành tựu nơi quả vị Như Lai, nên sức mạnh đó lớn lao biết dường nào! Nói như vậy rồi thì chắc hẳn mọi người sẽ nghĩ: "Vậy những vị Phật khác so với Bồ Tát Quán Thế Âm có gì khác biệt? Vậy tại sao chúng ta không niệm danh hiệu các vị Phật, Bồ Tát khác, mà chỉ niệm danh hiệu Bồ Tát Quán Thế Âm?"

Quý vị nên biết rằng, năng lực [của chư Phật, Bồ Tát] thì thật sự đều như nhau, không sai khác, nhưng bản nguyện của Bồ Tát Quán Thế Âm thì không thể nghĩ bàn. Ngài đã lập đại nguyện từ khi mới phát tâm học Phật, đến khi ngài tu tập thành tựu thì đại nguyện đó nhất định sẽ thành hiện thực, giống như tấm chi phiếu đã viết không thể vô giá trị, nhất định có thể dùng chi tiêu. Bởi vì ngài có nguyện lực ở cõi này, cũng giống như 48 đại nguyện của đức Phật A-di-đà kiến lập thành cõi Tịnh độ Cực Lạc, tiếp dẫn chúng sinh hữu duyên khắp mười phương. Đó là mối quan hệ do nguyện lực. Thế giới này của chúng ta lại đầy dẫy khổ nạn, Bồ Tát Quán Thế Âm có đại nguyện [cứu khổ cứu nạn] như vậy nên dễ dàng cảm ứng tương giao với chúng ta.

Vì vậy, quý vị không nên khởi tâm nghi ngờ khi niệm Bồ Tát Quán Thế Âm, như nghĩ "tôi niệm Bồ Tát Đại Thế Chí chẳng phải cũng giống như vậy thôi sao?" Chỉ cần một niệm nghi ngờ là chính mình tạo thành chướng ngại. Cho dù Bồ Tát có thần lực gia hộ bảo vệ, nhưng tự thân chúng ta có chướng ngại, nên sức mạnh gia hộ bảo vệ của ngài khi đến chỗ chúng ta không khởi thành tác dụng. Cũng giống như đài truyền hình phát sóng chương trình, nhà chúng ta có tivi thu hình, nhưng tivi bị hỏng thì dù có mở lên cũng không thu nhận được chương trình. Không phải do đài không phát, thực sự họ đã phát sóng ra, nhưng [không xem được là] vì tivi nhà chúng ta bị hỏng.

Tâm Bồ Tát đối với tất cả chúng sinh đều bình đẳng, không có sai biệt. Nếu quý vị không có chướng ngại thì sẽ tiếp nhận được, sẽ có thể thọ nhận được. Thế nào gọi là không có chướng ngại? Đạt được nhất tâm thì không có chướng ngại. Tâm phân biệt tán loạn thì có chướng ngại. Đạt được nhất tâm thì không những có sự cảm ứng ngấm ngầm, mà cũng có cả sự cảm ứng hiện rõ. Cả hai loại cảm ứng ngấm ngầm và hiển lộ đều rất rõ ràng. Vì vậy, tâm thanh tịnh là hết sức quan trọng.

Người tu hành, trước tiên phải chịu được sự thử thách. Dù trong bất kỳ cảnh giới nào, rơi vào hoàn cảnh vật chất nào, hoàn cảnh nhân sự nào, cũng đều phải chịu được sự thử thách. Trong những hoàn cảnh đó phải tu tập điều gì? Đó là tu tập giữ tâm không loạn động, tu tập sự nhất tâm.

Kinh A-di-đà dạy chúng ta tu tập "nhất tâm không loạn động", phẩm Phổ môn dạy chúng ta tu tập "nhất tâm xưng danh", có thể thấy là sự nhất tâm hết sức quan trọng. Chúng ta đem hai bộ kinh này ra đối chiếu thật kỹ, có bao nhiêu câu tương đồng? Chỉ có lời dạy "nhất tâm" là tương đồng. Cho nên có thể thấy đây là điểm quan trọng thiết yếu của sự tu hành. Hiểu rõ được ý nghĩa này, nắm vững điểm quan trọng này, quý vị sẽ biết rõ phải tu tập như thế nào.

Chúng ta từ sáng đến tối, từ năm này qua năm khác, sáu căn luôn tiếp xúc với sáu trần cảnh bên ngoài. Ngay trong cảnh giới đó mà tu tập nhất tâm, đó gọi là tu hành chân chánh, gọi là biết cách tu hành. Thường thì cảnh giới có thể quấy nhiễu, khiến tâm quý vị loạn động. Quý vị muốn giác ngộ, nó lại hiện ra phá hoại sự nhất tâm của mình. Chúng ta nhất định thường xuyên không để cho cảnh giới phá hoại, thì cảnh giới đó trở thành cảnh giới tốt đẹp. Không có cảnh giới bên ngoài rèn luyện cọ xát, quý vị làm sao biết mình đã đạt được nhất tâm? Không có cảnh giới đó rèn luyện cọ xát, quý vị làm sao có thể biết là công phu của mình đang tiến bộ? Cho nên, đồng tử Thiện Tài [trong kinh Hoa nghiêm] trải qua năm mươi ba chỗ tham vấn, đó gọi là trải qua sự việc để rèn luyện tâm. Tỳ-kheo Đức Vân dạy ngài pháp môn niệm Phật, chính là tu tập nhất tâm bất loạn. Từ lúc bắt đầu cho đến lần tham vấn cuối cùng, Bồ Tát Phổ Hiền dùng mười đại nguyện lớn lao nhất để dẫn về Cực Lạc. Thiện Tài từ giai vị Sơ địa đạt đến Đẳng giác, thật sự viên mãn quả vị Bồ-đề, tâm đạt đến sự thanh tịnh rốt ráo, đó là tu tập những gì? Chính là tu tập pháp [nhất tâm] này. Chúng ta hãy xem những cảnh giới mà đồng tử Thiện Tài đã trải qua, sự việc gì cũng từng nhìn thấy, hạng người nào ngài cũng từng tiếp xúc. Cũng giống như trong xã hội của chúng ta, phức tạp đa dạng như thế, đủ các ngành các nghề, dù là Phật, là ma, là ngoại đạo... Thiện Tài cũng đều đã tiếp xúc qua. Ở trong những hoàn cảnh đó tu tập điều gì? Chính là tu tập "không bám giữ nơi hình tướng, như như không dao động", tự mình tu tập pháp "nhất tâm xưng danh". Tấm gương tu hành như vậy đặt trước chúng ta, lẽ nào còn chưa giác ngộ hay sao?

Chỉ cần quý vị tu tập đạt được nhất tâm thì công đức sẽ viên mãn, phước đức cũng viên mãn, trí tuệ cũng viên mãn. Đây chính là như trong nhà Phật nói "có mong cầu ắt có ứng nghiệm". Bởi vì quý vị đã có được nền tảng cần thiết để chiêu cảm, điều kiện của quý vị đã trọn đủ. Trên từ chư Phật, Bồ Tát, dưới đến chúng sinh trong sáu đường, đều là đối tượng cảm ứng của quý vị, vì có cảm liền có ứng.

Vì vậy, Bồ Tát Quán Thế Âm dùng sự tự chứng này, thành tựu bản thể Kim cang tam-muội, không dao động, không hư hoại, dùng sức mạnh này để gia hộ bảo vệ chúng sinh, có thể giúp cho chúng sinh ngay khi sắp bị hại thì công cụ hành hình tự nhiên rơi xuống. Đây là sức tam-muội Kim cang của Bồ Tát Quán Thế Âm. Thân Bồ Tát đồng như kim cang, đao kiếm khi tiếp xúc đương nhiên không thể hủy hoại kim cang, ngược lại kim cang có thể hủy hoại hết thảy mọi vật. Kim cang là cứng chắc nhất, cứng chắc nhất trong hết thảy các loại vật chất. Hết thảy vật chất đều không thể hủy hoại được kim cang.

Hai câu dưới đây [của Pháp sư Đại Nghĩa] so sánh rất hay để nói lên điều đó. "Khiến cho đao binh" tức là nói các loại binh khí, đao kiếm, "đều như chém vào nước, như thổi ánh sáng". Chúng ta dùng dao chém vào nước, kết quả thế nào? Quý vị chém xuống một nhát, rút dao lên thì nước lại liền như cũ. Thổi ánh sáng là thế nào? Là ví như gió, khi trận gió lớn nổi lên, có thể thổi bạt đi ánh sáng mặt trời được chăng? Sức mạnh của gió hơn hẳn so với nước và lửa, điều này chúng ta đều biết. Nơi nào có lũ lụt, phạm vi ngập lụt cũng có hạn; nếu có hỏa hoạn, cũng chỉ đốt cháy một số căn nhà mà thôi. Nhưng một khi có bão tố thì phiền phức, tai hại lớn, đôi khi gây tai hại đến cả một tỉnh, nên tính nghiêm trọng của tai hại lớn hơn nhiều so với tai hại của nước hay của lửa. Gió có uy lực lớn lao như vậy.

Trong kinh Phật có nói về ba tai họa lớn. Trong ba tai họa lớn này thì tai họa lửa có thể thiêu cháy đến cõi trời Sơ thiền, tai họa nước có thể nhấn chìm đến cõi trời Nhị thiền. Nói cách khác, tai họa lửa chỉ có thể hại đến Sơ thiền, không đến được Nhị thiền. Chư thiên ở cõi trời Nhị thiền không có nạn lửa, không phải chịu nạn lửa cháy. Chư thiên cõi trời Nhị thiền còn không chịu nạn lửa, lẽ nào Bồ Tát Quán Thế Âm còn phải chịu nạn lửa hay sao? Chư thiên cõi trời Tam thiền không có nạn chết đuối, vì nước không nhấn chìm đến cõi trời Tam thiền. Gió thì có thể gây hư hoại đến cõi trời Tam thiền, nhưng tai họa của gió cũng không đến cõi trời Tứ thiền. Vì vậy, cõi trời Tứ thiền không có ba tai họa lớn. Cõi trời Tứ thiền gọi là cõi trời Phước báo. Chư thiên cõi này phước báo lớn nhất, không có ba tai họa lớn. Cho nên, trong ba tai họa lớn, cõi trời Tam thiền chỉ có một loại là tai họa gió; cõi trời Nhị thiền có hai loại là tai họa gió và tai họa nước; cõi trời Sơ thiền trở xuống thì không thể tránh khỏi cả ba tai họa lớn.

Gió có uy lực lớn như vậy, nhưng đối với ánh sáng mặt trời thì cũng chẳng làm gì được. Ánh sáng là như như bất động, tuyệt đối không bị gió làm hư hoại chút nào. Trong kinh điển đức Phật dùng điều này để làm ví dụ, giống như cắt nước, lại cũng như thổi ánh sáng. Tánh không lay động là tánh của nước; tánh của ánh sáng là như như chẳng động. Chữ "tánh" này cũng được mở rộng để chỉ đến cái mà chúng ta gọi là chân tánh. Chân tánh của chúng ta vốn không có hình tướng, nhưng có thể hiện ra hết thảy hình tướng. Tuy hiện ra hết thảy hình tướng, nhưng quý vị phải hiểu rõ rằng, cái có khả năng hiện ra đó lại không có tướng, cái được hiện ra là đủ mọi hình tướng. Đó chẳng phải là trong cái không sinh ra cái có đó sao? Do tính chất của việc từ trong không sinh ra có, cho nên có tức là không. Nếu chúng ta hiểu rõ được ý nghĩa này thì đúng như trong kinh Kim Cang nói: "Những gì có hình tướng đều là hư vọng", "Hết thảy các pháp hữu vi", tức là nói hết thảy sắc tướng, "như mộng, huyễn, bọt nước". Đối với hết thảy các tướng, nếu ta không phân biệt, không bám chấp thì tướng đó chính là tướng không hư hoại. Vì sao? Vì [khi ấy] tánh tướng đều đồng nhất, tánh và tướng không phải hai. Có sự hủy hoại thì đều là do ở phía chúng ta mê muội, quên mất chân tướng, ở trong hết thảy các tướng huyễn ảo mà khởi lên phân biệt hư vọng, cho đó là là chân thật, cho nên mới sinh ra nhiều sự rối loạn. Nếu thật sự thấu hiểu, phân biệt rõ ràng thật tướng của các pháp thì sắc trần chính là tánh của [Như Lai] tạng. Quý vị xem trong kinh Lăng Nghiêm, Phật dạy rất rõ ràng, bốn khoa bảy đại đều là tánh Như Lai tạng. Điều này cho quý vị thấy rõ, tánh và tướng là một, không phải hai.

[Hết thảy] đã là tánh Như Lai tạng, vậy thì tốt rồi, hình sắc nơi trần cảnh là tánh Như Lai tạng; đao kiếm đâm chém là tánh Như Lai tạng, thân này của chúng ta cũng là tánh Như Lai tạng. Tánh tạng hợp với tánh tạng, giống như hư không hợp với hư không, tất cả đều không dao động, đều không hư hoại. Khi những thứ này gặp nhau, đao binh không hư hoại, thân thể cũng không hư hoại. Phải thể nhập vào cảnh giới này thì mới có hiện tượng "mọi sự đều không ngăn ngại".

Chúng ta cảm thấy việc này thật quá kỳ lạ, thật không thể nghĩ bàn, nhưng sự biểu diễn của các bậc thầy Du-già Ấn Độ chính là dựa trên nguyên lý này. Họ đi trong lửa, trên thép nung đỏ rực, đi qua những chỗ ấy như không có gì; họ cũng có thể vào nước không chết chìm; đặt họ vào trong quan tài, chôn dưới đất vài tháng rồi đào lên, họ vẫn bình an vô sự. Chúng ta cho đó là thần kỳ, là không thể nghĩ bàn. Thật ra đó chỉ là những trò đùa ma thuật nhỏ nhặt, không đáng nói. Trong muôn phần của nguyên lý này họ chỉ vận dụng được một hai, đem ra biểu diễn cho quý vị xem. Đây là bản năng của tất cả chúng ta. Chư Phật Như Lai, Đại sĩ Quán Âm đều là thân kim cang bất hoại, thân của chúng ta và thân của các ngài không khác gì nhau, chỉ là mê, ngộ khác nhau, ngoài mê ngộ ra thì có gì khác biệt?

Bồ Tát Quán Thế Âm nên đối với đao kiếm đâm chém đều không sợ. Ngài dùng thần lực đó gia hộ bảo vệ chúng ta ngay khi chúng ta nhất tâm xưng danh, vì nhất tâm chính là chân tâm. Tuy nhiên, chúng ta không thể duy trì sự nhất tâm lâu dài, nếu duy trì được sự nhất tâm lâu dài thì chúng ta đã thành Bồ Tát. Dù không thể duy trì nhất tâm lâu dài, nhưng ngay trong một sát-na được nhất tâm, sự nhất tâm này liền cảm ứng tương giao với sự nhất tâm của Bồ Tát, của Phật; oai thần của Bồ Tát khi ấy liền có thể gia hộ bảo vệ chúng ta, có thể giúp chúng ta miễn trừ được tai nạn đao binh.

Mấy câu dưới đây rất đơn giản dễ hiểu. "Đã đồng với âm thanh được nghe", âm thanh được nghe không có hình trạng, âm thanh là vô hình, cho nên âm thanh không sợ đao binh; "không ngăn ngại hình thể, nên khiến cho đao kiếm binh khí [đâm chém] như cắt, như thổi", nghĩa là giống như cắt vào nước, thổi vào ánh sáng. Cảnh giới này nếu chúng ta thật sự tu tập thành tựu rồi thì sẽ như thế nào? Là đối với hết thảy các pháp thật sự không còn bám chấp nữa, rõ biết chúng là hư vọng. Nói chung những gì có hình tướng đều là hư vọng. Hư vọng chạm vào hư vọng thì nhất định không có chướng ngại, gọi là mọi sự đều không ngăn ngại. Đạt đến cảnh giới này thì những bức tường không thể ngăn trở quý vị. Như căn nhà của chúng ta đóng cửa lại, quý vị không thể ra ngoài; nhưng nếu đạt đến cảnh giới này rồi, thân hình sắc này của ta là tánh tạng, tường vách cũng là tánh tạng; tánh tạng chạm vào tánh tạng thì không chướng ngại, quý vị sẽ có thể ra vào tự do.

Quý vị thấy đó, khi tâm thanh tịnh thì năng lực không thể nghĩ bàn! Quý vị trong một sát-na đạt được cảnh giới đó thì ngay trong một sát-na đó khởi sinh tác dụng. Pháp sư Viên Anh trong sách "Lăng nghiêm giảng nghĩa", ở phần tựa của sách, là lời tựa do chính ngài viết, kể lại một câu chuyện tự thân ngài đã từng trải qua. Câu chuyện này cũng chứng thực rằng "bốn khoa bảy đại đều là tánh Như Lai tạng".

Lúc đó ngài đang tĩnh tọa trong thiền phòng, tức là trong phương trượng, tâm rất thanh tịnh. Chợt có việc gì đó, ngài đứng dậy đi ra ngoài. Ra ngoài rồi mới chợt nhớ lúc đó đã không mở cửa, nhưng sao lại đi ra được? Khởi tâm động niệm như vậy rồi liền quay lại xem, đẩy cửa thì bên trong vẫn còn cài then. Đó là trong một sát-na ngài đạt được nhất tâm, không vọng niệm, nên không có chướng ngại; khi niệm thứ hai khởi lên thì không được rồi, tường vách đã thành chướng ngại, dù có đâm sầm vào cũng không qua được.

Đây là chuyện của Lão pháp sư Viên Anh, cách chúng ta không quá xa, là người trong thời Dân quốc. Ngài không thể nói dối. Nên có thể thấy rằng công đức của nhất tâm không thể nghĩ bàn, quả thật rất thần kỳ.

Trong cảnh giới ấy, dù đao kiếm binh khí đâm chém thế nào cũng chỉ giống như bức tường kia, tự do qua lại không vướng chạm. Nhưng nếu trong lúc đó quý vị động tâm thì sẽ không được vậy. Lúc đó, toàn bộ tinh thần chỉ có một câu niệm Bồ Tát Quán Thế Âm, ngoài ra không nghĩ đến gì khác. Nếu như khởi lên ý nghĩ rằng: "Con đang niệm Bồ Tát Quán Thế Âm, Bồ Tát Quán Thế Âm hãy bảo vệ cho con, đừng có dao chém vào thân con, nếu có chém vào thì sẽ gãy." Như vậy thì hỏng rồi, sẽ không có sự linh nghiệm. Không linh nghiệm cũng đừng lấy làm lạ, vì sao trong kinh dạy như vậy, tôi niệm lại không linh nghiệm? Vì trong kinh dạy quý vị nhất tâm, còn quý vị lúc đó ba tâm bốn ý, tạp niệm lăng xăng, làm sao linh nghiệm được? Khi được linh nghiệm là chỉ có nhất tâm xưng danh, ngoài ra quên hết tất cả, có đao kiếm hay không đao kiếm, có hình phạt hay không hình phạt, mọi thứ đều quên sạch, lúc đó mới có cảm ứng. Một niệm phân biệt liền thành chướng ngại.

Trong kinh nói rất nhiều việc, như bảy nạn, ba độc, hai cầu... xin thưa với quý vị, tất cả cũng chỉ một nguyên lý thôi, rốt lại chỉ có một ý nghĩa thôi. Toàn bộ kinh điển chính là khuyên chúng ta nhất tâm xưng danh, không có gì khác cả.

Kinh nói rằng công đức lợi ích là vô lượng vô biên, không thể nói hết, chỉ có thể tạm nêu ra một vài thí dụ thôi. Vậy tại sao chúng ta không tu tập nhất tâm? Như quý vị muốn cầu phước báo, đạt được nhất tâm thì phước báo tự nhiên đến, không hề miễn cưỡng, phước báo tự nhiên đến. Vì sao? Vì phước báo đó là vốn có trong tự tánh, là phước báo xưa nay vốn đầy đủ, phước báo đó thụ hưởng không hết, không phải do tu tập mà từ nơi khác đến. Nếu là phước báo do tu tập mà có được thì thụ hưởng sẽ hết, còn phước báo tương ứng với tự tánh thì thụ hưởng không hết. Đây là chỗ tốt đẹp của sự tu học!

Tiếp theo bên dưới [trang này] có một công án. Công án này quý vị tự mình xem, [không cần giảng giải]. Trong sách "Quán Âm linh cảm lục" còn có nhiều công án hơn, nhất định không phải những chuyện ngẫu nhiên, tất cả đều là sự thật.

Bây giờ chúng ta xem đoạn tiếp theo: "Thoát nạn quỷ." [Kinh văn nói:]

"Nếu trong thế giới đại thiên đầy dẫy dạ-xoa, la-sát muốn đến hại người, vừa nghe xưng niệm danh hiệu Bồ Tát Quán Thế Âm thì những quỷ dữ đó không dám nhìn người bằng ánh mắt hung dữ, huống chi là làm hại?"

Trong phần chú giải nói: "Nói 'đầy dẫy' là giả thiết. Các loài quỷ sợ hãi là vì Bồ Tát vừa có oai lực, vừa có ân điển. Nếu không nhớ đến ân điển thì cũng phải sợ oai lực, cho nên vừa nghe danh hiệu thì 'không dám nhìn người bằng ánh mắt hung dữ, huống chi là làm hại'?"

Chư Phật, Bồ Tát đối với chúng sinh trong sáu đường đều bình đẳng từ bi, bình đẳng cứu giúp. Cho nên chúng sinh trong sáu đường đều thọ nhận ân đức của chư Phật, Bồ Tát. Những chúng sanh hiểu rõ ý nghĩa này thì đều có lòng biết ơn, nên nghe đến danh hiệu Bồ Tát thì không dám làm hại; còn chúng sanh nào không hiểu ý nghĩa này thì cũng biết oai thần, sức mạnh của chư Phật, Bồ Tát rất lớn lao nên phải sợ hãi, cũng không dám làm hại.

Trong đoạn này, Đại sư lại cũng dẫn một đoạn kinh Lăng nghiêm để giải thích. Kinh dạy: "Thứ sáu là, huân tập tánh nghe sáng suốt thấy khắp pháp giới, các tánh u ám không thể tồn tại nên khiến các loài dạ-xoa, la-sát... tuy gần bên cạnh mà mắt không thể nhìn thấy."

Đoạn kinh văn này được trích từ kinh Lăng nghiêm, trong đó cũng có lược bớt. Trong bản gốc kinh Lăng nghiêm nói về các loài quỷ này có dạ-xoa, la-sát, quỷ cưu-bàn-trà, tỳ-xá-già, phú-đan-na... Kinh Lăng nghiêm kể ra nhiều tên, ở đây lược bớt vài tên quỷ.

Tánh chất của quỷ là tánh âm. Lời tục thường nói: "Người sợ quỷ ba phần, quỷ sợ người bảy phần." Những người nhát gan sợ quỷ, quỷ thấy vậy sẽ lấn lướt bắt nạt. Vì sao? Vì xưa nay quỷ vốn sợ người, nay quý vị lại sợ nó; nó có thể ra oai, nó sẽ lấn lướt, bắt nạt quý vị. Do đó có thể biết, loài người chúng ta sợ quỷ, nhưng loài quỷ còn sợ người hơn gấp nhiều lần. Hiểu rõ ý nghĩa này, chúng ta hoàn toàn có thể không sợ. Nếu thật sự gặp quỷ, quý vị lớn tiếng hét lên, quỷ sẽ sợ chạy mất. Đúng là như vậy, vì tiếng hét của quý vị lớn, khí dương mạnh, quỷ liền sợ chạy. Nếu quý vị thấy quỷ mà sợ hãi, quỷ sẽ nhân cơ hội mà lấn áp, trêu chọc quý vị.

Năng lực khiến quỷ thần kính sợ của Bồ Tát là do công phu tu tập của ngài. "Huân tập tánh nghe sáng suốt, thấy khắp pháp giới." Tánh chất của quỷ thần là u ám tối tăm, nên chúng ta thấy những người làm việc xấu không dám gặp người khác, gọi họ là "thậm thà thậm thụt", "lấm la lấm lét", nghĩa là không dám gặp người khác. Lại nói "lén lén lút lút" cũng là như vậy, đều là chỉ những người mà tư tưởng, hành vi mờ ám, không dám công khai gặp người khác.

Vì tính chất của quỷ thần là u ám tối tăm như vậy, nên họ nhất định không dám xuất hiện giữa ban ngày. Vậy quỷ thần xuất hiện vào lúc nào? Là vào ban đêm. Nên khi chúng ta [làm nghi thức] siêu độ quỷ thần, cúng thí thực cho quỷ thần, đều phải sau hoàng hôn mới có hiệu quả. Do vậy, quý vị thử nói xem, nếu làm Phật sự siêu độ mà làm vào buổi sáng, quỷ thần làm sao dám đến? Làm vậy chỉ uổng công. Làm vào buổi chiều cũng không được, nhất định phải hiểu rõ ý nghĩa này. Nói chung, việc siêu độ quỷ thần, như Phật sự được nói trong kinh điển thì thường là phải sau 5 giờ chiều, khi mặt trời sắp lặn. Lúc đó một số quỷ gan dạ sẽ xuất hiện, những quỷ nhát gan vẫn chưa dám ra. Quỷ nhát gan phải đợi trời tối hẳn, khoảng sau 7, 8 giờ tối rồi mới dám ra, bởi vì họ sợ ánh sáng. Hào quang của Bồ Tát chiếu sáng khắp pháp giới, quỷ thần làm sao không sợ? Vì vậy, khi Bồ Tát đến cảnh giới của quỷ để cứu độ chúng sinh, cũng phải ẩn giấu hào quang sáng tỏ, cũng phải biến thành u ám giống như loài quỷ.

Quý vị xem như mỗi ngày chủ nhật chúng ta đều có nghi thức Mông sơn thí thực. Mông sơn thí thực tức là mời khách, mời khách quỷ ăn cơm. Vì quỷ là ngạ quỷ, rất khó có được thức ăn, nên ta bố thí cho họ, cũng như mời khách, mời họ đến ăn. Trong khi mời ăn, lại giảng pháp cho họ nghe, khuyên họ học Phật, ý nghĩa là ở chỗ này. Đây là tu phước, cũng là tiêu trừ tai nạn, tiêu trừ nghiệp chướng. Vì có nhiều quỷ trong đời trước hoặc trải qua nhiều đời đã từng kết oán thù với ta, từng là kẻ thù của nhau, hoặc thiếu nợ tiền bạc, hoặc thiếu nợ mạng sống. Việc siêu độ này là để cùng họ giải trừ thù oán, cởi mở gút mắt, biến thù thành bạn, công đức chính là ở chỗ này.

Do đó, chúng ta phải làm nghiêm túc việc này. Vì sao? Nếu không làm, khi ta muốn tu hành, họ sẽ đến quấy nhiễu. Ta nợ mạng của họ từ trước, nay tu hành muốn thoát, sao có thể dễ dàng thế? Họ sẽ đến gây chướng ngại. Vì sao? Vì họ chưa báo được oán thù. Hoặc quý vị nợ họ tiền bạc, nợ nần còn chưa trả hết, như quý vị thiếu tôi bao nhiêu là tiền, còn chưa trả đủ cho tôi, quý vị lại định trốn tránh đi, như vậy không thể được. Họ sẽ tìm đến quấy nhiễu thôi.

Cho nên, trên đường tu hành có rất nhiều chướng ngại, chính là do từ vô lượng kiếp đến nay đối với chúng sanh ta đã nợ quá nhiều mạng sống, nợ quá nhiều tiền tài. Những món nợ ấy nếu quý vị chưa trả xong thì đời đời kiếp kiếp luôn phải chịu quấy nhiễu. Nợ mạng phải trả bằng mạng, nợ tiền phải trả bằng tiền.

Chư vị đồng tu ở đây có nhiều người đều biết, ngài An Thế Cao ở Trung quốc ngày xưa đã phải hai lần trả nợ mạng, không có cách nào tránh được. Ngay cả thành Phật rồi, như trường hợp Đề-bà-đạt-đa vẫn còn tìm đến quấy nhiễu. Đời quá khứ còn những món nợ tài vật hay gút mắt chưa giải quyết xong, nay cho dù thành Phật rồi họ vẫn tìm đến, huống hồ phàm phu chúng ta? Vì thế, khi tu các Phật sự phải hết sức nghiêm túc. Trong các buổi khai thị, tôi thường nhắc nhở: ai tham gia tu học Phật sự đều phải thành tâm, phải nghiêm túc tụng niệm, quán tưởng. Vì sao vậy? Là để tiêu trừ nghiệp chướng của chính mình, giải trừ oán kết của chính mình, giúp cho con đường tu đạo Bồ-đề của mình được xuôi buồm thuận gió, không gặp chướng ngại. Mục đích chính là ở chỗ đó.

Những Phật sự như thế này chúng ta phải thường xuyên làm, là làm cho chính mình, không phải làm cho người khác. Khi ta làm thường xuyên, ta đối với quỷ thần có ân đức. Vì sao? Vì họ nghĩ rằng: "Người này cũng không tệ, thường mời ta ăn cơm, thường giảng pháp cho ta nghe." Những quỷ thần ấy sau này sẽ trở thành hộ pháp cho ta, khi có ma quỷ khác đến quấy nhiễu ta, họ sẽ đối phó với những ma quỷ ấy. Quý vị không thể nào hiểu hết được công đức và lợi ích này lớn lao như thế nào. Đó là kết pháp duyên với quỷ thần.

Các loài quỷ là nói chung, "những quỷ dữ đó" là nói tổng quát, kể ra "dạ-xoa, la-sát" là nói cụ thể. La-sát là loài quỷ rất đáng sợ. Trong kinh Phật nói, dạ-xoa và la-sát đều là quỷ ăn thịt người, tâm rất độc ác, gặp người liền hại người. Nhưng trong hai loài quỷ này cũng có những con quỷ quy y Phật pháp. Quy y rồi thì trở thành thần hộ pháp trong nhà Phật. Tuy đã là thần hộ pháp, quả đúng là không còn hãm hại người, nhưng tập khí cũ vẫn chưa dứt sạch. Vì vậy, nếu chúng ta đối với Tam bảo có chỗ lầm lỗi, Bồ Tát thì không chấp, Bồ Tát không trách tội quý vị, vì Bồ Tát đại từ đại bi, quý vị có mắng chửi, nhục mạ, thậm chí đem tượng Phật ra đập phá hủy hoại, chư Phật, Bồ Tát cũng nhất định không khởi một chút tâm sân hận. Vì nếu còn sân hận thì sao có thể gọi là Bồ Tát? Nhưng những quỷ thần hộ pháp sẽ không dung tha cho quý vị. Họ là phàm phu, họ thấy chướng mắt liền phản ứng với quý vị ngay. Thật ra không phải Phật, Bồ Tát giáng tội, mà chính là quỷ thần thấy chướng mắt nên tìm đến gây họa cho quý vị. Sự việc là như vậy.

Ngày nay, rất nhiều chùa chiền miếu mạo bị phá hủy, Phật môn bị hủy diệt, vì sao không thấy báo ứng? Những chuyện này chúng ta đã thấy nhiều. Vì trong những ngôi chùa ấy không có người tu hành chân chính, không có đạo hạnh, nên không có Phật Bồ Tát, cũng không có thần hộ pháp ở đó. Việc này là như vậy.

Quỷ thần hộ pháp chỉ bảo vệ người thật sự tu đạo. Nếu là người chân chính tu hành, quý vị đắc tội với họ, thần hộ pháp thần sẽ đến ngăn cản quý vị. Còn với những kẻ chỉ mạo danh nhà Phật, lợi dụng danh nghĩa Phật để đi khắp nơi lừa gạt thì thần hộ pháp đã bỏ đi từ lâu rồi. Thay vào đó là gì? Là yêu ma quỷ quái. Vì yêu ma chuyên lừa gạt người, những kẻ ấy cũng lừa gạt người, cùng một tâm ý, cùng một đường đi, cho nên chúng đến giả mạo Phật, Bồ Tát để gạt người, đó là giả chứ không phải thật.

Hiện nay quý vị thấy trong các bàn cầu cơ, lên đồng, đó đều là giả, không thể tin. Đó là quỷ thần, chắc chắn là như vậy, họ cũng có chút linh ứng nhỏ, nếu không thì ai tin? Nhưng việc lớn thì không linh nghiệm. Hỏi chuyện vài ngày gần thì họ biết, nhưng hỏi vài tháng, vài năm sau thì chỉ bịa đặt, không đúng. Họ có chút thần thông nhỏ thôi. Quỷ cũng có năm thứ thần thông, nhưng là loại nhỏ nhặt thôi.

Những việc như thế này, người mới học Phật thường rất hiếu kỳ, cũng muốn biết qua đôi chút. Khi tôi còn nhỏ, nhớ lại lúc học tiểu học, lúc đó đã biết về việc này rất rõ. Còn nhớ đó là khi tôi học tiểu học ở Phúc Kiến.

Ở Phúc Kiến tục cầu cơ rất thịnh hành. Tôi sống ở vùng Mân Bắc hơn 5 năm, thường đi xem họ cầu cơ. Lúc ấy còn nhỏ, hiếu kỳ, người lớn cầu cơ, chúng tôi đứng bên cạnh xem. Nhưng việc cầu cơ ở đó thì tôi tin, vì không giống như ở Đài Loan. Ở Đài Loan, việc cầu cơ rất giống lên đồng, lúc nào cũng chỉ có một người chuyên môn cầm cơ thôi. Còn ở Trung quốc đại lục không phải như vậy. Ở đại lục tìm những ai làm người cầm cơ? Họ tìm những người gánh nước, đốn củi, kéo xe kéo... Những người ấy đều không biết chữ, họ tùy tiện gặp đâu đó thì kéo đến thôi. Vì thế nên tôi có chút tin tưởng. Những người cầm cơ không biết chữ, không biết viết, được đưa đến chỗ khay cát, vậy mà khi cơ giáng, không phải một người mà là hai người cùng cầm cơ, đều viết lên cát trong một cái khay đan bằng tre, giống như cái sàng, phía trước gắn đầu rồng, trên cắm cây gậy gỗ, dùng viết chữ lên cát. Chữ viết ra đều ngay ngắn vuông vức, chúng tôi đứng bên cạnh, khi họ viết ra đều đọc được hết, lại có người đứng bên cạnh ghi chép lại. Mỗi lần cơ giáng viết ra khoảng mười mấy đến hai mươi mấy chữ, không nhiều. Có lúc cũng vẽ bùa, bùa ấy rất linh nghiệm. Đó là chuyện lúc nhỏ tôi đã thấy tận mắt.

Khi đến nơi này, lúc trước tôi có mấy người bạn ở Học xã Viên Huyền, cũng đã rất lâu rồi, hồi đó tôi còn chưa xuất gia. Bọn họ mấy người cùng đưa tôi đi tham quan. Tôi thấy họ cầu cơ, chỉ có một người cầm cơ thôi, mà viết chữ rất nhanh. Tôi nhìn cách gì cũng không đọc ra được một chữ nào. Ông ta vừa lẩm nhẩm trong miệng, vừa cử động loạn xạ, nói ra cũng rất nhanh, chỉ trong chừng nửa giờ đồng hồ viết như vậy, người bên cạnh ghi chép lại đến hơn mấy ngàn chữ. Tôi cảm thấy rất kỳ lạ. Thấy như vậy tôi không tin. Việc chuyên môn này chỉ có một mình ông ta làm được, người khác thì không. Tôi sợ rằng ông ta chỉ bịa đặt, chẳng phải quỷ thần giáng cơ, mà hoàn toàn là ông ta giả mạo quỷ thần. Chuyện này tôi thấy rất khó tin. Nhưng việc tôi thấy ở đại lục thì tôi thật sự tin.

Sau khi học Phật, tôi đem chuyện này thưa hỏi đại sư Chương Gia. Đại sư nói với tôi rằng, việc đó quả thực là quỷ thần giả mượn danh nghĩa Phật, Bồ-tát; giả mượn danh nghĩa thần tiên. Họ cũng muốn làm chút việc tốt, cũng muốn tu chút phước báo, muốn khuyến khích việc thiện, tu tích phước báo. Họ cũng có đôi chút thần thông nhỏ nhặt, nhưng những cái lớn đều là giả, không thể nương dựa vào. Ngài dặn tôi nhất định không được tin.

Ngài còn kể cho tôi một ví dụ, nhà Thanh mất nước chính vì tin vào việc cầu cơ. Khi ấy Thái hậu Từ Hi cùng các vương công, đại thần, quyết định các chính sách quốc gia đều dựa vào việc cầu cơ, hoàn toàn dựa vào những chỉ dẫn của quỷ thần. Quỷ thần chỉ dẫn bọn họ đi đến chỗ mất nước như vậy. Cho nên tuyệt đối không thể tin.

Đây chính là như trong sách Tả truyện của Trung quốc có nói. "Quốc gia sắp hưng thịnh thì nghe theo con người, nghe theo ý kiến của dân chúng; quốc gia sắp diệt vong thì nghe theo quỷ thần." Nghe theo quỷ thần thì có lý nào lại không mất nước!

Trong kinh Phật nói, dạ-xoa và la-sát là thuộc hạ của Đa Văn Thiên vương ở phương bắc. Bốn vị Thiên vương ở cõi trời thuộc Dục giới, tuy được gọi là trời nhưng cũng xem là quỷ, vì thuộc hạ của các ngài đều là quỷ. Các ngài chỉ là thủ lãnh lớn trong các loài quỷ mà thôi. Các ngài trên thì giao tiếp với chư thiên, dưới thì qua lại với quỷ thần, là đại thủ lãnh trong loài quỷ thần.

Ở phương bắc là Đa Văn Thiên vương, thống lãnh quỷ dạ-xoa và la-sát. Cưu-bàn-trà thuộc về phương nam, dưới quyền Tăng Trưởng Thiên vương. Điều này trong kinh Lăng Nghiêm có nói. Tỳ-xá-già còn gọi là quỷ ăn tinh khí, thuộc quyền Trì Quốc Thiên vương ở phương đông. Tăng Trưởng Thiên vương ở phương Nam, Trì Quốc Thiên Vương ở phương đông. Phú-đan-na được gọi là quỷ gây bệnh nhiệt, giống như ôn dịch, ôn thần, thuộc về Quảng Mục Thiên vương ở phương Tây.

Những quỷ thần quy y Tam bảo thì gọi là Bát bộ quỷ thần, tức hộ pháp thần mà chúng ta thường thấy trong kinh Phật. Họ đều đã quy y Tam bảo. Họ đi theo bốn vị Thiên vương. Bốn vị Thiên vương quy y Tam bảo, đều là thần hộ pháp trong Tam bảo.

Cho nên trong kiến trúc các ngôi chùa, khi mới bước vào qua khỏi cửa thì trước tiên là điện Thiên vương. Trong điện này có đủ bốn vị Thiên vương, vì họ là hộ pháp của nhà Phật. Các vị là thủ lĩnh đều hộ pháp, thì thuộc hạ quỷ thần còn phải nói gì nữa, đương nhiên là cũng hộ trì Phật pháp. Cho nên khi quý vị niệm danh hiệu Phật, Bồ-tát thì những quỷ thần ấy làm sao có thể khởi tâm làm hại. Tất nhiên là không thể được. Điều này ngay trong đạo lý thế gian cũng có thể hiểu.

Ví như trong quân đội, nếu vị chỉ huy lớn đã hộ trì, thì quân lính cấp dưới nghe được việc ấy cũng sẽ cung kính, không dám làm bậy. Đây là ý nghĩa nhất định phải vậy.

Phần tiếp theo nêu một công án trong kinh A-hàm. Công án này cho ta gợi mở lớn. Trong phần này Pháp sư Đại Nghĩa cũng có mấy câu khai thị rất quan trọng, chúng ta tiếp tục đọc qua:

"Do nghe mà huân tập thành trí sáng, phá tan ngu si tối tăm, nên quỷ không thể nhìn thấy."

Câu này có nghĩa là, nếu một người có trí tuệ, có ánh sáng trí tuệ thì quỷ không dám đến gần.

"Dứt trừ vọng tưởng", như phần trước đã nói, "không có tâm giết hại, cho nên không gặp tai hại." Ví như có quỷ thần mang thù oán với quý vị, luôn nghĩ đến việc báo thù, cũng không cách gì có thể đến gần.

Nếu quý vị từng đọc qua sách "Tam-muội thủy sám", sẽ thấy câu chuyện của Quốc sư Ngộ Đạt. Có một quỷ oán đi theo ngài đến mấy trăm năm, vì trong một đời trước ngài đã hại chết người này, khiến ông ta oán hận mãi trong lòng, nhất định phải báo thù. Đời sau ngài xuất gia, tu hành rất tốt, giới hạnh thanh tịnh, thành bậc cao tăng, có thần hộ pháp bảo vệ, nên quỷ oán này ngày nào cũng chực chờ tìm kiếm mà không có cơ hội. Đến đời sau ngài lại cũng xuất gia, lại làm cao tăng, liên tiếp mười đời đều là cao tăng. Quỷ oán vẫn không chịu từ bỏ, theo dõi ngài từng giây từng phút, nhất định không thể không báo thù. Đến đời thứ mười, ngài chính là Quốc sư Ngộ Đạt, thầy của hoàng đế, địa vị tôn quý tột cùng. Hoàng đế vì kính trọng ngài, cúng dường một tòa báu bằng trầm hương. Tòa báu này cũng tương tự như chiếc ghế dựa, làm toàn bằng trầm hương. Quý vị thử nghĩ xem, trầm hương hiện nay giá một cân cũng đến hơn mấy vạn đồng. Hoàng đế cúng dường ngài chiếc ghế quý báu ấy, ngài liền khởi tâm kiêu mạn, hết sức đắc ý, khởi sinh một ý niệm vui thích, thần hộ pháp liền bỏ đi. Do tâm ngài bị trần cảnh xoay chuyển, thần hộ pháp liền bỏ đi. Ngay khi thần hộ pháp bỏ đi, quỷ oán liền nhập vào thân ngài, làm mọc lên một cái ung nhọt mặt người nơi đầu gối, khiến cho ngài suýt nữa mất mạng.

Nhưng kể ra ngài mười đời tu hành cũng không uổng phí, nên gặp được Tôn giả Ca-nặc-ca, một vị A-la-hán, đến cứu ngài, cho ngài nước tam-muội để rửa. Cái nhọt mặt người khi ấy mở miệng nói ra, kể rõ nhân duyên: "Ta với ông kết oán sâu nặng, nay nhờ Tôn giả Ca-nặc-ca hóa giải, thôi thì việc của chúng ta xem như đã xong, oán thù từ đây chấm dứt." Quý vị có thể đọc kỹ chuyện này trong sách Tam-muội thủy sám.

Do vậy, "oan gia nên giải không nên kết". Đắc tội với một người thì rất dễ, kết thành thù oán thì rất dễ, nhưng muốn giải trừ lại không dễ dàng. Quý vị xem như chuyện Quốc sư Ngộ Đạt, có đáng sợ hay không? Vì sao phải kết thành thù oán với người khác? Bản thân thiệt thòi một chút cũng không sao. Thiệt thòi thật ra là được lợi ích lớn; trước mắt giành được một chút lợi lộc, trong thực tế rồi sẽ phải thiệt hại lớn. Quý vị phải hiểu thật rõ ràng nhân quả trong ba đời.

Do đó, cần "dứt trừ vọng tưởng, không có tâm giết hại". Không chỉ là không giết, mà ngay cả tâm ý hại người cũng không thể có. Quý vị làm được như vậy thì bất kỳ yêu ma quỷ quái nào, khi gặp quý vị đều không thể đến gần, làm sao có thể hãm hại?

"Kinh A-hàm nói", tức là dẫn lời Phật nói, Phật nói ra trong kinh A-hàm, có một câu chuyện như sau:

"Có một quỷ đại lực, ngồi lên tòa của Đế Thích." Quỷ này đại khái cũng là thuộc loài A-tu-la, còn Đế Thích thì người Trung quốc gọi là Ngọc Hoàng Thượng Đế, tức là vị Thiên chủ ở cõi trời Đao-lợi. Tòa ấy tức là tòa ngồi rất quý của Đế thích. Quỷ đại lực leo lên ngồi trên tòa báu của vị Thiên chủ cõi trời Đao-lợi.

"Đế Thích vô cùng giận dữ." Vị thiên chủ cõi trời Đao-lợi thấy vậy thì nổi giận. Nổi giận lên rồi thì sao? "Ánh sáng tỏa ra của quỷ càng thêm mạnh mẽ", tức là thế lực, oai phong của quỷ càng lúc càng lớn mạnh, không cách gì đối phó nổi. Quý vị xem đó, khi quý vị sân hận chính là giúp sức cho quỷ. "Là do cùng một tâm hành với quỷ ấy", quý vị [nổi giận tức là] giúp đỡ cho nó, làm cho nó tăng thêm uy phong, giúp cho nó tăng thêm thế lực.

"Đế Thích lại khởi lên tâm từ", Đế Thích có suy nghĩ lại, rốt cuộc thì ông là người thấu hiểu Phật pháp, cũng từng cúng dường Phật, cũng từng nghe kinh, cho nên nghĩ lại rồi, liền khởi tâm từ. "Ánh sáng tỏa ra của quỷ tắt mất, liền bỏ đi." Lúc này quỷ không làm gì được nữa.

Đây là sự chỉ dạy rất lớn. Chúng ta đối với kẻ ác, phải dùng tâm từ đối đãi. Nếu dùng tâm từ đối đãi, họ sẽ không làm gì được. Như có người đến quấy nhiễu quý vị, muốn mắng chửi quý vị; quý vị dùng tâm từ đối đãi với họ, họ nổi giận lên càng mắng chửi, quý vị càng lắng nghe, một lời cũng không đáp lại. Họ chửi mệt mỏi rồi, tự thấy mất mặt sẽ bỏ đi thôi.

Cách này rất hiệu quả! Nếu quý vị đối đáp, chửi mắng lại, càng chửi mắng càng thêm căng thẳng, có phải vậy không? "Ánh sáng tỏa ra" của họ càng thêm mạnh mẽ.

Nếu họ muốn đánh bạn, bạn không đánh trả, họ đánh vài cái rồi sau đó mới là rắc rối to. Đánh cũng không được, không đánh cũng không được. Đánh thì đánh không đến đâu; không đánh thì không giữ được thể diện.

Cách này rất hiệu quả! Nếu bạn đánh lại, "ánh sáng tỏa ra" của họ sẽ càng thêm mạnh mẽ.

Cho nên, thuở tôi còn đi học, khi học sinh tranh chấp, đánh nhau, thầy dạy không hề hỏi xem ai đúng ai sai, cả hai đều bị phạt quỳ gối. Điều đó rất hợp lý. Vì sao? Vì cả hai đều như nhau. Hai bên mà không như nhau thì không có chuyện tranh cãi, không có chuyện đánh nhau. Hai bên đã cãi nhau, đánh nhau tức là đều như nhau, cho nên phạt ngang nhau là không sai.

Cho nên quý vị phải hiểu rõ ý nghĩa này. Không chỉ có thể đối phó với quỷ thần, mà ngay trong mối quan hệ với người đời cũng giảm được rất nhiều rắc rối.

Tiếp theo là đoạn thứ sáu: "Thoát nạn xiềng xích." Kinh văn nói:

"Nếu người bị gông cùm xiềng xích, dù có tội hay không có tội, xưng niệm danh hiệu Bồ Tát Quán Thế Âm thì gông cùm xiềng xích tự nhiên gãy nát, liền được giải thoát."

Xiềng xích là dụng cụ trừng phạt, như ngày nay là còng tay, cùm chân. Khóa tay tức là còng, gông trên cổ thì ngày nay không còn nữa, từ thời Dân quốc đã bỏ rồi. Vì sao lại nói "dù có tội hay không có tội"? "Không có tội" tức là bị oan ức, “có tội” tức là có tội nặng, đáng phải bị gông cùm xiềng xích. Người có tội như vậy nhưng nếu niệm Bồ Tát Quán Thế Âm, Bồ Tát cũng cứu. Điều này khiến chúng ta hoài nghi. Nếu là bị oan, Bồ Tát cứu là đúng; nhưng nếu quả thật có tội, thì chẳng phải là Phật Bồ Tát từ bi không đúng chỗ sao? Người ác được cứu thoát, trong tương lai người ấy lại sẽ hại người thì làm sao?

Ý nghĩa này chúng ta cần phải hiểu rõ. Trong phần chú giải cũng giải thích rất chi tiết, quý vị có thể xem qua. Phần chú giải nói rằng, tâm Bồ Tát bình đẳng, chỉ nghĩ đến việc cứu khổ cứu nạn, không cần phải hỏi đến việc có tội hay bị oan. Nhưng ở đây có điểm quan trọng chúng ta cần phải lưu ý. Đó là, người vô tội bị oan thì không bàn đến; với người thật sự có tội, nhất định khi niệm [Bồ Tát] phải là một niệm hướng thiện, quyết chí sửa đổi lỗi lầm, thì mới có thể cảm ứng tương giao với Phật Bồ Tát. Nếu tâm họ căn bản vẫn là bất chính, chỉ niệm Phật, niệm Bồ Tát để mong được cứu thoát ra, sau khi thoát ra sẽ tiếp tục làm ác, thì nhất định là Phật Bồ Tát sẽ không thể có sự cảm ứng.

Bất luận người đã tạo tội nặng đến đâu, chỉ cần có một niệm quay đầu hối cải thì đó là điều cực kỳ tốt đẹp. Người xưa có câu: “Đứa con lầm đường quay đầu lại là điều quý nhất.” Quả đúng như vậy. Người như vậy mới đích thật là người tốt, người nhất định có thể tin cậy, vì họ đã quay về từ cảnh giới xấu ác. Chúng ta nhất định phải hết sức giúp đỡ họ, huống chi là chư Phật, Bồ Tát? Chính bởi ý nghĩa này mà những ai suốt đời tạo ác nghiệp, khi lâm chung chỉ cần một niệm quay đầu thì cũng có thể vãng sinh về Tây phương Tịnh độ. Trong Vãng sanh truyện ghi lại rất nhiều trường hợp như vậy.

Mọi người đều biết, vào đời Đường có Trương Thiện Hòa làm nghề đồ tể, suốt đời giết trâu, tạo vô số ác nghiệp giết hại. Lúc lâm chung, ông thấy rất nhiều người đầu trâu đến đòi mạng, đó chính là cảnh giới địa ngục hiện ra. Nói chung, đối với người sắp chết, quý vị nên lưu ý rằng hiện tượng này rất phổ biến. Người sắp mất, trong cơn hôn mê thường nói với người nhà rằng họ thấy có người này người kia tìm đến, người ấy đang ở chỗ này chỗ kia... nói ra thì đều là những người đã chết. Nhưng có thật là có những người ấy đến không? Không chắc là như vậy. Quý vị xem kinh Địa Tạng thì sẽ biết. Trong kinh Địa Tạng dạy rằng, đó là những oan gia trái chủ trong quá khứ, giả làm thân quyến của quý vị, biến hóa thành hình dạng thân quyến của quý vị để đến gần bên cạnh quý vị. Vì sao vậy? Vì thấy thọ mạng của quý vị sắp hết nên họ tìm đến dẫn đi, họ tìm đến để báo thù. Những người đến quấy nhiễu, chưa từng thấy thực sự là thân quyến của quý vị, thực sự là bằng hữu của quý vị. Chưa từng thấy như vậy!

Đức Phật trong kinh Địa Tạng đã giảng rõ cho chúng ta biết điều này. Họ biến hóa thành hình dạng quyến thuộc để dụ dỗ, vì nếu hiện hình là kẻ thù thì quý vị nhìn thấy đã sợ hãi, làm sao chịu đi theo? Điều này chúng ta phải hiểu rõ.

Trường hợp của Trương Thiện Hòa khi ấy là chỉ một niệm duy nhất quay đầu, nhất tâm, đích thật là nhất tâm bất loạn, nhất tâm xưng niệm Phật A-di-đà. Niệm như vậy mười mấy câu thì không thấy người đầu trâu nữa, lại thấy Phật A-di-đà hiện ra, tiếp dẫn ông vãng sinh về Tây phương. Suốt đời ông chưa từng được nghe qua danh hiệu Phật, cũng chưa từng có ý niệm niệm Phật, ngày ngày đều chỉ làm việc giết hại, chỉ làm việc ác như vậy.

Lại có người suốt cả đời niệm Phật, lúc lâm chung bị một lúc buông lơi, liền không thể được vãng sinh. So với trường hợp của Trương Thiện Hòa, có phải là Phật A-di-đà thật quá bất công? Vậy thật ra thì Phật A-di-đà có công bằng hay không? Thật ra là hết sức công bằng.

Trong kinh nói: "Một niệm tương ưng là một niệm Phật." Trương Thiện Hòa khi ấy có một niệm tương ưng, nên Phật liện hiện ra. Quý vị niệm Phật suốt một đời nhưng khi lâm chung xao lảng, không có niệm tương ưng. Chuyện không tương ưng như thế này tôi đã từng gặp. Khi tôi vừa mới xuất gia ở chùa Lâm Tế, Viên Sơn. Chùa Lâm Tế có một hội niệm Phật, là do tôi thành lập vào lúc mới xuất gia, nghe nói đến nay vẫn còn hoạt động. Khi ấy, lãnh đạo hội là một đồng tu người Phúc Châu tên Lâm Đạo Khải, lúc ấy cũng là Phó giám đốc Ngân hàng Đài Loan, địa vị rất cao. Khi lâm chung, ông nghe tiếng niệm Phật lại sinh chán ghét. Mọi người đến trợ niệm đều bị ông xua đuổi. Ông nghe tiếng niệm Phật là chán ghét, không thể niệm được. Khi ấy, có lúc ông tỉnh táo còn nói với chúng tôi: "Chẳng biết làm sao được! Nghiệp chướng nặng nề quá!" Ông là người đề xướng lập hội niệm Phật, lãnh đạo mọi người đến niệm Phật, cuối cùng tự mình đến lúc lâm chung nghe danh hiệu Phật lại chán ghét khó chịu. Đó chính là nghiệp chướng, làm cho điên đảo.

Cho nên, chúng ta tu tích phước đức, tu suốt một đời thì đến lúc nào thụ hưởng? Chính là để mong cho lúc lâm chung được tâm không điên đảo, như vậy thì quý vị chắc chắn vãng sinh. Nếu phước báo tu tập được đã hưởng hết trong đời sống, thì đến khi lâm chung tâm sẽ điên đảo rối loạn, cả một đời tu thành ra sai lầm.

Chúng ta phải hiểu rõ điều này. Chúng ta tu phước nên nhường cho người khác hưởng, còn bản thân mình thì giữ gìn lại. Không chỉ là giữ gìn, thậm chí còn tăng trưởng, giống như đem phước báo của mình trao cho người khác để được sinh thêm lãi. Tương lai ta sẽ nhận được nhiều hơn so với những gì đã bố thí ra, ý nghĩa này cũng không có gì khó hiểu. Người hiểu rõ được ý nghĩa này thì làm phước nhưng không hưởng phước. Chư Phật, Bồ Tát, các bậc Tổ sư xưa nay đều là như vậy.

Quý vị thử xem như Lục Tổ Huệ Năng, cả đời tạo phước nhưng có lúc nào ngài hưởng phước?

Gần đây thì như lão hòa thượng Hư Vân, suốt đời tạo phước đều để cho người khác hưởng, bản thân ngài không hưởng phước. Đại sư Ấn Quang cũng vậy, cả đời tạo phước, cũng là để cho người khác hưởng, bản thân ngài không hề hưởng phước, suốt đời ăn uống đạm bạc. Hai vị đại pháp sư này nổi tiếng khắp thiên hạ, đệ tử tại gia quy y với các ngài nhiều đếm không xuể, cúng dường biết bao nhiêu là tiền tài. Quý vị xem trong các truyện ký ghi chép lại, bao nhiêu tiền bạc cúng dường, tự thân các ngài không dùng đến một đồng nào, toàn bộ đều chuyển sang mang đi bố thí, không giữ lại một phần nào để hưởng thụ, để may y phục tốt, để ăn món này món nọ, không hề có. Chúng ta nhìn vào hình ảnh của Lão hòa thượng Hư Vân, thấy tấm y chỗ thì vá miếng lớn, chỗ thì vá miếng nhỏ, chắp vá đến mười mấy chỗ. Có khi nào nhìn trong hình thấy ngài mặc đồ mới lành lặn không? Chưa bao giờ. Tiền cúng dường nhiều như vậy, nếu ngài có may mấy bộ y phục mới thì ai dám trách ngài? Nhưng ngài không chịu như vậy, ngài tiếc giữ phước báo. Y phục này chắp vá cũng còn mặc được nhiều năm! Phải hiểu rằng đó là giữ gìn phước báo.

Tôi ở Đài Trung theo học với thầy Lý, thầy chỉ có một bộ y phục Trung Sơn, mặc hơn ba mươi năm. Sau khi tôi xa thầy chừng hai mươi năm, tôi nghe nói thầy vẫn còn mặc bộ đồ ấy, đến năm mươi năm, không hề có thêm bộ nào mới. Người khác biếu y phục, thầy tặng lại cho người khác, cúng dường người khác. Thầy dùng thu nhập của chính mình, sống hết sức giản dị, dư bao nhiêu đều làm từ thiện, không giữ lại đồng nào. Thầy là một người cư sĩ tại gia mà sống như thế!

Khi tôi xuất gia rồi trở về thăm thầy, thầy bảo tôi: "Nếu mỗi tháng ông tiêu quá một trăm năm mươi đồng thì không phải là người xuất gia." Cho nên tôi bị thầy hạn chế, mỗi tháng chỉ được tiêu một trăm năm mươi đồng, bao gồm cả ăn uống, nếu vượt quá thầy sẽ mắng. Một trăm năm mươi đồng để duy trì cuộc sống tối thiểu, mỗi ngày chỉ ăn ba đồng. Vậy mà tôi không bằng thầy, thầy mỗi ngày chỉ ăn hai đồng, chi phí sinh hoạt mỗi tháng của thầy chỉ sáu mươi đồng. Tôi không thể nào theo kịp thầy, thầy ăn rất ít. Khi ấy ba đồng mua được ba cái bánh bao, ước chừng như vậy. Thầy ăn mỗi ngày một bữa, một cái bánh bao là no. Tôi phải ăn hai cái, gấp đôi thầy, không thể khác hơn, so ra không bằng thầy, công phu thật không bằng thầy. Thầy năm nay chín mươi sáu tuổi, vẫn ăn ngày một bữa, vẫn đang giảng kinh thuyết pháp, tinh thần sung mãn. Các bạn học ở Đài Trung hỏi tôi: Thầy còn trụ thế bao nhiêu năm? Tôi ước tính, ít nhất còn ba mươi năm nữa. Vì thầy đã nói: "Thầy sẽ giảng xong Kinh Hoa Nghiêm", tôi ước tính thời gian thầy giảng Kinh Hoa Nghiêm, phải ba mươi năm mới giảng xong. Do vậy, điều này cũng ngụ ý nhắc nhở chúng ta rằng Đài Loan ít nhất còn được ba mươi năm ổn định, còn được ba mươi năm quý báu tốt đẹp, chúng ta nhất định phải thành tựu, nếu không thì thật đáng tiếc. Người thực sự biết dụng công thì ba năm, năm năm đã có thành tựu; ba mươi năm thì nhất định sẽ thành tựu, chỉ sợ tự mình không chịu nỗ lực mà thôi.

Vì vậy, nguyên tắc của sự cứu giúp là [người được cứu giúp phải] thực sự quay đầu, thực sự sám hối, thực sự cải tà quy chính. Những người như vậy thật rất vô cùng hiếm gặp, nên dù họ phạm tội tày trời cũng có thể tha thứ. Chúng ta cũng nên giúp đỡ họ. Bồ Tát Quán Thế Âm cứu giúp những người gặp nạn, đều là những người thực sự quay đầu, sau khi được Bồ Tát cứu độ, về sau sẽ không bao giờ làm việc ác đó nữa. Quý vị có thể xem [những điều này] trong sách Cảm Ứng Thiên.

Tiếp theo lại dẫn một đoạn trong kinh Lăng Nghiêm để giải thích:

"Thứ bảy là, tánh âm thanh hoàn toàn tiêu mất", ở dòng thứ năm từ bên trái sang, "quán cái nghe quay về tự tánh lìa các vọng trần, nên khiến chúng sanh gông cùm xiềng xích không thể trói được".

Đây là kinh văn trong kinh Lăng Nghiêm. Trong kinh văn cũng giải thích nguyên do Bồ Tát có được năng lực này. Năng lực này do đâu mà có? Vẫn là từ việc "xoay tánh nghe vào nghe tự tánh", vẫn là từ trong sự thấy tánh mà phát sinh.

"Tánh âm thanh hoàn toàn tiêu mất", âm thanh là hai gút động và tĩnh, như đã nói trước đây về sáu gút. Hai tánh động và tĩnh đều tiêu mất, tức là như trước đây đã nói: "Hai tướng động tĩnh đều không còn sinh ra", cho nên gọi là "hoàn toàn tiêu mất", hoàn toàn tiêu mất nghĩa là tiêu trừ hết, tiêu trừ trọn vẹn. Lúc này "quán cái nghe quay về", quán là quán chiếu, quán chiếu khả năng nghe của tánh nghe. Đây chính là công phu tu học của Bồ Tát Quán Thế Âm, "xoay cái nghe vào nghe tự tánh". Tự tánh là duy nhất, duy nhất chính là chân thật, quyết định không hư vọng.

Như trước đây đã nói: "Một căn quay về nguồn, sáu căn đều giải thoát", có thể thấy không chỉ tánh âm thanh hoàn toàn tiêu mất, mà hình sắc, mùi hương, vị nếm, xúc chạm, pháp trần, không một trần cảnh nào là không hoàn toàn tiêu mất. Cho nên nói là "lìa các vọng trần". Trần ở đây chỉ cả sáu trần, sáu trần đều là hư vọng. Bồ Tát dùng năng lực như vậy mới có thể gia trì cho tất cả chúng sinh khổ nạn.

"Gông cùm" giam cầm, là giam nhốt trong ngục tù; "xiềng xích" là nói chung dùng dây trói buộc. Các loại gông cùm xiềng xích, những hình cụ này "không thể trói buộc". "Vọng trần đã lìa thì thân tướng không có, nên gông cùm tự rơi rụng", ý nghĩa những đoạn trước đã hiểu thì chỗ này nhìn qua là hiểu.

Tiếp theo là một đoạn vấn đáp, đại ý giống như tôi vừa nói, quý vị xem qua cũng có thể hiểu.

Sau đó còn có một công án, được ghi chép trong truyện ký. Hiện trong sách Linh cảm lục cũng có. Tình huống này, ở đây nói là "xưng danh không gián đoạn". Câu này rất quan trọng. Không gián đoạn, tuy không hẳn đạt được nhất tâm, nhưng là công phu thành phiến. Người ấy niệm liên tục, không có vọng niệm xen tạp, cho nên có thể cảm ứng, cảm ứng Bồ Tát Quán Thế Âm phóng hào quang, dẫn dắt ông ấy thoát khỏi gông cùm, có thể thoát được tai nạn ấy.

Tiếp theo xem đoạn thứ bảy "thoát nạn giặc cướp". Kinh văn nói:

"Nếu trong thế giới đại thiên đầy bọn giặc cướp, có một thương chủ", thương chủ là lãnh tụ trong giới thương nghiệp, lãnh đạo giới thương nhân, ngày nay chúng ta gọi là doanh nhân; "dẫn các thương nhân, mang nhiều hàng hóa quý báu đi qua đường hiểm". Vị thương chủ này dẫn một đoàn thương nhân, những người này mang theo rất nhiều châu báu, đi qua con đường nguy hiểm. "Một người trong số ấy nói rằng: 'Này các vị, xin đừng lo sợ, chúng ta nên một lòng xưng niệm danh hiệu Bồ Tát Quán Thế Âm. Vị Bồ Tát này thường mang an ổn đến cho chúng sanh, nếu ta xưng danh hiệu ngài sẽ được thoát nạn giặc cướp.' Các thương nhân nghe vậy cùng nhau niệm lớn: 'Nam-mô Quán Thế Âm Bồ Tát.' Nhờ niệm danh hiệu nên liền thoát nạn."

Chúng ta xem qua phần chú giải dành cho đoạn này. "Thế giới đại thiên", đây là nói chung, trong thế giới không nhất định ở nơi nào, quý vị gặp phải những oan gia. "Đầy bọn giặc cướp", đây là loại cướp bóc. Quý vị gặp kẻ cướp, kẻ cướp với quý vị đời trước cũng có quan hệ nhân quả. Nếu không, tại sao chúng không cướp người khác, chỉ cướp quý vị? Nếu như khi cướp, chúng cướp của người khác nhưng không giết, còn cướp của quý vị lại hại mạng quý vị, như vậy đều có quan hệ nhân quả. Nợ tiền phải trả tiền, nợ mạng phải trả mạng.

Quý vị nên biết rằng, con người ở đời, nói rằng ai đó chiếm phần lợi ích của người khác, không có chuyện đó, tuyệt đối không thể. Đời này tôi chiếm lợi ích của anh, đời sau phải trả lại. Nếu tôi lừa gạt mà có, đời sau tài vật của tôi sẽ bị anh ta lừa gạt lấy lại. Nếu tôi cướp đoạt, đời sau anh ta sẽ cướp lại của tôi; tôi hại anh ta, giết chết anh ta, đời sau tôi sẽ bị anh ta giết. Một miếng ăn, một ngụm nước đều có nguyên nhân định trước, chúng ta phải tin vào điều này.

Trong kinh Phật không bác bỏ việc ăn thịt; kinh Phật chỉ dạy chúng ta nên ăn ba loại tịnh nhục, không bảo chúng ta ăn chay. Nhưng trong kinh Đại thừa, như kinh Lăng Già có nói, Bồ Tát tâm địa từ bi, không nên ăn thịt chúng sinh. Nhưng xét về nhân quả, ăn nửa cân phải trả tám lạng, tương lai phải trả nợ. Bây giờ ăn thịt rất thích thú, nhưng đến lúc trả nợ thì phiền phức vô cùng, thật khổ sở không thể nói hết. Có mấy ai khi ăn mà nghĩ đến hậu quả? Hậu quả là phải trả nợ. Vậy thì thử nghĩ xem, đời đời kiếp kiếp đã ăn không biết bao nhiêu thịt chúng sinh. Đời trước thì đã không nhớ nổi, chỉ nghĩ trong đời này, từ nhỏ đến giờ đã ăn bao nhiêu, vậy món nợ này tương lai phải trả thế nào? Thật là hết sức phiền phức! Nhưng có một cách, nếu quý vị tu hành chứng quả, vãng sinh Tây phương, thì tất cả xem như đều trả xong. Những chúng sanh quý vị vay nợ đó đều được có phúc, họ đã cúng dường quý vị, họ làm tín chủ của quý vị, công đức quý vị tu tập thành tựu họ cũng được nhờ, nên họ sẽ không đòi nợ quý vị, mà sẽ cầu quý vị cứu độ. Do vậy, một khi quý vị thành tựu, những oan gia trái chủ đó đều sẽ đến cầu quý vị cứu độ.

Quý vị xem trong Ảnh trần hồi ức lục, Đại sư Đàm Hư trước khi xuất gia có một người bạn là cư sĩ Lưu, tám năm chuyên đọc kinh Lăng Nghiêm, tâm địa chân thành, đạt được chút thành tựu. Trong truyện ký chép rằng, lúc đó ông cùng ba người bạn hợp tác mở tiệm thuốc Bắc. Vào buổi trưa, lúc vắng khách ít việc, mấy người đều đang nghỉ ngơi. Ông Lưu ngồi yên, gần như rơi vào giấc ngủ chập chờn, chợt thấy có hai người bước vào. Hai người này là ai? Là oan gia, trước đây có chút tranh chấp tài chính với ông Lưu. Họ kiện nhau, kết quả ông Lưu thắng kiện, hai người kia thua. Thua rồi tức giận, treo cổ tự tử. Ông cũng rất áy náy, nhưng rốt cuộc ông có lý, đối phương vô lý. Nhưng đối phương vì việc này mà tự tử. Nay thấy hai người đó đến, biết là oan gia, ông đoán là đến quấy nhiễu. Nhưng thấy dáng vẻ của họ thì không giống như muốn quấy nhiễu, dáng vẻ rất hiền hòa. Hai người ấy đến trước mặt ông Lưu, quỳ xuống. Ông hỏi: "Có việc gì? Hai người đến tìm tôi có việc gì? Họ nói: "Cầu siêu độ." Lúc đó ông mới yên tâm, họ không phải đến báo thù, mà đến cầu siêu. Ông nghĩ thầm: "Cầu siêu độ, được thôi! Nhưng siêu độ bằng cách nào?" Họ nói: "Chỉ cần ông đồng ý một tiếng là được." Ông liền nói: "Dễ thôi, tôi đồng ý." Liền đó ông thấy hai con ma từ dưới đất bước lên đầu gối, lên vai ông, rồi bay lên trời. Quý vị thấy đó, việc siêu độ thật dễ dàng biết bao. Hai con ma đó đi rồi, ông lại thấy người vợ cũ đã qua đời, còn bế theo một đứa bé, đều là người đã chết từ lâu. Hai hồn ma lại hiện ra, đến trước mặt quỳ xuống, cũng xin siêu độ, ông gật đầu đồng ý. Cũng bằng cách đó, họ bước lên vai ông bay lên trời, ông nhìn thấy họ đi. Sau khi việc qua rồi, ông quay sang hỏi những người bạn bên cạnh: "Các anh có thấy gì không?"

Nếu quý vị tự mình thực sự có công phu, muốn siêu độ tất cả ma quỷ chỉ cần gật đầu, đồng ý một tiếng là siêu độ được, cần gì phải làm Phật sự cả nửa ngày. Không cần, chân thành ắt được linh nghiệm! Vì vậy, siêu độ cần sự chí thành cảm thông, tự mình phải thực sự có đạo tâm. Ông Lưu chuyên tâm một môn thâm nhập, tám năm chuyên tâm đọc kinh Lăng Nghiêm. Nếu trong thời gian tám năm đó ông đọc mười, hai mươi, ba mươi bộ kinh thì ma quỷ không đến cầu ông. Tại sao? Vì ông không có năng lực đó, tìm ông cũng vô ích, không giúp được gì. Ma quỷ đến tìm ông vì sao? Vì ông có năng lực, có thể giúp họ. Họ đến cầu ông ắt có lợi ích, có thể giúp được. Vì vậy, việc gì cũng phải chuyên tâm, phải tinh luyện, tâm mới chuyên nhất. Nhất tâm có năng lực vô cùng, mới siêu độ được quỷ thần. Người tu hành ngày nay không hiểu đạo lý này, tham học nhiều, tâm họ đều tán loạn. Quỷ thần không tìm quý vị, tại sao? Vì tìm quý vị vô ích, chỉ tốn công vô ích. Khi nào họ đến tìm? Chỉ lúc quý vị gặp vận rủi, họ mới thừa cơ đến đòi nợ, báo thù.

Đây chính là "gặp phải giặc cướp", chỗ này chú giải nói "Trong nước rộng lớn nhiều giặc cướp, sức của bậc thánh đều có thể cứu giúp, đó là làm rõ công phu thần lực dã tột bậc". Kinh nói "oán tặc", oán là đoạt mạng, tặc là cướp của, đây là ý nghĩa hai chữ "oán tặc". Oán là gì? Là tìm đến báo oán, đòi mạng. Tặc là gì? Là đến đòi nợ, cướp đoạt tài vật. Nếu vừa là oán vừa là tặc, thì khi gặp phải, cả tài sản và mạng sống đều không giữ được. "Đầy khắp như thế còn có thể cứu giúp hết, huống chi là chỉ có ít", Bồ Tát Quán Thế Âm có năng lực lớn như vậy, dù "trong thế giới đại thiên đầy bọn giặc cướp" Ngài cũng có thể cứu giúp, quý vị chỉ gặp một vài tên giặc cướp, niệm Bồ Tát Quán Thế Âm thì chắc chắn không thành vấn đề, năng lực của Bồ Tát Quán Thế Âm thừa sức cứu giúp, chúng ta có thể yên tâm.

"Có một thương chủ" là nói về người gặp nạn. Phần dưới có giải thích ý nghĩa chữ "thương", quý vị xem qua là hiểu. Quan trọng là chữ "chủ". Người này là chủ của những thương nhân, lãnh tụ của thương nhân, người lãnh đạo thương nhân. Nhóm người này mang theo châu báu quý giá. Ngày xưa đi đường không an toàn như bây giờ. Xe thời xưa cao cấp nhất là xe ngựa, tốc độ cũng không nhanh. Thông thường là xe đẩy, xe kéo, một ngày chỉ đi được mấy chục dặm mà thôi. Đường thủy thì dùng thuyền buồm, đi bằng sức gió. Vì vậy, trên sông hồ có rất nhiều giặc cướp, rất thường gặp, gọi là giang hồ nguy hiểm. "Giang hồ nguy hiểm" là ý nói trên sông hồ có nhiều kẻ xấu, có giặc cướp, giặc loạn, những kẻ cướp bóc, người đi đường không ai không sợ. Trong tình huống này, biện pháp duy nhất thực sự có thể cứu giúp chính là nhất tâm xưng niệm Bồ Tát Quán Thế Âm. Bồ Tát dùng sức oai thần gia hộ bảo vệ, giúp chúng ta thoát khỏi tai nạn cướp bóc.

Đoạn này, đại sư cũng dẫn một đoạn kinh văn từ Kinh Lăng Nghiêm, ở trang 817, dòng thứ hai:

"Kinh nói: Thứ tám là diệt hết âm thanh tánh nghe tròn khắp, sinh ra sức từ mẫn khắp nơi", đây là nguồn gốc sức mạnh của Bồ Tát, "nên khiến chúng sanh đi qua đường hiểm giặc không thể cướp."

Tiếp theo có một giải thích đơn giản: "Vì âm thanh và cái nghe đồng thời thiết lập", khi thiết lập rồi thì trở thành đối nghịch nhau, "ta và sự vật thành đối nghịch; dứt trừ âm thanh, tánh nghe viên mãn" thì trong ngoài không còn đối đãi, trong ngoài hợp thành một thể, không có đối nghịch, nên có thể "sinh ra sức từ mẫn khắp nơi" mà khuất phục kẻ địch. Ý nghĩa này so Nho gia nói "người nhân từ không có kẻ thù" là tương đồng. Người nhân từ trong lòng không có oán địch. Nếu còn có oán hận, có kẻ thù, có sự đối địch, thì đó chưa phải là nhân từ. Có thể thấy trong văn hóa cổ xưa của Trung Hoa, cảnh giới của chữ "nhân" cao siêu biết bao, không hề thua kém trong Phật pháp. Ở trong tất cả hoàn cảnh vật chất và nhân sự mà chúng ta còn có sự đối lập, thì làm sao có tâm từ bi? Sao có thể gọi là một người nhân từ? Trong Phật pháp giảng về đại từ đại bi không có oán địch, gặp kẻ oán địch kia cũng xem như người một nhà, oán kết tự nhiên tiêu tan. Đây là điều chúng ta nên tu học.

Phần tiếp theo dẫn ra một công án. Những công án như vậy có rất nhiều trong truyện cảm ứng. Đây là dẫn chuyện thời Tấn, trong khoảng niên hiệu Long An, "có một vị tăng là Tuệ Đạt, đi lên phía bắc đất Lũng để đào cam thảo, bị người Khương bắt được". Người Khương là tộc người ở Tây Vực, không phải người Trung Quốc, là người ngoại quốc, đương nhiên đây là ở vùng biên cương, bị kẻ địch bắt giữ.

"Nhốt trong một vùng có rào gỗ vây quanh", giam giữ trong hàng rào bằng gỗ, giống như cái lồng, nhốt kín ở bên trong. "Nhiều người bị nhốt, họ chọn người mập mạp ăn trước", những người Khương này man rợ, ăn thịt người, ai mập mạp thì họ đem đi ăn trước. "Những người khác dần bị ăn hết", cứ xem theo đoạn văn này thì Tuệ Đạt có lẽ người gầy lại nhỏ, nên không bị ăn trước, nhất định là rất gầy ốm. Những người bị nhốt đều bị ăn hết, sắp đến lượt ông. "Chỉ còn Đạt với một đứa trẻ", hôm sau thì đến lượt, sẽ đem họ đi giết để ăn. Lúc này Tuệ Đạt "suốt đêm xưng danh", là không còn cách nào khác, chỉ một lòng xưng niệm danh hiệu Bồ Tát Quán Thế Âm, niệm suốt đêm đến sáng hôm sau. Hôm sau, người Khương đến bắt để ăn, đem hai người họ đi. "Bỗng có một con hổ nhảy lên gầm thét", lúc đó đột nhiên có một con hổ, vừa gầm vừa nhảy đến chỗ đó, khiến những người Khương sợ hãi bỏ chạy. "Hổ cắn gặm rào gỗ, moi thành một cái lỗ rồi bỏ đi", nhờ hổ moi thành lỗ, họ có thể chui qua lỗ đó chạy thoát. "Đạt dẫn đứa trẻ chạy trốn", Huệ Đạt dẫn đứa trẻ như vậy chạy thoát. Sự việc là như thế.

Pháp sư Viên Anh trong sách Giảng Nghĩa còn có một công án khác, cũng là chuyện thời Tấn. Có một người tên Đỗ Truyền, trong lúc chiến tranh bị bắt, bị kẻ địch bắt giữ, giam trong ngục. Giam trong ngục, chờ đợi bị chém đầu, xử tử. Lúc này trong doanh trại gặp một vị xuất gia, vị xuất gia này trước kia quen biết với ông, ông liền cầu cứu vị pháp sư. Vị pháp sư nói với ông: "Ông hiện bị bắt, tôi cũng không có khả năng cứu." Ông lại cầu xin, vị ấy bèn bảo ông: "Ông hãy thành tâm thành ý, một lòng niệm danh hiệu Bồ Tát Quán Thế Âm, nhất định có cảm ứng." Thế là ông liền thầm niệm, thầm niệm suốt ba ngày ba đêm, hình cụ trên người ông đột nhiên tự rơi xuống, nhân cơ hội đó ông bỏ trốn. Không chỉ ông chạy thoát, lúc đó còn có không ít bạn tù thấy ông niệm Phật thành tâm như vậy, ông liền bảo mọi người cùng niệm, nên cả nhóm người đó đều thoát khỏi tai nạn. Sau đó về đến quê hương, ông đem chuyện này kể cho thân tộc bằng hữu, hương đảng lân lý, cả làng của ông đều lễ bái Bồ Tát Quán Thế Âm.

Những chuyện cảm ứng như vậy rất nhiều. Chúng ta nhất định phải hiểu vì sao lại có cảm ứng. Nếu thật sự hiểu ý nghĩa này thì đối với những sự tích linh nghiệm trong tất cả tôn giáo, chúng ta đều hiểu được. Đó không phải mê tín, mà là sự thật.

Ngoài Phật pháp ra, trong rất nhiều tôn giáo đều có những sự linh nghiệm không thể nghĩ bàn, đều là sự thật. Trước đây tôi từng dạy học cho đạo Thiên Chúa, tôi đã dạy các linh mục, nữ tu của họ. Lúc đó là lúc Giám mục Vu Bân còn sống, họ tổ chức một viện nghiên cứu, ở phía sau Đại học Phụ Nhân, tu viện Đa Mã Tư, lúc đó cũng có không ít học sinh đến dự thính. Tôi đã dạy ở đó một học kỳ, lúc đó họ hy vọng tôi dạy hai năm, dạy cho lớp đó đến khi tốt nghiệp. Nhưng vì tôi ra nước ngoài giảng kinh, nên sau khi dạy một học kỳ, tôi không dạy nữa. Tôi liền nói với họ, tôi tiếp xúc tôn giáo sớm nhất là Cơ Đốc giáo, sau đó là Hồi giáo, tôi đều dùng tâm nghiên cứu, nhưng dù nghiên cứu tôi không tin. Sau này tôi nói tôi học Phật, tôi tin rồi. Tôi nói nếu nói là tín đồ Cơ Đốc, thì tôi mới là tín đồ Cơ Đốc chân chính, vì sao? Tôi thật sự tin. Các vị là giả, không phải thật, vì các vị đối với Chúa bán tín bán nghi, còn tôi thì chân tín. Tôi nói tôi giảng kinh ở chỗ các vị, nếu các vị bảo tôi giảng kinh Phật, thì không có ý nghĩa, nếu mời tôi đến giảng kinh điển của các vị, thì các vị mới thật được lợi ích lớn. Đó là thật, không chút giả dối.

Cho nên, chỉ cần có thể chuyên tâm, nhất tâm, thì mới có thể làm rõ thấu suốt chân tướng của vũ trụ nhân sinh, mới có thể giao thông qua lại với chư Phật Bồ Tát, quỷ thần trong mười pháp giới, mới có thể đạt được chân tướng. Ở trong đó được đại tự tại, tất cả tai nạn đều có thể miễn trừ. Quý vị hỏi vì sao miễn trừ ư? Trong tâm thanh tịnh không có ác niệm, không có vọng tưởng, không có tâm giết hại thì tất cả tai nạn đều tiêu trừ, ý nghĩa là ở chỗ này. Trong tâm của mình, trong mắt nhìn của mình, không chỉ có chư Phật Bồ Tát là thiện tri thức, ngay cả những ác quỷ, ác thần, ma quỷ kia cũng đều là thiện tri thức, cũng đều là bạn tốt nhất, có thể qua lại. Thú dữ, rắn độc cũng có thể thân cận, tuyệt đối không có lý gì lại gây tổn hại, đây là thành tựu từ sự tu đức của chính mình.

Hôm nay chúng ta giảng đến đây thôi.

Bài giảng thứ bảy

Tháng 12 năm 1983
Hoa Tạng Đồ Thư Quán,
Cảnh Mỹ, [Đài Bắc], Đài Loan
Số lưu trữ: 08-004-0007

Mời quý vị mở [sách Pháp Hoa Kinh Đại Thành, quyển hạ], trang 818, hàng đầu tiên. Mời quý vị xem kinh văn:

"Này Vô Tận Ý! Sức oai thần của Đại Bồ Tát Quán Thế Âm lớn lao như thế."

Câu kinh văn này là tổng kết cho đoạn trước, đã nói về Bồ Tát cứu hộ tất cả chúng sinh thoát bảy loại tai nạn lớn.

Trong chú giải nói: "Bồ Tát Quán Thế Âm thần lực đã lớn, sự gia hộ cũng rộng khắp, đâu chỉ có bảy loại tai nạn? Nên biết là khắp pháp giới đều có thể cứu vớt giúp đỡ, cho nên nói là lớn lao, có sức oai thần lực lớn lao như vậy."

Thời gian chúng ta giảng kinh lần này không dài, hôm nay là ngày thứ tư của khóa Phật thất, thời gian trôi qua thật nhanh. Trong kinh văn và chú giải có nhiều thuật ngữ danh hiệu, chúng ta đều đã lược bỏ. Vì phần thuật ngữ danh hiệu, quý vị có thể tự tra cứu trong các từ điển Phật học, như "Giáo thừa pháp số". Trong những sách đó đều có thể tìm thấy. Trong buổi giảng, chúng ta chú trọng vào việc giảng rộng nghĩa lý, như vậy chúng ta mới có thể đạt được lợi ích chân thật.

Trong số các đồng tu, đa phần đều là những vị đồng tu lâu năm, nên rất nhiều danh từ thuật ngữ đều đã quen thuộc. Như chỗ này nói "Quán Thế Âm Bồ Tát Ma-ha-tát", thì ma-ha-tát cũng là tiếng Phạn, dịch sang tiếng Trung quốc là Đại Bồ Tát, "ma-ha" dịch là đại, "tát" cũng chính là Bồ Tát.

Tại sao đã gọi là Bồ Tát, phần sau lại còn gọi là Đại Bồ Tát? Ý nghĩa này rõ ràng là nói với chúng ta rằng, danh xưng Bồ Tát Quán Thế Âm trong đó hàm chứa ý nghĩa rất sâu, nói đến một vị Bồ Tát có thể hiện vô lượng vô biên thân. Ngài có thể hiện thân Bồ Tát Sơ trụ, tức là Bồ Tát trong hàng Tam hiền, như chúng ta thấy trong kinh Lăng Nghiêm, Hoa Nghiêm, đều là Bồ Tát Tam Hiền.

Trong kinh Lăng Nghiêm, Bồ Tát hiện thân Sơ trụ. Trong kinh Hoa Nghiêm chúng ta thấy hiện thân là Đệ thất hồi hướng, cũng đều gọi là Bồ Tát. Nếu thị hiện thân phận Bồ Tát hàng Địa thượng, tức là từ Sơ địa trở lên, cho đến giai vị Đẳng Giác, thì gọi là Ma-ha-tát. Ý nghĩa này chính là để nói rõ, Ngài thị hiện thân không nhất định, nên hiện thân nào để chúng sinh được hóa độ thì Ngài liền thị hiện thân đó.

Chúng ta nói Bồ Tát Ma-ha-tát, tức là nói Ngài hiện thân Bồ Tát, thậm chí từ hàng Thập tín cho đến giai vị Đẳng giác, tất cả đều bao gồm trong đó. Nếu chúng ta chỉ nói Bồ Tát, thì không bao gồm Thập Địa, không bao gồm Đẳng Giác. Còn nếu chỉ nói Đại Bồ Tát, tức Ma-ha-tát, thì không bao gồm các giai vị Tam hiền. Vì vậy, trong danh từ này hàm chứa rất nhiều ý nghĩa.

Ngoài ra còn một ý nghĩa khác, Bồ Tát Quán Thế Âm không chỉ là một người, mà nói chung tất cả những ai tu học pháp môn này, phát tâm tương đồng như vậy, thì đều gọi là Bồ Tát Quán Thế Âm. Nếu hôm nay quý vị đọc xong phẩm kinh Phổ Môn này, rồi phát đại nguyện giống như Bồ Tát Quán Thế Âm, tu tập công hạnh giống như Ngài, thì quý vị cũng được gọi là Bồ Tát Quán Thế Âm. Nhưng quý vị không thể được gọi là Ma-ha-tát, vì là người mới phát tâm, là tiểu Bồ Tát sơ học. Đối với những vị Bồ Tát hàng Địa thượng, Bồ Tát Đẳng giác, các Ngài mới là Ma-ha-tát. Chúng ta gọi Bồ Tát Ma-ha-tát là bao gồm từ người sơ phát tâm cho đến hàng Đẳng giác, tất cả đều ở trong đó. Vì vậy, ý nghĩa này hàm chứa rất nhiều, chúng ta cần phải hiểu.

"Sức oai thần... ...lớn lao đến thế." Hai câu này là xưng tán.

Đến đây, chúng ta đã giới thiệu xong toàn bộ đoạn kinh văn nói về bảy loại tai nạn. Tiếp theo là đoạn giữa thứ hai, nói về việc lìa xa ba độc.

Trong kinh Lăng Nghiêm, đoạn giữa này được chia thành ba tiểu đoạn, kinh văn ở đây tuy không chia, nhưng ba tiểu đoạn cũng rõ ràng. Mời quý vị xem kinh văn.

"Nếu có chúng sanh thường tham dâm dục, cung kính niệm danh Bồ Tát Quán Thế Âm liền xa lìa dục."

Đây là một tiểu đoạn, tiểu đoạn này nói về tham và lìa xa tham.

"Nếu nhiều sân hận, thường cung kính niệm Bồ Tát Quán Thế Âm, liền xa lìa sân; nếu nhiều ngu si, thường cung kính niệm Bồ Tát Quán Thế Âm, liền xa lìa si."

Đây là nói đủ về ba độc: tham, sân, si. Phiền não mà gọi là độc, có thể thấy được sự nghiêm trọng của những phiền não này. Trong nhà Phật thường nói, vô lượng vô biên phiền não, đây là lời chân thật. Lại nói có tám muôn bốn ngàn phiền não, con số 84.000 này không phải tùy tiện nói ra, mà đích thực nói rõ có 84.000 loại. Còn những loại cụ thể nào để tính là 84.000 loại? Quý vị có thể tra từ điển Phật học, như Giáo Thừa Pháp Số, Tam Tạng Pháp Số đều có giải thích. Do đó, Phật có 84.000 pháp môn, pháp môn chính là để đối trị phiền não, nên có bao nhiêu phiền não thì có bấy nhiêu pháp môn. Giống như người đời mắc bệnh, có bao nhiêu loại bệnh thì có bấy nhiêu loại thuốc để chữa trị.

Đem những phiền não này quy nạp lại, vì 84.000 là quá nhiều, nói ra nhiều quá thì ngán sợ, nên trong kinh điển thường dùng phương pháp quy nạp, quy nạp thành một trăm lẻ tám loại, gọi là "trăm lẻ tám phiền não", như vậy dễ nói hơn. Nhưng thông thường trong các buổi giảng, nói "trăm lẻ tám phiền não" vẫn còn thấy nhiều, nên Bồ Tát Thiên Thân căn cứ vào luận Du-già sư địa lại quy nạp thành hai mươi sáu loại phiền não. Đây là cách thường được dùng trong các buổi giảng. Hai mươi sáu loại này là con số quy nạp từ vô lượng vô biên phiền não, khi mở rộng ra chính là 84.000 phiền não.

Trong hai mươi sáu loại phiền não, tức là như trong luận Bách pháp minh môn đã nói, được chia thành hai phần. Phần thứ nhất là căn bản phiền não, có sáu loại; phần thứ hai gọi là tùy phiền não, có hai mươi loại, hợp lại là hai mươi sáu loại phiền não. Đương nhiên, sáu loại căn bản phiền não này là nguồn gốc của tất cả các phiền não. Sáu loại phiền não này, nếu quy nạp tiếp thì thành ba độc, tức là tham, sân, si.

Nếu quý vị hỏi, ba độc này có thể quy nạp nữa được không? Thưa với quý vị là có thể, quy nạp đến cuối cùng chỉ còn một chữ, đó là tham.

Quý vị thử nghĩ xem, nếu không tham thì đâu có ngu si? Nếu quý vị tham, tham tất cả mọi thứ, vậy có sân hận hay không? Chỉ khi tham không được mới sinh sân hận, nếu tham mà có được thì không sân hận. Trong lúc tham cầu mà gặp chướng ngại, người khác cản trở, ngăn cản, quý vị liền sinh tâm sân hận. Nếu mọi người đều giúp vào chỗ tham muốn của quý vị, mọi sự tham cầu của quý vị đều thuận lợi, thì làm sao có sân hận? Vì vậy, quý vị nên biết, nguồn gốc lớn nhất của phiền não chính là ở một chữ tham.

Do đó, phương pháp tu học của Bồ Tát, từ sơ phát tâm cho đến Đẳng Giác, đều lấy bố thí làm chủ yếu. Ý nghĩa của bố thí là gì? Chính là để đối trị phiền não tham. Bố thí là buông bỏ, xả bỏ. Đừng cho rằng tiền tài của cải do mình vất vả kiếm được, đem bố thí đi là nhường cho người khác hưởng phước. Người khác nhận được sự bố thí của quý vị, họ được bao nhiêu? Nhưng khi quý vị trừ bỏ được tâm tham, công đức đó lớn biết bao! Vậy nếu tôi không có tâm tham, tôi không cần bố thí có được không? Xin thưa với quý vị, như vậy cũng được, không phải là không được. Nhưng vấn đề ở đây là gì? Tâm tham không dễ dứt trừ, không phải chỉ nói suông là dứt trừ được. Vì vậy, chư Phật Như Lai, các bậc tổ sư, đại đức qua các đời, dù tại gia hay xuất gia, tất cả đều thị hiện việc xả bỏ, xa lìa tất cả. Các vị thị hiện như vậy để cho chúng ta thấy rằng, thật sự có thể buông xả thì tâm mới thanh tịnh.

Nhìn lại tất cả những điều kinh văn từ trước đã nói, Bồ Tát có thể cứu bảy loại tai nạn, chúng ta và Bồ Tát có thể cảm ứng tương giao, có thể được oai thần của Bồ Tát gia hộ bảo vệ. Trong đó dạy chúng ta cách tiêu trừ tai nạn, phương pháp tu hành chỉ gồm trong bốn chữ "nhất tâm xưng niệm". Quý vị thử nghĩ xem, nếu trong tâm còn có tham, làm sao đạt được nhất tâm? Nếu còn có sân hận, làm sao đạt được nhất tâm? Nếu còn có ngu si, sự nhất tâm của quý vị cũng bị chướng ngại. Do đó có thể biết, chúng ta nói dứt trừ phiền não, phải dứt trừ từ đâu? Phải dứt trừ từ căn bản. Căn bản đó chính là ba độc.

Quý vị xem, tiếp theo kinh văn phía dưới có một đoạn, chúng ta cùng đọc lên:

"Này Vô Tận Ý! Bồ Tát Quán Thế Âm có những oai thần lớn lao như vậy, làm lợi ích rất nhiều, do vậy chúng sanh nên thường xưng niệm."

Chữ "xưng niệm" này chính là nhất tâm trì niệm. Chúng ta lại xem chú giải của Pháp sư Đại Nghĩa:

"Ba thứ này gọi là độc", mỗi câu nơi đây chúng ta đều không thể xem qua loa, phải ghi nhớ kỹ, từng câu đều chân thật không hư dối. Nói "ba thứ này" tức là tham sân si, gọi là độc, "vì có thể làm hại người tu hành", chữ hành ở đây chỉ người tu hành, người phát tâm tu hành, nó có thể làm hại, "nên ví như chất độc", chữ độc ở đây là ví dụ. "Nhưng có đơn giản và phức tạp, nay theo cách liệt kê phức tạp", đơn giản là nói về một mặt, phức tạp là nói cả về hai mặt. Cách giải thích của Pháp sư là nhìn từ hai mặt để nói. "Tự ái là dục, ái tha là dâm, người nhiều dâm dục không chừa cả cầm thú, không tránh tường cao, không màng đức hạnh, phá hoại đến nước mất nhà tan, gây họa đến thân mình. Nếu có thể thường niệm Quán Thế Âm, liền được dứt lìa."

Dục bao gồm phạm vi rất rộng, Phật Bồ Tát khi giảng giải cho chúng ta về tác hại của loại phiền não độc hại này, chỉ nêu ra một loại để giảng rõ mà thôi. Chúng ta không thể chỉ thấy trong kinh Phật nói, dâm dục là độc hại nhất, vậy tham những thứ khác có hại không? Xin thưa với quý vị, cũng giống như vậy thôi. Đức Phật dạy chúng ta dứt trừ tâm tham, chứ không phải thay đổi đối tượng của tham. Ý nghĩa này cần phải hiểu rõ.

Người phàm thường có hai sự tham lam rất lớn là tham ăn và tham sắc dục. Nếu mở rộng ra hơn nữa thì là năm món dục: tiền tài, sắc dục, danh tiếng, miếng ăn, giấc ngủ. Trong năm món dục ấy, nặng nhất là tiền tài và sắc dục. Lại so sánh trong hai thứ tiền tài và sắc dục thì nặng hơn là sắc dục. Đây là nói đối với đa số. Cũng có một số ít người xem trọng tiền tài, xem nhẹ sắc dục; lại cũng có người không để ý đến tài sắc nhưng rất coi trọng danh vọng, quyền lực, đến chỗ nào cũng muốn được nắm quyền, đối với tiền tài, sắc dục họ không quan tâm đến, nhưng đó là số ít.

Nói chung, quý vị đã có tâm tham, phiền não tâm tham này rất nặng, sẽ gây tổn hại nghiêm trọng cho sự tu hành của quý vị. Nó có thể phá hoại pháp thân tuệ mạng của quý vị, không những chướng ngại đường đến Đại Niết-bàn, mà cũng chướng ngại sự khai ngộ.

Chúng ta xem chuyện người xưa, người xưa tu hành đọc tụng có thể khai ngộ, xưng niệm thánh hiệu cũng có thể khai ngộ, tham thiền cũng có thể khai ngộ, tại sao chúng ta ngày nay không thể khai ngộ? Công phu của các ngài vận dụng, bất kể là công phu gì, niệm Phật cũng được, tham thiền cũng được, lễ bái cũng được, tụng kinh cũng được, những phương pháp đó của các ngài, xác thực đều có thể khống chế được phiền não ba độc. Nhờ có thể hàng phục phiền não nên các ngài khai ngộ. Sự tu học của chúng ta ngày nay, chẳng những không hàng phục được phiền não, mà còn sao nữa? Còn làm tăng trưởng phiền não, vậy nên không thể khai ngộ.

Chúng ta phát tâm hoằng pháp, là vì cái gì mà hoằng

pháp? Nếu vì tham được danh tiếng, tham lợi dưỡng, tham sáu pháp ba-la-mật... hay nói cách khác, đó là mỗi một ý niệm đều đang tăng trưởng tâm tham. Phiền não gọi là vô minh, như Đại sư Thanh Lương nói là tăng trưởng vô minh; vô minh ngày càng tăng thì phiền não ngày càng nặng. Ví như khi giảng kinh, thính chúng đông đảo thì rất vui mừng, giảng rất hăng hái; thính chúng thưa thớt thì không vui. Khi đông người, tâm tham khởi lên, lúc giảng tâm tham tăng trưởng; khi ít người, tâm sân hận tăng trưởng. Như vậy, tự mình làm sao khai ngộ? Làm sao có thể lợi ích chúng sinh? Đối với trong pháp Phật còn không được tham, huống chi là pháp thế gian. Điều này chúng ta phải hiểu rõ.

Người phàm tham muốn ưa thích năm món dục trong sáu trần cảnh, nên không thể ra khỏi ba cõi. Chẳng những không ra khỏi ba cõi, nói thật với quý vị, ngay trong ba cõi còn không thể ra khỏi cõi Dục. Dù tu phước nhiều đến đâu, cũng chỉ hưởng phước trên các tầng trời cõi Dục, còn các tầng trời cõi Sắc không có phần của người nhiều tham dục, đây là điều chúng ta cần biết. Trong các tầng trời cõi Sắc thì sao? Ở đó không có năm món dục, tâm thanh tịnh, từ Sơ thiền trở lên tâm thanh tịnh. Các vị ấy đã dứt trừ phiền não tham đối với cõi Dục, tại sao vẫn không thể vượt thoát sinh tử luân hồi? Vì đối tượng tham của họ thay đổi, họ tham thiền định. Vì vậy họ không ra khỏi sáu đường luân hồi, nguyên nhân là ở điểm này. Họ không tham những thứ tiền tài, sắc dục, danh tiếng, miếng ăn, giấc ngủ như trong cõi Dục, nên họ vượt thoát khỏi cõi Dục; nhưng họ còn tham thiền định nên không ra khỏi cõi Sắc. Chư thiên trên cõi trời Tứ thiền[1] đối với cõi Sắc vẫn còn tham hình

[1] Nguyên tác nói "四空天人 - Tứ không thiên nhân" có lẽ nhầm lẫn khi ghi chép, vì ở đây đề cập đến chư thiên cõi Sắc thì không thể là Tứ không thiên, vốn thuộc về cõi Vô sắc.

sắc. Hình sắc đó không phải là nữ sắc, sắc dục, mà là sắc tướng, như ba mươi hai tướng tốt, tám mươi vẻ đẹp, họ còn tham những điều đó. Họ tham cung điện, nơi cư trú phải tốt đẹp, họ tham điều đó. Trong đó không có tình dục, nhưng có sắc tướng, họ vẫn không thể xả bỏ sắc tướng, đây gọi là cõi Sắc, có mười tám tầng trời Tứ thiền.

Nếu ngay cả sắc tướng cũng không quan tâm thì là bậc cao cấp giữa những người phàm trong sáu đường. Vì sao? Vì có sắc tướng thì có hư hoại, nên có thành, trụ, hoại, không. Vì vậy, bậc cao minh sáng suốt thì ngay cả sắc tướng cũng không quan tâm, không quan tâm đến thân thể, hoàn toàn chỉ còn thế giới tinh thần. Đây chính là các tầng trời Tứ không [thuộc cõi Vô sắc]. Nhưng tại sao các tầng trời Tứ không cũng không ra khỏi luân hồi? Vì họ vẫn còn tham. Họ tham những gì? Họ tham không cần sắc tướng. Khó thật! Thật sự là rất khó! Tu tập đến bốn cảnh thiền, tám cảnh định vẫn còn là trong ba cõi.

Tại sao các vị A-la-hán, Bích-chi Phật có thể ra ngoài ba cõi? Vì đối với các pháp có hình sắc hoặc không hình sắc họ đều không còn tham muốn. Nói cách khác, không có gì trong ba cõi có thể khiến họ lưu tâm đến, họ không tham muốn gì cả, đã buông bỏ tất cả. Thân tâm, thế giới đều buông bỏ, ra khỏi tam giới, ý nghĩa là ở chỗ này. Các ngài thành A-la-hán, Bích-chi Phật, siêu việt ngoài ba cõi, gọi là chứng đắc Cửu thứ đệ định. Nhưng tại sao các ngài vẫn chưa "sáng tâm thấy tánh"? Vì các ngài vẫn còn tham, các ngài tham sự hưởng thụ trong định của Niết-bàn. Đều là bị hỏng ở nơi chữ tham này! Thanh văn, Duyên giác còn tham nơi Niết-bàn thiên chân nên không thể thấy tánh. Bồ Tát quyền giáo còn tham sáu ba-la-mật với muôn công hạnh, nên cũng không thể thấy tánh. Thấy tánh được phải là từ giai vị Sơ trụ của Viên giáo trở lên.

Thấy tánh là gì? Là hoàn toàn lìa bỏ tất cả pháp thế gian và xuất thế gian, không còn vướng mắc một mảy may, buông bỏ hết, ngay cả Phật pháp cũng không tham. Vì vậy, trong cảnh giới của các ngài, thấy Phật cũng như không thấy, nghe cũng như không nghe, căn bản đều không động tâm.

Chúng ta ngày nay vừa thấy Phật thì mừng rỡ khôn xiết. Tại sao? Vì tham muốn thấy Phật. Do đó có thể biết, chướng ngại lớn nhất trên con đường Bồ-đề, trong quả vị Niết-bàn, đều chính là phiền não tham này. Làm thế nào để dứt trừ? Đây mới thật sự là pháp căn bản.

Lúc tôi vừa mới học Phật, cũng rất may mắn, nhờ cơ duyên tốt nên gặp được bậc minh sư, không phải đi đường vòng. Tôi học Phật khoảng chừng một tháng, tức là mới tiếp xúc Phật pháp được một tháng, có một người bạn giới thiệu tôi quen biết Đại sư Chương Gia. Ngày đầu tiên gặp Ngài, tôi đã thỉnh giáo ngay một vấn đề. Tôi nói, Phật pháp thật quá hay, tôi thật hết lòng hướng về, liệu có một phương pháp nào để tôi có thể tiến nhập vào ngay không?

Đại sư Chương Gia là người mà quý vị nếu chưa gặp thì thôi, đã được gặp thì không thể không kính trọng. Phong thái của ngài từ sáng đến tối, bất kể giờ nào, đều giống như đang ở trong thiền định, chững chạc, từ hòa, không nói nhiều. Khi chúng tôi nêu vấn đề rồi, cùng chờ đợi ngài trả lời. Ngài đưa mắt nhìn thẳng tôi, nhìn như vậy trong nửa tiếng đồng hồ, bầu không khí lúc đó, mọi người đều như ở trong thiền định.

Lần đầu tiên tôi gặp Ngài khoảng hai tiếng đồng hồ, chỉ nói được vài ba câu, ấn tượng thật vô cùng sâu sắc. Đây chính là phương thức dạy dỗ. Vì tâm chúng tôi lúc đó lăng xăng, xao động. Với cái tâm lăng xăng đó mà nghe giảng giải việc này việc khác cũng chỉ như gió thoảng qua tai, sau khi nghe rồi cũng đều quên hết, không nhớ được, chẳng lợi ích gì. Ngài dùng phương pháp này, cũng giống như tĩnh tọa, mọi người tĩnh tọa nửa tiếng, không nói một lời, bầu không khí ấy như ở trong đại định. Rồi ngài nói với tôi bảy chữ, chỉ bảy chữ thôi. Nhưng trước tiên ngài gật đầu nói "có". Chỉ nói "có" rồi lại im lặng khoảng vài ba phút. Rồi ngài nói rất chậm rãi, người trẻ nếu gặp Ngài thường sẽ không đủ kiên nhẫn, sẽ bỏ đi ngay, không thể biết được sự cao minh của phương pháp giáo dục này. Ngài nói sáu chữ: "Nhìn cho thấu, buông cho sạch."

Lúc đó tôi không có công phu định lực như ngài, nên nghe xong câu đó lập tức hỏi tiếp: "Phải bắt đầu từ đâu?" Khoảng mười mấy phút sau, ngài nói hai chữ: "Bố thí."

Ngày đầu tiên gặp ngài hai tiếng đồng hồ, quả thật phần lớn thời gian đều là tĩnh tọa. Trong phòng khách chỉ có ba chúng tôi. Ngài với tôi và người giới thiệu tôi, đó là một thân vương Mông Cổ, nay cũng đã qua đời. Lúc đó, vị thân vương này ở cạnh nơi trú ngụ của tôi, cách một bức tường, không xa lắm nên tôi quen biết. Ông dẫn tôi đến gặp Đại sư Chương Gia, được gặp ngài thật là hết sức hữu duyên.

Khi tôi cáo từ, Đại sư Chương Gia tiễn tôi ra đến cửa, đặc biệt dặn dò: "Hôm nay tôi nói với anh sáu chữ, anh hãy làm cho tốt trong sáu năm, tự nhiên sẽ có cảm ứng."

Ngài bảo tôi làm sáu năm. Tôi thật sự vâng lời, thật sự nỗ lực làm trong sáu năm, quả thật có cảm ứng. Có nhiều sự việc trước khi xảy ra khoảng một tháng, nửa tháng, tự mình đã biết trước, đã có cảm ứng. Cho nên, căn bản học Phật của tôi là do Đại sư Chương Gia giúp cho nền móng. Tôi theo ngài ba năm, mỗi chủ nhật đều đến chỗ Ngài, thường luôn là trong hai tiếng đồng hồ.

Do đó có thể biết rằng, bố thí là căn bản quan trọng trong sự tu học của Bồ Tát, tu tập từ căn bản chính là tu tập từ sự bố thí. Không buông xả thì tâm không thanh tịnh, không buông xả không thể đạt được nhất tâm. Không những phải buông xả hết tất cả các pháp thế gian, mà đến pháp xuất thế gian, ngay cả Phật pháp, pháp thượng thượng thừa cũng không được ôm giữ trong tâm. Đức Phật dạy chúng ta dứt trừ là dứt trừ tâm tham, không phải bảo chúng ta thay đổi đối tượng của tham. Thay đổi đối tượng, rằng tôi không tham pháp thế gian, tôi tham pháp xuất thế gian. Vậy thì tâm tham của quý vị không hề thay đổi. Phiền não vẫn còn đó, không giảm bớt, chỉ thay đổi đối tượng mà thôi, điều đó vô ích. Tâm tham dứt trừ rồi thì pháp thế gian và xuất thế gian là một, pháp thế gian và xuất thế gian không hai. Tâm tham dứt trừ rồi, tất cả pháp đều gọi là Phật pháp. Tâm tham vẫn còn thì Phật pháp cũng là thế gian pháp.

Như chúng tôi đã nói trong đề kinh, pháp chúng sinh và Phật pháp, nếu có tham sân si thì Phật pháp gọi là pháp chúng sinh; nếu lìa tham sân si thì pháp thế gian là Phật pháp. Pháp làm gì có thế gian hay xuất thế gian, làm gì có chúng sinh hay Phật? Không có! Sở dĩ có pháp chúng sinh, có Phật pháp, đều là do tâm ta biến hiện ra. Tâm thanh tịnh biến hiện thì gọi là Phật pháp; tâm phiền não biến hiện thì gọi là pháp thế gian. Ý nghĩa này phải ghi nhớ.

Tiếp theo, Đại sư lại dẫn một đoạn từ kinh Lăng Nghiêm:

"Chín là, huân tập tánh nghe, xa lìa trần tướng, sắc, thanh... không thể lôi kéo, nên khiến tất cả chúng sanh nhiều dâm dục lìa xa tham dục."

Mấy câu này là kinh văn trong kinh Lăng Nghiêm. Chúng ta hãy đọc tiếp mấy câu chú giải phía dưới:

"Tập khí tham dục của chúng sinh tương hợp với trần cảnh", chữ "dục" ở đây chỉ sắc dục, "nên bị hình sắc cướp đoạt, Bồ Tát xa lìa trần cảnh, ái dục khô kiệt, căn và cảnh không hợp lại, tuy có sắc đẹp cũng không thể cướp đoạt, làm cho dao động." Đến đây là một đoạn.

Ba độc quả thực là đã gây cho chúng ta sự tổn hại nghiêm trọng nhất. Chúng ta đời đời kiếp kiếp chịu luân hồi sinh tử, không thể chứng đắc Bồ-đề Niết-bàn, nguyên nhân chính là ở chỗ này. Chúng ta ở trong sáu đường chịu vô vàn khổ nạn, nguồn gốc cũng là ở chỗ này. Nếu quả thực giác ngộ được, nhổ bật đi cội gốc này thì chúng ta sẽ được đại tự tại, giống như Phật Bồ Tát không khác. Vì vậy phải biết rằng, đây mới chính là điều đáng sợ. Trong nhà Phật thường nói: "Phàm phu sợ quả, Bồ Tát sợ nhân." Bồ Tát sợ nhất chính là ba độc, còn chúng sinh đối với ba độc không hề sợ. Chẳng những không sợ mà còn ưa thích. Đến khi ba độc gây ra hậu quả rồi thì lại sợ. Nhưng sợ quả thì cũng không có cách nào thay đổi. Dù quý vị có sợ sệt thế nào thì quả báo đó quý vị vẫn phải nhận lãnh.

Tóm lại, trong mười pháp giới, hoặc như chúng ta nói là trong sáu đường, quý vị đã biết có ba đường ác. Nghiệp nhân tạo thành ba đường ác, chúng ta phải hiểu rõ. Sau khi hiểu rõ, không tạo các nhân tạo thành ba đường ác thì sẽ không hiện thành cảnh giới ba đường ác. Nói cách khác là không bị đọa vào ba đường ác.

Tham dục là nghiệp nhân của đường ngạ quỷ. Như đã nói trong phần bảy nạn, tính chất của quỷ là u ám, giấu kín. Tham ái cũng thuộc tính âm, chẳng phải tính dương. Dù là vợ chồng chính thức, quý vị hãy thử xem từ thời xưa, hôn lễ được cử hành vào lúc nào? Là cử hành vào ban đêm. Quý vị xem trong các sách Nghi lễ, Lễ ký đều thấy, trong hôn lễ, thời điểm đón dâu là vào lúc hoàng hôn, đến khi cử hành đại lễ thì trời đã tối, khoảng như 8 giờ tối bây giờ. Hành lễ vào giờ ấy, không nghe nói cử hành hôn lễ giữa ban ngày. Vì vậy chữ "hôn" (婚) trong hôn nhân thì bên cạnh bộ nữ là chữ "hôn" (昏) nghĩa là hoàng hôn.

Tại sao cử hành vào giờ đó? Bậc cổ đức đều có trí tuệ, muốn nhắc ta giác ngộ, rằng đây không phải là việc tốt, đây là mê hoặc điên đảo, là mê muội, không phải tỉnh táo trong sáng. Nếu biết đây là mê muội thì sẽ tỉnh táo, giác ngộ, mọi nơi đều nhắc ta giác mà không mê. Người Trung quốc thời xưa tạo ra những chữ này, mỗi chữ đều có tính khơi mở, nhìn vào là giác ngộ, không mê. Trong nghi thức, quy định mọi nơi đều để khơi mở, cảnh tỉnh ta, không được mê hoặc điên đảo. Phàm phu vốn có tâm tham, mức độ tham đó nên giảm bớt, không nên tăng thêm. Tham ái là nghiệp nhân của đường ngạ quỷ, nên quỷ ban đêm mới xuất hiện. Hôn lễ cũng cử hành ban đêm, quý vị hãy xem ý nghĩa này. Chính là nói cho quý vị biết, tham ái nếu nặng nề thì tương lai sẽ giống như quỷ, đọa vào đường của quỷ.

Quý vị xem trong văn hóa Trung quốc, người xưa vì hậu thế mà suy nghĩ, định ra những nghi thức này, dụng ý hết sức sâu xa, không phải người thời nay có thể tưởng tượng ra được.

Sân hận nặng nề là nghiệp nhân của đường địa ngục. Quý vị nhìn xem địa ngục, như trong Địa ngục biến tướng đồ, dù là địa ngục băng giá cũng vẽ có ánh lửa. Địa ngục là cả một biển lửa. Con người một khi nổi giận, quý vị xem thấy toàn thân đều nóng nảy. Nóng nảy đó là tướng của lửa. Địa ngục từ đâu biến hiện? Từ trong tâm sân hận mà biến hiện ra.

Nói ngu si nặng nề, vậy thế nào gọi là ngu si? Không thể phân biệt chân thật với hư vọng, không thể phân biệt tà với chính, thậm chí đối với thiện ác, đúng sai, lợi hại đều không rõ biết, cho pháp lành là pháp ác, pháp ác là pháp lành, đó gọi là ngu si. Ngu si là nghiệp nhân của đường súc sinh. Súc sinh vốn ngu si.

Do đó có thể biết, nghiệp nhân căn bản của ba đường ác chính là ba độc. Trong lục độ, bố thí là đối trị độc tham, nhẫn nhục đối trị độc sân, trí tuệ Bát-nhã đối trị độc si. Lục độ là thuốc, tham sân si là bệnh, dùng thuốc ấy trị bệnh ấy, dùng thuốc thì trừ được bệnh, chúng ta mới có thể được độ thoát.

Chúng ta dùng được thuốc này thật sự có hiệu quả, thì mới có thể cảm ứng tương giao cùng Bồ Tát. Nhưng khi bệnh quá nặng, từ vô thủy kiếp đến nay nuôi dưỡng thành tập khí. Nói cách khác, tập khí này chính là "phiền não câu sinh"[1] như trong kinh điển nói. Không phải do người dạy, không phải ngày nay mới học, mà là vừa sinh ra đã sẵn có.

Tại sao vừa sinh ra đã sẵn có? Vì chúng ta có những kiếp sống quá khứ, đời đời kiếp kiếp đã huân tập trong thức a-lại-da thành một loại chủng tử kiên cố. Chủng tử này khi gặp duyên liền sinh khởi hiện hành.

Chúng ta được nghe pháp Phật, muốn dứt trừ loại phiền não này. Trong lòng rất muốn dứt trừ nhưng dứt trừ không được. Tại sao không dứt trừ được? Vì tập khí quá nặng, sức mạnh của nó quá lớn, chúng ta tự mình học được đôi chút Phật pháp không đủ sức chống lại. Vì vậy, Phật pháp cũng cần phải huân tập lâu dài.

---

[1] Phiền não câu sinh: tức là những phiền não huân tập từ nhiều đời, nên ngay khi sinh ra trong đời này đã có, không phải do ngoại duyên tạo thành hay do học tập mà có.

Chúng ta nói mình dụng công, thế nào gọi là dụng công? Mỗi ngày tụng kinh gọi là dụng công, mỗi ngày lễ Phật gọi là dụng công. Được rồi, vậy mỗi ngày quý vị có thể tụng kinh được mấy giờ? Quý vị có thể lễ Phật được mấy giờ? Quý vị mỗi ngày có thể tụng kinh được hai giờ, có thể lễ Phật được hai giờ. Tốt lắm, vậy tính chung được bốn giờ, mỗi ngày có 24 giờ, quý vị huân tập Phật pháp chỉ được bốn giờ, còn lại 20 giờ là huân tập tham sân si, vẫn là không chống lại nổi. Cho dù mỗi ngày dụng công 12 giờ cũng mới chỉ là mỗi bên một nửa, không nắm chắc; không thể được siêu thoát vãng sinh, không chắc chắn.

Vì vậy, sự tu học trong các tự viện Trung quốc ngày xưa, mỗi ngày phải vận dụng công phu đến 16 giờ. Như vậy, sự huân tu Phật pháp trong một ngày chiếm được hai phần ba. Nói cách khác, sự huân tập phiền não chỉ chiếm một phần ba, sức mạnh huân tu Phật pháp mạnh mẽ hơn, như vậy dần dần mới có thể chế ngự được phiền não.

Trong kinh điển thường nói, vào thời Phật tại thế cũng vậy, mỗi ngày có hai thời giảng kinh, hai thời tu hành. Hai thời là tương đương với 8 giờ ngày nay, vì Ấn Độ tính một ngày đêm chia làm 6 thời: ngày ba thời, đêm ba thời. Trong kinh điển, đặc biệt là trong giới luật thường thấy, thời gian ban ngày được chia thành đầu ngày, giữa ngày và cuối ngày; thời gian ban đêm được chia thành đầu hôm, giữa đêm và cuối đêm. Còn Trung quốc ngày xưa dùng đơn vị thời gian là 12 giờ (giờ tý, giờ sửu, dần, mão...). Vì vậy, một thời của Ấn Độ bằng hai giờ cổ của Trung quốc. Ngày nay chúng ta dùng cách tính phổ biến toàn thế giới là 24 giờ. Vì sao gọi là "tiểu thời"? Vì ngắn hơn giờ của Trung quốc ngày xưa. Vì vậy, "nhị thời" trong kinh phải hiểu là 8 giờ hiện nay.

Theo chế độ trong nhà Phật, thời gian ngủ của người tu hành trong tự viện là khoảng giữa đêm. Cụ thể thì giữa đêm là vào thời gian nào? Tức là vào buổi tối từ 10 giờ cho đến 2 giờ sáng, khoảng thời gian đó gọi là giữa đêm.

Hai giờ sáng phải thức dậy, thực hiện khóa công phu sáng, lễ Phật. Ngay cả lúc ăn cơm cũng không dừng nghỉ. Ăn cơm cũng được xem là một phần công khóa tu tập. Thời xưa ở Ấn Độ khất thực, sáng sớm [chư tăng] đều ra đi khất thực. Khất thực cũng là công khóa tu tập, cũng là kinh hành, giống như quý vị ngày nay kinh hành khi niệm Phật, vừa đi trong tâm vừa niệm Phật hiệu, hoặc là tụng kinh, công phu không hề gián đoạn. Khất thực xong, không phải khất thực rồi là ăn, mà phải trở về tinh xá, cùng ăn như nghi thức quá đường, không phải mỗi người khất thực rồi ăn riêng rẽ. Không phải vậy. Trở về tinh xá còn có những người bệnh, người không được khỏe, hoặc người già yếu không đi được, cho nên người đi khất thực về phải chia sẻ phần ăn cho họ. Có thể thấy, công phu của người tu hành không gián đoạn, trong một đời mới có thể tu hành chứng quả.

Chúng ta tự xét lại, công phu của chúng ta thường gián đoạn, vừa gián đoạn thì phiền não liền xâm nhập, gây hại cho chúng ta. Huống chi đôi chút Phật pháp của chúng ta sức lực vô cùng yếu ớt, sức của phiền não lại quá mạnh mẽ, chẳng lạ gì khi chúng ta không thể thành tựu.

Nếu quý vị xem trong luận Bách pháp minh môn, quý vị sẽ thấy tâm sở thiện chỉ có 11, tâm sở phiền não có đến 26. Quý vị nghĩ mà xem, thật không có cách, không thể so sánh! Huống chi sức mạnh của 11 tâm sở thiện lại không bằng 26 tâm sở phiền não; số lượng đã ít hơn, sức mạnh cũng kém thua, chẳng lạ gì khi chúng sinh không cách gì thoát ra khỏi luân hồi.

Điều này phải dựa vào sự giác ngộ của tự thân chúng ta, dựa vào sự tinh tấn của tự thân chúng ta, dẹp bỏ mọi sự chướng ngại khó khăn, tự mình phải tìm ra phương pháp đối trị.

Phương pháp đối trị của mỗi người đều khác nhau, vì căn tính không giống nhau. Đối với hàng trung căn trở lên, theo tôi thấy thì việc nghiên cứu giáo lý là phương pháp đối trị rất tốt. Nhưng nghiên cứu giáo lý thì nhất định phải giảng giải [với người khác]. Nếu không giảng giải sẽ dễ rơi vào giải đãi, vì để giảng giải được thì mỗi ngày phải dành thời gian xem kinh, chuẩn bị. Tôi giảng kinh đã 24 năm, mà lần này giảng Phẩm Phổ Môn, quý vị thấy mỗi ngày tôi cùng quý vị niệm Phật chỉ 2 giờ, vẫn phải dành thời gian còn lại để xem kinh. Xem thật kỹ, vì Phẩm Phổ Môn thật không dễ giảng. Chỉ nhìn ngoài bề mặt kinh văn thì có thể giảng được gì? Ngoài việc kể chuyện tích xưa, thật khó nghĩ ra điều gì để giảng. Quý vị dành thời gian quý báu đến đây, chỉ nghe kể chuyện tích xưa thôi thì có ý nghĩa gì! Mang sách Quán Thế Âm Bồ Tát Cảm Ứng Lục về nhà xem cũng được, đâu cần phải đến đây nghe kể? Vì vậy, nhất định phải phát minh nghĩa lý trong kinh văn, chúng ta mới thật sự có được lợi ích.

Theo trong văn kinh thì phương pháp tu hành chỉ có một câu "nhất tâm xưng niệm". Quan trọng nhất, có thể giúp chúng ta giác ngộ chính là đoạn này, nhất định phải lìa ba độc. Nếu đọc đoạn kinh này, thật sự đề cao cảnh giác, thì một đời này thọ dụng không hết. Muốn lìa ba độc phải thật sự nỗ lực, thật sự buông xả. Từ chỗ nào bắt đầu buông xả? Từ những thứ bên ngoài thân buông trước, quyết không tham muốn ưa thích. Theo chế định của đức Thế Tôn, thuở xưa khi Ngài dẫn dắt tăng đoàn tu tập, mỗi ngày chỉ ăn một bữa, dưới mỗi gốc cây chỉ ngủ một đêm.

Điều này trong Giới kinh nhiều lần nói đến. Người xuất gia không có nhà cửa, không có tài sản, không có tiền bạc, chỉ có ba tấm y. Ba tấm y không phải giống như hiện nay. Y hiện nay đã thu nhỏ lại, chỉ là giữ hình thức giống vậy để nhắc nhở thôi. Ba tấm y ngày xưa ở Ấn Độ, ngày nay quý vị đến Thái Lan có thể nhìn thấy; ở Đài Loan cũng có một số ít.

Những tấm y xưa đủ quấn khắp quanh người. Khí hậu ở Ấn Độ nóng, quanh năm như mùa hè, chỉ có mùa mưa, không có mùa đông. Vì vậy chư tăng cần ít áo, ba tấm y là đủ, ngay cả đêm ngủ cũng đủ che thân. Tấm đại y ngày xưa dùng để đắp ban đêm khi ngủ. Còn tọa cụ là gì? Đó là vật dùng để lót bên dưới khi ngủ, như miếng nệm, ngày nay chúng ta đem dùng khi lễ Phật, chẳng có tác dụng gì. Tọa cụ chính là miếng nệm lót, để lót dưới đất khi ngủ. [Ngoài ra chư tăng] không có bất kỳ tài sản nào.

Có người thỉnh Phật giảng kinh, có nơi cúng dường Phật, có giảng đường, nếu nhiều phòng thì có thể có liêu phòng để ở. Nếu chỉ có giảng đường, không có liêu phòng, các tỳ-kheo ban đêm vẫn nghỉ bên ngoài, dưới gốc cây. Họ ở dưới gốc cây, phần lớn thời gian là ngồi thiền, không nằm ngủ, chỉ ngồi thiền.

Tại sao dưới mỗi gốc cây không được ngủ hai đêm? Vì sợ khởi tâm tham luyến. Thấy gốc cây này tốt, mát mẻ, cảnh cũng đẹp, hôm nay ngủ thoải mái, ngày mai lại đến, ngày kia lại đến. Thế là khởi tâm tham luyến. Tâm tham rất dễ sinh, vì là phiền não câu sinh từ vô thủy, "ngó đứt tơ còn vương", nên dứt trừ rồi, gặp ngoại cảnh dẫn dụ lại sinh khởi, việc này hết sức rắc rối. Vì vậy, Phật chế định dưới mỗi gốc cây chỉ ngủ một đêm, hôm sau dời đi nơi khác, không được ở lại, không cho khởi tâm tham, phòng bị rất nghiêm ngặt. Do đó có thể thấy rằng, chỉ cần có một mảy may tâm tham là không thể thấy đạo, nói chi đến chứng đạo, tu đạo! Chỉ thấy đạo thôi cũng không thấy được rồi.

Trong Tiểu thừa, giai vị kiến đạo là Tu-đà-hoàn. Trong Đại thừa, giai vị kiến đạo là Bồ Tát Sơ trụ. Từ Sơ trụ đến Đẳng giác gọi là giai vị tu đạo, quả vị Như Lai gọi là giai vị chứng đạo.

Lại trong Tiểu thừa, từ sơ quả lên đến hướng A-la-hán gọi là giai vị tu đạo, quả A-la-hán gọi là giai vị chứng đạo. Chúng ta thử nghĩ xem, chúng ta hiện tại chưa nói đến Đại thừa, ngay cả Tiểu thừa cũng không được kiến đạo. Tại sao vậy? Chúng ta biết rằng, là ba độc phiền não chướng ngại tự thân chúng ta. Đây là nói về sự tu hành, bất kể là tại gia hay xuất gia, quý vị có phiền não ba độc thì chướng ngại sự tu hành của quý vị, tổn hại đến pháp thân tuệ mạng, khiến cho quý vị không thể thành tựu.

Người đời muốn cầu tiêu tai giải nạn, cầu thần lực của Phật, Bồ Tát gia hộ bảo vệ, nhưng nếu tham sân si vẫn còn thì không có cảm ứng. Khi có cảm ứng chính là lúc đạt được nhất tâm, dù gốc rễ tham sân si chưa dứt trừ được, nhưng lúc đó nó không hiện hành. Ví dụ như niệm Bồ Tát Quán Thế Âm lúc nguy cấp, không nghĩ gì khác, vì tính mạng nguy nan, buông xả hết, nhất tâm niệm Quán Thế Âm, tai nạn được hóa giải. Khi tai nạn qua rồi, tham sân si lại khởi, cảnh giới nhất tâm đó không giữ được. Thế nhưng vẫn nhờ đó được thoát nạn, được tiêu tai giải nạn. Đây gọi là "mỗi niệm tương ưng mỗi niệm Phật, niệm niệm tương ưng thì niệm niệm đều là Phật". Người cầu Bồ Tát Quán Thế Âm được như vậy là "nhất niệm tương ưng". Nhất niệm tương ưng đã có cảm ứng rõ rệt như vậy thì "niệm niệm tương ưng" có thể hình dung biết được là như thế nào.

Ở đây, đức Phật và các bậc Tổ sư đại đức trong tất cả

mọi sự tham dục chỉ nêu ra một thứ để làm ví dụ. Cho nên quý vị hoàn toàn không được hiểu lầm, cho rằng sắc dục không thể tham, còn tham tài vật thì không sao, tham danh tiếng cũng không sao... Phật không nói vậy. Nếu nghĩ như vậy là hỏng. Hoặc cho rằng pháp thế gian không thể tham, vậy pháp xuất thế hẳn là có thể. Nếu nghĩ như vậy là hoàn toàn sai lầm. Pháp xuất thế nếu có thể tham thì mỗi ngày quý vị tụng Tâm kinh, đến câu "vô trí diệc vô đắc" nên lược bỏ đi. "Vô trí diệc vô đắc" là ý nói với quý vị, Vô thượng Bồ Đề xuất thế gian cũng không thể dùng tâm tham để chứng đắc. Kinh Lăng Nghiêm nói: "Đạo Bồ-đề viên mãn đều quy về không có chỗ chứng đắc." Lục Tổ Đại sư chứng đạo chính là ở câu "bản lai vô nhất vật", từ đó ngài mới có thể chứng được Chánh Đẳng Chánh Giác.

Trong đoạn kinh Lăng Nghiêm ở trên nói "huân tập tánh nghe, xa lìa trần tướng". Đây là nói về công phu "xoay cái nghe vào soi chiếu tự tánh" của Bồ Tát. Công phu này đắc lực thì có thể "huân tập tánh nghe, xa lìa trần tướng". Huân là huân tập. Nghe ở đây là cái nghe hư vọng, tức là nhĩ thức, ý thức, là vọng tâm, tâm vọng tưởng chạy theo âm thanh trần cảnh, nghe hướng ra bên ngoài. Đó là cái nghe hư vọng, tâm hư vọng. Công phu "xoay cái nghe vào soi chiếu tự tánh" có thể khiến cái nghe hư vọng dừng lại, vắng bặt. Dừng bặt rồi thì thành gì? Thành "cái nghe chân chánh, được vào dòng thánh". Đúng như Đại sư Giao Quang nói là "bỏ thức dùng căn". "Huân tập tánh nghe xa lìa trần cảnh" chính là bỏ thức, "huân tập tánh nghe" là bỏ thức, "xa lìa trần cảnh" là không bám chấp, nắm giữ trần cảnh bên ngoài, không bám chấp hình tướng, không bám chấp nắm giữ sắc trần bên ngoài. Đây chính là "nhập dòng viên thông, chỗ nghe không còn" đã nói ở trước, "chỗ nghe" chỉ đến [âm thanh], cảnh giới bên ngoài, xa lìa tất cả cảnh giới bên ngoài. Bồ Tát dùng nhĩ căn, tai đối với âm thanh, gút thắt của âm thanh trần cảnh được mở, vì mỗi căn có sáu gút thắt, tổng cộng [6 căn] 36 gút thắt. Sáu gút thắt đã giảng ở phần trước. Một căn trở về nguồn, sáu căn đều giải thoát. Chỉ cần sáu gút thắt nơi một căn được mở, thì các gút thắt nơi các căn khác cũng đều tiêu trừ. Vì vậy, sắc trần không thể chướng ngại tâm thanh tịnh, cũng không thể làm tăng thượng duyên dẫn khởi phiền não tham ái. Nó không còn tác dụng. Cho nên, Bồ Tát dùng oai lực thù thắng như vậy gia hộ, bảo vệ chúng sinh, "khiến cho tất cả chúng sinh nhiều dâm dục xa lìa tham dục". Đối với độc tham này chúng ta không sợ nữa.

Ý nghĩa này rất quan trọng. Chúng ta đối với bất kỳ pháp thế gian hay xuất thế gian nào, khởi sinh tham ái không thể buông bỏ xa lìa, thì đều có thể vận dụng phương pháp này. Phương pháp này là gì? Là "thường niệm cung kính Bồ Tát Quán Thế Âm". Cung kính là gì? Là "nam-mô". Ngày nay chúng ta niệm "Nam-mô Quán Thế Âm Bồ Tát", nam-mô nghĩa là cung kính, dịch sang tiếng Trung quốc là quy y, cung kính, âm tiếng Phạn là "nam-mô".

Thường niệm "Nam-mô Quán Thế Âm Bồ Tát", phải ghi nhớ điều cốt yếu là "nhất tâm xưng niệm". Niệm với tâm thanh tịnh thì có thể dứt trừ hết thảy tâm tham, điều này phải ghi nhớ kỹ. Dù là pháp thế gian hay xuất thế gian, nếu có mảy may tâm tham đều sẽ tạo thành chướng ngại nghiêm trọng, khiến chúng ta muốn tu định, tu tuệ đều không thành; niệm Phật muốn được "nhất tâm bất loạn", muốn được "công phu thành phiến" cũng đều không được.

Suy nghĩ kỹ, chúng ta bị tai hại thật quá lớn! Nếu không có ba thứ độc [tham sân si] này chướng ngại, người muốn vãng sinh Tịnh độ hẳn đã đi từ lâu. Chính do ba thứ độc này chướng ngại nên chúng ta đời đời kiếp kiếp tu học đều không đi được, đời đời kiếp kiếp tu học đều không khai ngộ. Có ba thứ độc này chướng ngại, dù tu pháp nào cũng đều là tu luyện mù quáng.

Cho dù nghi quỹ tu hành người xưa còn đó, chúng ta cũng y theo đó tu hành, nhưng người xưa tu theo đó thì có thành tựu, chúng ta y theo đó tu hành không thành tựu. Tại sao vậy? Vì người xưa y theo pháp tu, trong đó không có tham sân si; chúng ta nay cũng y theo pháp tu, nhưng trong đó đầy tham sân si. Nghi quỹ tu tập không sai chút nào, nhưng đó là pháp chúng sinh, pháp thế gian, không phải Phật pháp; lìa những nghi quỹ này, không cần nghi quỹ nào, nhất tâm tu hành, thì toàn là Phật pháp. Như chuyện người bạn của Lão Pháp sư Đàm Hư siêu độ oan gia trái chủ, siêu độ vợ con, không có nghi quỹ gì. Khi quỷ tìm đến trước mặt cầu siêu độ, lúc đó ông chưa xuất gia, làm cư sĩ không biết nghi thức, cũng không biết siêu độ là gì. Ông đã "tám năm đọc Lăng Nghiêm", trong kinh Lăng Nghiêm đã có chút lợi lạc. Con quỷ trước mặt nói: "Chỉ cần ông đồng ý một tiếng là được." Đồng ý một tiếng chẳng phải quá đơn giản sao! "Được rồi, tôi đồng ý." Thế là quỷ được siêu độ. Ông thấy quỷ đứng dậy, đạp lên đầu gối, lên vai ông, bay lên trời. Không nghi thức gì, không tụng kinh, không cầu nguyện, chỉ nói đồng ý một tiếng là xong.

Trong Ảnh trần hồi ức lục nói: "Có thể thấy rằng, tự thân công phu còn chưa đạt thì dù nghi thức nào cũng uổng công; công phu thành tựu rồi, chỉ cần gật đầu cũng đã xong, vấn đề liền được giải quyết."

Mời quý vị xem tiếp phần dưới đoạn thứ hai, trang 819, dòng thứ 6, bắt đầu từ câu thứ hai.

"Tự giận mình là hận, giận người khác là sân, người nhiều sân hận thì trong đời này người khác không muốn gặp, như con ngựa khát giữ nước. Kinh Di giáo nói: 'Cướp đi công đức quý báu, không gì hơn sân hận.' Kinh Hoa Nghiêm nói: 'Một niệm tâm sân khởi, che chướng trăm pháp sáng suốt." Trước đây tôi đã giảng đoạn này. Lửa sân hận xét về sự sự tổn hại là nghiêm trọng nhất, cũng đáng sợ nhất, nên gọi là "một niệm tâm sân khởi, triệu chướng ngại mở ra". Ở đây nói "che chướng trăm pháp sáng suốt". Trăm pháp là chỉ đến hết thảy các pháp, sáng suốt là chỉ trí tuệ. Nói cách khác, như quý vị thông đạt hết thảy các pháp, nhưng một niệm tâm sân vừa khởi thì hết thảy những cửa ngõ thông đạt các pháp đó sẽ toàn là chướng ngại.

Ở đây, Đại sư trước tiên giải thích thế nào là sân hận. Hận là tự mình có sự phẫn nộ trong lòng, chưa biểu lộ, tức là oán hận trong lòng. Bộc phát ra bên ngoài gọi là sân; giấu trong lòng chưa phát gọi là hận. Cho nên hận là từ trong tâm, sân là từ mắt, biểu hiện qua ánh mắt. Ở đây giảng rằng, khi một người tự mình phát lên cơn giận gọi là hận; khi có đối tượng bên ngoài, bộc phát cơn giận ra bên ngoài với người khác gọi là sân. Ý nghĩa này cũng có thể giảng thông suốt, cả hai ý đều tốt.

Người nhiều sân hận, quý vị thử nghĩ xem, có ai muốn cùng họ kết bạn? Có ai vui thích giao du qua lại? Đây cũng là lẽ đương nhiên. Những người nhiều sân hận, ai gặp phải cũng lặng lẽ tránh xa, không muốn cùng người ấy giao du. Tiếp theo nêu một ví dụ, "như con ngựa khát nước", con ngựa ấy muốn uống nước, ngựa khác đến uống nước của nó, nó sẽ đuổi đi, đó là "giữ nước". Khi bị người khác xâm phạm [những thứ của mình], tâm sân liền khởi.

"Cướp đi công đức quý báu, không gì hơn tâm sân hận." Công đức là tài sản pháp, đó là nói "lửa thiêu cháy rừng công đức". Trước tiên chúng ta phải hiểu rõ thế nào gọi là công đức. Công đức và phước đức khác nhau. Phước đức mà quý vị tu tích được sẽ không thể mất. Tu phước ắt sẽ hưởng quả báo. Việc thiện có thiện báo, việc ác có ác báo, tu phước là việc thiện, nhất định có phước báo, quyết không thể mất. Công đức thì rất dễ mất. Vậy công đức là gì? Là định, là tuệ. Quý vị thử nghĩ xem, một khi cơn giận bùng lên, làm sao còn có định? Định đã không có, tuệ cũng không thể có. Định và tuệ không dễ dàng tu tập thành tựu. Lấy ví dụ như những người niệm Phật chúng ta, nói tu tập được "nhất tâm bất loạn", thật không dễ dàng. Thật sự đã tu đạt đến nhất tâm bất loạn rồi, cơn giận vừa nổi lên, trạng thái nhất tâm liền lập tức biến mất. Muốn được lại nhất tâm thật không dễ.

Phật pháp xem trọng sự tu học đạt được công đức. Quý vị nói xem mình đã có được bao nhiêu công đức? Quý vị thử nghĩ xem, lần cuối cùng mình không vui, nổi giận là khi nào? Vậy từ đó đến lúc này quý vị chưa nổi giận, công đức của quý vị chỉ được chừng đó thôi. Việc này thật hết sức rắc rối. Nếu như tu hành suốt cả một đời, đến lúc lâm chung chỉ một phút bất bình, thế là xong, toàn bộ tiêu tan hết. Như thế gọi là gì? Gọi là "lửa cháy rừng công đức", lửa sân hận thiêu rụi toàn bộ rừng công đức của quý vị, thiêu hết sạch không còn gì.

Vì vậy, chư vị phải hiểu rằng, đối với hoàn cảnh bên ngoài, khi những cảnh trái nghịch, duyên trái nghịch hiện ra, đó chính là ma. Ma nhìn thấy quý vị có định lực, bao ngày tu tập không luống công, nếu công phu càng thâm sâu hơn nữa thì quý vị sẽ vượt thoát ngoài ba cõi, nó liền sinh tâm đố kỵ, không vui, phải nghĩ cách phá hoại quý vị, dụ dỗ quý vị. Sự dụ dỗ đó thực chất là khuyến khích quý vị, bảo quý vị hãy nhanh chóng thiêu đốt đi, đốt nhanh lên, nhanh lên, đốt hết công đức của quý vị đi. Chỉ cần quý vị nổi giận lên là tất cả đều bị thiêu rụi hết. Nếu quý vị thật nghe lời, lập tức nổi giận, thế là thiêu rụi hết công đức. Ma nhìn thấy vậy trong lòng sẽ vui mừng: "Xem kìa, ta bảo hắn đốt là hắn đốt liền, hắn đã bị ta lừa!"

Vì vậy, người tu hành phải giác ngộ, gặp những hoàn cảnh như vậy liền phải biết, hắn đến dụ dỗ ta, ta quyết không mắc lừa. Đức Phật Thích-ca Mâu-ni không mắc lừa Đề-bà-đạt-đa, nên Ngài thành Phật; vị tiên nhân nhẫn nhục không mắc lừa vua Ca-lợi, nên pháp tu ba-la-mật nhẫn nhục của ngài được viên mãn. Chỉ cần ta không mắc lừa, công đức của ta sẽ viên mãn. Còn người đến dụ dỗ kia là ai? Đó là Bồ Tát, là Phật. Nếu không có người ấy đến xúi giục, thổi lửa sân hận, làm sao quý vị có thể tiến bộ? Làm sao quý vị có thể thành tựu? Như tôi đã giảng ở phần trước về tam pháp diệu, trong đó có tư thành diệu.[1] Quý vị phải hiểu rằng, tất cả chúng sinh đều có ân đức với chúng ta. Như khi đánh trận, quý vị đánh bại đối phương, giết chết tướng địch, bản thân được thăng chức, lên thành đại tướng. Vậy chức đại tướng của quý vị từ đâu mà có? Chính là người kia đã hy sinh cả mạng sống cho quý vị, người ấy là đại ân nhân của quý vị, có đúng vậy không? Nếu người ấy không thua trận, làm sao quý vị được thăng quan? Nếu người ấy không chết, làm sao quý vị có thể lên chức? Thật là ân đức rất lớn lao.

Phật pháp nhìn sự vật không chỉ nhìn qua bề ngoài, mà phải nhìn bao quát khắp mọi mặt. Người thiện cũng có lúc phá hoại chúng ta, kẻ ác cũng có lúc giúp đỡ chúng ta. Vì vậy, trong Phật pháp nói về thiện ác thì tất cả những gì giúp đỡ chúng ta đều là thiện, những gì phá hoại chúng ta chính là ác. Những oan gia đối đầu có thể giúp chúng ta

---

[1] Xem lại phần giảng về Tam quỹ (ba quy tắc), trong đó có tư thành quỹ, cũng tức là tư thành diệu trong tam pháp diệu, thuộc về Thập diệu trong kinh Pháp hoa.

thành tựu định lực, thành tựu trí tuệ, đó là công đức lớn, là thiện tri thức lớn. Còn nếu một người thiện, hôm nay cúng dường rất nhiều tiền tài, ngày mai lại cúng dường nhiều tinh xá, khiến cho tâm tham của quý vị tăng trưởng. Đó là đại hộ pháp của ta, nhưng hộ những pháp gì? Người ấy đến hộ trì quý vị là khiến quý vị tăng trưởng tham sân si, chính là hộ trì tham sân si của quý vị. Kẻ ác đến hộ trì giới định tuệ của quý vị, người thiện đến hộ trì tham sân si, vậy chẳng phải là quý vị đã đảo lộn thiện ác hay sao?

Người đời ngu si, nên ở những chỗ này chúng ta phải cảnh giác, phải nâng cao tâm cảnh giác. Vì vậy, đối với kẻ ác không sân hận, đối với người thiện không vui mừng, đối với cả hai đều phải đề phòng. Kẻ ác đến, phải đề phòng giới định tuệ của ta bị hắn phá hoại; người thiện đến, phải đề phòng tham sân si của ta tăng trưởng, đều phải đề phòng trước. Nhất định tự mình phải dứt trừ ba độc tham sân si, thành tựu công đức giới định tuệ. Tâm đề phòng đó là gì? Chính là tâm tỉnh giác nhận biết. Cho nên nói "không sợ niệm khởi, chỉ sợ nhận biết chậm", tính giác quyết không thể để mất đi trong một khoảnh khắc nào, một khi mất đi sự giác ngộ, lập tức sẽ rơi vào mê hoặc.

Đoạn tiếp theo trích dẫn từ kinh Lăng Nghiêm:

"Mười là, thuần một viên âm thanh tịnh không trần cảnh, căn cảnh viên dung, không còn đối đãi năng sở, nên khiến tất cả chúng sanh phẫn hận được xa lìa sân hận."

Trong chú giải có nói: "Sân hận khởi lên do trái với ý mình, đối với trần cảnh mà khởi sinh." Đó là tâm sân hận. Thế nào là "trái với ý mình"? Là những hoàn cảnh không vừa ý, không mong muốn. Không ưa thích hoàn cảnh hiện tại nên quý vị mới sinh sân hận. Vì vậy, nếu thực sự đi tìm nguồn gốc, đó vẫn là từ tâm tham. Do trái với lòng tham của mình nên sân hận mới nổi lên. Do đó, tâm tham mới là gốc rễ lớn. Không có tâm tham thì tuyệt đối không thể sân hận, người có sân hận nhất định có tâm tham. Người không có tâm tham sẽ không có ngu si, không có sân hận. Từ đó có thể biết rằng, người tu học chân chính thì dứt trừ tâm tham là tu học từ chỗ căn bản nhất. Cần phải buông xả được, sau khi buông xả mới được đại tự tại, buông xả phải buông xả đến thanh tịnh.

Lục Tổ Đại sư trong Đàn kinh từng thọ ký, sau ngài sẽ có hai vị Bồ Tát xuất hiện ở thế gian này, tại Trung quốc, một vị là tại gia, một vị là xuất gia. Tương ứng với thời gian đại sư đã nói, quả thực có hai vị. Vị tại gia là Bàng cư sĩ. Bàng cư sĩ là một vị trưởng giả, gia đình rất giàu có. Sau khi học Phật, ông đem tất cả tài bảo quý giá trong nhà chất hết lên một chiếc thuyền lớn, đưa ra giữa dòng sông, rồi đục một lỗ dưới đáy thuyền, tất cả chìm dần xuống đáy sông, ông không cần đến nữa.

Có người hỏi ông: "Thưa đại cư sĩ, ngài không cần những tài bảo quý giá đó nữa, sao không đem làm một chút việc từ thiện, làm việc tốt cứu giúp người, chẳng tốt hơn sao?" Chúng ta vừa nghe thấy cũng hợp lý. Nhưng việc làm của Bàng cư sĩ thực ra chỉ để khuyên người đời sau một câu: "Làm việc tốt chẳng bằng không có việc." Các vị thử nghĩ xem, không có việc gì thì tâm mới thanh tịnh, làm việc tốt tâm vẫn không thanh tịnh. Không có việc gì, tâm tham mới có thể dứt trừ hoàn toàn, còn làm việc tốt thì tâm tham vẫn không dứt trừ hết, cũng như ngó sen bẻ rời ra vẫn còn dính dây tơ.

Bồ Tát có phát nguyện thì tuyệt đối cũng không có tham cầu. Phát nguyện rộng độ chúng sinh, nhưng không thể tham muốn việc độ chúng sinh. Vì một khi tham muốn thì tâm tham liền khởi lên. Như vậy, việc cứu độ chúng sinh phải thế nào? Hoàn toàn tùy duyên, không tìm kiếm. Đi tìm là có tâm tham, đó là Bồ Tát tham muốn sáu ba-la-mật với muôn công hạnh, không thể "thấy tánh sáng tâm". Ở trong tự viện, vị ấy sẽ muốn làm trụ trì, muốn làm tri sự, đó là có tâm tham. Đại sư Trí Giả đã thị hiện cảnh giới này để dạy người đời sau. Đại sư Trí Giả là Tổ sư của tông Thiên Thai, Tổ đời thứ nhất, cả đời hoằng dương kinh Pháp Hoa. Ngài niệm Phật cầu sinh Tịnh độ, tông chỉ là "Giáo tông Pháp Hoa, hạnh tại Di Đà". Lúc Ngài sắp vãng sinh, đệ tử hỏi về cảnh giới của Ngài. Ngài rất khiêm tốn, bảo họ rằng: "Nếu ta không lãnh chúng, ta có thể đạt được lý nhất tâm bất loạn, thượng phẩm thượng sinh. Nhưng vì làm trụ trì tự viện, phải quản việc, phải lãnh chúng, nên tổn thất đối với bản thân rất lớn. Ngài nói chỉ đạt được gì? Được đới nghiệp vãng sinh, chỉ tu thành ngũ phẩm. Ngũ phẩm là cảnh giới công phu thành phiến, đới nghiệp vãng sinh. Các vị xem, chênh lệch biết bao, đó là xả bỏ thân mình vì người. Lãnh chúng là cơ duyên, mọi người suy cử quý vị, quý vị vì việc nghĩa không thể từ chối, phải nhận làm; nếu không ai suy cử, tuyệt đối không được tranh cử, tranh cử đều là có tâm tham rồi. Đã có người khác phát tâm làm, thật tốt quá, A-di-đà Phật! Người ấy nhận làm, thật tốt quá. Không nên tranh giành. Chúng ta cần là gì? Chúng ta cần tâm thanh tịnh, cần lý nhất tâm bất loạn, cần buông bỏ vạn duyên. Các bậc tổ sư, đại đức xưa nay đều thị hiện như vậy để dạy chúng ta.

Trong hoàn cảnh hiện nay, cấu trúc xã hội của chúng ta không giống nhau, phương thức sinh hoạt khác biệt, người chân chính phát tâm tu học không có đạo tràng để ở. Ngày xưa có thể đến đạo tràng trong tùng lâm để tham gia đại chúng, không nghe không hỏi việc gì, chân chính dụng công tu đạo. Như vậy hoàn cảnh sẽ thành tựu cho ta. Nhưng bây giờ không còn nữa. Không còn thì phải làm sao? Hiện nay có không ít người, có một số thí chủ cúng dường một căn nhà nhỏ, một am thất nhỏ, để tự mình tu hành. Đây trở thành phương thức duy nhất của người tu hành ngày nay. Nhưng người tu hành nhận sự cúng dường này, nhất định phải một lòng tu đạo, quyết không thể bị những cúng dường này trói buộc, vướng bận, nếu không thì rắc rối lớn lắm.

Vì vậy, người tu hành nhất định phải có quan niệm thế này: "Chúng ta ở thế giới Ta-bà là khách, bất kể người ta cúng dường tinh xá như thế nào, đều xem là nhà trọ." Ở một ngày tính một ngày, có thể rời đi bất cứ lúc nào, tuyệt đối không lưu luyến. Nhà trọ ta ở đây, rất thoải mái, ngày mai phải đi, nơi này căn bản không có một chút lưu luyến nào, như vậy mới có thể đi đến thế giới Cực Lạc. Nếu ta có một chút lưu luyến, đây là tài sản của ta, đây là tinh xá của ta, như vậy là hỏng rồi. Chẳng những không thể được nhất tâm bất loạn, mà công phu thành phiến cũng không thể được. [Sự lưu luyến ấy] nhất định sẽ kéo ta trở lại sinh tử luân hồi, không thoát ra khỏi ba cõi.

Cho nên, chúng ta đối với việc này phải nâng cao tâm cảnh giác, tuyệt đối không được mắc lừa.

Trong phần chú giải nói: "Đối với trần cảnh mà khởi sinh, viên dung thì không có trái nghịch, không có đối tượng thì không sân hận." Không có đối tượng chính là điều mà Lục Tổ nói là "xưa nay không một vật, chỗ nào dính bụi trần". Nói đến đối tượng, nói đến tận cội gốc thì chính là ngã chấp và ngã sở. Có ngã thì có đối tượng, đã có ngã thì đối tượng đó là ngã sở; không có ngã thì không có gì sở hữu, không có cái gì do ta sở hữu. Lìa bỏ được ngã và ngã sở, xin thưa cùng quý vị, đó là đạt được sự nhất tâm bất loạn, chưa phải lý nhất tâm bất loạn, chỉ là đạt được sự nhất tâm bất loạn.

Đối với ngã và ngã sở, chỉ lìa bỏ được ngã sở, nếu chỉ lìa bỏ được ngã sở mà chưa lìa bỏ được ngã, thì đó là công phu thành phiến, được đới nghiệp vãng sinh.

Đây là chúng ta từ nhiều phương diện để nói rõ về ba cảnh giới của Tịnh độ: lý nhất tâm, sự nhất tâm và công phu thành phiến. Từ các phương diện khác nhau để quán sát, sau đó mới biết vì sao công phu của chúng ta không hiệu quả, vì sao không nhập đạo, vì sao không thành tựu, tự mình sẽ biết. Tự mình biết rồi thì có biện pháp. Cũng giống như khi chúng ta bị bệnh, nếu tự mình không biết bệnh của mình thì thật khổ, một khi bệnh phát tác sẽ nguy hiểm tính mạng. Nếu tự mình biết trước, đã biết rồi thì sao? Thì chúng ta sẽ tự mình nghĩ cách đối trị, có thể chữa trị bệnh.

Vì vậy, quan sát từ nhiều phía những nhân duyên chướng đạo, chúng ta đều hiểu rõ, thì sẽ biết cách đối trị. Ân đức của chư Phật, Bồ Tát, thiện tri thức đối với chúng ta chính là ở chỗ này, dạy chúng ta hiểu rõ, giúp chúng ta tìm ra nguyên nhân bệnh. Sau khi tìm ra nguyên nhân bệnh thì làm sao để chữa bệnh, đó là việc của chính mình, không ai có thể giúp được. Ví như dạy cho quý vị nhìn thấu, dạy cho quý vị buông bỏ, vị thầy chỉ có thể dạy như vậy thôi. Còn việc nhìn thấu, buông bỏ là việc của tự thân quý vị, thầy không thể giúp được. Chư Phật, Bồ Tát cũng không thể giúp. Nên phải dựa vào công phu của chính mình, tự mình nỗ lực thực hành.

Chỗ này nói "thuần âm không trần cảnh", cũng là nói tánh nghe thuần nhất của Bồ Tát, dùng tánh nhiệm mầu để nghe âm thanh, tức là nói tánh nghe. Trong tánh nghe không có đối tượng, cái mà tánh nghe nghe được là tánh của âm thanh. Tánh với tánh tương hợp thì cũng giống hệt như hư không với hư không tương hợp, là một không phải hai.

Có thể thấy như nhĩ thức, nhĩ thức là có phân biệt, có bám chấp vướng mắc, đối tượng của nó là âm thanh trần cảnh. [Như vậy là] căn, trần với thức đối lập, không phải viên dung. Vì vậy, dùng tánh nghe để nghe tánh âm thanh là viên dung, không đối lập; dùng tánh thấy để thấy tánh hình sắc cũng là viên dung, không đối lập. Chính vì muôn pháp viên dung, nên gọi là nhất chân pháp giới. Nhất chân là gì? Chính là tánh, cho nên nói "thấy tánh sáng tâm". Sáu căn đối với cảnh giới sáu trần, hết thảy đều là tánh, một tánh không hai tánh, cho nên pháp giới gọi là nhất chân. Trong nhất chân không có đối lập, sân hận làm sao có thể sinh khởi? Vì vậy, Bồ Tát Quán Thế Âm không có sân hận, người thấy tánh sáng tâm không có sân hận, người chứng đắc lý nhất tâm không có sân hận.

Chúng ta hiểu rõ ý nghĩa này rồi, thấy sân hận không thể giúp chúng ta đạt được nhất tâm, vậy trong mọi hoàn cảnh trước tiên chúng ta phải tu tập gì? Trước tiên phải tu tập nhẫn nhục, trước hết phải nhẫn. Công phu chưa thành tựu, chưa thành tựu thì sao? Thì phải nhẫn chịu. Công phu thành tựu rồi thì không cần nhẫn, vì sao? Vì căn bản là không có gì để nhẫn; công phu thành tựu rồi thì tan hòa, tan hòa thành một tánh, căn bản không còn đối tượng để nhẫn.

Công phu chưa đến thành tựu mới tu nhẫn nhục ba-la-mật. Cho nên, nhẫn nhục ba-la-mật chính là phương tiện chuẩn bị để tu nhất tâm. Nói cách khác, trong pháp môn Tịnh độ của chúng ta nói về công phu cạn sâu, về lý nhất tâm, sự nhất tâm, công phu thành phiến, cũng chính là ở mức độ nhẫn nhục cạn sâu biểu hiện ra. Tu tập nhẫn nhục ba-la-mật được viên mãn, viên mãn tức là thấy tánh, tức là viên dung, đó chính là lý nhất tâm. Chưa đạt đến viên mãn nhưng đã rất thâm sâu, đó là sự nhất tâm. Mức độ không được sâu, đó là công phu thành phiến. Mọi việc đều có thể nhẫn, không động tâm nóng giận, như vậy có thể đắc sự nhất tâm.

Chính vì có công đức, diệu dụng như vậy, nên đức Phật trong kinh Kim Cang nhiều lần tán thán: "Tất cả pháp thành tựu nhờ vào nhẫn." Ngay trong pháp thế gian cũng nói: "Không nhẫn được việc nhỏ thì hỏng việc lớn." Pháp thế gian mà không có nhẫn cũng không thể thành tựu. Dù là pháp thế gian hay xuất thế gian, đều phải hiểu tầm quan trọng của nhẫn nhục, công đức của nhẫn nhục chính là thành tựu hết thảy các pháp.

Vì vậy, nhất định phải xa lìa sân hận. Khi chúng ta không thể xa lìa, thì chí thành cung kính xưng niệm Bồ Tát Quán Thế Âm, cầu nguyện thần lực của Bồ Tát Quán Thế Âm gia trì. Đó là khi phải chịu sự sỉ nhục cực lớn, muốn nhẫn cũng không thể nhẫn được, không còn cách nào nhẫn được, thì lập tức niệm Bồ Tát Quán Thế Âm, như vậy sẽ giúp vào sức nhẫn nhục ba-la-mật của quý vị, bảo toàn công đức của quý vị, đừng để công đức của quý vị bị thiêu rụi bởi ngọn lửa [sân hận], như vậy thật rất đáng tiếc.

Hôm nay thời gian đã hết, chúng ta giảng đến đây thôi. Phần sau còn một đoạn nhỏ nói về "ngu si", tối nay chúng ta sẽ tiếp tục giảng.

Bài giảng thứ tám

Tháng 12 năm 1983
Hoa Tạng Đồ Thư Quán,
Cảnh Mỹ, [Đài Bắc], Đài Loan
Số lưu trữ: 08-004-0008

Mời quý vị mở [sách Pháp Hoa Kinh Đại Thành, quyển hạ], trang 820, hàng đầu tiên, chúng ta xem tiếp từ câu thứ hai.

"Tự mình mê hoặc là ngu; mê hoặc người khác là si. Người nhiều ngu si phân biệt theo các quan điểm tà vạy, bác bỏ cho rằng không có nhân quả, hủy báng đại thừa, đối với các chân lý đúng thật không thể nhận hiểu sáng suốt rõ ràng, hết sức tối tăm u ám."

Đây là giải thích về ngu si, nằm trong ba độc. Ba độc là tham, sân, si. Tuy tướng của tham sân rất mãnh liệt, nhưng thực ra còn dễ đoạn, duy chỉ có ngu si là khó đoạn nhất. Như ngạn ngữ nói "ngó sen đứt sợi tơ còn vương", thứ khó đoạn sạch nhất chính là ngu si. Ngu si chính là vô minh. Phật dạy chúng ta Tam vô lậu học chính là để đối trị tam độc phiền não tham, sân, si. Đặc biệt người sơ học chúng ta không thể không lưu ý. Dùng Giới học để dứt trừ tham, dùng Định học để dứt trừ sân hận, dùng Tuệ học để dứt trừ vô minh. Vì vậy, nếu trí tuệ không khai sáng thì không có cách nào dứt trừ được vô minh.

Chỗ này nói rõ cho chúng ta biết thế nào là ngu, thế nào là si. Tự mình mê hoặc gọi là ngu; làm cho người khác mê hoặc thì gọi là si. Có phải là cố ý [mê hoặc người khác] không? Không phải cố ý, thậm chí còn là làm vậy với tâm tốt đẹp. Nhưng tự mình đi lầm đường không biết, khi người khác hỏi đường, lại chỉ con đường đó cho họ đi, đây gọi là "kẻ mù dắt người đui", đó gọi là si. Vì vậy, từ trong si mới tạo nghiệp. Người ngu chỉ là tự mình có chướng ngại, người si còn liên lụy đến người khác, đặc biệt là những quan điểm tà vạy, hiểu biết của mình sai lầm mà không hay biết. Vì vậy, việc chỉ đường cho người khác thật không dễ dàng. Trong các công án Thiền tông, mọi người đều quen thuộc, như trường hợp của [ông già tìm đến thưa hỏi] Đại sư Bách Trượng,[1] do nói sai một chữ trong lời chuyển ngữ mà phải đọa làm thân chồn trong năm trăm đời, đó chính là quả báo do ngu si gây ra.

Tội do tham, sân tạo ra rất nặng, thật không ngờ rằng ngu si, chỉ đường sai lầm, làm trì trệ huệ mạng pháp thân của người khác, tội lỗi này còn nặng hơn. Do đó, trong sáu pháp ba-la-mật, duy chỉ có trí tuệ Bát-nhã mới có thể phá trừ ngu si.

Ngu si này cũng là khó [đối trị] nhất trong ba độc. Tham và sân rất rõ ràng, dễ nhận biết, còn ngu si thì thường tự cho mình là đúng, không nhận biết được là mình ngu si. Nếu tự biết mình ngu si thì có thể cứu vớt. Trường hợp tự cho mình là thông minh, tục ngữ thường nói "Thông minh lại bị thông minh hại", chính là ý nghĩa này.

Trong kinh điển, đức Phật dạy chúng ta, [chưa đắc quả A-la-hán thì] nhất định không tin vào tâm ý của mình. Đây

---

[1] Nguyên tác nói "像百丈大師" (như Đại sư Bách Trượng) là cách kể lại quá ngắn gọn, dễ gây hiểu lầm, vì đây là câu chuyện của ông già (là con chồn hiện thân) đến thưa hỏi Đại sư.

chính là để tránh những lỗi lầm do ngu si gây ra, đừng tin vào tâm ý của mình. Đến lúc nào mới có thể tin vào tâm ý của mình? Đến khi chứng quả A-la-hán mới có thể tin vào tâm ý của mình. Tại sao? Vì A-la-hán có thể gọi là Chánh giác, tri kiến của vị ấy có thể xem là chánh đáng, không có sai lầm. Vì sao vậy? Vì ngã chấp đã dứt trừ, phá trừ được ngã chấp, không còn theo kiến giải của riêng mình, không còn kiến giải của tự ngã. Nói cách khác, trước khi hai loại phiền não, kiến hoặc và tư hoặc, còn chưa dứt trừ, thì tất cả tri kiến của chúng ta đều không đúng.

Chính vì tri kiến của mình không đúng, nên người tu học giống như người không biết đường, không có mắt nhìn. Phật dạy người sơ học phải dựa vào "tứ y pháp", xem tứ y pháp là nguyên tắc, là cương lĩnh, bao gồm: "Y theo pháp không y theo người", "y theo nghĩa không y theo ngôn ngữ" - "ngôn ngữ" bao gồm cả văn tự, phải nương theo ý nghĩa hàm chứa, đừng bám chấp vào ngôn ngữ, văn tự; "y nghĩa rốt ráo, không y theo nghĩa chưa rốt ráo", đây đều là nói về giáo pháp. Điều cuối cùng dạy chúng ta tự mình dụng tâm: "Y trí bất y thức", "trí" là lý trí, "thức" là tình cảm. Tự mình phải nương theo lý trí, đừng nương theo tình cảm. Phật dạy chúng ta bốn nguyên tắc này.

Do vậy, việc tu học nhất định phải thân cận một bậc thầy. Phải thân cận một bậc thầy thật sự có tu, có học. Đương nhiên, nếu gặp được thầy đã chứng quả thì tốt nhất, nhưng những bậc thầy như vậy không chắc sẽ gặp được. Họ chỉ có thể [do duyên] gặp mà không thể mong cầu. Vậy gặp được bậc thầy có tu hành cũng là tốt rồi.

Bậc thầy có tu có học thì đức hạnh và học thuật của thầy chúng ta đều có thể học theo. Nghĩa là về học vấn và đạo đức, thầy đều có thể làm tấm gương cho chúng ta. Đây là bậc thầy hạng nhì. Bậc thầy hạng nhất là người đã chứng quả, là bậc thầy tốt nhất. Nếu không được, phải cầu bậc thầy hạng nhì, tức là tự thầy có tu có học, tức là nói tu hành và học hiểu đều xem trọng. Nói theo như trong nhà Phật thì vị thầy này thông hiểu ý nghĩa của hết thảy kinh điển, lại còn thực hành, thật sự dụng công tu hành. Tìm được vị thầy như vậy để dẫn dắt chúng ta thì không sai lầm.

Nếu thật sự không gặp thì tìm bậc thầy có học hiểu mà không có thực hành cũng được. Chỉ cần sự giảng giải của thầy thật sự chính xác, chúng ta tiếp nhận rồi tự mình tu hành. Còn bản thân thầy có tu hay không, chúng ta không cần thiết phải quan tâm. Nói cách khác, chúng ta chỉ cần thầy chỉ đường, không cần thầy dẫn đường. Có nghĩa là rất nhiều hành vi của thầy chúng ta không học theo, nhưng thầy giảng giải ý nghĩa giáo pháp rất đúng, hướng dẫn phương pháp rất đúng; thầy chỉ đường không sai, thì như vậy cũng được. Vị thầy này là bậc thầy hạng ba, cũng thuộc vào hàng thiện tri thức, đối với người sơ học chúng ta mà nói là vô cùng quan trọng.

Trước đây chúng ta đã giảng qua kinh A-nan thưa hỏi về sự lành dữ của việc thờ Phật, bộ kinh này đã giảng hơn mười lần. Trong kinh, Phật dạy các đệ tử rằng điều kiện [tu tập] trước tiên là phải gần gũi bậc thầy sáng suốt. Bậc thầy sáng suốt không có nghĩa là nổi tiếng, mà nói sáng suốt tức là người có học hỏi, có hiểu biết, có tu hành. Phải gần gũi những bậc thầy như vậy.

Nếu thật sự không có thầy, không tìm được bậc thầy tốt như vậy, thì đó là do mình không có phước báo. Điều này đích thực là như vậy. Vị thầy tốt chỉ có thể [do duyên] được gặp mà không thể mong cầu. Đó là nhân duyên đời trước mình đã tu, không có nhân duyên thì biết làm sao?

Trong trường hợp này, nếu chúng ta thật sự phát tâm, thì chỉ còn cách cầu học nơi người xưa. Cầu học người xưa bằng cách nào? Đó là làm đệ tử gián tiếp của người xưa, tức là tìm học nơi các chú giải của người xưa. Nhưng nếu tự mình không nắm chắc, ví như kinh Pháp Hoa có hơn một trăm bản chú giải, quý vị không thể tu tập theo tất cả, như vậy cũng rắc rối lắm. Cùng học kinh Pháp Hoa, nhưng tri kiến của mỗi người không giống nhau, vậy phải học theo ai? Nói cách khác, trong hội Pháp Hoa [có nhiều người], bạn sẽ nhận ai làm thầy? Bạn phải tìm được một vị thầy [trong số đó]. Nếu tìm trong những bậc thầy xưa, như Đại sư Thiên Thai Trí Giả, đương nhiên là bậc nhất giảng về kinh Pháp Hoa, nhưng văn tự của ngài quá thâm sâu, người sơ học đọc hiểu rất khó khăn. Tuy là bậc thầy tốt, nhưng trình độ giảng dạy quá cao, chúng ta không phải là đối tượng giảng dạy của ngài. Giống như giáo sư đại học, trình độ chúng ta chỉ là mẫu giáo, tìm được thầy tốt như vậy cũng không hữu ích. Những điều ngài giảng trong giảng đường chúng ta nghe không hiểu nổi. Vì vậy, vừa phải tìm được thầy tốt, vừa phải phù hợp với trình độ của mình, điều này không dễ.

Sau khi tìm được rồi, phải theo sát chỉ một vị thầy, không được thay đổi sang vị thứ hai. Đây là nguyên tắc vô cùng quan trọng. Người xưa gọi là "kế thừa bậc thầy", như vậy mới thật sự có thể thành tựu, mới có thể được khai ngộ dưới sự chỉ dạy của vị thầy ấy. Sau khi được khai ngộ, mới đủ tư cách tham học. Nói cách khác, mới đủ tư cách gần gũi [học hỏi] các thiện tri thức khác, mới có thể xem các trước tác của người khác.

Tại sao vậy? Vì sau khi được khai ngộ, trí tuệ của quý vị đã mở, quý vị có khả năng phân biệt tà chánh, có khả năng phân biệt đúng sai. Quý vị đọc rộng, nghe nhiều, nghe người khác giảng, câu nào đúng, chỗ nào giảng sai, quý vị đều biết. Phần đúng quý vị có thể tiếp nhận, phần sai quý vị không chấp nhận. Nói cách khác, đều có lợi ích cho quý vị. Khi chưa có năng lực này, nếu quý vị gần gũi nhiều vị thầy thì rắc rối lớn. Vị thầy này chỉ cho quý vị một con đường, nói con đường này tốt; vị thầy kia nói không đúng, thật rắc rối. Được rồi, theo thầy này học. Lại gặp một thầy khác: "Ông ta nói không đúng, con đường kia mới tốt." Mỗi thầy một lối, gần gũi [học hỏi với] mười thầy thì có mười lối, không biết đi lối nào, khiến tín tâm học Phật của quý vị phải tiêu tan.

Vì vậy, hiện nay các trường Phật học không đào tạo được nhân tài, nguyên nhân là ở đâu? Vì có quá nhiều thầy, kiến giải của các thầy lại không thống nhất. Học sinh khi vào học thì sao? Phải lắng nghe từng vị thầy diễn giảng, mỗi vị giảng theo mỗi cách, nghe xong rồi thì không biết phải theo ai. Không những không được lợi ích, mà đầu óc đầy mâu thuẫn. Không cần nói đến việc người khác khuyên dạy [thế nào], tự tri kiến của bản thân đã có vấn đề, chứa đầy nghi hoặc. Sai lầm trong tình trạng giáo dục hiện nay như thế tạo thành chướng ngại cho người học, mà chướng ngại này đối với người mới học mà nói, là do ấn tượng quan trọng ban đầu, rất khó xóa bỏ. Nói cách khác là gây hại cho cả một đời.

Một vị thầy thực sự có năng lực, khi dạy học trò nhất định không cho phép nghe người khác giảng. Không có sự đồng ý của thầy, nhất định cũng không được tùy tiện xem thêm các kinh sách, chú giải. Cho dù sẵn có Đại tạng kinh, quý vị cũng không được tùy tiện xem, muốn xem phần nào phải được thầy đồng ý. Thầy dạy học, phải chịu trách nhiệm hoàn toàn đối với học trò, chỉ dẫn cho quý vị một con đường sáng, một con đường tắt, giúp quý vị khai ngộ.

Yếu tố then chốt của khai ngộ là phải đạt được nhất tâm bất loạn. Nếu xem nhiều [kinh sách], tâm quý vị sẽ loạn, khó khăn nằm ở chỗ đó.

Vậy thế nào là người học trò tốt? Phải kiên trì theo thầy, không được khai ngộ thì không rời đi. Đối với sự dạy dỗ của thầy phải tuân theo hoàn toàn không chút sai lệch. Đó mới gọi là học trò tốt, mới gọi là thầy trò tương hợp một đường.

Vì vậy, khi nói đến cầu học, trước hết phải tự hỏi mình có đủ điều kiện làm học trò không? Đã theo học với một vị thầy, khi người khác giảng giải chỗ này chỗ khác lại cũng tìm đến nghe, như vậy thì không đủ điều kiện làm học trò. Trong hoàn cảnh chế độ dân chủ ngày nay, thầy không thể nói ra [như trên]. Nếu nói thì bị cho rằng như vậy là quá chuyên chế, quá ngang ngược, chỉ tự cho mình là đúng, người khác đều sai, còn phỉ báng thầy. Cho nên thầy thấy quý vị [đi sai đường] như vậy cũng chỉ gật gật đầu, cứ tùy ý quý vị thôi. Kết duyên lành với quý vị là được, không dạy nữa. Tại sao? Vì không cách gì có thể chỉ dạy.

Do đó, việc kế thừa một bậc thầy rất quan trọng. Nghe nhiều, xem nhiều, như Đại sư Thanh Lương nói, chỉ tăng trưởng tà kiến, tăng trưởng vô minh. Vì vậy, từ xưa đến nay ở Trung quốc, cả Nho gia lẫn Phật pháp đều đề cao việc kế thừa một bậc thầy. Quý vị theo thầy nào học? Theo học với thầy nào thì quý vị là đệ tử kế thừa của vị thầy ấy. Thầy chỉ có một, không được có nhiều thầy.

Hiện nay, nói về Giảng Tòa Đại Chuyên Phật Học, thật ra cũng không có gì sai trái, trước đây vốn do tôi với Lý lão sư ở Đài Trung và một số người khởi xướng lập ra.[1] Nhưng

[1] Năm 1972, Hòa thượng Tịnh Không làm Tổng chủ giảng tại Giảng Tòa Đại Chuyên Phật Học này.

hiện tại thì thế nào? Hiện tại không tổ chức nữa, vì đã thay đổi biến chất. Thay đổi như thế nào? Thay đổi trở thành nơi đại hội diễn giảng, ý nghĩa ban đầu đã mất. Trước đây thì Giảng tòa Đại chuyên ở Đài Trung quả thật vẫn có sự kế thừa từ thầy dạy. Tuy có sáu phân khoa, sáu vị thầy dạy, nhưng ngoài Lý lão sư, năm vị kia đều là đệ tử của Lý lão sư. [Như vậy vẫn là] một tư tưởng, một phương hướng. Cách dạy như vậy mới có lợi ích, không sai lệch. Khi mời người ngoài đến, tư tưởng phân hóa, bắt đầu có khó khăn. Khó khăn do đó mà tìm đến. Vì vậy, những năm gần đây, trong các khóa giảng vào mùa hè, mùa đông, chúng tôi chủ trương một lần chỉ giảng một bộ kinh, do một người giảng, như vậy mới dễ đạt được lợi ích.

Quý vị thật sự muốn thành tựu, tôi nghĩ không có thầy e rằng không được. Đây là điều kiện quan trọng đầu tiên trong việc tu học của chúng ta, phải có một vị thầy.

Tôi học Phật, cũng nhờ chút căn lành đời trước nên có được chút duyên kế thừa với thầy. Lúc mới bắt đầu học Phật, tôi cũng chỉ theo học một thầy. Những người khác giảng giải tôi đều không nghe. Tại sao không nghe? Vì không phục. Lúc đó tôi ngã mạn cống cao, mắt để trên đỉnh đầu, xem thường hết thảy những người khác. Vị thầy nào tôi không phục, dù giảng đề tài nào tôi cũng không nghe, dù viết ra sách gì tôi cũng không đọc.

Tôi được gần gũi theo học Đại sư Chương Gia, mỗi chủ nhật đều đến chỗ ngài hai giờ, cứ như vậy được ba năm thì ngài viên tịch. Sau khi ngài viên tịch, tôi lúc đó không biết làm sao thì được lão cư sĩ Chu Kính Trụ giới thiệu với Lý lão sư ở Đài Trung.

Đến chỗ Lý lão sư, ngài hỏi tôi trước đây đã đọc qua những kinh nào, đã thân cận những thiện tri thức nào, tôi đều thưa trình rõ ràng. Lúc đó tôi nói đã có đọc Đại tạng kinh. Đại tạng khi ấy chưa xuất bản hết, tôi tự thỉnh một bộ, mỗi tháng được gửi đến một quyển, tôi đều xem qua, được khoảng nửa bộ. Tôi cũng nói đã xem qua bộ Thái Hư Đại sư toàn thư. Mọi thắc mắc đều thỉnh giáo Đại sư Chương Gia, chưa từng thân cận ai khác.

Quý vị có biết lúc đó Lý lão sư đã nói gì không? Ngài nói: "Tốt, hôm nay anh đến học với tôi, những gì anh đã đọc qua trước đây, những gì Đại sư Chương Gia đã dạy, tất cả đều phải bỏ hết đi, hết thảy tôi đều không thừa nhận." Như vậy, tôi đến với lão sư rồi phải bắt đầu lại từ đầu, hoàn toàn nghe theo thầy. Không có sự đồng ý của thầy, cho dù vị nào giảng kinh cũng không được đến nghe; không có sự đồng ý của thầy, không được xem bất kỳ kinh luận, chú giải nào. Sự hạn chế rất nghiêm khắc.

Tôi theo học dưới sự dạy dỗ của thầy mười năm, tôi được lợi ích. Đó là nhờ tôi chịu nghe lời. Thầy nói sao tôi nghe vậy, tuyệt đối phục tùng, không dám có ý kiến khác, chỉ chuyên tâm học theo thầy.

Sau khi học được chút nền tảng, tôi mới ra ngoài giảng kinh. Khi giảng kinh, tiếp xúc rất rộng. Thường mỗi lần về Đài Trung tôi đều khuyến khích thưa với thầy: "Hiện nay trong Phật pháp, Phật giáo thiếu nhân tài, cần phải bồi dưỡng thêm nhiều người." Tôi thưa khoảng hai, ba mươi lần, mỗi lần Lão sư nghe xong đều nói: "Đúng vậy, đúng là không có người, chúng ta cần phải bồi dưỡng." Cuối cùng, có lẽ ngài nghe mãi không chịu được nữa, liền nói: "Thôi được, anh tìm học trò giùm tôi đi!" Từ đó về sau tôi không dám nói nữa. Tại sao? Vì tôi không tìm được học trò như vậy! Tìm người biết nghe lời như tôi, thật là không tìm được.

Học trò ngày nay đều không nghe lời, ý kiến nhiều, tà kiến nhiều. Cũng không thể gọi là ý kiến, vì họ có ý kiến gì đâu! Toàn là tà kiến quá nhiều. Vô minh chướng nặng, tà kiến đầy dẫy, biết làm sao được? Đây chính là ngu si!

Thật sự là bậc thiện tri thức, như chư Phật, Bồ Tát, đâu có lẽ nào không dạy dỗ học trò? Khi gặp được học trò, các vị chỉ tiếc là không thể nhanh chóng truyền thụ hết những gì mình biết cho học trò, đối với học trò hết sức thương yêu. Nhưng nếu học trò không phải là pháp khí thì biết làm sao? Họ không thể tiếp nhận.

Vì vậy, người cầu học chỉ cần hai chữ "thành kính". Đại sư Ấn Quang dạy: "Một phần thành kính được một phần lợi ích, mười phần thành kính được mười phần lợi ích." Quý vị có thể thành tựu được bao nhiêu phần trong việc thân cận với thầy, trong việc tìm đồng đạo tốt, tất cả đều tùy thuộc vào mức độ thành kính của quý vị.

Sự dạy dỗ của thầy thoạt nhìn qua có vẻ như rất chuyên chế, rất độc đoán, không dựa theo lý lẽ, nhưng thực ra trong đó có ý nghĩa lớn lao mà chúng ta không hiểu được. Thầy thật sự có lý, chúng ta không hiểu được cho là thầy vô lý. Đó là do chúng ta ngu si, không phân biệt được có lý hay vô lý, cho cái có lý là vô lý, cái vô lý lại cho là có lý. Đây không phải ngu si thì là gì?

Phương pháp dạy học của thầy như vậy, đó là vì e sợ điều gì? Là sợ những tà tri tà kiến xâm nhập, gây chướng ngại cho việc tu học của quý vị. Ý nghĩa là ở chỗ này. Thầy dùng một phương pháp, một con đường, thúc đẩy quý vị đi theo hướng đó. Đợi đến khi quý vị khai ngộ, xin thưa cùng quý vị, chỉ cần quý vị được khai ngộ, dù muốn ở lại thêm một ngày dưới sự dạy dỗ của thầy, thầy cũng không muốn. Vì sao vậy? Vì quý vị đã đủ tư cách rồi. Cũng giống như ở trường học, học sinh đã tốt nghiệp, dù muốn trở lại trường học thêm vài ngày, nhà trường cũng không nhận. Quý vị đã tốt nghiệp thì phải ra đi. Ra đi để làm gì? Để tham học. Lúc đó, quý vị có thể gặp bất kỳ ai, đọc bất kỳ kinh sách nào, không có bất kỳ hạn chế nào. Tại sao? Vì quý vị đã có chánh tri chánh kiến, mà chánh tri chánh kiến này được bồi dưỡng từ nơi thầy.

Vì vậy, chúng ta thấy ví dụ về đồng tử Thiện Tài trong kinh Hoa Nghiêm, thầy của ngài là Bồ Tát Văn-thù. Bồ Tát Văn-thù dạy Thiện Tài rất chuyên chế. Đợi đến khi trí tuệ khai mở, Bồ Tát Văn-thù không giữ lại nữa, đưa ra bên ngoài, Thiện Tài đi tham học với năm mươi ba vị thiện tri thức. Như vậy đủ thấy thầy không chuyên chế! Khi chúng ta không có khả năng phân biệt tà chánh, sợ quý vị đi lầm đường, không thể không phòng ngừa. Khi có khả năng, tức là trí tuệ đã khai mở, quý vị không còn ngu si nữa, tùy quý vị đi đâu cũng được, tuyệt đối không hạn chế, đó là sự dạy dỗ.

Nói "tà họa" thì "tà" là không chân chánh, "họa" là phân biệt, [nên "tà họa tri kiến" là "phân biệt theo các quan điểm tà vạy". "Kiến" là kiến giải, tức là trong tâm quý vị khởi lên rất nhiều kiến giải. Lại thưa với quý vị, những kiến giải như thế đều là sai lầm. Chư Phật, Bồ Tát cao minh ở điểm nào? Chính là vì các ngài không có kiến giải, nên tâm các ngài thanh tịnh. Nếu có kiến giải thì kiến giải đó nhất định là tà kiến. Trong chân như bản tánh làm gì có kiến giải? Chỉ khi mê mới có, ngộ rồi thì không. Như trong kinh Lăng Nghiêm nói: "Ở nơi tánh giác khởi lên thành tri kiến thì đó là gốc của vô minh." Ở đây nói "phân biệt theo các quan điểm tà vạy" chính là "nơi tánh giác khởi lên thành tri kiến" trong kinh Lăng Nghiêm. "Lập" là kiến lập, khởi lên; "họa" [là phân biệt,] cũng có nghĩa là kiến lập.

Mấy câu tiếp theo là những tà kiến nặng nề nhất, cũng có thể nói là ngu si đến cực điểm. "Bác bỏ cho rằng không có nhân quả", không tin chuyện nhân quả báo ứng, không tin sinh tử luân hồi, không tin thiện có thiện báo, ác có ác báo. Thật ra không phải là không có báo ứng, mà chỉ là chưa đúng thời điểm, do nhân duyên điều kiện chưa chín muồi.

"Hủy báng đại thừa", ở đây không nói đến Tiểu thừa, tại sao? Vì muốn chỉ việc người Tiểu thừa hủy báng Đại thừa, đó là ngu si. Lấy Phật giáo trên thế giới ngày nay mà nói, một số người ở các nước theo Tiểu thừa hủy báng Đại thừa, không công nhận Đại thừa, cho rằng "Đại thừa không phải do Phật thuyết". Tại sao? Vì họ chưa từng thấy kinh Đại thừa, cho rằng kinh Đại thừa không phải do Phật nói. Kỳ thực, kinh Đại thừa đều đã được truyền đến Trung quốc.

Khi Phật xuất hiện ở thế gian, những trung tâm hoằng pháp chủ yếu của Ngài đều ở lưu vực sông Hằng. Thái Lan nằm về phía đông, Tích Lan về phía nam. Phật pháp Đại thừa từ Tây Vực, tức Tân Cương ngày nay, lúc đó gọi là Tây Vực, truyền đến Trung Quốc. Căn tánh người Trung Quốc thích hợp với giáo pháp Đại thừa. Kinh điển, cả Đại thừa và Tiểu thừa đều truyền đến Trung Quốc. Nhưng ở Đông Nam Á, chỉ có kinh điển Tiểu thừa, không có kinh điển Đại thừa. Các nước Tiểu thừa chỉ tin Phật Thích-ca Mâu-ni. Ngoài Phật Thích-ca, họ không tin có Phật nào khác. Họ tin rằng người tu tập thành tựu cao nhất cũng chỉ đến quả vị A-la-hán, không có quả vị nào cao hơn, nên khi nghe Phật pháp Đại thừa, họ không thể tiếp nhận. Vì vậy, khi đến Thái Lan, quý vị sẽ thấy chùa chiền được xây dựng rất tráng lệ, bên trong có rất nhiều tượng Phật, hàng ngàn, hàng vạn tượng, đều là tượng Phật Thích-ca Mâu-ni. Chỉ một vị Phật, không có vị thứ hai.

Tây Tạng là Phật pháp Đại thừa, Trung quốc là Phật pháp Đại thừa, hình tượng Phật, Bồ Tát rất nhiều. Đây nói về hủy báng Đại thừa không chỉ bao gồm những người không học Phật, mà là cả một số học giả và cả những người theo Tiểu thừa.

"Đối với các chân lý đúng thật không thể nhận hiểu sáng suốt rõ ràng." "Chân lý" là chỉ những chân lý như chúng ta hôm nay đang giảng giải, những chân lý đối với vũ trụ nhân sinh, họ không thể hiểu rõ, không thể thông suốt. Sự không hiểu, không thông suốt này đến mức độ "hết sức tối tăm u ám" (quá ư tất mặc), vì "tất" là sơn đen, "mặc" là mực, cả sơn và mực đều đen, dùng để ví cho vô minh, ví cho ngu si.

Chúng ta làm thế nào để phá trừ ngu si? Đây là việc quan trọng bậc nhất. Trước hết phải tu giới, tu định. Giới và định, xin thưa với quý vị, đều là phước báo, đều là tu tích phước. Nếu từ định mà khai mở được trí tuệ thì giới và định mới biến thành công đức. Nếu giới, định không khai mở được trí tuệ thì giới định là phước đức; khai mở trí tuệ rồi, giới định biến thành công đức. Vì vậy, công đức bao gồm phước đức, nhưng phước đức không bao gồm công đức. Do đó, mục đích của việc tu giới, tu định là khai mở trí tuệ. Mục đích tu giới là được định, mục đích tu định là khai mở trí tuệ.

Vì vậy, quý vị không thể trụ mãi trong định. Nếu trụ mãi trong định là sai, làm sao khai mở trí tuệ? Cái gọi là trụ trong định tức là phân biệt cảnh giới trong định, bám chấp nơi cảnh giới trong định. Như vậy thì trí tuệ không thể khai mở, đó là do trụ mãi trong cảnh giới của định.

Vì vậy, đối với tất cả pháp, không chỉ sắc pháp, mà ngay cả tâm pháp, cảnh giới trong định cũng không được phân biệt bám chấp, công phu mới có thể nâng cao, mới có thể tiến bộ dần dần, nếu không sẽ tạo thành chướng ngại. Càng lên cao, cảnh giới càng vi tế, bản thân càng phải lưu ý, phải như kinh Kim Cang nói: "Nên ở nơi không có chỗ trụ mà sanh tâm", cái tâm này không được trụ.

Công phu này, nếu người có căn tánh lanh lợi, từ lúc mới bắt đầu đã có thể làm. Một mặt nương vào kinh điển, một mặt không trụ vào kinh điển. Chúng ta y theo lý luận, phương pháp trong kinh để tu học, dùng cảnh giới này để tu học, rất nỗ lực tu học, nhưng trong tâm thì thế nào? Trong tâm không phân biệt, không bám chấp, "ngay nơi tướng mà xa lìa tướng", như vậy thì sự tiến bộ của chúng ta sẽ rất nhanh. Trong Phật pháp gọi là khéo học, rất biết dụng tâm, rất biết học. Tiến độ tu học của những người như vậy rất nhanh. Nếu trong tâm có phân biệt, có bám chấp, đó là không khéo học. Không khéo học thì sẽ biến Phật pháp vô thượng thành phước báo thế gian, nhân duyên thế gian. Tu tập thành tựu phước báo thế gian, đó là tu học không khéo.

Nói đến điều này cũng rất vi tế, chúng ta phải từ từ nhận hiểu. Ví như chúng ta tu tập giới luật, quý vị cũng biết, giới luật là pháp căn bản, không đặt nền tảng trên giới luật thì không thể thành tựu. Cũng giống như xây nhà, nếu không có nền móng, không có nền móng thì chỉ có thể dựng căn lều cỏ, hoàn toàn không thể xây lên nhà lầu, một khi xây lầu sẽ sụp đổ ngay. Nói cách khác, nếu quý vị bỏ qua giới luật, không chịu tu học nghiêm túc, thì thành tựu tương lai của quý vị chỉ như căn lều cỏ mà thôi, chỉ vậy thôi. Như vậy nghĩa là gì? Là chỉ trong phạm vi các pháp ở cõi người, cõi trời. Trong các cõi trời thì bất quá cũng chỉ là cõi trời Dục giới, còn cõi trời Tứ thiền của Sắc giới thì không thể đạt được, không đủ tư cách.

Vì vậy, có thể thấy rõ sự quan trọng của giới luật. Việc này, chúng ta phải nhận thức thật sự rõ ràng, nói thật ra, quả là cũng không dễ dàng. Vì sao vậy? Người phàm tục chúng ta thường sợ sự ràng buộc, sợ giới luật, nghe đến giới luật là chán ghét. Nghe kinh, trong kinh giảng đạo lý nghe cũng thấy hay, thích nghe; nhưng nhắc đến giới luật thì thật đau đầu.

Trước đây tôi theo Đại sư Chương Gia ba năm, Đại sư Chương Gia cũng hiểu tôi rất rõ. Cái đầu của tôi cũng thuộc loại bướng bỉnh, không dễ dàng chấp nhận kiến giải của người khác, rất khó chấp nhận, lại còn rất ngạo mạn. Nhưng ngài sẵn lòng dạy tôi, chính là do tôi có đủ tâm cung kính này, chỉ có được chút ưu điểm này. Vì vậy các vị thầy sau này khi gặp tôi cũng đều sẵn lòng dạy bảo, dù tôi rất ngạo mạn nhưng vẫn có thể dạy, vẫn không bỏ rơi.

Lúc tôi vào khoảng 21, 22 tuổi, tôi có làm một bài văn nêu lên thái độ cầu học của chính tôi. Nếu tôi đọc lên, hnn mọi người nghe xong đều phải hoảng sợ.

“Thầy là trời đất”, nhận trời và đất làm thầy; “pháp tự nhiên”, xem tự nhiên là pháp; “làm bạn với các bậc thánh triết xưa nay”, như Phật Thích-ca Mâu-ni, Khổng tử, có thể làm bạn với tôi... Quý vị xem, khẩu khí này thật hết sức điên rồ! Bài văn này của tôi, những người ở Dallas đều đã xem qua, thật là ngông cuồng tột bậc, dưới mắt không người. Ngay cả Khổng tử, Phật Thích-ca Mâu-ni, Muhammad, Jesus... cũng chỉ là bạn của tôi thôi, quý vị thử hình dung xem! Vì vậy, những người trẻ tuổi trong quý vị mà nói là ngông cuồng kiêu ngạo, tôi thấy vẫn còn chưa điên rồ đến mức như tôi, hãy còn kém xa tôi. Nhưng tôi đối với các vị thầy quả thật rất cung kính, do vậy các ngài sẵn lòng dạy tôi.

Trong ba năm theo học, mỗi lần nói chuyện xong, lúc tiễn tôi ra về, Đại sư Chương Gia đều nhẹ nhàng nói một câu, vừa như khuyên nhủ lại không giống khuyên nhủ. Nhắc tôi một câu gì? "Giới luật rất quan trọng", thầy luôn nói một câu như vậy. Câu này tôi nghe ước chừng cũng năm sáu mươi lần, vì vậy ấn tượng vô cùng sâu sắc. Nhưng vẫn không đánh thức được tôi. Thầy nhắc nhiều lần như vậy nhưng tôi đều chưa từng coi trọng. Bởi lúc đó trong đầu có quan niệm, giới luật là quy phạm đời sống, quy phạm đời sống thì giống như lễ tiết trong Nho gia. Lễ trong Nho gia, lễ của các thời đại đã khác nhau, lễ xưa với nay khác nhau, lễ trong và ngoài nước khác nhau. Chúng ta nghiên cứu ý nghĩa của nó là được, hiểu nguyên tắc căn bản của nó là được, cần gì phải học lối sống cổ xưa của Ấn Độ ba ngàn năm trước? Không cần thiết, như vậy chẳng phải quá ngu si sao? Tôi cảm thấy họ quá ngu si.

Vì vậy lúc đó tôi học Phật, thấy người ta lạy Phật, tôi cười. Ngu si, quá ngu si! Chúng ta sinh ra ở thời đại này, lễ là nói về tâm cung kính, nghi thức thay đổi theo thời đại. Ngày nay chúng ta gặp tổng thống, lễ cung kính nhất là cúi chào ba cái; chúng ta gặp Phật, lễ cung kính nhất cũng cúi chào ba cái là được, cần gì phải lạy phủ phục xuống đất? Vì vậy, tôi theo Đại sư Chương Gia ba năm, chưa từng lạy ngài, chưa từng lạy, gặp mặt đều cởi mũ cúi chào. Đại sư Chương Gia đối với tôi rất khách sáo. Tôi thấy người khác gặp Đại sư quỳ lạy, đứng bên cười. Đại sư vẫn không bỏ rơi tôi, thật sự là đại từ đại bi, ngài biết bệnh của tôi.

Sau khi ngài viên tịch, có xây tháp ngài ở Bắc Đầu, hỏa táng ở đó. Lúc ấy chúng tôi có một số người, đa phần là đệ tử của ngài, chủ yếu là các Lạt-ma ở Cam Châu. Tại đây có một đệ tử của ngài, duy nhất một đệ tử. Ở đó dựng hai cái lều, chúng tôi túc trực bên cạnh linh tháp của ngài. Các vị Lạt-ma Cam Châu ở đó khoảng nửa tháng, tôi ở trong lều ba ngày.

Ba ngày đêm ở đó tôi suy nghĩ, trong ba năm theo Đại sư, ngài đã dạy tôi những gì? Tôi ở đó tự suy ngẫm lại. Khi tôi suy ngẫm, mới thấy câu "Giới luật rất quan trọng" của thầy có ấn tượng rất sâu. Nhìn chung phải có chút ý nghĩa, nếu không thầy không thể nói nhiều lần như vậy. Lúc này tôi mới quay lại nghiêm túc chú ý đến giới luật. Khi chú ý thì bỗng phát hiện một ý nghĩa. Lễ của thế gian, là quy phạm đời sống của phàm phu chúng ta. Quy phạm đời sống này sẽ thay đổi theo thời đại, khu vực khác nhau. Giới luật lại giống như ranh giới phân chia giữa phàm và thánh, không thể thay đổi, một khi thay đổi thì hóa thành phàm phu. Từ khi tôi phát hiện được ý nghĩa này mới khẳng định được tầm quan trọng của giới học, lúc này mới không một mực chuyên sưu tập kinh luận, mà những gì liên quan đến giới luật tôi cũng sưu tập. Lần này in sách Phạm võng kinh trực giải, cũng là tác phẩm mà vào lúc đó, trước khi xuất gia tôi đã sưu tập. Nhưng sau khi sưu tập rồi tôi cũng xem, mà xem không mấy nghiêm túc, không đọc nhiều như kinh, cũng không siêng năng như đọc kinh.

Tôi học Phật đến nay ba mươi năm, bắt đầu từ năm Dân quốc thứ 42 (1953). Giảng kinh cũng hai mươi bốn năm, tròn hai mươi bốn năm. Tính cả đầu đuôi thì năm 1983[1] này phải là hai mươi lăm năm, chỉ tính tròn năm thì là hai mươi bốn năm. Đến năm nay mới quyết định pháp môn, xác định phương hướng tu học.

Trước mặt Phật Bồ Tát rút thăm chọn kinh, bởi vì các

[1] Nguyên bản ghi là "這七十三年 - giá thất thập tam niên" (năm 73 này), nhưng theo ngữ cảnh của đoạn văn thì phải là năm 1983, cũng là năm giảng bài này. Như vậy Hòa thượng bắt đầu học Phật từ năm 1953 và bắt đầu giảng kinh khoảng từ năm 1959.

kinh, thật ra không buông bỏ được kinh điển Đại thừa, vẫn không buông bỏ được. Thầy nhiều lần dạy phải "nhìn thấu suốt, buông bỏ sạch", nhưng rồi vẫn không buông bỏ hết được. Bộ kinh nào cũng hay, cũng đều ưa thích, nhưng biết rằng nếu cứ tiếp tục như vậy thật sự là mê hoặc chính mình, lại cũng mê hoặc chúng sinh. Mê hoặc người khác, ý nghĩa trong đó rất thâm sâu. Vì vậy mới trước mặt Phật Bồ Tát lễ bái một tuần, tụng niệm một tuần, đem những kinh luận mình ưa thích nhất, tổng cộng hơn mười bộ, những kinh khác đều loại ra, chỉ mười mấy bộ kinh này rất khó bỏ, liền bày ra trước mặt rồi rút thăm để lấy quyết định cuối cùng.

Rút thăm nhằm bộ kinh Hoa Nghiêm, bản dịch 40 quyển.[1] Nhưng trong mười mấy loại kinh luận của tôi đều không có giới luật, không có giới luật trong đó. Rút thăm nhằm kinh Hoa Nghiêm là có cảm ứng. Lúc trước, tôi ở Đài Trung theo thầy Lý học kinh, bộ kinh đầu tiên chính là phẩm "Phổ Hiền Bồ Tát Hạnh Nguyện" [trong kinh Hoa Nghiêm, được học đầu tiên. Bây giờ cách hơn hai mươi năm, ở đây rút thăm, rút nhằm vẫn là phẩm "Phổ Hiền Bồ Tát Hạnh Nguyện", thật có cảm ứng.

Vì vậy, lúc đó đạo trường quyết định vận dụng hai bộ kinh. Một bộ Di Đà Kinh Sớ Sao và một bộ kinh Hoa Nghiêm. Trong kinh Hoa Nghiêm chính là dùng phẩm Phổ Hiền Bồ Tát Hạnh Nguyện. Những kinh sách khác đều buông bỏ hết. Nay giảng bộ kinh này là đặc biệt vì các vị đồng học ở Giảng tòa Đại chuyên tham gia Phật thất này, nên mới phá lệ giảng bộ kinh này. Đạo trường

[1] Kinh Hoa Nghiêm có các bản dịch khác nhau, bản 40 quyển do Bát-nhã dịch vào đời Đường, bản 60 quyển do Phật-đà-bạt-đà-la dịch vào đời Đông Tấn, bản 80 quyển do Thật-xoa-nan-đà dịch vào đời Đường. Ở đây Hòa thượng nói đến bản 40 quyển nên gọi là "Tứ thập Hoa Nghiêm".

chúng ta không giảng kinh khác, chỉ giảng Di Đà Kinh Sớ Sao, một đạo trường một bộ kinh, Di Đà Kinh Sớ Sao, Hoa Nghiêm (40 quyển). Lần này đặc biệt cầu nguyện Bồ Tát Quán Thế Âm giúp chúng ta tiêu trừ tai nạn, không chỉ chúng ta ở đây có tai nạn, mà toàn thế giới đều có tai nạn. Vì vậy Tổ Ấn Quang khuyên người niệm Phật chúng ta, mỗi ngày sau khi khóa tụng sáng xong, gia trì một ngàn danh hiệu Bồ Tát Quán Thế Âm, cầu nguyện hòa bình cho toàn thế giới. Phật thất lần này của chúng ta cũng chính là ý nghĩa như vậy.

Sau khi chúng tôi quyết định pháp môn hành trì, khai giảng ở đây, vị Quán trưởng của chúng ta mới thỉnh giảng kinh Phạm Võng. Tôi suy nghĩ lại, việc này do tôi quên mất, bà ấy đã nhắc nhở tôi. Đây là điều Đại sư Chương Gia thường nhắc nhở trong ba năm, đáng tiếc thay! Điều này thật khẩn thiết, hết sức khẩn thiết. Nếu không có kinh Phạm Võng thì kinh Hoa Nghiêm và Di Đà Kinh Sớ Sao đều trở thành vô nghĩa, đều phải trở thành vô nghĩa. Vì vậy, lúc này tông chỉ mới được xác định. Tôi cũng mất hết mấy ngày suy nghĩ về vấn đề này, mới xác định tông chỉ "Y theo tâm hạnh của hàng Bồ Tát trong kinh Phạm Võng".

Kinh Phạm Võng trong Phật pháp cũng thuộc về giáo pháp Nhất thừa. Kinh điển Nhất thừa chỉ có ba bộ, ngoài kinh Hoa Nghiêm và kinh Pháp Hoa, bộ thứ ba chính là kinh Phạm Võng. Đây là theo sự phán định giáo pháp của cổ đức, ba bộ này là kinh điển Nhất thừa, còn trên cả Đại thừa.

Do vậy mới quyết định [tông chỉ là] "y theo tâm hạnh Bồ Tát" trong kinh Phạm Võng, "thể nhập cảnh giới giải thoát không thể nghĩ bàn" trong kinh Hoa Nghiêm, tức là cảnh giới không ngăn ngại, [nghĩa là] vận dụng cơ sở [theo kinh Phạm Võng] để thể nhập [cảnh giới] theo kinh Hoa Nghiêm (40 quyển), cuối cùng của kinh Hoa Nghiêm là Thập đại nguyện vương [của Bồ Tát Phổ Hiền] dẫn về Cực Lạc. Do vậy có chỗ y theo, có chỗ thể nhập, sau đó là an trụ, "trụ nơi cõi Tịnh độ Thường Tịch Quang của Phật A-di-đà". Trong bốn cõi,[1] chúng ta phải chọn cõi Tịnh độ Thường Tịch Quang là tối thượng, không cam tâm ở cõi Phàm thánh đồng cư. Chúng ta phải chọn cõi Tịnh độ Thường Tịch Quang.

Quý vị nên biết rằng, thật không dễ dàng! Trong bao nhiêu năm, hầu như đã tìm qua hết thảy những kinh luận Đại thừa, tìm kiếm khắp nơi như người đi du lịch đã thăm viếng xem qua khắp chốn, bây giờ mới tìm được một nơi thích hợp, chúng ta an trụ nơi đây để an dưỡng tuổi già. Tìm kiếm lựa chọn khắp nơi mới chọn được con đường này. Đây không phải là mù quáng, mà là đã trải qua hơn ba mươi năm mới quyết định chọn ra con đường này. Vì vậy, quý vị có thể thấy việc khai mở trí tuệ thật khó khăn biết bao.

Lên giảng đường giảng kinh cũng là một phương pháp khai mở trí tuệ. Nhưng nếu trong đó có xen tạp lòng ham muốn danh lợi thì trở thành chướng ngại. Như vậy giảng kinh sẽ không khai mở trí tuệ, mà được phước báo. Trong tất cả phước báo, đó là phước báo lớn nhất. Hoằng pháp lợi sinh là phước báo lớn nhất. Nhưng điều phải lưu ý là gì? Là không thể khai mở trí tuệ, không thể dứt trừ phiền não. Nói cách khác, không thể thấu triệt lẽ sinh tử, thậm chí cũng không thể vãng sinh. Vậy quý vị nghĩ xem, người này thiếu điều gì? Chính là thiếu giới luật, giới luật dạy quý vị buông bỏ. Kinh luận dạy quý vị quán chiếu thấu suốt, giới luật dạy quý vị buông bỏ. Quý vị có học kinh luận, quán chiếu thấu suốt rồi, nhưng chưa buông bỏ thì

---

[1] Bốn cõi (Tứ độ) bao gồm Phàm thánh đồng cư độ (凡聖同居土), Phương tiện hữu dư độ (方便有餘土), Thật báo vô chướng ngại độ (實報莊嚴土), Thường tịch quang độ (常寂光土).

không được. Người Tiểu thừa có giới luật, họ buông bỏ rồi, nhưng chưa quán chiếu thấu suốt, vì vậy họ bám giữ trong cảnh giới định, họ cũng không khai mở trí tuệ. Do đó có thể thấy, ba môn học [giới định tuệ] hỗ trợ lẫn nhau, mới có thể thật sự khai mở trí tuệ, phá trừ ngu si phiền não.

Vì vậy tôi khuyên quý vị, trước đây tôi cũng đã có chủ trương, tôi đi khắp nơi đều chủ trương nên chuyên học một môn. Điều đó đã qua bao nhiêu năm rồi, từ năm 1967,[1] tôi dạy học ở Phật Quang Sơn, lúc ở Phật Quang Sơn đã đề xướng "vào sâu một pháp môn". Bản thân tôi tu pháp môn Tịnh độ, nhưng liên quan đến kinh luận rất nhiều, rất rộng. Có ai thỉnh giảng kinh gì, tôi lập tức giảng kinh đó cho họ. Chỉ cần có thời gian, ai đến tìm tôi cũng đều đáp ứng. Bây giờ thì ai đến thỉnh tôi giảng kinh, tôi đều không đáp ứng. Chỉ nhận những kinh nào? Chỉ nhận giảng kinh Hoa Nghiêm (40 quyển), giảng Di Đà Kinh Sớ Sao, giảng kinh Phạm Võng. Tôi chỉ đáp ứng giảng ba bộ kinh đó, những bộ kinh khác đều không giảng. Vì vậy, tôi luôn khuyên mọi người "vào sâu một pháp môn". Vào sâu một pháp môn thì nhất định sẽ có thành tựu.

Ví dụ như trong mười năm, quý vị chỉ học một bộ kinh Pháp Hoa trong mười năm, như vậy quý vị chính là Tổ sư của kinh Pháp Hoa rồi, không còn gì để nói. Nhưng nếu mười năm tôi học mười bộ kinh Đại thừa, thì trong mười bộ kinh Đại thừa đó không có bộ nào thông đạt. Tại sao? Mỗi bộ hiểu biết một chút, mỗi bộ đều không thông suốt.

Ví dụ như có hai người, một người trong mười năm học mười bộ, một người trong mười năm chuyên sâu một bộ.

---

[1] Nguyên bản nói "五十六年 - ngũ thập lục niên" (năm 56), chỉ năm Dân quốc thứ 56, tức là năm 1967. Bởi vì con số 56 không thể là số tuổi (vì đến năm 1983 Hòa thượng mới 56 tuổi) và cũng không thể là năm 1956, vì đến năm 1959 Hòa thượng mới bắt đầu giảng kinh.

Mười năm sau thì hai người ấy chênh lệch rất lớn. Một người có thành tựu, một người không có thành tựu.

Khi học còn phải biết cách học. Tức là lúc học, chỉ dùng một bản chú giải, không được xem bản chú giải thứ hai. Năm 1977, tôi giảng kinh ở Hồng Kông. Hồng Kông có một vị Thủ Lăng Nghiêm Vương, là Lão Hòa thượng Hải Nhân. Lúc tôi đi thăm ngài, ngài đã 93 tuổi, hiện nay viên tịch rồi. Phương pháp dạy học của ngài, làm đệ tử ngài không dễ, đệ tử ngài chỉ đọc một bộ kinh Kinh Lăng Nghiêm. Không chỉ đọc Kinh Lăng Nghiêm, mà còn đọc một bản chú giải. Bản chú giải ngài dùng là chú giải của Đại sư Ngẫu Ích, Lăng Nghiêm Kinh Văn Cú, hiện có trong Đại sư Ngẫu Ích Toàn Tập. Đệ tử của ngài phải thuộc lòng cả kinh văn và bản chú giải này. Kinh Lăng Nghiêm cũng có gần một trăm bản chú giải. Những bản tôi biết tên có tám mươi bản, còn những bản tôi không biết, không rõ là bao nhiêu. Trong nhiều bản chú giải như vậy, ngài chỉ chọn lấy một bản. Dùng bản chú giải này học thuộc rất kỹ, rất kỹ. Vì vậy đệ tử ngài ai cũng giảng được Kinh Lăng Nghiêm, đều giảng rất hay. Ngài dồn toàn bộ tinh thần, công lực vào một bộ kinh nên thành tựu xuất chúng. Năm đó tôi cũng giảng Kinh Lăng Nghiêm ở Hồng Kông, vì vậy gặp nhau nói chuyện rất tâm đầu ý hợp. Lão Hòa thượng rất từ bi, đã thảo luận với tôi những điểm then chốt trong Kinh Lăng Nghiêm.

Vì vậy, trong tham sân si thì chỉ có ngu si là khó phá trừ nhất. Đó là do thành kiến của chính mình. Kiến giải của chính mình quá kiên cố, không dễ dàng buông bỏ. Ngay cả khi gặp được một vị thầy tốt, quý vị xem như bản thân tôi là một ví dụ, tu học bao nhiêu năm mới giác ngộ. Lúc đó tại sao thầy không nói cho tôi biết? Vì có nói tôi cũng tuyệt đối không tiếp nhận. Không chỉ là không tiếp nhận, mà còn sẽ phản kháng. Nói cách khác, nếu nói với tôi thì thời gian giác ngộ của chính tôi càng phải kéo dài hơn. Vì vậy thầy chỉ nhẹ nhàng nhắc nhở, ngay cả khuyên cũng chẳng khuyên lấy một câu, thật sự là đại từ đại bi. Chính là nhắc nhở quý vị, để trong tâm quý vị có ấn tượng này, về sau mới giác ngộ. Có thể thấy một người khéo dạy học, phương tiện thiện xảo đó không phải người thường chúng ta có thể tưởng tượng được. Ân đức của thầy lớn lao biết bao, không có sự chỉ điểm của thầy, làm sao chúng ta có thành tựu? Làm sao có thể giác ngộ? Làm sao có thể tiếp nhận giáo pháp lớn lao?

Chúng ta xem đoạn tiếp theo. Đoạn này là Đại sư trích dẫn từ Kinh Lăng Nghiêm để giải thích:

"Tiêu dung thanh trần, xoay cái nghe về tánh bản minh, thân tâm và pháp giới sáng ngời như lưu ly lắng trong vô ngại, nên khiến tất cả chúng sanh ngu ngốc mê tối, hạng a-điên-ca vĩnh viễn xa lìa si ám."

Ngu si là do trần cảnh hư vọng che đậy, vô minh khuất lấp. "Tiêu dung thanh trần" thì không còn che đậy, "lắng trong" không còn khuất lấp. Từ chữ "vô tận" trở xuống đến "gút thắt" là chỉ về kinh văn phía trước.

Đoạn kinh văn này trích từ trong kinh Lăng Nghiêm. Hai câu trước, cũng là nói công đức "xoay tánh nghe vào để nghe tự tánh" của Bồ Tát, có thể "tiêu dung thanh trần, xoay cái nghe về tánh bản minh". Tiêu là tiêu trừ, tiêu trừ duyên trần cảnh hư vọng, tức là sáu trần cảnh. Sáu trần đều là hư vọng, ngài có thể buông bỏ xa lìa sáu trần. Trong sáu trần, quan trọng nhất chính là pháp trần.

Pháp trần là gì? Pháp trần chính là tà tri tà kiến, chính là kiến giải. Ngài có thể đem những vọng tưởng, kiến giải này buông bỏ, khiến tâm mình thanh tịnh, liền giống như

Lục Tổ nói là "xưa nay không một vật". Lúc này mới trở về sáng suốt soi chiếu, tức là trở về tâm địa thanh tịnh. Tâm thanh tịnh chính là sáng suốt soi chiếu, giống như mặt nước, nước không sóng gió, lúc yên tĩnh chính là sáng suốt soi chiếu, tự có tác dụng soi chiếu.

"Thân tâm và pháp giới sáng ngời như lưu ly", đây là hình tướng. Pháp giới là nói khắp thảy pháp giới, tức là ngày nay chúng ta gọi là vũ trụ. Toàn bộ vũ trụ và thân tâm của chính mình đều viên dung, không còn ranh giới, không có chướng ngại, giống như một khối lưu ly trong suốt, sạch sẽ, không bám dính một hạt bụi nào.

Thế giới này chính là Nhất chân pháp giới trong kinh Hoa Nghiêm, là Vô ngại pháp giới mà Đại sư Thanh Lương nói, lý sự vô ngại, sự sự vô ngại. Bồ Tát Quán Thế Âm dùng căn bản trí mà chính mình chứng đắc, gia trì tất cả chúng sinh ngu si. "Hôn" (mê tối) là mê muội, "độn" (ngu ngốc) là chậm chạp, lấy "hôn độn" (ngu ngốc mê tối) làm tính chất của loại chướng ngại này. Chướng ngại này có thể chướng ngại trí tuệ. Có thể chướng ngại trí tuệ nên gọi là ngu si. Bồ Tát dùng thần lực để gia trì những chúng sinh này, ngay cả "hạng a-điên-ca". A-điên-ca là tiếng Phạn, dịch nghĩa Trung quốc là người không có tâm thiện, đó là ngu si đến cực điểm, vì vậy nói không thiện căn, không tâm thiện, đây là nói người ngu si, mê hoặc đặc biệt nặng, tà tri tà kiến, phủ nhận nhân quả, đều gọi là a-điên-ca. Người ngu si cực nặng, nếu họ có thể nhất tâm xưng niệm Nam-mô Quán Thế Âm Bồ Tát, trí tuệ quang minh, oai đức thần lực của Bồ Tát cũng có thể gia trì, giúp họ khai mở trí tuệ, vĩnh viễn xa lìa si ám. Đây là Bồ Tát có loại trí tuệ, đức năng này, giúp chúng sinh có ba độc tham sân si phiền não đặc biệt nặng, cũng có thể xa lìa ba độc.

Phần trước đã nói với quý vị, mười hai đại nguyện lấy đoạn này làm trung tâm. Bởi vì nếu lìa ba độc thì bảy nạn ở phần trước tự nhiên không còn, hai sự mong cầu ở phần sau đương nhiên trọn đủ, "có cầu có ứng" là đạo lý tất nhiên. Vì vậy nói về ba độc, đoạn kinh văn này là then chốt, chúng ta phải đặc biệt xem trọng. Trong kinh dạy chúng ta, phải "thường niệm cung kính Bồ Tát Quán Thế Âm". Dưới đây là một đoạn kết luận, do chính đức Phật nói ra. Đức Phật gọi:

"Này Vô Tận Ý! Bồ Tát Quán Thế Âm có những oai thần lớn lao như vậy, làm lợi ích rất nhiều."

Kinh văn nói "nhiêu" là rất nhiều, rất phong phú; tức là lợi ích rất phong phú, lợi ích rất nhiều.

"Do vậy chúng sanh nên thường xưng niệm."

Quý vị xem đó, việc thoát bảy nạn chú trọng niệm bằng miệng, tức khẩu nghiệp, đến như lìa xa ba độc thì điều này phải là niệm trong tâm ý. Sức mạnh của niệm trong tâm ý so với niệm bằng miệng thì sâu xa hơn nhiều. Niệm bằng miệng có thể cảm ứng với Bồ Tát Quán Âm, có thể thoát được tai nạn trước mắt, còn ba độc là căn bản, không cách gì nhổ bỏ. Vì vậy, nếu muốn lìa ba độc, phải dùng ý căn thọ trì thánh hiệu Bồ Tát, mới có thể đạt được cảm ứng.

Do đó có thể thấy, chú giải của Đại sư Thanh Lương trong chương Quán Tự Tại, cũng không phải do ngài tự bịa đặt. Ngài có căn cứ từ kinh điển. Chúng ta đọc xong, "y pháp bất y nhân", lời Đại sư Thanh Lương nói, trong kinh điển có căn cứ, đó chính là khai thị của Phật. Dưới đây nói về việc đáp ứng hai sự mong cầu. Mời quý vị xem kinh văn:

"Nếu có phụ nữ muốn sinh con trai, cúng dường lễ bái Bồ Tát Quán Thế Âm liền sinh con trai phước đức, trí tuệ;

nếu muốn sinh con gái, liền sinh con gái xinh đẹp, nết na đoan chính, từng trồng sâu các gốc công đức, được mọi người yêu kính. Này Vô Tận Ý! Bồ Tát Quán Thế Âm có sức thần như vậy."

Hai sự mong cầu chính là cầu con trai, cầu con gái. Quý vị nên biết, đây là nói trường hợp trong mạng số không có con. Nếu mạng số có con thì cần gì phải cầu? Trong mạng số không có con cái nhưng vẫn có thể cầu được. Trong tất cả sự cầu nguyện, đặc biệt nêu ra việc này, có thể thấy trong tất cả sự cầu nguyện của người thế gian, lấy việc này là lớn nhất, lấy sự cầu nguyện này là phổ biến nhất, mọi người đều quan tâm. Cầu danh lợi, cũng có người không thích danh lợi, nhưng nói đến con cái, không ai không muốn có con cái, không ai không muốn con cái tốt đẹp. Vì vậy đặc biệt nêu ra ví dụ này.

Chúng ta xem phần chú giải của Pháp sư:

"Có ba trường hợp mang tội bất hiếu,[1] trong đó không con nối dõi là tội lớn."

Hai câu này, trong nền văn hóa cổ xưa của Trung quốc có thể nói là vô cùng quan trọng. "Không có con thì dòng họ dứt mất." Xã hội Trung quốc là xã hội luân lý, trong xã hội luân lý thì quan trọng nhất chính là thờ cúng ông bà tổ tiên. Vì vậy, mở kinh Lễ ra thì điều đầu tiên trong Ngũ lễ chính là Cát lễ. Nếu quý vị không có con nối dõi thì ai sẽ cúng giỗ? Đây là nét đặc sắc trong văn hóa của Trung quốc, là căn bản văn hóa của Trung quốc, chúng ta phải biết. Từ xưa đến nay, quý vị xem các vị hoàng đế, khi giành được chính quyền, cái gọi là được thiên hạ, nói theo

[1] Ba trường hợp mang tội bất hiếu theo Nho gia bao gồm: Thứ nhất, nuông chiều mà không ngăn cản, để cha mẹ làm điều bất nghĩa; thứ hai, cha mẹ già không hết lòng phụng dưỡng; thứ ba, không sinh con nối dõi tông đường, khiến dòng họ phải tuyệt tự.

ngôn ngữ ngày nay, lật đổ chính quyền trước, giành được chính quyền, lên ngôi hoàng đế. Việc đầu tiên họ làm là gì? Là xây dựng gia miếu của mình, thái miếu, phải tế tự tổ tiên. Từ đường của hoàng đế gọi là thái miếu, từ đường của thường dân gọi là tông từ, đây là việc đầu tiên. Cùng lúc đó chính là ban hành điển chương chế độ, chế tác lễ nhạc, mới thành một triều đại.

Sau khi Dân quốc thành lập, lật đổ chính phủ chuyên chế Mãn Thanh, nhưng chúng ta không kế thừa văn hóa Trung quốc xây dựng thái miếu. Trước đây hoàng đế do một người làm, thái miếu chỉ cúng tổ tiên một nhà. Vì vậy, bao nhiêu năm nay tôi suy nghĩ vấn đề này, Dân quốc thành lập, nên xây dựng miếu gì? Là tông từ thờ trăm họ. Bao nhiêu năm nay tôi luôn đề xướng. Chỗ chúng ta cúng, tôi tâm có thừa mà sức không đủ, bài vị ở đây nên viết theo trăm họ. Mỗi năm chúng ta có lễ Thanh minh, Trung nguyên, Đông chí, chúng ta cúng tế tổ tiên, không phải tế tổ tiên một người, chúng ta tế Tổ tiên trăm họ của dân tộc Trung Hoa.

Trong thời đại dân chủ, toàn bộ dân tộc chúng ta là một nhà, không phân biệt, đều là huynh đệ tỷ muội. Vì vậy quốc gia có ba đại điển tế, thứ nhất là tế tổ tiên, đây là căn bản; thứ hai là tế thầy, tế thầy chính là tế Khổng Tử, những năm gần đây chính phủ đề xướng, tế thầy; thứ ba là tế trung liệt, những người có cống hiến cho quốc gia, dân tộc, hy sinh vì nước, vì dân tộc, chúng ta có đền thờ liệt sĩ, ba loại tế tự. Ba loại tế tự này lấy cúng tế tổ tiên làm căn bản. Quý vị nghĩ xem, nếu như ngay cả tổ tiên cũng không có thì tế thầy là giả dối, không phải thật. Cha mẹ còn không yêu kính, làm sao yêu kính thầy? Những sự tưởng nhớ khác, ý nghĩa đều kém xa.

Vì vậy, tế tổ tiên là căn bản lớn nhất, chúng ta nên xây dựng tông từ trăm họ. Người chủ tế tông từ trăm họ trong một quốc gia chính là tổng thống. Hoặc tổng thống ra lệnh, do viện trưởng hành chính làm đại diện, đại diện toàn quốc. Trong một tỉnh có tông từ trăm họ của tỉnh đó, trong một huyện thị có tông từ trăm họ của huyện thị đó. Tôi ở nước ngoài đều đề xướng, phàm nơi nào có người Trung quốc, nên xây dựng một tông từ trăm họ ở đó, là biểu tượng đoàn kết tinh thần của chúng ta, là đại diện văn hóa Trung quốc. "Kính cẩn tưởng nhớ người đã khuất", tức là nghĩ nhớ đến tổ tiên, chúng ta không dám làm việc xấu. Làm việc xấu có lỗi với tổ tiên, ý nghĩa vô cùng trọng đại. Hy vọng đồng tu chúng ta đều chú ý đến việc này, chúng ta phải hết lòng hết sức thúc đẩy việc này.

Ở đây nói đến "Có ba trường hợp bất hiếu, không con nối dõi là tội lớn, không con thì dòng họ dứt tuyệt. Tại sao lại chỉ riêng nêu người phụ nữ? Bởi vì đối với người phụ nữ thì không có con là nỗi khổ, bị chồng ruồng bỏ, bị mẹ chồng xem thường." Trong bản văn dùng chữ phụ (婦)[1] chính là chỉ người mẹ chồng, cả cha mẹ chồng đều xem thường người phụ nữ ấy, "người ngoài cũng chê cười".

Vì vậy, người phụ nữ không có con cái quả thật rất đau khổ. Đây là vấn đề trong quá khứ, vì [xã hội] đặc biệt xem trọng việc nối dõi tông đường nên vấn đề này đương nhiên là nghiêm trọng. Hiện nay, trong thời đại dân chủ, một số quan niệm dần dần thay đổi, dù có con trai hay không cũng không sao, không xem trọng. Bây giờ cũng không có lễ, từ thời Dân quốc đến nay, quốc gia chúng ta không chế lễ, không chế tác lễ nhạc. Hiện nay về nhạc chỉ có một bài quốc ca, ngoài ra không có gì khác. Vì vậy, trong bất kỳ hoàn cảnh nào, chúng ta không có chương nhạc thống

[1] Thông thường chữ "phụ" (婦) này dùng chỉ người con dâu.

nhất, không có. Trong lễ cưới, lễ tang cũng không có trang phục nhất định, vì quốc gia không quy định. Vì vậy, hiện nay có nhiều người dùng lễ phục đều là của nhà Thanh, không phải của Trung Hoa Dân Quốc, chỉ dùng của nhà Thanh. Trước đây không thể như vậy, mỗi triều đại đều có lễ tiết riêng, tiêu biểu cho một triều đại.

Trước đây đặc biệt còn có quan niệm "lắm con nhiều cháu". Nhà nào con cháu nhiều, anh em nhiều thì ai cũng ngưỡng mộ, anh em ít thì cảm thấy cô đơn. Vì vậy không chỉ phải có con cái, mà còn phải nhiều con nhiều cháu. Hiện nay xã hội nhân khẩu đông, đề xướng kế hoạch hóa gia đình, trước đây không có, trước đây khuyến khích sinh đẻ, không có kế hoạch hóa. Mặc dù chính phủ khuyến khích kế hoạch hóa như vậy, vẫn có nhiều người phản đối. Trước đây lúc Tiên sinh Phương Đông Mỹ còn tại thế, một số quan chức Bộ Giáo dục đã thỉnh giáo vấn đề này với lão nhân gia, lúc đó tôi cũng có mặt, tôi nghe được câu trả lời của Phương tiên sinh. Những người đó hỏi, chính phủ đề xướng kế hoạch hóa, hai con là vừa, thầy nghĩ sao? Thầy Phương nghe xong nói, tôi không cho là đúng, tôi vẫn thấy nhiều con nhiều cháu là tốt hơn. Lão nhân gia vẫn giữ quan niệm này, ngài không cho [việc hạn chế] là đúng. Vì vậy trong quan niệm trước đây, ý thức hình thái đó, người phụ nữ không có con cái quả thật rất đau khổ. Vì vậy, trong tất cả những điều cầu nguyện, đặc biệt nêu ra điều này. Đây là cầu nguyện phổ biến, cầu nguyện của mọi người. Nêu ra điều này ý nghĩa rất sâu.

Dưới đây nói đến "con trai phước đức, trí tuệ" và "con gái xinh đẹp, nết na đoan chính". Trong chú giải cũng có giải thích đơn giản, ở dòng thứ năm: "Con trai có phước đức, trí tuệ, vì nếu có trí tuệ mà không có phước báo, ắt là địa vị thấp hèn, tài sản khốn cùng." Đây chính là nói quý vị thông minh, có tuệ thì thông minh, người tuy thông minh nhưng không có địa vị trong xã hội. Ví như trước đây, chúng ta rất dễ thấy, lấy ví dụ như thời xưa, được gọi là "tú tài cùng khốn". Tú tài là gì? Là người thông minh, nhưng không có công danh, chỉ đỗ tú tài thôi, không có địa vị, lại không có tiền tài giàu có, phải nghèo hèn cả đời. Đây chính là có trí nhưng không có phước.

"Có phước đức, không có trí tuệ, ắt là nhận thức kém cỏi, thấy biết cạn cợt." Có người có phước báo, làm kinh doanh phát đạt giàu có, hoặc cũng được làm quan, làm ông quan hồ đồ, nhưng người ấy có phước báo. Kiến thức rất nông cạn, không có trí tuệ, xử lý sự việc thường đảo lộn thị phi, việc gì cũng phải hỏi nơi người khác, nghe sự chỉ bày của người khác, tự mình không có chủ kiến, không có chủ trương. Người như vậy có phước báo nhưng không có trí tuệ. Như trong các vị hoàng đế, quý vị đều biết vào thời Tam quốc, A Đẩu con Lưu Bị chính là có phước báo, được làm hoàng đế, nhưng không có trí tuệ. Ông được người giúp đỡ rất tốt là Gia Cát Lượng. Nếu không có Gia Cát Lượng giúp, sớm đã mất nước rồi. Ông ấy có phước báo [nhưng không có trí tuệ].

Vì vậy, tốt nhất là phải được phước báo, trí tuệ đầy đủ. Nhưng phước tuệ đầy đủ quả thật không dễ. Vừa có phước báo, vừa có trí tuệ, điều này rất khó được. Trong kinh cũng dẫn một đoạn kinh văn trong kinh Lăng Nghiêm, chúng ta cùng đọc qua:

"Mười hai là, viên dung các hiện tượng, xoay tánh nghe trở về, đạo tràng bất động hòa vào thế gian nhưng không hủy hoại thế giới, nên có thể biến hiện khắp mười phương cúng dường chư Phật Như Lai số như vi trần, ở bên mỗi đức Phật làm Pháp vương tử; nên khiến chúng sanh trong khắp pháp giới, nếu ai không có con, muốn cầu con trai, liền sanh được con trai phước đức trí tuệ."

Những đại nguyện này của Bồ Tát Quán Thế Âm cũng giống như Bốn mươi tám nguyện của Phật A-di-đà, nguyện nào cũng sẽ được thực hiện, nhưng quý vị phải hiểu phương pháp cầu. Trong kinh văn rõ ràng nói với chúng ta, trang 820, dòng thứ ba từ bên trái sang, quý vị đọc xem: "Lễ bái cúng dường Bồ Tát Quán Thế Âm". Vì vậy, khi cầu nguyện với Bồ Tát Quán Thế Âm, cần phải lễ bái. Nếu quý vị nghi ngờ rằng, tôi cầu nguyện chỉ cần trong tâm niệm, nơi miệng niệm là được, cần gì phải lễ bái? Phật Thích-ca Mâu-ni rõ ràng bảo quý vị lễ bái, vậy việc này quý vị phải đi hỏi Phật Thích-ca Mâu-ni, tôi không trả lời được. Phật dạy chúng ta làm như vậy, quý vị làm như vậy là đúng, không sai. "Y theo pháp không y theo người", Phật đã dạy chúng ta. Quý vị phải hiểu đạo lý này. Bất kể là cầu tiêu trừ tai nạn, hay cầu tiêu trừ nghiệp chướng, lìa xa ba độc là tiêu trừ nghiệp chướng, hoặc cầu tất cả sự vật, tốt nhất là miệng niệm, tâm nhớ tưởng, thân lễ bái đều có, thì muôn lần đều kết quả. Đây là phương pháp tu hành tôi nói với quý vị, nhất định phải tu như vậy. Lạy Phật quả thật được tiêu trừ nghiệp chướng, mà còn là sự vận động tốt, đối với thân thể chúng ta thêm cường tráng, không cần học Thái cực quyền. Học loại đó không có ý nghĩa, lạy Phật nhiều tốt hơn.

Vì vậy, các bậc đại đức xưa nay, những người học Phật, mỗi ngày tổng cộng phải lạy mấy chục lạy, mấy trăm lạy, quả thật có lợi ích. Lạy Phật, trong đạo dưỡng sinh là thượng thừa. Thân là một cấu trúc cơ học cần vận động, không vận động thì già hóa. Thân cần vận động, lạy Phật là vận động; tâm cần thanh tịnh, lúc lạy Phật tâm thanh tịnh, nhất tâm nghĩ nhớ đến thánh hiệu Bồ Tát Quán Thế

Âm, tâm này rất thanh tịnh, phương pháp tu này rất hay. Lúc tôi chịu lạy Phật, chính là nhờ thông suốt ý nghĩa này, tôi mới chịu lạy Phật; ý nghĩa không thông, bảo tôi lạy Phật, tuyệt đối không làm được. Vì vậy lúc tôi học Phật đã ảnh hưởng rất nhiều người, lúc đó tôi làm việc trong cơ quan, đồng nghiệp chúng tôi có hơn ba trăm người, sau khi tôi học Phật, quan niệm mỗi người đều thay đổi. Bởi vì sao? Mọi người đều biết tôi là kẻ ngoan cố, kẻ ngoan cố học Phật, Phật giáo nhất định có điều gì đó đặc biệt, nếu không sao ông ấy chịu học? Vì vậy mà ảnh hưởng rất nhiều người.

Chúng ta cùng đọc qua phần chú giải:

"Cầu con trai được sinh con trai, đây là bậc đại sĩ hiện thân vào đời, cúng dường phụng sự chư Phật khắp nơi, dùng thần lực của bậc Pháp vương tử để gia trì khiến cho được như vậy." Đây là nói việc cầu sinh con trai.

Đoạn này, Pháp sư Viên Anh trong phần Giảng Nghĩa, trong sách Lăng Nghiêm Kinh Giảng Nghĩa có giải thích, cho rằng người thế gian sợ không có con trai, nhìn chung có ba lý do. Thứ nhất là lúc tuổi già thể lực suy yếu, không có người phụng dưỡng, không có người hầu hạ, đó là việc rất khổ. Vì vậy có con cái, con cái hiếu thảo, tuổi già được hưởng phước. Nền giáo dục của Trung quốc, xin thưa với quý vị, là giáo dục phước đức trí tuệ. Thời thơ ấu, thiếu niên là đặt nền tảng trí tuệ, phước đức; thời trung niên là phục vụ xã hội, tạo phước cho nhân quần; tuổi già thì hưởng phước. Đây là nhân sinh quan theo Trung quốc, tuổi già thì hưởng phước. Nếu không có con cái, tuổi già phải khổ.

Lý do thứ hai, chính là gia nghiệp không có người kế thừa. Gia tộc của mình, sự nghiệp của mình không có người giao phó.

Thứ ba là cúng giỗ, việc cúng giỗ thờ tự nhất định sẽ bị dứt mất. Vì vậy, từ xưa đến nay coi trọng con trai, ý nghĩa là ở chỗ này. Bởi vì chế độ Trung quốc từ xưa là con trai kế thừa, đặc biệt là đích trưởng, tức trưởng tử kế thừa. Quý vị xem trong lễ phục xưa, hiện nay có người không biết, không hiểu. Mặc đồ tang khi để tang, đồ tang làm bằng vải gai, vải thô, đó là người phải trả hiếu nặng nhất. Đồ tang không viền gọi là "trảm thôi". Vậy ai mặc? Chính là người con trưởng và người dâu trưởng, tức là hai người phải mặc. Con thứ mặc đồ tang có viền, gọi là "tề thôi", là mức độ trả hiếu giảm hơn một bậc. Tại sao con trưởng được xem là phải trả hiếu nặng? Vì con trưởng kế thừa gia nghiệp. Điều này trong gia lễ ngày xưa rất xem trọng. Hiện nay thì rất qua loa, không mấy chú trọng, những người trẻ đều không biết.

Trong bản kinh này chỉ dạy chúng ta phương pháp cầu Bồ Tát, không nói rõ nguồn gốc thần lực gia trì của Bồ Tát. Nguồn gốc năng lực của Bồ Tát, trong kinh Lăng Nghiêm nói rất rõ, "viên dung các hiện tượng, xoay tánh nghe trở về, đạo tràng bất động", hai câu này nói về công phu tu chứng của Bồ Tát. Ngài có thể tiêu dung huyễn hình tứ đại, xoay tánh nghe chân thật trở về, chứng nhập cảnh giới bất sinh bất diệt, đây chính là đạo tràng bất động. Cái gọi là "Nhất thừa tịch diệt tràng địa", cũng chính là "trụ nơi cảnh giới giải thoát không thể nghĩ bàn" trong kinh Hoa Nghiêm, hoặc "Tịnh độ Thường tịch quang" trong pháp môn Tịnh độ, chính là cảnh giới này. Vì vậy, ngài có thể dùng vô lượng vô biên phân thân, hoặc chúng ta gọi là hóa thân, để thân cận chư Phật trong khắp các cõi nước mười phương, "phụng sự cúng dường chư Phật khắp nơi", tức là làm đệ tử Phật. "Pháp vương tử", vì Phật được gọi là Pháp vương, đệ tử Phật gọi là Pháp vương tử. Nhưng cũng không thể tùy tiện gọi là Pháp vương tử, phải thật sự là bậc kế thừa di giáo, lưu thông giáo pháp Đại thừa. Giống như con cái ở thế gian, kế thừa gia nghiệp của cha, phát huy càng thêm sáng tỏ, rạng rỡ tổ tông, như vậy mới là con cái tốt. Đệ tử Phật cũng vậy, kế thừa di giáo của Phật, đem Phật pháp phát huy sáng tỏ rộng truyền, hoằng pháp lợi sinh, đây là Pháp vương tử của Phật, trưởng tử của chư Phật Như Lai. Bồ Tát Quán Thế Âm tiêu biểu cho sự hoằng pháp lưu thông, đương nhiên nếu không phải Pháp vương tử thì còn ai là Pháp vương tử? Dùng thần lực này gia trì cho những chúng sinh không có con, họ cầu nguyện với Bồ Tát Quán Thế Âm, có cầu ắt có ứng.

Pháp sư Viên Anh trong phần Giảng Nghĩa kể câu chuyện của chính ngài. Ngài chính là do mẹ ngài cầu Bồ Tát Quán Thế Âm mà được sinh ra. Nhưng nói ra cũng đáng thương, lúc ngài năm tuổi thì cha mẹ đều qua đời, thành trẻ mồ côi. Ngài được chú, bác nuôi dưỡng. Sau này xuất gia làm Pháp sư, hoằng pháp lợi sinh, quả thật không dễ dàng, cũng không phải người tầm thường.

Đoạn dưới đây là nói việc cầu sinh con gái:

"Con gái nết na đoan chánh, là khởi đầu cho bảy phẩm đức", bảy phẩm đức này phần trước có nói, tôi không đọc lại, quý vị có thể tự xem sẽ biết.

"Thế nhưng đoan chánh mà không có tướng tốt, ắt là dung mạo xấu xí, hình thể suy kém; lại có tướng tốt đẹp mà không đoan chánh, ắt phải sớm chịu cảnh côi cút góa bụa. Nay dung mạo và hình tướng tương hợp hỗ trợ cho nhau, càng làm rõ đức hạnh. Đoan chánh thì được thương yêu, có tướng tốt thì được kính trọng, cho nên nói rằng được mọi người yêu kính."

Đoạn này đại ý nói rằng, người con gái phải có tướng

tốt, cũng phải đoan chánh, như vậy mới có thể được mọi người vừa yêu thương vừa kính trọng, đức hạnh mới được trọn vẹn.

Chúng ta xem tiếp theo, trong kinh Lăng Nghiêm có đoạn kinh văn này, ý nghĩa càng thêm rõ ràng. Kinh nói rằng:

"Mười ba là, sáu căn viên thông chiếu sáng không phân biệt, trùm khắp mười phương thành đại viên kính không Như Lai Tạng, nên thừa lãnh pháp môn bí mật của mười phương Như Lai nhiều như vi trần không hề thiếu sót, và khiến cho pháp giới chúng sanh, nếu ai không có con, muốn cầu con gái thì sanh được con gái tướng tốt đoan chánh, phước đức dịu dàng, được nhiều người kính quý."

Chúng ta đọc tiếp cho hết đoạn văn, vì thời gian sắp hết:

"Cầu sinh con gái được sinh con gái, đó là đại sĩ viên thông bao hàm cảnh giới, thừa lãnh từ đức Như Lai, thọ nhận sức của pháp môn thêm vào, thánh lực rất lớn, không có gì mà không ban cho."

Dưới đây là một đoạn tổng kết lại:

Trong kinh Lăng Nghiêm nói "sáu căn viên thông", viên là viên dung, thông là thông đạt, tức là phía trước nói "một căn quay về nguồn, sáu căn đều giải thoát". Ý nghĩa viên thông phía trước đã nói rất nhiều. Chỗ này chúng ta cần hiểu rõ, chính là trong kinh nói "chiếu sáng không phân biệt". Đây là nói sáu căn sáng suốt linh diệu, soi chiếu hỗ dụng không hai không khác. Vì vậy "thành đại viên kính", tức là chuyển a-lại-da thành Đại viên kính trí. Đây là chuyển trên quả vị. Chúng ta biết rằng, các thức thứ sáu, thứ bảy là chuyển trên nhân; các thức thứ năm, thứ tám là chuyển trên quả. Có được năng lực này rồi mới có thể "thừa lãnh pháp môn bí mật của mười phương Như Lai nhiều như vi trần không hề thiếu sót", đặc biệt nói rõ tất cả "pháp môn bí mật", trong đó bao hàm ý nghĩa đức hạnh nữ giới. "Bao hàm cảnh giới mười phương", có thể bao hàm các thế giới chư Phật trong mười phương, Bồ Tát có thể lãnh thọ pháp môn của chư Phật, những gì gọi là Đại, Tiểu, quyền, thật, hiển, mật đều có thể thọ trì mà không quên mất. "Thừa thuận" chính là đức hạnh của người phụ nữ, lãnh thọ chính là điều kiện quan trọng của khuê môn. Do đó, nói những điều như vậy đều tương ứng với cầu sinh con gái. Như vậy, gia trì pháp giới chúng sinh không con, nếu cầu con gái, Bồ Tát Quán Thế Âm có thể dùng oai đức thần lực gia trì cho họ, có thể mãn nguyện cho họ, họ có thể đạt được, tức là sinh được con gái đoan chánh, phước đức, nhu thuận. Bên ngoài có phẩm đức, dung mạo đoan chánh, trang trọng, chính là có phước; bên trong đủ các tính tốt, nhu thuận, người Trung quốc nói là điềm đạm nết na, như vậy là có đức. Có phước, mọi người gặp liền thích; có đức, mọi người đều kính trọng.

Quý vị xem, vừa kính trọng vừa yêu thích, thật sự là khó được. Nếu nói người ta yêu thích mà không kính trọng, như vậy cũng không hoàn toàn; kính trọng nhưng lại không yêu thích, như vậy cũng không trọn vẹn. Vừa kính trọng vừa yêu thích, đức hạnh người phụ nữ mới là trọn vẹn. Bồ Tát Quán Thế Âm Bồ Tát có thể giúp chúng sanh mãn nguyện như vậy, đây là điều chúng ta mong cầu.

Đến đây đã giới thiệu xong đoạn về "hai sự mong cầu". Hôm nay chúng ta giảng đến đây thôi.

Bài giảng thứ chín

Tháng 12 năm 1983
Hoa Tạng Đồ Thư Quán,
Cảnh Mỹ, [Đài Bắc], Đài Loan
Số lưu trữ: 08-004-0009

Mời quý vị mở [sách Pháp Hoa Kinh Đại Thành, quyển hạ], trang 823. Đây là đoạn lớn thứ ba: "Phật trả lời, khuyên trì niệm danh hiệu."

"Này Vô Tận Ý! Bồ Tát Quán Thế Âm có sức thần như vậy; chúng sanh cung kính lễ bái, phước đức không hề luống mất. Vì thế chúng sinh đều nên thọ trì danh hiệu Bồ Tát Quán Thế Âm."

Ở đây, đức Thế Tôn Thích-ca Mâu-ni dạy chúng ta phương pháp tu học, quan trọng nhất là phải thọ trì bằng cả ba nghiệp. Đây mới là tu học pháp môn không phân biệt. Trong kinh văn nói rất rõ, "Cung kính" chính là thọ trì bằng ý nghiệp, trong tâm ý phải luôn giữ sự cung kính, chính là trì niệm bằng ý như đã nói ở trước. "Lễ bái" là thân nghiệp, cung kính là ý nghiệp, lễ bái là thân nghiệp. "Thọ trì" là nói về khẩu nghiệp, chính là "nhất tâm xưng danh". Tu học như vậy thì "phước đức không hề luống mất". Thế nào là luống mất? Trong chú giải có nói, chúng ta hãy xem phần chú giải.

"Tâm kính, thân lễ, phước đức đạt được rốt ráo không cùng tận, nên nói là phước chẳng luống mất."

"Luống mất" là thuật ngữ thời xưa của Trung quốc, ý nghĩa là không uổng phí, không trôi qua vô ích, "nghĩa là phước đức không trôi qua vô ích, mà đạt được lợi ích chân thật". Điều chúng ta cần chú ý nhất ở đây chính là cung kính, hoặc là tâm cung kính. Như thế nào mới gọi là kính, tiêu chuẩn của kính là gì, đây là điều chúng ta nhất định phải biết. Chữ "kính" chính là nhất tâm đã nói ở trước. Nhất tâm chính là cung kính, tâm lăng xăng tán loạn thì không cung kính, ý nghĩa của cung kính liền mất đi. Vì vậy, với chữ kính này chúng ta thường nói thêm là thành kính. Chữ "thành" cũng chính là nhất tâm. Trước đây Tăng Quốc Phiên trong bút ký của mình có chú giải chữ thành này, ông chú giải rất hay. Ông nói "không sinh ra một ý niệm nào" gọi là thành. Ý này giống với Lục tổ nói "xưa nay không một vật". Như vậy gọi là thành. Thành cũng chính là kính, có thể thấy đây là then chốt của sự tu học. Trong lòng phải giữ sự nhất tâm, thân lễ bái, miệng niệm danh hiệu. Phải tu học như vậy.

Cương lĩnh tu học này, không chỉ là tu Pháp môn Quán Âm, mà tu bất kỳ pháp môn nào cũng không thể rời nguyên tắc này. Người niệm Phật nếu không hiểu nguyên tắc này, dù một ngày niệm trăm ngàn câu Phật hiệu cũng không thể đạt nhất tâm, cũng không có cảm ứng. Người trì chú không hiểu nguyên tắc này, thần chú của họ sẽ không linh nghiệm. Không chỉ là trong Phật giáo, ngay cả trong pháp thế gian cũng phải xem trọng nguyên tắc này, được gọi là "thành tắc linh". Quý vị xem như ngoại đạo vẽ bùa, niệm chú, tại sao họ niệm chú, vừa gia trì là linh nghiệm? Chúng ta cũng biết niệm, tại sao niệm chú đó lại không linh nghiệm? Câu chú đều giống nhau, cách phát âm giống nhau, tại sao họ linh nghiệm mà chúng ta không linh nghiệm? Vì họ biết bí quyết này. Khi họ niệm chú, trong tâm không sinh ra một niệm nào khác, không một vọng niệm, câu chú đó sẽ linh nghiệm. Khi họ vẽ bùa, từ nét bút đầu tiên cho đến khi vẽ xong một đạo bùa, trong tâm cũng không sinh ra một niệm nào khác, đạo bùa đó sẽ linh nghiệm. Bùa, chú có linh nghiệm là do ý nghĩa này. Nếu tự chúng ta đạt nhất tâm bất loạn, các vị thử nghĩ xem, còn cần bùa chú gì nữa? Không cần thiết nữa. Nhất định phải hiểu ý nghĩa này.

Chú phải niệm cho thuần thục, vẽ bùa cũng phải vẽ cho thật thuần thục, khi vẽ mới không khởi tâm động niệm. Bằng không, vẽ không thuần thục, vẽ không đúng, chỗ này sai phải sửa một chút, tâm liền động niệm, thế là không linh nghiệm. Vì vậy, nhất định phải thuần thục.

Từ đó có thể biết, khi trì chú thì chú càng ngắn càng hay, tại sao? Vì dễ nhiếp tâm. Như chú Lăng Nghiêm dài như vậy, từ đầu đến cuối niệm một lần phải mất mấy phút, khó tránh khỏi khởi tâm động niệm, xen tạp, chú Lăng Nghiêm đó sẽ không linh nghiệm. Chú vốn rất linh, nhưng vì khi niệm tâm không chuyên nhất sẽ khởi vọng niệm. Chú Đại Bi so với chú Lăng Nghiêm ngắn hơn nhiều, nhưng cũng có 84 câu, cũng không dễ trong lúc niệm mà không bị xen tạp, vì vậy cũng không dễ dàng. Các vị biết nguyên tắc này, biết nguyên lý này, hãy xem một câu Phật hiệu sáu chữ "Nam-mô A-di-đà Phật", trong lúc niệm từ chữ "Nam" đến chữ "Phật" không khởi một vọng niệm, câu Phật hiệu này sẽ linh nghiệm, so với Thần chú Lăng Nghiêm không khác gì nhau. Vì vậy, càng đơn giản càng hay, tuyệt đối đừng tham nhiều.

Khi Đại sư Liên Trì còn tại thế, các vị xem trong bút ký "Trúc song tùy bút" của ngài có ghi chép. Đã từng có người thỉnh giáo ngài về việc niệm Phật như thế nào. Ngài dạy người ta niệm “Nam-mô A-di-đà Phật”, niệm sáu chữ. Lại hỏi, ngài niệm như thế nào? Ngài nói, tôi niệm “A-di-đà Phật”, tôi niệm bốn chữ. Bốn chữ so với sáu chữ lại càng đơn giản hơn, càng tinh giản càng có lợi ích. Thế là người ta hỏi ngài, ý nghĩa là gì? Vì sao dạy người khác niệm sáu chữ, còn mình niệm bốn chữ? Ngài liền giải thích, người khác chưa chắc đã thật phát tâm vãng sanh, tại sao? Vì họ ở thế gian này còn rất nhiều thứ không buông xuống được, miệng nói cầu sanh Tây phương Tịnh độ, chưa chắc đã thật sự muốn đi. Ngài thấu rõ tâm lý của mọi người. Còn bản thân mình thật sự cầu vãng sanh Tây phương Cực Lạc, hai chữ Nam-mô phía trước là lời khách sáo, không cần nữa, trong kinh chỉ nói “chấp trì danh hiệu”, danh hiệu chính là A-di-đà Phật, trong danh hiệu không có Nam-mô. Nam mô là cung kính, quy y, niệm sáu chữ Nam-mô A-di-đà Phật, chính là quy y A-di-đà Phật, cung kính A-di-đà Phật, những chữ đó đều không cần thiết, không cần thêm vào. Giống như khi chúng ta hồi hướng, “nhất tâm đảnh lễ”, nhất tâm đảnh lễ đó không cần thiết, đó là khách sáo, không cần dùng. Vì vậy nói bốn chữ, dễ nhiếp tâm. Từ đó có thể thấy, tâm thật sự chuyên nhất rồi, ý nghĩa đã hiểu rõ, không còn nghi ngờ, vậy thì càng tinh giản càng hay, càng được lợi ích.

Lúc ban đầu, tại sao lại bảo các vị, các Tổ sư, đại đức dạy bảo các vị đọc tụng kinh luận Đại thừa, đọc nhiều như vậy là tại sao? Chính là vì vọng niệm trong tâm quý vị không dứt được. Chúng ta chỉ một câu Phật hiệu A-di-đà Phật. Câu Phật hiệu này quý vị niệm khoảng năm phút, e rằng trong đó đã có nhiều vọng tưởng xen vào. Thế là câu Phật hiệu cũng không linh nghiệm nữa, vọng tưởng quá nhiều, muốn hàng phục cũng không nổi. Vì vậy, lúc sơ học bảo quý vị tụng thuộc các bộ kinh lớn, chủ yếu là để hàng phục vọng tưởng. Vì một câu Phật hiệu trong lúc đó xen tạp vọng tưởng, bản thân quý vị thậm chí không thể tự nhận ra. Còn tụng thuộc một bộ kinh, trong lúc đó khởi một vọng tưởng, tụng không ra, rơi mất một chữ, câu văn đọc đảo lộn, đọc sai, lập tức sẽ phát hiện. Vì vậy, tụng thuộc kinh điển, quý vị phải biết, đó chính là tu hành. Trong các buổi giảng, tôi đã nói điều này rất nhiều lần. Tu hành là tu những gì? Tu giới, định, tuệ. Phương pháp tụng thuộc lòng này là giới định tuệ đồng thời hoàn thành.

Giới luật dạy rằng: "Không làm các việc ác, vâng làm các việc lành." Không làm việc ác là giới Tiểu thừa; vâng làm việc lành là giới Đại thừa. Khi chúng ta nhất tâm tụng thuộc lòng kinh điển, trong tâm sẽ không nghĩ điều gì ác, đó chẳng phải là không làm việc ác rồi sao? Không chỉ thân, khẩu không tạo việc ác, mà tâm cũng không có niệm ác, nên giới Tiểu thừa đã đầy đủ trong đó. Kinh là từ trí tuệ Bát-nhã trong tâm tánh của Phật lưu xuất ra, là việc lành trong các việc lành. Vì vậy chúng ta tụng thuộc kinh điển chính là vâng làm việc lành, có thể thấy giới cũng bao gồm trong đó.

Tụng thuộc lòng phải chuyên tâm, không chuyên tâm sẽ tụng sai, sẽ tụng sót. Chuyên tâm chính là tu định. Khi tụng thuộc, từ "như thị ngã văn" cho đến "tín thọ phụng hành", một bộ kinh lớn như vậy, từng chữ rõ ràng, không đọc sai, không đọc đảo lộn, đây chính là tuệ. Tuệ là rõ ràng phân biệt sáng suốt. Vì vậy, mục đích của tụng thuộc lòng kinh điển là giới định tuệ, ba môn học đồng thời hoàn thành. Không phải bảo các vị ghi nhớ, không phải bảo các vị nghiên cứu, một khi nghiên cứu là hỏng rồi, xin thưa với quý vị, giới định tuệ đều không còn. Đây là tu căn bản trí, không phải bảo các vị nghiên cứu, mà dùng phương pháp này để đồng thời tu thành ba môn học. Công đức lợi ích của nó không thể nghĩ bàn.

Các vị vừa đọc tụng, vừa suy nghĩ "chỗ này rất có ý nghĩa". Đó là gì? Thế là hỏng rồi. Đó là cách đọc tụng của người thế gian, biến thành học thuật thế gian, không phải là Phật pháp. Trong Phật pháp, đây là cầu căn bản trí. Trong đời sống thường ngày, giới định tuệ có thứ lớp, có viên dung. Khi đọc tụng kinh luận, giới định tuệ là viên dung, không phải thứ lớp, tức là đồng thời hoàn thành. Như vậy gọi là tu hành.

Vì vậy, trong sự tu hành thì đọc tụng kinh điển là một pháp môn. Nhưng các vị phải biết cách đọc tụng. Nếu không biết sẽ hoàn toàn rơi vào thế gian pháp, như vậy thật đáng tiếc. Người mới học đọc tụng những bộ kinh lớn có rất nhiều lợi ích. Đợi đến khi tự mình thành tựu giới định tuệ, đạt được Căn bản trí rồi thì lại học trì danh, giống như Đại sư Liên Trì, suốt ngày chỉ một câu A-di-đà Phật.

Các bậc đại đức xưa nay rất nhiều người chỉ trì niệm một câu A-di-đà, không tụng kinh, không lễ Phật, không trì chú, không gì khác cả, chỉ một câu Phật hiệu. Mỗi ngày trăm ngàn câu Phật hiệu. Hiện nay, chúng ta niệm Phật, trước tiên còn tán tụng, còn phải tụng một quyển kinh A-di-đà. Đó là vì nguyên nhân gì? Đó là để nhiếp tâm. Tâm tán loạn, niệm một bộ kinh thì tâm an định lại. Phải dùng tâm an định, tâm thanh tịnh để trì danh thì mới có công đức, mới có tác dụng. Vì vậy, công phu nằm ở chỗ trì danh, không phải ở chỗ tụng kinh. Tụng kinh chỉ có tác dụng nhiếp tâm, không có tác dụng nào khác, đây là điều các vị nhất định phải biết. Nếu tự tâm địa thanh tịnh, không tán loạn, tụng kinh hay không cũng không quan trọng. Khi tâm tán loạn, tụng một bộ kinh để thu nhiếp tâm. Các bậc đại đức xưa nay tâm thường trong định, căn bản không có tán loạn, vì vậy các vị không cần tụng kinh, chỉ cần trì danh hiệu Phật là được.

Việc trì chú, đặc biệt là người có duyên với Bồ Tát Quán Thế Âm, nhiều nhất thường là chọn trì chú Lục tự đại minh.[1] Thần chú này chỉ có sáu chữ đơn giản, càng đơn giản càng có hiệu quả. Hiệu quả được kiểm chứng từ đâu? Từ sát-na cuối cùng lúc lâm chung. Trước đây, Lý lão sư ở Đài Trung có nói với tôi, lúc lâm chung là thời khắc then chốt để vãng sanh, là thời khắc then chốt của luân hồi và vãng sanh. Nếu các vị thọ trì chú Lăng Nghiêm, các vị thử nghĩ xem, chú Lăng Nghiêm dài như vậy, nếu trong lúc đó khởi một vọng tưởng, đến lúc không hiệu quả thì lại đọa lạc. Lúc này chính là càng đơn giản càng hay, dẫn các vị đi vào chánh đạo. Vì vậy, sáu chữ không bằng bốn chữ, trong lúc này các vị sẽ thấy tác dụng của nó. Những thiên đại luận đã dài lại nhiều, đến lúc đó đều thấy rắc rối. Tại sao? Vì sợ không kịp nữa, [không dễ dàng như] một câu A-di-đà Phật thật đơn giản. Lúc này là thời khắc then chốt, thời khắc khẩn thiết, vì vậy câu Phật hiệu này phải niệm cho thật thuần thục.

Đương nhiên chúng ta càng phải coi trọng sự huân tập bình thường. Bình thường có thể niệm đến nhất tâm, hoặc niệm đến công phu thành phiến. Trong công phu thành phiến cũng có rất nhiều sai biệt bất đồng, gọi là "ba bậc chín phẩm". Công phu thành phiến có thượng phẩm thành phiến, trung phẩm thành phiến, hạ phẩm thành phiến. Người đạt thượng phẩm thành phiến có thể tự tại sanh tử, lúc nào muốn đi thì có thể đi, muốn ở lại vài năm cũng có thể ở lại thêm vài năm. Nhất tâm thì không cần phải nói, vì công phu thành phiến đã có thể tự tại sanh tử. Trung phẩm công phu thành phiến có thể biết trước giờ ra đi. Thượng phẩm thì có thể tự tại sanh tử, thật sự là phước chẳng luống mất.

---

[1] Tức Lục tự đại minh chân ngôn, gồm 6 chữ: "Án ma ni bát di hồng."

Niệm Bồ Tát Quán Thế Âm cầu sanh Tịnh độ, so với niệm A-di-đà Phật cầu sanh Tịnh độ không khác gì nhau. Bồ Tát Quán Thế Âm với Phật A-di-đà đều là một nhà, quyết định có hiệu quả như nhau. Vì vậy, ở đây chúng ta đừng nên nghi ngờ. Vì có một số đồng tu nói với tôi, bình thường họ niệm A-di-đà Phật, mấy hôm nay tham dự Quán Âm thất, niệm Bồ Tát Quán Thế Âm, niệm niệm rồi lại niệm thành A-di-đà Phật, trong tâm họ sanh phiền não, họ hỏi: "Làm sao đây? Có sao không?" Tôi bảo họ không sao. Bình thường niệm Bồ Tát Quán Thế Âm, khi tham gia Phật thất niệm niệm [một lúc] rồi lại niệm thành Bồ Tát Quán Thế Âm. Bình thường niệm Bồ Tát Quán Thế Âm rất thuần thục thì có chuyện này. Người niệm Phật rất thuần thục, khi tham gia Quán Âm thất, thì thường niệm A-di-đà Phật xen vào. Nhưng nói chung, đã là cầu sanh Tịnh độ, chúng ta lấy niệm Phật làm chính. Gia trì danh hiệu Bồ Tát Quán Thế Âm, nguyên tắc đều giống nhau, nhất định phải nhất tâm xưng niệm, đó là có cầu nguyện đặc biệt, cầu tiêu tai giải nạn, cầu nguyện đặc biệt. Không chỉ vì bản thân cầu nguyện, mà phải vì tất cả chúng sanh đang khổ nạn mà cầu nguyện, đây chính là đại từ đại bi. Chúng ta niệm A-di-đà Phật là tự lợi, niệm Bồ Tát Quán Thế Âm là lợi tha. Tự mình thực hành và giáo hóa chúng sanh mới là đạo Bồ Tát.

Phần tiếp theo nói, "phần nói nhân duyên Bồ Tát được danh hiệu Quán Thế Âm, oai lực rộng lớn", oai đức thần lực không thể nghĩ bàn, "đã không luận về hình hài thể chất, chỉ nêu danh hiệu và nói công đức, nếu muốn quy ngưỡng sùng kính thì nên phụng trì danh hiệu, nên nêu việc trì danh để khuyến khích".

Hình hài thể chất chính là nói hình tướng của Bồ Tát Quán Thế Âm. Vì vậy có nhiều người hỏi, Bồ Tát Quán Thế

Âm rốt cuộc là nam hay nữ? Chúng ta xem Bồ Tát Quán Thế Âm Biến tướng đồ có đến mấy trăm loại. Trong kinh không phải đã nói rất rõ ràng sao? Ba mươi hai ứng thân, đoạn dưới chúng ta sẽ đọc đến. Nên dùng thân Phật để chúng sanh được hóa độ, Ngài liền hiện thân Phật. Thân Phật đều là tướng nam, không thấy thân Phật là tướng nữ, không có. Trong thân Bồ Tát có tướng nữ, trong thân Phật đều là tướng nam. Bồ Tát đã có thể thị hiện thân Phật để độ chúng sanh, Phật lại hiện tướng nam. Người Trung quốc chúng ta quen tạc tượng Quán Âm đều là tướng nữ, hình tượng này in sâu vào trong đầu óc chúng ta. Vì vậy, vừa nhắc đến Bồ Tát Quán Âm thì nhất định cho là tướng nữ, nhất định là Bạch Y Quán Âm, liền cho rằng những tướng này mới là Bồ Tát Quán Âm. Nếu là một hình tượng khác thì cho là không giống Bồ Tát Quán Âm. Đây là cách nhận biết sai lầm của phàm phu chúng ta. Kỳ thực, Bồ Tát Quán Thế Âm hiện thân đồng loại với tất cả chúng sanh. Tướng thật vốn có xưa nay là gì? Tướng thật xưa nay vốn là không có tướng, không tướng nhưng có thể hiện ra tất cả tướng; không có gì là tướng mà không có gì không phải tướng. Vì vậy, chúng ta chỉ nên xưng danh là được, biết công đức của ngài đối với chúng sanh có lợi ích bất khả tư nghì là được. Đừng bám chấp hình tướng, chỉ nên trì niệm danh hiệu. Vì vậy, đức Phật ở kinh này khuyên chúng ta trì niệm danh hiệu. Đoạn dưới đây là so lường, tức là so sánh, suy lường [công đức], có ý nghĩa so sánh.

"Vô Tận Ý! Nếu có người thọ trì danh hiệu các Bồ Tát nhiều như số cát sáu mươi hai ức sông Hằng..."

Con số này quá lớn. Đức Phật thuở ấy giảng bộ kinh này ở núi Linh Thứu, cách sông Hằng không xa, vì vậy khi Phật nói đến con số nhiều, thường lấy cát sông Hằng để ví dụ. Cát sông Hằng rất mịn, giống như bột mì. Giao thông hiện đại phát triển, trong đồng tu chúng ta có không ít người đã từng đến Ấn Độ du lịch. Phật tử đến chiêm bái, đều mang rất nhiều cát sông Hằng về, đựng trong lọ nhỏ mang về. Tôi chưa từng đến, nhưng cũng có người tặng tôi một lọ, nhìn kỹ thật sự rất mịn, so với cát ở sông thông thường của chúng ta phải mịn hơn nhiều, thật giống như bột mì. Sông Hằng đại khái giống như Hoàng Hà, Trường Giang của Trung Quốc, dài mấy ngàn dặm, số cát trong đó có bao nhiêu? Không thể tính toán nổi! Phật ở đây nêu lên là bao nhiêu sông Hằng? Sáu mươi hai ức sông Hằng. Một sông Hằng đã là con số thiên văn, lại thêm sáu mươi hai ức sông Hằng, quả thật là không thể nói được, không thể nói được. Tức là nói [nếu như] quý vị trì niệm danh hiệu Bồ Tát, quý vị thọ trì "danh hiệu của sáu mươi hai ức hằng hà sa Bồ Tát".

"...lại trọn đời cúng dường thức ăn uống, y phục, giường nằm, thuốc men trị bệnh."

Đây là bốn sự cúng dường mà Phật dạy chúng ta, đối với người xuất gia tu đạo, chúng ta cúng dường cho họ bốn việc này. Thứ nhất là "thức ăn". Thức ăn, vào thời Phật còn tại thế là khất thực. Khi người xuất gia đến khất thực, chúng ta gặp thấy nhất định phải cúng dường. "Y phục", đây là ba tấm y, không cúng dường nhiều hơn. Khi y phục của chư tăng rách nát hoặc thiếu thốn, chúng ta cúng dường; nếu cúng dường nhiều sẽ làm họ tăng trưởng tâm tham, như vậy là hỏng. Cúng dường thức ăn, chúng ta ăn món gì cúng dường món đó, không đặc biệt nấu riêng cho họ. Đây là tâm từ bi của Phật pháp, tuyệt đối không làm người khác thêm phiền phức, phải hiểu ý nghĩa này. "Giường nằm", hiện nay chúng ta gọi là nệm đặt lên giường, chư tăng thời xưa ở Ấn Độ chỉ là một tấm vải lót dưới đất để ngủ mà thôi. Khi có bệnh, lại cúng dường "thuốc men". Đây là nhu cầu tối thiểu cho đời sống con người ở thế gian. Người tu đạo tâm thanh nhàn, ít ham muốn, biết đủ thường an vui. Vì vậy, đời sống của họ rất đơn giản, sự cúng dường của chúng ta cũng rất dễ dàng.

Đời sống người xuất gia đơn giản, cả đời không cầu nhiều nơi người khác, dù tu hành không thành tựu thì đời này thiếu nợ người khác cũng ít. Thiếu càng ít càng tốt, đừng thiếu quá nhiều. Thiếu quá nhiều, lúc đó hưởng thụ tuy rất thoải mái, nhưng về sau khi trả nợ thì khổ sở vô cùng. Phải biết rằng thiếu nợ là phải trả. Thí chủ cúng dường các vị, đều có kỳ vọng đối với các vị, không phải cho người ăn xin. Đối với họ, cho người ăn xin là không có hy vọng, không cần trả lại. Nhưng người xuất gia nhận một phần cúng dường là có điều kiện, tương lai phải trả lại cho họ. "Một hạt gạo của thí chủ lớn như núi Tu-di, đời nay không liễu đạo, mang lông đội sừng để trả." Rất đáng sợ, đời này chúng ta đạo nghiệp không thành tựu, từng chút từng chút đều phải trả nợ. Vì vậy nói rằng, người xuất gia đối với những vật của thường trụ phải quý tiếc giữ gìn, tiết kiệm phước, ý nghĩa chính là ở chỗ này.

Cố ý, vô ý hủy hoại vật của thường trụ, các vị xem trong giới luật kết tội rất nặng. Tổn hại vật của thường trụ là có tội với mười phương. Vì vậy, tạo tội với thường trụ rắc rối nhiều chính là chỗ đó, không phải chỉ với một người. Ví dụ, tài vật riêng của tôi, quý vị làm hư hỏng, quý vị bồi thường cho một mình tôi. Có tội với một người, một chủ nợ, chỉ ít thôi. Việc này có ý nghĩa rất sâu. Tài vật của thường trụ, người ta đến cúng dường là cúng dường cho thường trụ, không phải cúng dường cho riêng một người nào. Nói đến thường trụ tức là tất cả người xuất gia đều có phần, đừng nói ở đây chúng ta có phần, không ở đây họ cũng có phần, chỉ cần là người xuất gia đều có phần. Không chỉ người xuất gia trên địa cầu này có phần, mà các thế giới phương khác, vô lượng vô biên hằng sa thế giới, chỉ cần là người xuất gia, tất cả đều có phần. Các vị tạo tội với thường trụ, tội này hướng đến mười phương kết tội, vì vậy tội này gọi là không thể sám hối, ý nghĩa là ở chỗ này. Hiện nay, mọi người thường nghĩ đơn giản, không biết tội này nặng như vậy, vì vật nhỏ nhặt nếu lấy thì có sao đâu, nào có đáng giá mấy đồng? Đúng là không đáng giá bao nhiêu, nhưng chủ nhân của vật ấy là tất cả người xuất gia, khắp hư không pháp giới đều là chủ nhân, rắc rối ở chỗ này. Tại sao trộm cắp vật của thường trụ, chỉ trộm một chút xíu, tội đó cũng đã vào địa ngục A-tỳ? Đối với người thường chúng ta, dường như cách phán đoán như vậy hơi quá nặng, quá đáng. Nhưng nếu các vị nghĩ đến chủ nhân của vật ấy nhiều như vậy, mới biết quả báo tội này nặng nề như vậy là hợp lý.

Vì vậy, đối với tài vật của chung càng phải quý tiếc giữ gìn hơn tài vật của riêng mình. Vật riêng của mình hư hỏng cũng không sao, không quan trọng. Vật của chung hư hỏng, tội rất nặng. Ví dụ, không nói riêng trong Phật pháp, chúng ta hãy lấy pháp thế gian mà nói. Vật công cộng của thành phố Đài Bắc, đó là do người dân Đài Bắc đóng thuế xây dựng nên. Như một cái ghế trong công viên, một băng ghế, một điện thoại công cộng, một thiết bị công cộng, nếu quý vị phá hỏng, chịu tội với ai? Chịu tội với toàn bộ hơn một triệu dân thành phố Đài Bắc. Người thế gian không hiểu ý nghĩa này. Chúng ta trộm cắp vật của một người, chủ nợ là một người; nếu trộm cắp vật của công cộng, chủ nợ là toàn bộ dân chúng của thành phố. Nếu là công trình xây dựng của chính phủ trung ương, quốc gia, thế là xong, quý vị phải chịu tội với toàn thể nhân dân cả nước. Số người cả nước còn không nhiều, dù cho Trung quốc có hơn một tỷ nhân khẩu vẫn không phải là nhiều, vì Phật pháp không thể nghĩ bàn, người xuất gia trong Phật pháp là khắp hư không pháp giới! Vì vậy, trong giới luật nói, đối với vật của thường trụ phải quý tiếc giữ gìn như úy tiếc giữ gìn con ngươi của mắt mình, có ý nghĩa trong đó. Tại sao nói hủy hoại vật của thường trụ là không thể sám hối? Người thời nay ai hiểu được ý nghĩa này? Ai tin được? Để rồi tương lai khi tạo tội nghiệp phải đọa lạc, cũng không biết vì sao mình đọa lạc. Quý vị nói xem, có oan uổng không?

Vì vậy, Phật pháp không chỉ giới hạn với người xuất gia, lúc tôi giảng về ba quy y đều có nói rõ. Ở khóa học này vì thời gian quá ngắn không thể nói chi tiết, nên thường khi giảng kinh tôi đều có nói. Ở nước ngoài, những ai đến thọ quy y tôi đều giảng rõ, một khi quý vị phát tâm quy y tức là có hai con đường, một là xuống địa ngục, một là lên thiên đường. Quý vị đến tìm tôi cầu thọ ba quy y, tôi ở trước mặt Phật, Bồ Tát cử hành nghi thức quy y cho quý vị, còn bản thân quý vị tương lai muốn đọa địa ngục hay muốn sinh thiên đường là việc của quý vị. Tôi phải nói trước cho rõ, tương lai quý vị đọa địa ngục A-tỳ đừng trách tôi, nói tôi thọ ba quy y không nói rõ cho quý vị.

Quy y là quy y Tam bảo, lấy Tam bảo làm thầy, không phải quy y một người nào. Quý vị nói "tôi quy y vị pháp sư này, vị pháp sư này là sư phụ của tôi, vị kia không phải", nói như vậy thì quý vị liền đọa địa ngục A-tỳ. Tại sao? Vì quý vị phá hoại Tăng đoàn, quý vị ở đây gây chia rẽ, tạo ra bè phái, phá hoại Tăng đoàn hòa hợp. Phá Tăng hòa hợp, mọi người đều biết đó là tội ngũ nghịch, đọa địa ngục A-tỳ. Quý vị nói, tôi không phá hoại! Quý vị nhận định "đây là sư phụ của tôi, vị kia không phải", chính là phá Tăng hòa hợp. Quý vị không thọ Tam quy thì không đọa địa ngục, vừa thọ Tam quy liền đọa địa ngục. Quý vị vừa xuất gia thọ giới, nói đây là sư phụ của tôi, vị kia không phải, quý vị sẽ đọa địa ngục. Dễ đọa địa ngục nhất chính là người học Phật, người không học Phật tạo tội không nặng đến thế. Vì vậy, người học Phật thành tựu cũng lớn nhất, nếu không thành tựu thì đọa lạc cũng thê thảm nhất. Đây là điều chúng ta nên hiểu rõ, ghi nhớ trong tâm, tuyệt đối không thể phạm.

Đời sống phải đơn giản, phải biết đủ, có dư thừa phải chuyển bố thí, chuyển cúng dường. Có người phước báo nhiều hơn một chút, người cúng dường họ cũng nhiều, người không có phước báo thì không có cúng dường, chúng ta có dư phải chia cho người khác, đừng tích trữ.

Đây là Phật nói về bốn sự cúng dường nhu yếu. Tu tập bốn sự cúng dường là tu phước. Đây nói suốt đời tu bốn sự cúng dường, lại trì niệm danh hiệu Bồ Tát, cúng dường nhiều Bồ Tát như vậy.

"Ý ông nghĩ sao, công đức của thiện nam hay thiện nữ ấy có nhiều chăng?"

Đây là đức Phật Thích-ca Mâu-ni nêu lên ví dụ này để hỏi Bồ Tát Vô Tận Ý. Bồ Tát Vô Tận Ý thưa:

"Bạch Thế Tôn, rất nhiều."

Phật dạy: "Nếu lại có người thọ trì danh hiệu Bồ Tát Quán Thế Âm, dù chỉ một lần..."

Chữ "một lần" ở đây không phải chỉ một đơn vị thời gian của Ấn Độ, một "thời" của Ấn Độ là bốn giờ của chúng ta, không phải chỉ điều đó. "Một lần" ở đây chính là một niệm.

"...cúng dường lễ bái..."

Chỉ trong một lúc đó, ngẫu nhiên phát tâm xưng niệm danh hiệu Bồ Tát, đương nhiên đó là nhất tâm xưng niệm, "lễ bái cúng dường".

"...phước đức hai người ấy bằng nhau, không hề khác biệt, trong trăm ngàn muôn ức kiếp không thể cùng tận."

Điều này quả thật là không thể nghĩ bàn. Một người thọ trì danh hiệu của các vị Bồ Tát nhiều như số cát của sáu mươi hai ức con sông Hằng, suốt đời cúng dường. Một người thì trì danh hiệu Bồ Tát Quán Thế Âm chỉ một lần, lễ bái cúng dường cũng chỉ một lần, cho dù tính như "một thời" của Ấn Độ là bốn giờ, chúng ta nói bây giờ cũng chỉ là một buổi sáng mà thôi. Phước báo của hai người ấy lại đạt được bằng nhau. Điều này thật không thể nghĩ bàn. Hơn nữa, phước báo này là "trong trăm ngàn muôn ức kiếp không thể cùng tận", hưởng thụ không hết.

Chúng ta đọc kinh văn này, thử nghĩ xem chúng ta ở đây bảy ngày, phước báo chúng ta tu được, theo như kinh nói, lại không biết vượt hơn bao nhiêu lần. Có phải như vậy không? Hình như là như vậy, nhưng kỳ thực chúng ta phải suy xét kỹ lại, trong đó có vấn đề. Kinh văn nói là "nhất tâm xưng danh", còn chúng ta thì sao? Chúng ta là "tán tâm xưng danh", chúng ta là "loạn tâm xưng danh", như vậy thì không được, trong đó phải giảm bớt rất nhiều. Vì vậy, điều quan trọng là ở chỗ nhất tâm, nhất tâm lễ bái, tôi khuyên các vị nên lễ bái nhiều.

Chỗ này nói rõ, trì niệm danh hiệu một vị Bồ Tát so với trì niệm vô số danh hiệu Bồ Tát không khác gì nhau. Chúng ta tuyệt đối đừng nên nghi ngờ, vì quả thật có một số đồng tu gặp không ít phiền phức. Ví dụ, trước đây chưa nghe chánh pháp, họ học Phật, khóa tối khóa sáng tụng rất nhiều kinh, nào là kinh A Di Đà, Phẩm Phổ Môn, kinh

Kim Cang, Tâm kinh... rất nhiều, rất nhiều. Thêm rất nhiều thần chú, phải niệm rất nhiều danh hiệu Phật, Bồ Tát. Có vẻ như nếu có một vị không niệm đến, một vị Phật, Bồ Tát nào đó, e rằng sẽ trách tôi, tôi không lễ bái Ngài. Vì vậy, tự mình mệt mỏi không chịu nổi, một thời khóa tối hai ba tiếng đồng hồ cũng không làm xong, lại còn phải đi làm, làm không xong thì sao? Trên xe phải tranh thủ. Vì vậy, vừa gặp tôi liền nói, thưa pháp sư, con khổ quá! Khóa tối khóa sáng đó. Tôi liền bảo họ, các vị chỉ niệm một câu A-di-đà Phật thôi, tất cả những gì khác đều không niệm nữa. Họ lại không yên tâm, con niệm lâu như vậy, bây giờ niệm A-di-đà Phật, những vị khác không niệm nữa, những vị Phật, Bồ Tát kia đến tìm con gây phiền phức thì làm sao?

Đây là tâm phàm phu. Hình như có nhiều người như vậy, một người cũng không dám đắc tội, sợ rằng đắc tội một người thì phiền phức sẽ tìm đến. Tôi nói với họ, trước đây tôi từng gặp một người như vậy, tôi bảo họ đừng niệm kinh, chú gì nữa, khóa tối khóa sáng chỉ một quyển kinh A Di Đà, niệm ba biến chú Vãng sanh, sau đó niệm Phật hiệu. Niệm xong, cuối cùng thì lễ Tam quy y. Khóa tụng như vậy rất viên mãn. "Đơn giản như vậy sao?" Người ấy nói đơn giản như vậy không tin, chạy đến Đài Trung thỉnh giáo Lý lão sư. Lý lão sư cũng nói như vậy. Người ấy trở về nói với tôi, Lý lão sư nói giống như thầy nói. Tôi hỏi, ông có tin không? Phải tin!

Trong kinh, Phật nói với chúng ta, niệm danh hiệu một vị Bồ Tát, một vị Phật, là đã niệm trọn danh hiệu của tất cả chư Phật, Bồ Tát trong mười phương ba đời, tại sao? Vì các vị nhất tâm xưng niệm. Vì vậy mới nói phước đức đạt được không khác gì nhau. Hãy xem tiếp đoạn kinh văn dưới đây.

"Này Vô Tận Ý! Thọ trì danh hiệu Bồ Tát Quán Thế Âm được lợi ích phước đức vô lượng vô biên như vậy."

Đây là tổng kết đoạn lớn phía trước, xưng tán, khen ngợi, đây là kết luận. Phật gọi Bồ Tát Vô Tận Ý. Bồ Tát Vô Tận Ý trong pháp hội Pháp Hoa là đại diện cho chúng ta thưa hỏi. Phật nói với ngài chính là nói với chúng ta. "Thọ trì danh hiệu Bồ Tát Quán Thế Âm", như đã nói ở trước, những gì các vị đạt được là "lợi ích phước đức vô lượng vô biên".

Đoạn dưới đây trích dẫn một đoạn kinh văn trong kinh Lăng Nghiêm:

"Mười bốn là, trong tam thiên đại thiên thế giới với trăm ức mặt trời mặt trăng này, hiện có các Pháp vương tử đông như số cát sáu mươi hai sông Hằng ở thế gian đều tu tập Phật pháp, làm gương mẫu giáo hóa tùy thuận chúng sanh, phương tiện trí huệ tất cả đều khác nhau."

Con số sáu mươi hai ức, trong kinh Lăng Nghiêm nói rõ hơn chỗ này, chúng ta hợp lại xem sẽ hiểu. Sáu mươi hai ức hằng hà sa Bồ Tát ở đâu? Chính là ở thế giới Ta-bà của chúng ta, chính là trong một đại thiên thế giới của chúng ta. Có thể thấy số lượng Bồ Tát nhiều vô cùng. Địa cầu của chúng ta dân số bất quá cũng chỉ khoảng hơn bốn tỷ, nếu lấy cát sông Hằng để tính, e rằng chỉ một đấu cát sông Hằng, số cát trong một đấu có lẽ còn nhiều hơn toàn bộ dân số thế giới chúng ta. Vì vậy, quý vị nên biết, Phật, Bồ Tát nhiều hơn số người của chúng ta. Chúng ta nói không gặp được Phật, Bồ Tát, đó là chúng ta nghĩ sai. Phật, Bồ Tát suốt ngày ở xung quanh chúng ta, chúng ta có mắt nhưng không nhận ra các ngài. Vì hình dạng của Bồ Tát Quán Thế Âm, tuyệt đối không phải như hình tượng chúng ta tạo ra ở đây, hình dạng đó các vị mới nhận ra, như Bồ Tát Quán Thế Âm chúng ta mới thấy được.

Quý vị không nhận ra, tại sao? Những Bồ Tát này, các vị xem, tu pháp làm khuôn mẫu, phương tiện lợi sanh đều khác nhau. Thị hiện thân phận khác nhau, tu học pháp môn khác nhau, nhưng mục đích là một, đều là lợi ích chúng sanh, nên gọi là "phương tiện có nhiều cửa, mục đích chỉ một đường", mục đích không có hai đường, chính là nói chỉ hướng đến lợi ích chúng sanh.

Từ đó có thể biết, đây là những vị trụ thế, tức là trụ ở thế giới Ta Bà, làm đệ tử của đức Thích-ca Mâu-ni, thay đức Thế Tôn chuyển pháp luân, độ chúng sanh, những vị Bồ Tát này, có số lượng nhiều như số cát của sáu mươi hai ức con sông Hằng. Đây là cảnh giới hiện lượng mà Phật và Đại Bồ Tát tự mắt thấy.

Nói đến những vị Bồ Tát này giáo hóa chúng sanh, có thể nói phương thức rất nhiều, có vị dùng quyền xảo phương tiện, có vị dùng pháp môn chân thật, có vị hiện cảnh thuận, có vị hiện cảnh nghịch. Như chúng ta thấy được qua năm mươi ba lần tham vấn trong kinh Hoa Nghiêm. Có vị thị hiện trong Phật môn xuất gia tu hành đắc đạo, có vị thị hiện là ngoại đạo; có vị thị hiện thuận cảnh để lợi ích chúng sanh, có vị thị hiện nghịch cảnh để lợi ích chúng sanh. Cửa phương tiện, nói theo đại cương không ngoài bốn nhiếp pháp: bố thí, ái ngữ, lợi hành, đồng sự. Vì vậy nên nói mỗi vị đều khác nhau.

Đoạn dưới đây cũng là kinh văn trong kinh Lăng Nghiêm, nói ra nguồn gốc năng lực của Bồ Tát:

"Do chứng được tánh viên thông nên nhĩ căn phát ra diệu tính, thân tâm vi diệu trùm khắp pháp giới khiến cho chúng sanh chấp trì danh hiệu của con so với chấp trì danh hiệu của sáu mươi hai hằng hà sa các Pháp vương tử, công đức hai người bằng nhau không khác."

Trong pháp hội Lăng Nghiêm, Bồ Tát Quán Thế Âm tự nói ra, tất cả chúng sanh trì danh hiệu của Ngài, với thọ trì danh hiệu sáu mươi hai ức hằng hà sa Bồ Tát là bằng nhau. Trong pháp hội Pháp Hoa, là đức Phật Thích-ca Mâu-ni nói cho chúng ta biết, xem cả hai kinh như nhau, chúng ta nên tin.

"Do Đại sĩ chân thật đắc viên thông, một với nhiều đều bình đẳng, ta với người không khác, cho nên được vậy."

Đọc kinh văn đến đây cũng nói cho chúng ta một sự thật. Một người tu đạo, nếu thấy có người khen ngợi người khác, tự mình không vui, hoặc có tật đố chướng ngại, người này chưa đắc đạo. Chẳng những chưa đắc đạo, mà ngay cả đạo tâm cũng không có, đó chỉ là phàm phu.

Người thật có đạo tâm, khi nghe người khen ngợi người khác, so với khen ngợi chính mình không thấy khác biệt. Vì vậy, các vị khi tiếp xúc đại chúng, quan sát người, có thể từ chỗ này mà xem. Người có đạo tâm, muôn pháp là cùng một thể, người khác được phước báo cũng giống như chính mình được, người khác chịu khổ đau cũng giống như chính mình chịu khổ. Người khác được phước báo, tự mình đố kỵ, trong tâm bất bình, đây là phàm phu, đây là chướng ngại nghiêm trọng của chính mình. Không những chướng ngại sự chứng quả, mà ngay cả sự khai ngộ cũng bị chướng ngại. Thậm chí tụng kinh cũng không hiểu ý nghĩa, nghe kinh cũng nghe không hiểu. Vì sao? Vì bản thân tự có chướng ngại. Trừ chướng ngại phải bắt đầu từ chỗ này, trước hết phải mở rộng tâm lượng của chính mình. Đây là đoạn lớn thứ nhất, đến đây đã giảng xong.

Dưới đây là lần hỏi đáp thứ hai.

Bồ Tát Vô Tận Ý bạch Phật: "Thế Tôn! Bồ Tát Quán Thế Âm đi khắp thế giới Ta-bà như thế nào? Vì chúng sanh thuyết pháp thế nào? Sử dụng sức phương tiện ra sao?"

Trong phần trước là lần hỏi đáp thứ nhất, hỏi về nhân duyên gì Bồ Tát có danh hiệu là Quán Thế Âm. Phần trước đã trả lời xong câu hỏi này.

Bây giờ, Bồ Tát Vô Tận Ý lại nêu lên vấn đề thứ hai. Bồ Tát Quán Thế Âm, mọi người đều biết, Ngài ở thế giới Tây Phương Cực Lạc, giúp đỡ Phật A-di-đà giáo hóa chúng sanh, là Phật Bổ xứ của thế giới Tây phương. Tương lai sau khi Phật A-di-đà nhập diệt, ngài sẽ thành Phật ở thế giới Tây Phương. Vì vậy, thân phận của Ngài ở thế giới Tây Phương, với thân phận của Bồ Tát Di-lặc ở thế giới Ta-bà của chúng ta là giống nhau. Bồ Tát Di-lặc là Phật Bổ xứ của đức Thích-ca Mâu-ni, khi pháp vận của đức Thích-ca Mâu-ni qua đi, trong kinh Di Lặc Hạ Sanh nói rất rõ. Năm mươi sáu ức bảy ngàn vạn năm, đây là cách tính của thế giới chúng ta, sau năm mươi sáu ức bảy ngàn vạn năm, Bồ Tát Di-lặc từ cung trời Đâu-suất đản sanh nơi thế giới này, thị hiện thành Phật.

Hiện nay có một số ngoại đạo nói đức Phật Thích-ca Mâu-ni đã thoái vị, đức Di-lặc đã thành Phật rồi. Đây là lời nói bịa đặt, không thể tin được. Còn có người nói Ngọc Hoàng Đại Đế hiện nay cũng thoái vị, hiện nay Quan Công làm Ngọc Hoàng Đại Đế, không biết tin tức của họ từ đâu mà có, đều là bịa đặt, đây là điều chúng ta tuyệt đối không thể tin. Vì vậy, thời mạt pháp quả thật như kinh Lăng Nghiêm đã nói, "tà sư thuyết pháp nhiều như cát sông Hằng", chúng ta không thể dễ dàng nghe theo. Nếu dễ dàng nghe theo nhất định sẽ mắc lừa, đi vào đường tà.

Vấn đề này nói, đã là Phật Bổ xứ của thế giới Tây Phương, tại sao Ngài lại đến thế giới Ta-bà? Đến thế giới

Ta-bà, Ngài vì chúng sanh thuyết pháp như thế nào? Tất cả thiện xảo phương tiện trong đó ra sao? Nêu lên vấn đề này để thỉnh giáo đức Thích-ca Mâu-ni Phật. Vấn đề này đối với chúng ta cũng rất quan trọng, chúng ta cũng rất muốn biết. Chúng ta hãy xem phần chú giải, trong chú giải có giải thích:

"Trước hỏi vì nhân duyên gì đắc danh, Phật đáp rằng do ba nghiệp của chúng sanh hiển bày cơ duyên thành cảnh, Pháp thân trí tuệ linh nghiệm, ứng hợp thầm lặng nhân duyên cảnh trí, nên gọi là Quán Thế Âm", đây là tổng kết ý nghĩa phần trước, chúng ta đọc qua một lần là hiểu.

"Nay hỏi du hóa thế giới Ta-bà này như thế nào", phía dưới Phật trả lời, "Phật đáp Phổ Môn thị hiện, ba nghiệp hiển bày sự ứng hợp, ứng với cơ cảnh thầm lặng của chúng sanh. "Du hóa như thế nào là hỏi về thân nghiệp, hỏi thân nghiệp của Bồ Tát, thuyết pháp như thế nào là hỏi về khẩu nghiệp, phương tiện như thế nào là hỏi về ý nghiệp". Vì vậy, câu hỏi này của Bồ Tát Vô Tận Ý, ý nghĩa rất trọn vẹn.

"Thân nghiệp hiện hình tướng, khẩu nghiệp thuyết pháp, ý nghiệp soi xét căn cơ", soi xét căn cơ chính là quán cơ, "ứng hợp không có sự mưu tính", mưu tính chính là ý niệm [tính toán trước], tức là Bồ Tát không hề khởi tâm động niệm, không phân biệt bám chấp, chính là ý nghĩa không mưu tính, tự nhiên ứng hợp với chúng sanh cảm ứng đạo giao, "khắp thích hợp tất cả", tức là ứng với tất cả căn cơ, tất cả chúng sanh, "cũng gọi là ba luân hóa độ không thể nghĩ bàn. Phương tiện không phải trước khi chứng đạo, mà là phương tiện soi xét căn cơ sau khi chứng đạo", hai câu này rất quan trọng. Trước khi chứng đạo tức là chưa thành đạo, như địa vị hiện nay của chúng ta, chúng ta chưa chứng đạo. Chúng ta quán cơ thường không chính xác, chúng ta dạy pháp môn cho người khác chưa chắc có hiệu quả, đó là không đúng cơ. Bồ Tát Quán Thế Âm là sau khi chứng đạo, Ngài đã sớm thành Phật, như đã nói trước đó. Sau khi thành Phật, lại lui về địa vị Bồ Tát, vậy thì sự quán xét căn cơ của Ngài có khác gì với chư Phật Như Lai?

Giáo hóa chúng sanh, quán xét căn cơ là điều thứ nhất, cũng là việc khó khăn nhất. Có thể quán xét căn cơ mới có thể giáo hóa. Quán xét căn cơ, theo cách nói của giáo dục hiện nay, chính là tâm lý giáo dục. Làm một người thầy nếu không hiểu tâm lý giáo dục, không hiểu tâm lý học sinh, thì sự giáo hóa rất khó đạt hiệu quả. Vì vậy, tại sao giáo viên nhất định phải tốt nghiệp trường sư phạm? Người tốt nghiệp đại học thông thường, tại sao người ta không muốn mời? Vì họ chưa học qua hai môn này, một là tâm lý học giáo dục, hai là phương pháp giảng dạy. Những người khác dù tốt nghiệp đại học thông thường, hai môn này các vị chưa học, các vị không thể quán xét căn cơ. Nói cách khác, các vị không có thiện xảo phương tiện. Dù bản thân các vị có học vấn, các vị không có phương pháp biểu đạt, không biết dùng phương pháp nào để biểu đạt mới có thể khiến học sinh hoàn toàn tiếp nhận. Đây chính là nói về phương pháp giảng dạy và tâm lý giáo dục.

Dưới đây là lời giải đáp của đức Phật Thích-ca Mâu-ni, "Như Lai thương xót trả lời", trong đó có ba đoạn nhỏ. Đoạn thứ nhất, "Chính đáp về pháp Phổ Môn", đoạn thứ hai là "khuyên nên cúng dường", đoạn thứ ba là "tổng kết thần lực".

Trong đoạn thứ nhất nói về "Phổ Môn ứng hiện trọn khắp". Trong đoạn thứ nhất lại chia thành hai đoạn nhỏ, nhưng hai đoạn nhỏ này đều khá dài. Đặc biệt là nói Phổ

Môn ứng hiện trọn khắp, trong đó nói "ba mươi ba thân", có ba mươi hai Ứng hóa thân, tức là cả thảy ba mươi ba thân. "Mười chín cách thuyết pháp, tóm lại thành hiện thân trong mười pháp giới, thiếu hai cảnh giới Bồ Tát và địa ngục", nhưng trong phần kết luận nói "dùng đủ mọi hình tướng là để bao quát", bao quát tức là bao gồm cả trong đó.

Trong ba mươi ba thân chia làm tám loại, tức là tám đoạn nhỏ. Đoạn nhỏ thứ nhất gọi là "thân thánh nhân". Mời quý vị xem kinh văn:

"Đức Phật bảo Bồ Tát Vô Tận Ý: "Thiện nam tử! Nếu có chúng sanh trong cõi nước phải dùng thân Phật mới có thể hóa độ, Bồ Tát Quán Thế Âm liền hiện thân Phật vì họ thuyết pháp. Nếu phải dùng thân Duyên giác mới có thể hóa độ, liền hiện thân Duyên giác vì họ thuyết pháp. Nếu phải dùng thân Thanh văn mới có thể hóa độ, liền hiện thân Thanh văn thuyết pháp."

Trong bốn bậc thánh đã lược bỏ hàng Bồ Tát, vì hiện nay ngài đang ở địa vị Bồ Tát, nên không cần nói hiện thân, bản thân Ngài chính là Bồ Tát, vì vậy không cần nói đến Bồ Tát.

"Phải dùng thân Phật mới có thể hóa độ", đây nhất định là hóa độ Bồ Tát. Bồ Tát dù là quyền giáo hay thật giáo, mục đích của Bồ Tát chính là thành Phật. Mục đích của các vị là thành Phật, Bồ Tát Quán Thế Âm có thể hiện thân Phật để vì các vị thuyết pháp. Trong Phẩm Phổ Môn, kinh văn nói giản lược, trong kinh Lăng Nghiêm nói chi tiết hơn. Ba mươi hai Ứng hóa thân này, trong kinh Lăng Nghiêm nói rất chi tiết. Chúng ta hãy đọc phần chú giải:

"Đầy đủ trả lời câu hỏi về ba nghiệp, lời nói "phải dùng" là trả lời về phương tiện, tức câu hỏi về ý nghiệp. Làm sao biết được? Vì dùng ý quán xét căn cơ, thấy được chỗ thích hợp, nên thị hiện thân gì, nên thuyết pháp gì", đây chính là quán xét căn cơ, xem căn tánh của chúng sanh như thế nào, nên dùng thân phận gì, nên vì họ nói pháp môn gì, "tùy theo đó mà ứng hợp. Hiện thân trả lời câu hỏi về thân nghiệp, thuyết pháp trả lời câu hỏi về khẩu nghiệp". Vì vậy, lời đáp này của Như Lai đã trả lời trọn vẹn ba câu hỏi của Bồ Tát Vô Tận Ý.

Dưới đây trích dẫn kinh Lăng Nghiêm. Kinh nói:

"Nếu có Bồ tát nhập Tam-ma-địa", quan trọng nhất ở chữ nhập, "tiến tu vô lậu, thắng giải hiện ra viên mãn, con liền hiện thân Phật mà thuyết pháp khiến cho họ được giải thoát." Có thể thấy, Bồ Tát hiện thân Phật vì người thuyết pháp là có điều kiện, tức là vị Bồ Tát này sắp thành Phật, đã "nhập tam-ma-địa, tiến tu vô lậu". Nhập tam-ma-địa, Bồ Tát Sơ Trụ đã bắt đầu nhập, đã nhập tam-ma-địa. Tức là nói trong kinh Lăng Nghiêm gọi là Đại định Lăng Nghiêm, người niệm Phật chúng ta gọi là Lý nhất tâm bất loạn, nhập tam-ma-địa chính là chứng đắc Lý nhất tâm bất loạn. Sau khi chứng đắc không phải là viên mãn, mà phải "tiến tu vô lậu". Dựa vào quả vị Bồ Tát Viên giáo, các vị có thể hiểu tình trạng trong Lý nhất tâm bất loạn. Lý nhất tâm bất loạn là từ Sơ Trụ Viên giáo đến Đẳng Giác, trong đó có bốn mươi mốt địa vị, đều gọi là Lý nhất tâm bất loạn; trong kinh Lăng Nghiêm đều gọi là nhập tam-ma-địa, Thiền tông gọi là "sáng tâm thấy tánh", sáng tâm thấy tánh có nhiều địa vị như vậy, trình độ cao thấp không giống nhau. Trong Giáo môn gọi là "khai mở lớn lao, nhận hiểu trọn vẹn", khai mở và nhận hiểu như vậy cũng có bốn mươi mốt trình độ không giống nhau, vì vậy phải tiến tu. Đến "thắng giải hiện ra viên mãn", viên là viên mãn, viên mãn là gì? Là Đẳng Giác. Thắng giải diệu viên là Đẳng Giác, nhập Tam Ma Địa là Sơ Trụ, tức là vị Bồ Tát này đã tu hành từ Sơ Trụ đến Đẳng Giác, sắp thành Phật. Lúc này Bồ Tát liền hiện thân Phật mà vì đó thuyết pháp. Bồ Tát Đẳng Giác sắp thành Phật, các vị hiện thân Bồ Tát Đẳng Giác vì họ thuyết pháp, không được, không phải điều họ mong đợi; điều họ mong đợi là Phật đến vì họ thuyết pháp, lúc này giúp họ một chút là họ vượt qua, chứng đắc quả vị viên mãn.

Phần tiếp theo nói, "phải dùng thân Phật Bích-chi mới có thể hóa độ", Phật Bích-chi, ba chữ đều là tiếng Phạn, Bích-chi dịch sang tiếng Trung là duyên, tức là nhân duyên, chính là nhân duyên; Phật dịch sang tiếng Trung là giác. Vì vậy gọi là Duyên giác, là dịch theo nghĩa tiếng Trung. Gọi Phật Bích-chi là tiếng Phạn, nên Phật Bích-chi chính là Duyên giác. Phật Bích-chi có hai hạng, một là Độc giác, một là Duyên giác. Độc giác là các vị sanh vào thời kỳ không có Phật pháp xuất hiện. Trong thời điểm này họ dứt trừ phiền não kiến tư, chứng đắc Niết-bàn thiên chân, nên trở thành Độc giác. Đây cũng không phải ngẫu nhiên, trong kinh Phật nói rất nhiều, nói sau khi Tiểu thừa kiến đạo, chưa kiến đạo thì không thể nói, không thể tính. Kiến đạo là gì? Là Tiểu thừa Sơ quả Tu-đà-hoàn. Chỉ cần chứng đắc Tu-đà-hoàn, nói cách khác, các vị chứng A La Hán, tức là đoạn phiền não kiến tư, có thể lập thời gian biểu. Giống như chúng ta đi Cao Hùng, nếu xe lên đường cao tốc, các vị có thể dự định thời gian, bao nhiêu thời gian nhất định sẽ đến. Tiểu thừa chỉ cần chứng đắc Tu-đà-hoàn, liền biết lúc nào sẽ chứng quả A-la-hán. Trong kinh nói, bảy lần qua lại cõi trời người, rồi sẽ chứng quả A-la-hán. Nếu lúc họ chứng quả, thế gian có Phật xuất thế, có Phật pháp, thì họ là Duyên giác, hoặc là A-la-hán, hoặc là Thanh văn. Nếu lúc đó, thế gian không có Phật xuất thế, cũng không có Phật pháp, vậy chúng ta hỏi, họ có thành tựu không? Họ vẫn thành tựu, tuyệt đối không bị lỡ, họ trở thành Độc giác, trở thành Phật Bích-chi. Từ đó có thể biết, sau khi kiến đạo, quả thật là đã định thời gian chứng đắc, thời gian này có thể biết trước để lập thành thời gian biểu.

Từ đó có thể biết, đối với chúng ta, vấn đề then chốt là chưa lên đường, chưa kiến đạo. Giai vị kiến đạo của Đại thừa là Bồ Tát Sơ trụ, giai vị kiến đạo của Tiểu thừa là quả Tu Đà Hoàn. Kiến đạo rồi mới tu đạo, tu đạo rồi mới chứng đạo; đạo còn chưa nhìn thấy, nói gì đến tu? Chưa kiến đạo mà tu phải gọi là tu luyện mù quáng. Người ta nói chúng ta tu luyện mù quáng, chúng ta nghe thấy liền tức giận. Tức giận chính là tu luyện mù quáng. Người tu đạo chân chính đâu có tức giận? Trong kinh thường nói "tám gió thổi không động", đó là thành tựu gì? Thành tựu nhỏ, thậm chí còn không bằng kiến đạo, tức là tổng thể đã là người minh bạch, không bị ngoại cảnh xoay chuyển, nhưng đã kiến đạo chưa? Chưa chắc. Nhưng người như vậy đã có tư cách học đạo, dần dần đi đến giai vị kiến đạo, trong Tiểu thừa gọi là hướng Sơ quả, trong Đại thừa là Bồ Tát Thập tín, chưa đến Sơ trụ. Giai vị Bồ Tát Thập tín thì "tám gió thổi không động". Gió trần cảnh bên ngoài thổi nhẹ một chút tâm đã động, thưa quý vị, đó là phàm phu, sự tu hành đó sẽ không thành tựu. Đến lúc tám gió thổi không động công phu mới có phần đắc lực, có lợi ích, công phu tu hành có thể được lợi ích. Gió trần cảnh vừa động, sự tu hành này không được lợi ích. Người xưa ví như gì? Ví như bèo trôi trên mặt nước, theo dòng nước trôi dạt khắp nơi, không có rễ. Đến lúc tám gió thổi không động, lúc đó tự mình có chút chủ ý, không theo cảnh chuyển, có thể tu đến công phu thành phiến. Tu pháp môn khác đạt lợi ích ít, tu pháp môn Tịnh độ đạt lợi ích nhiều, vì công phu thành phiến có thể mang theo nghiệp vãng sanh, đến thế giới Tây Phương Cực Lạc rồi mới tu giai vị kiến đạo. Đạo còn chưa thấy nhưng có thể vãng sanh Tây Phương, đây là pháp môn không thể nghĩ bàn. Vì vậy là pháp rất khó tin nhận, chúng ta nên ghi nhớ.

"Nếu phải dùng thân Thanh văn mới có thể hóa độ, liền hiện thân Thanh văn thuyết pháp." Thanh văn tu pháp Tứ đế, Duyên giác tu pháp Thập nhị nhân duyên. Cũng phải là giai vị A-la-hán, đương nhiên là hướng Tứ quả A-la-hán, sắp chứng Tứ quả. Lúc này Bồ Tát hiện thân đồng loại. Mục đích của các vị là muốn chứng A-la-hán, tôi chính là A-la-hán, tôi là người thị hiện tái sinh, nói ra lời họ có thể tiếp nhận, họ không nghi ngờ. Vì vậy, pháp môn cũng như vậy, chúng ta muốn tu một pháp môn, ví dụ chúng ta muốn tu kinh Pháp Hoa, vị pháp sư đó cả đời chuyên tu kinh Pháp Hoa, Ngài đến hóa độ đặc biệt dễ dàng, dạy dỗ đặc biệt dễ dàng. Tại sao? Một chút nghi ngờ cũng không có, họ có thể kính tin, họ được lợi ích. Họ muốn tu Pháp Hoa, tôi là người học Hoa Nghiêm, nói "lại đây, tôi dạy cho". Họ đối với tôi nửa tin nửa ngờ: "Ông học Hoa Nghiêm, ông chưa học Pháp Hoa, sao ông có thể dạy tôi?" Tâm cung kính và lòng tin đều không đầy đủ, không đầy đủ thì không thể được lợi ích, ý nghĩa là ở chỗ này.

Vì vậy, để thật sự vì lợi ích chúng sanh, tại sao Bồ Tát Quán Thế Âm không hiện một thân? Tôi chính là Bồ Tát Quán Thế Âm, Bồ Tát là được rồi. Các vị tu Phật Bích-chi, tôi chính là thân phận Bồ Tát đến độ các vị, dạy các vị chứng quả Phật Bích-chi, dạy các vị chứng quả A-la-hán. Tại sao phải biến hiện những thân phận đó? Các vị hãy nhớ một câu, thành công hay không chính là ở chỗ kính tin. Những vị này muốn chứng quả Phật Bích-chi, Bồ Tát Quán Thế Âm đến, họ đối với Ngài không tin, kính tin không đầy đủ, không có mười hai phần kính tin; dù cũng kính cũng tin, nhưng không đủ, nên khi giúp đỡ sức lực không lớn. Hiện thân đồng loại, vừa thấy, họ muốn chứng quả Phật Bích-chi, gặp một vị Phật Bích-chi đến, kính tin đầy đủ.

Vì vậy, Bồ Tát không thể không phương tiện thị hiện thân đồng loại của họ, chính là ý nghĩa này. Vì họ thuyết pháp phải nói pháp đồng loại, họ tu Thập nhị nhân duyên, phải vì họ nói pháp Thập nhị nhân duyên; họ tu Tứ đế, phải vì họ nói pháp Tứ đế, họ mới hoan hỷ, hoàn toàn xác định tiếp nhận, họ liền thành tựu. Đây chính là chỗ đại từ đại bi của Bồ Tát.

Chúng ta xem tiếp đoạn bên dưới, là đoạn nhỏ thứ hai, nói về "thân Thiên vương". Các vị xem, Bồ Tát muốn độ các Thiên vương, phải dùng thân đồng loại để độ họ, bằng không cũng không độ được. Chúng ta hiểu ý nghĩa này. Vì vậy, Phật pháp truyền đến Trung quốc, các bậc Tổ sư, đại đức của chúng ta thấu hiểu ý Phật, nên kiến lập các tông phái. Đây chính là phân thân của Bồ Tát, lợi ích tất cả chúng sanh, thật sự có thể thành tựu tất cả chúng sanh, thật sự có thể thành tựu. Kinh Phật từ Ấn Độ lưu truyền đến Trung quốc, được dịch sang chữ Hán, chỉ có hơn ba ngàn bộ, hiện nay trong Đại tạng kinh của chúng ta. Trong hơn ba ngàn bộ kinh này, những bộ được đại chúng đặc biệt ưa thích, nhân duyên đặc biệt sâu, cũng chỉ khoảng trên dưới trăm bộ mà thôi, số lượng không nhiều.

Từ năm Dân quốc thứ 58 (1969),[1] tôi giảng dạy ở Phật Quang Sơn, đã từng kiến nghị ở Phật Quang Sơn. Lúc đó

[1] Nguyên tác nói "ngũ thập bát niên", nhưng nếu là năm 1958 thì Hòa thượng chưa bắt đầu giảng kinh. Phần sau lại nói đến này đã khoảng 16, 17 năm. Thời điểm giảng bài này là năm 1983, nên ước chừng khi ở Phật Quang sơn là 1966-1967. Vì là ước chừng, nên nếu tính đây là dựa theo năm Dân quốc thứ 58 (1969) sẽ hợp lý nhất.

Phật Quang Sơn có hơn một trăm học sinh. Tôi đã từng thảo luận vấn đề này với Pháp sư Tinh Vân, tôi hy vọng một học sinh học một bộ, xem trình độ, năng lực của họ. Trình độ thấp, năng lực kém một chút, học bộ nhỏ, phần lượng ít một chút; thông minh, trí tuệ, trình độ cao một chút, có thể học bộ lớn. Nếu một người học một bộ, hơn một trăm người này, từ năm Dân quốc thứ 58 đến nay, mười sáu, mười bảy năm rồi, hơn một trăm người này người nào cũng đệ nhất, đều là chuyên gia. Người học kinh A-di-đà chính là Phật A-di-đà trụ ở Phật Quang sơn, người học Phẩm Phổ Môn chính là Bồ Tát Quán Âm trụ ở Phật Quang Sơn. Ngày nay Phật Quang Sơn là Phật quang phổ chiếu toàn cầu, người khắp thế giới muốn học Phật pháp, không đến Phật Quang Sơn thì đến đâu? Đến Phật Quang Sơn, tôi muốn học kinh A-di-đà, phải học với Phật A-di-đà. Tại sao? Ngài là chuyên gia, Ngài học một bộ kinh này mười lăm, mười sáu năm. Các Pháp sư khác dù thông suốt tất cả kinh, giảng tất cả luận, nhưng không phải chuyên gia, đối với vị pháp sư đó lòng tin không đầy đủ. Còn đối với vị chuyên công một bộ kinh này mười mấy hai mươi năm, họ có đầy đủ lòng tin, Ngài có thể dạy họ thành tựu. Rất tiếc, Pháp sư Tinh Vân năm đó không tiếp nhận ý kiến của tôi, mỗi lần tôi đến Phật Quang Sơn thăm viếng đều rất cảm thán, thời gian nhiều năm như vậy uổng phí, trôi qua vô ích.

Học nhiều thứ, không thể thành tựu một thứ; học một thứ, đều thành chuyên gia. Có hơn một trăm chuyên gia, còn gì bằng! Không thể tưởng tượng! Trong các khóa giảng Đại chuyên, tôi đều lấy lời này để khuyến khích các bạn học, trách nhiệm khuyến khích tôi đã làm hết, nghe hay không, họ tiếp nhận hay không, là việc của họ, tôi không thể miễn cưỡng. Đương nhiên tôi nói lời này, mọi người đối với tôi kính, tin chưa đủ mức độ, tại sao không đủ mức độ? Vì chính tôi chưa làm được, chính tôi kinh gì cũng giảng, luận gì cũng giảng. Vì vậy vẫn có người nghi ngờ, "ông này không có ý tốt, ông thông suốt tất cả, lại bảo chúng tôi chỉ học một thứ". Còn có sự hiểu lầm như vậy, lòng tốt của tôi bị hiểu sai ý. Vì vậy, bây giờ cảm thấy vấn đề này nghiêm trọng, nếu không tu học như vậy thì không thể thành tựu. Hôm nay tôi từ bỏ tất cả kinh luận, chuyên tâm học một thứ, e rằng tôi học thêm mười năm nữa, lời nói của tôi mọi người mới tin. Tin sớm một ngày thì thành tựu sớm một ngày, tin chậm thì thành tựu chậm, rất quan trọng. Chúng ta hãy xem tiếp đoạn dưới đây.

"Nếu phải dùng thân Phạm vương mới có thể hóa độ, liền hiện thân Phạm vương thuyết pháp. Nếu phải dùng thân Đế-thích mới có thể hóa độ, liền hiện thân Đế-thích thuyết pháp. Nếu phải dùng thân Tự tại thiên mới có thể hóa độ, liền hiện thân Tự tại thiên thuyết pháp. Nếu phải dùng thân Đại tự tại thiên mới có thể hóa độ, liền hiện thân Đại tự tại thiên thuyết pháp. Nếu phải dùng thân Thiên đại tướng quân mới có thể hóa độ, liền hiện thân Thiên đại tướng quân thuyết pháp. Nếu phải dùng thân Tỳ-sa-môn mới có thể hóa độ, liền hiện thân Tỳ-sa-môn thuyết pháp."

Phần chú giải quý vị tự xem, ở đây tôi chỉ nói đại ý. Căn tánh chúng sanh không giống nhau, chí hướng không đồng. Ví dụ có người phát tâm xuất gia, nghĩ rằng "tôi muốn thành Phật, muốn thành Bồ Tát, muốn làm Tổ sư..." không giống nhau. Có người xuất gia, nghĩ rằng "tôi muốn làm Pháp sư, hoằng pháp lợi sanh"; có người xuất gia, phát tâm "tôi muốn làm Phật sự, tôi sẽ làm trụ trì, làm tri sự, tôi hộ trì Phật pháp". Trụ trì, tri sự là hộ trì Phật pháp, giống như ở trường học vậy, họ phát tâm làm hiệu trưởng, làm tổng vụ trưởng, để làm việc. Người phát tâm làm pháp sư là làm giáo viên, dạy học, chỉ dạy một môn học, trong Phật pháp gọi là A-xà-lê. Người làm hiệu trưởng là Hòa thượng, đây là tôn quý nhất. Hòa thượng có thể không cần giảng kinh, không cần thuyết pháp, nhưng vị Hòa thượng thì tất cả khóa trình do ngài sắp xếp, giáo viên do ngài thỉnh, giống như hiệu trưởng trường học vậy. Chủ trì giáo hóa là ngài, bản thân ngài có thể không lên lớp, nhưng ngài biết cách giáo hóa như thế nào, làm sao bồi dưỡng học sinh. Ngài có một kế hoạch giáo dục, thỉnh những học giả, chuyên gia ưu tú đến thay ngài thực hiện nhiệm vụ. Vì vậy, thành bại của giáo dục, công đức là của hiệu trưởng, không phải của giáo viên, giáo viên chỉ thay ngài thực hiện nhiệm vụ, đảm nhận một môn học. Các vị phải hiểu ý nghĩa này.

Vì vậy, Tổ sư, Tông sư gọi là Hòa thượng, pháp sư là giáo viên. Nếu chúng ta phát tâm làm giáo viên, thưa quý vị, nhất định sẽ thành tựu. Quý vị học một môn thì sao không thành tựu? Quý vị phát tâm làm trụ trì, không dễ dàng, trụ trì là Hòa thượng, không dễ dàng. Đừng cho rằng hiện nay có một tự viện, tôi lên núi liền làm trụ trì, không đơn giản như vậy. Trách nhiệm của trụ trì là phải giáo hóa một phương, bằng như không có sự giáo hóa, vừa lên núi ngồi lên ghế trụ trì, cái ghế đó là gì? Đó là núi đao vạc dầu của địa ngục A-tỳ, vừa ngồi xuống là xong, thảm hơn bất cứ thứ gì! Giống như hiệu trưởng trường học vậy, trường học này thỉnh một vị hiệu trưởng, các vị nhậm chức. Kết quả không tổ chức giáo dục, không thỉnh giáo viên, không chăm sóc học sinh, vài ngày sau sẽ kết án, đưa các vị vào tù, kết án vài năm tù, cùng một ý nghĩa. Vì vậy, trách nhiệm của trụ trì rất lớn, đầu óc phải có một hệ thống ý tưởng, làm sao để Phật pháp hoằng dương, rộng lớn sáng tổ? Làm sao lãnh đạo đại chúng tu hành? Ngài phải thỉnh mời nhân tài. Giáo viên dễ làm, hiệu trưởng khó làm, công tội là của hiệu trưởng, không phải của giáo viên.

Trong thế gian có một số người không thích xuất gia, ví dụ hiện nay thời kỳ bầu cử, có nhiều người tranh cử huyện trưởng, thị trưởng, họ có hứng thú với chính trị, họ thích làm việc này. Tranh cử nghị viên, làm ủy viên lập pháp, họ có hứng thú với những việc này. Vì vậy, sở thích của chúng sanh có nhiều mặt, mỗi người đều không giống nhau. Bồ Tát thật sự từ bi, các vị có sở thích gì, Ngài đều có thể giúp đỡ các vị, đều có thể thỏa mãn nguyện vọng của các vị. Có thể thấy, học Phật không phải dạy mọi người đều xuất gia, Bồ Tát Quán Thế Âm không khuyên mọi người đều xuất gia, không khuyên mỗi người đi làm pháp sư, làm Hòa thượng, không có. Các vị muốn làm gì, giúp các vị thành tựu làm việc đó. Những người này chí hướng có thể lớn, họ đối với vua chúa nhân gian không có hứng thú, họ muốn lên trời làm Thiên vương, Bồ Tát Quán Thế Âm cũng có thể giúp được.

"Phạm vương" chính là Đại phạm Thiên vương, là thiên chủ cõi trời Phạm thiên. Phạm thiên là tầng trời thứ nhất trong Sắc giới. Tầng thứ nhất của Sắc giới gọi là Phạm thiên, thứ hai gọi là Quang thiên, thứ ba gọi là Tịnh thiên, thứ tư gọi là Phước thiên, đây là Tứ thiền thiên. Ngài nhất định giúp họ tu thiền định, dạy họ tu Tứ thiền bát định, dạy họ tu Tứ vô lượng tâm, mới có thể thật sự thỏa mãn nguyện vọng của họ, lên cõi trời Đại phạm làm Thiên chủ. Lúc này nếu Bồ Tát thị hiện thân phận Bồ Tát, người này cũng không tin. Ông là người xuất gia, sao ông biết chính trị, sao ông biết lên trời làm Thiên vương? Ông không biết việc này. Thế là Ngài cũng hiện thành Đại Phạm Thiên Vương, "tôi hiện nay là Đại Phạm Thiên Vương, ông muốn làm Đại Phạm Thiên Vương, tôi dạy cho". Họ liền tin, đó là hiện thân đồng loại.

Đế thích thiên chính là chủ trời Đao Lợi, người Trung Quốc gọi ngài là Ngọc hoàng Đại đế. Người này cũng có chí lớn, muốn lên trời làm Ngọc hoàng Đại đế, Bồ Tát Quán Thế Âm cũng có thể giúp họ. Trời Đao Lợi rất nhiều, không chỉ một, các vị nếu đọc kinh Phật sẽ biết. Vì vậy, Ngọc hoàng Đại đế rất nhiều, không phải một người. Trong thế giới Ta-bà của chúng ta, tổng cộng có một trăm ức trời Đao Lợi. Nói cách khác, Ngọc hoàng Đại đế có bao nhiêu vị? Có một trăm ức. Vì vậy, nếu các vị chỉ tìm chủ trời Đao Lợi, tìm Ngọc hoàng Đại đế, người ta sẽ hỏi các vị, các vị tìm Ngọc hoàng Đại đế nào? Ngọc hoàng Đại đế rất nhiều, các vị tìm vị nào? Một trăm ức. Vì vậy, số lượng này rất khổng lồ. Nếu các vị có nguyện vọng này, Bồ Tát Quán Thế Âm cũng có thể giúp các vị, nói cho các vị Thập thiện thượng phẩm, Thập thiện nghiệp đạo sanh thiên. Dạy các vị phương pháp thống lãnh chư thiên, làm sao giáo hóa thiên nhân, làm một minh chủ thông minh, trí tuệ trên trời, làm Thiên chủ.

"Nếu phải dùng thân Tự Tại Thiên", Tự Tại Thiên là tầng trời thứ sáu của Dục giới, tức là Tha Hóa Tự Tại Thiên. Là sự tự tại về dục, họ hưởng thụ tất cả, đều do năm tầng trời dưới cung cấp, nên gọi là Tha hóa Tự tại thiên. Sự hưởng thụ của họ tiêu dao tự tại, trong Dục giới phước báo của họ lớn nhất. Bồ Tát Quán Thế Âm cũng hiện thân đồng loại, vì họ nói pháp Thập thiện thượng phẩm, thành tựu phước báo của Tự Tại Thiên.

"Đại Tự Tại Thiên" chính là trời Ma-hê-thủ-la, là trời Sắc Cứu Cánh, tức là đỉnh của Tứ thiền thiên, gọi là Đại Tự Tại Thiên. Tự Tại Thiên là tầng cao nhất của Dục giới, Đại Tự Tại Thiên là tầng cao nhất của Sắc giới. Bồ Tát thị hiện thân phận Ma-hê-thủ-la Thiên vương vì họ thuyết pháp, vì họ giảng tứ thiền bát định. Tu Tứ vô lượng tâm đến viên mãn, quả báo ở thế gian là thù thắng nhất, thế gian này là nói ba cõi, trong ba cõi không gì sánh bằng được quả báo làm Đại Tự Tại Thiên chủ.

"Thiên Đại Tướng Quân", cũng có một loại người có chí nguyện này. Ví dụ có một số thanh niên thấy quân nhân rất có hứng thú, họ có nguyện vọng tương lai làm sĩ quan, làm tướng lĩnh. Thấy các đại tướng rất oai phong, võ vũ, thống lãnh rất nhiều quân đội, họ rất có hứng thú với việc này. Các vị có hứng thú với phương diện này, Bồ Tát liền hiện thân Thiên Đại Tướng Quân để dạy dỗ các vị, cũng giống như dạy các vị binh pháp, dạy các vị làm sao thống lãnh những quân đội đó. Thiên Đại Tướng Quân là trừ yêu giáng phước, bảo vệ quốc thổ thế gian, thưởng thiện phạt ác, là loại này. Thiên Đại Tướng Quân lấy Bồ Tát Vi Đà làm đại diện. Sự thị hiện của Bồ Tát Vi Đà, chính là thân Thiên Đại Tướng Quân. Trong kinh nói cho chúng ta, Tứ Đại Thiên Vương, mỗi vị Thiên Vương đều có hai vị đại tướng. Vì vậy, Tứ Thiên Vương tổng cộng có tám vị đại tướng, thượng thủ là Vi Đà.

Còn có người phát tâm làm Thiên Vương. Thiên Vương là thống lãnh quỷ thần. "Phải dùng thân Tỳ-sa-môn", Tỳ-sa-môn chính là một trong Tứ Thiên Vương, là Bắc Phương Đa Văn Thiên Vương, quả thật có những người này. Thường giao tiếp với quỷ thần, ví dụ một số ngoại đạo sai khiến quỷ thần, như những người cầu cơ, họ thường giao tiếp với quỷ thần. Nhưng họ không hiểu ý nghĩa này, họ giao tiếp với quỷ thần, tất cả đều nghe theo quỷ thần, quỷ thần bảo họ làm sao họ làm vậy, họ là thuộc hạ của quỷ thần, chí hướng của họ không lớn. Nếu họ phát đại tâm, nhiều quỷ thần như vậy có nhiều sức mạnh như vậy, tôi đi làm thủ lĩnh của họ, tôi quản lý họ. Nếu quý vị phát tâm này, Bồ Tát Quán Thế Âm cũng có thể giúp quý vị, cho quý vị làm Tứ Thiên Vương, quý vị thống lãnh quỷ thần, làm đại thủ lĩnh trong quỷ thần, khiến tất cả quỷ thần nghe theo các vị, không phải các vị nghe theo họ. Có thể vì quý vị nói pháp môn thống lãnh quỷ thần, khiến quý vị trong đó tu phước đức này. Tứ Thiên Vương là đại quỷ vương có phước đức lớn, đối trên có thể hầu hạ Ngọc Hoàng Đại Đế, đối dưới thống lãnh tất cả quỷ thần, đây là Tứ Thiên Vương. Họ là hộ pháp trong Phật môn, hộ trì quốc thổ chúng sanh. Bồ Tát Quán Thế Âm cũng có năng lực này, thị hiện thân đồng loại, giúp quý vị thành tựu.

Đoạn kinh văn này cho chúng ta rất nhiều sự khải thị, Phật môn rộng lớn vô biên, tuyệt đối không phải dùng một phương pháp để giáo hóa tất cả chúng sanh, đây là điều chúng ta phải ghi nhớ.

Hôm nay chúng ta giảng đến đây thôi.

Bài giảng thứ mười

Tháng 12 năm 1983
Hoa Tạng Đồ Thư Quán,
Cảnh Mỹ, [Đài Bắc], Đài Loan
Số lưu trữ: 08-004-0010

Mời quý vị mở [sách Pháp Hoa Kinh Đại Thành, quyển hạ], trang 829, dòng thứ ba. Đây là đoạn nhỏ thứ ba, nói về "thân vương dân". Vương là chỉ vua chúa, dân là chỉ thường dân.

"Nếu phải dùng thân tiểu vương mới có thể hóa độ, liền hiện thân tiểu vương thuyết pháp. Nếu phải dùng thân trưởng giả mới có thể hóa độ, liền hiện thân trưởng giả thuyết pháp. Nếu phải dùng thân cư sĩ mới có thể hóa độ, liền hiện thân cư sĩ thuyết pháp. Nếu phải dùng thân tể quan mới có thể hóa độ, liền hiện thân tể quan thuyết pháp. Nếu phải dùng thân bà-la-môn mới có thể hóa độ, liền hiện thân bà-la-môn thuyết pháp."

Đoạn này nói về cõi người, tức là trong thế gian của chúng ta. "Tiểu vương" là vua ở nhân gian. Tại sao vua nhân gian gọi là tiểu vương? Vì so với thiên vương thì nhỏ hơn, so với Chuyển luân Thánh vương cũng nhỏ hơn, nên gọi là tiểu vương. Đoạn này có thể nói trong thế gian, trong xã hội đều là những người có địa vị khá cao. Cũng có thể thấy chí hướng của người thường chúng ta không giống nhau, như ở đây nói vua, trưởng giả, quan lại, trong hiện tại mà nói, đều là những người làm công tác chính trị, tức là nhân viên chính phủ, họ có sở thích về chính trị, thích tham gia chính trị. Tham gia chính trị cũng là phục vụ nhân dân, ông Tôn Trung Sơn nói rất hay, chính trị là để phục vụ nhân dân, lấy đó làm mục đích. Trong lịch sử Trung quốc, chính trị là chính đạo, trị quốc bằng đạo đức, lấy đạo đức để giáo hóa nhân dân.

Gọi là vua thì trong thực tế bao gồm cả Chuyển luân Thánh vương. Nhưng trong kinh này nói về thân tiểu vương dường như không bao gồm Chuyển luân Thánh vương, mà chỉ đến vua thế gian, như tổng thống, nguyên thủ quốc gia trong các nước dân chủ hiện nay, chỉ những người có thân phận như vậy. Nếu có người phát tâm muốn làm lãnh đạo toàn quốc, Bồ Tát Quán Thế Âm cũng có thể giúp họ đạt được nguyện vọng, tức là cũng thị hiện thân vua. Thị hiện một vị vua rất nhân từ, để nói chuyện với họ về đạo lý trị quốc, bình thiên hạ, hy vọng họ có thể làm một minh quân có đạo, trị quốc tốt đẹp. Đây là hiện thân đồng loại để vì họ thuyết pháp.

Cũng có người phát nguyện, đời này không được rồi, thân phận, địa vị đều không thể đạt đến mức cao như vậy. Có một số người học Phật, thậm chí cả xuất gia, tôi từng gặp một vị pháp sư, thầy nói với tôi, thầy hy vọng đời sau làm vua, tu trì đời này hy vọng đời sau có thể làm vua. Thầy nói, tôi làm vua, tôi mới có thể hộ pháp.

Thực sự, sự hộ trì Phật pháp như trong kinh điển, Đức Phật Thích-ca Mâu-ni đều phó chúc cho vua và các quan đại thần. Không có sức mạnh quốc gia để hộ trì, Phật pháp không có cách nào hoằng dương rộng rãi. Có thể nói thời đó ở Ấn Độ đều do các vua hộ pháp. Phật pháp truyền đến Trung Quốc, có thể nói từ đời Hán đến đời Thanh, cũng đều do các vua chúa hộ trì, các vua qua các triều đại đều quy y Tam Bảo, đều là đệ tử Tam Bảo. Vì vậy, Phật pháp đối với văn hóa Trung Quốc chúng ta, từ lâu đã hòa làm một, ảnh hưởng này quá sâu rộng, có ý nghĩa ở đây. Nếu muốn, tức là đời sau muốn làm vua hộ pháp, cũng không phải như chúng ta tu hành tán loạn như vậy mà được, mà phải thực sự phát tâm nhân từ, phải kết pháp duyên rộng rãi với chúng sinh. Hiện nay là xã hội dân chủ, không phải chuyên chế. Chuyên chế lại dễ, quý vị đầu thai vào hoàng gia, làm thái tử, thì có thể kế thừa ngôi vua, nhưng bây giờ không được. Bây giờ làm tổng thống phải toàn dân bầu cử, nếu quý vị không có duyên với nhân dân, họ không bỏ phiếu cho quý vị , vì vậy quý vị phải kết thiện duyên rộng rãi. Quý vị kết duyên nhiều, quý vị có ý tham chính, mọi người ủng hộ quý vị, đều bỏ phiếu cho quý vị. Có thể thấy chế độ xã hội hiện nay khác với trước đây.

Lúc đó tôi ở Đài Trung, có lúc cũng nói đùa với thầy Lý. Dĩ nhiên thầy Lý không đến mức tham chính, đi tranh cử thị trưởng Đài Trung. Nếu thầy muốn tham chính, tranh cử thị trưởng Đài Trung, chỉ cần ở nhà gật đầu, nói một tiếng "tôi muốn làm thị trưởng" là được, sẽ được bầu. Tại sao? Đồng tu Liên xã của chúng tôi, tức là học trò của thầy, ở Đài Trung có hơn hai mươi vạn người, một người kéo mười phiếu, bảo đảm đắc cử. Thầy không cần ra ngoài ngồi xe, không cần ra ngoài hô khẩu hiệu, nhờ vả... Không cần, ở nhà nói một tiếng là được, liền đắc cử. Đây là gì? Pháp duyên kết quá rộng. Quý vị nghĩ xem, ngày nay có ai tranh cử mà số người ủng hộ cơ bản có thể có hai mươi vạn người? Sức mạnh này quá lớn. Thầy không làm, nếu thầy làm thực sự rất dễ dàng. Đây là Bồ Tát cũng có thể giúp người thành tựu đức nghiệp đế vương.

Nói về trưởng giả, trưởng giả Ấn Độ và trưởng giả Trung Quốc chúng ta có chút không giống nhau. Điều kiện làm trưởng giả ở Ấn Độ rất nhiều. Trong kinh Phật nói phải đủ mười điều kiện mới được tôn xưng là trưởng giả. Mười điều kiện gì? Thứ nhất, phải là quý tộc. Chúng ta biết, Ấn Độ từ xưa chế độ giai cấp rất nghiêm ngặt, điều này ở Trung Quốc chúng ta không có. Trung Quốc chúng ta thường có tể tướng xuất thân bình dân, người nghèo hèn phấn đấu nỗ lực, cũng có thể làm đến tể tướng, có thể làm đại phú trưởng giả, nhưng ở Ấn Độ không được, Ấn Độ giai cấp hạn chế quá nghiêm ngặt. Tham chính, ở địa vị lãnh đạo xã hội, chỉ có giai cấp Sát-đế-lợi và Bà-la-môn. Vì vậy, xuất thân của trưởng giả nhất định phải là quý tộc. Thứ hai, trong xã hội phải có địa vị khá cao, tức là làm quan rất lớn, là quan chức cao cấp. Xuất thân quý tộc, quan chức cao cấp, còn phải có tài sản. Trung Quốc chúng ta ngày xưa làm quan lớn, làm tể tướng, nhà nghèo rất nhiều, là quý mà không giàu. Quý vị xem trong lịch sử, rất nhiều tể tướng thực sự là quan thanh liêm, thực sự thay nhà nước, thay nhân dân làm việc, không tham tiền. Các bạn xem vào triều Tống, tể tướng nổi tiếng trong lịch sử là Phạm Trọng Yêm. Phạm Trọng Yêm lúc chết ngay cả quan tài cũng không mua nổi, quý vị có thể tưởng tượng sự thanh liêm của ông đáng để chúng ta kính trọng. Ông có năm người con, hai người con làm tể tướng, một người con làm Ngự sử đại phu. Lúc đó Ngự sử đại phu tương đương Viện trưởng Viện kiểm sát hiện nay. Trong năm người con từng có hai người làm Hành chính viện trưởng, một người làm Giám sát viện trưởng, bản thân ông làm một tể tướng, vậy mà lúc chết ngay cả quan tài cũng không mua nổi. Quý vị nghĩ xem, một nhà này thanh liêm biết bao.

Đại sư Ấn Quang khen ngợi những người có đạo đức ở Trung Quốc, nói Trung Quốc từ xưa đến nay chỉ có ba người, gia nghiệp đến nay không suy, truyền đời lâu dài, đây là dựa vào đức hạnh. Người thứ nhất là Khổng Tử. Quý vị xem Khổng Tử đến nay hậu duệ là Khổng Đức Thành, dù trong nước hay quốc tế mọi người đều kính trọng ông, một khi nghe nói là hậu duệ Khổng phu tử, không ai không kính trọng. Quý vị có thể nghĩ đến đức hạnh của Khổng phu tử. Vì vậy, một người tích đức rất quan trọng. Người thứ hai là Phạm Trọng Yêm. Con cháu Phạm Trọng Yêm đều có thể giữ được gia phong thanh liêm, đến đầu thời Dân quốc gia đạo vẫn không suy, thực sự là trung hậu truyền đời lâu dài, có thể truyền nhiều đời như vậy, thật tốt! Người thứ ba là đầu triều Thanh, khi Mãn Thanh vào Trung Quốc, những năm Thuận Trị có một Trạng nguyên họ Diệp. Họ Diệp, tên tôi không nhớ rõ, mọi người xem trong Ấn Quang Pháp Sư Văn Sao có nói, Đại sư có nói qua, đến cuối triều Thanh, ba trăm năm gia đạo không suy. Trong lịch sử Trung Quốc, tìm gia đình truyền nối gia nghiệp lâu dài, đời đời hưng thịnh mà không suy, chỉ có ba nhà này, đáng để chúng ta khen ngợi.

Về sau, lại có một nhà khác là Tăng Quốc Thuyên. Hậu duệ Tăng Quốc Thuyên, ngày nay ở Đài Loan có Tăng Bảo Tôn, cũng là nhân vật nổi tiếng trong xã hội. Đây là một, hai trăm năm, gia phong của họ có thể giữ được. Quý vị xem Tăng Quốc Thuyên gia thư, gia huấn, quý vị sẽ biết ông dạy dỗ con cái nghiêm khắc như thế nào. Tuy là phú quý, nhưng cháu con đều rất chăm chỉ, tuyệt đối không có tình trạng công tử, tiểu thư như những người sống nhàn hạ, không có. Tăng Quốc Thuyên lúc còn sống làm quan rất lớn, đây là triều Thanh, có lịch sử đến nay chỉ có một mình ông, ông làm đến Tổng đốc bốn tỉnh. Trong lịch sử khai quốc triều Thanh, thường tổng đốc chỉ quản hai tỉnh, ông từng quản bốn tỉnh, bằng như tiểu hoàng đế. Trong nhà ông, công việc nặng nhọc đều do cháu con làm, không bảo người giúp việc làm. Mọi người trong nhà phải học chăm chỉ, tiết kiệm, vì vậy ông có thể truyền nhiều đời như vậy, điều này không ngẫu nhiên.

Có một chút phước nhỏ liền vội hưởng, hưởng hết rồi thì không còn. Chúng ta xem trong thế gian này, rất nhiều người ngay cả một đời cũng không giữ được. Lúc trẻ thăng quan tiến chức, đến lúc tuổi già nghèo khó thất thế, tôi đã thấy rất nhiều. Tự mình một đời còn không giữ được, đời sau liền xong. Quý vị đọc văn ngôn, Hàn Dũ có một bài văn ghi chép Truyện người thợ nề Vương Thừa Phúc. Quý vị xem qua, bài đó thực sự rất có ý vị triết học. Đó là một người thợ nề. Ông thường đi làm thuê, sửa nhà cho những quan lại quý tộc. Nhưng qua một, hai năm đến thì nhà đã đổi chủ, hỏi thăm ra sao? Nếu không phải phạm tội thì cũng là bị tịch thu gia sản. Vậy là xong. Có ba năm, năm năm là hỏng, rất ít người giữ được đến đời thứ hai, giữ đến đời thứ ba đã không dễ. Truyền gia nghiệp lâu dài là điều ai cũng mong muốn, nhưng nhất định phải tu đức. Vì vậy trưởng giả phải [là người tích đức, được] giàu có.

Điều kiện thứ tư, phải có uy nghiêm, người khác gặp thì kính sợ. Điều kiện thứ năm, phải có trí tuệ. Điều kiện thứ sáu, cũng phải có một chút tuổi tác, không thể quá trẻ mà xưng trưởng giả. Ở Trung Quốc chúng ta ngày xưa ít nhất phải bốn mươi tuổi trở lên, quá trẻ không thể gọi là trưởng giả. Thứ bảy, đức hạnh trong sạch, tức là cuộc sống rất thanh tịnh, thân tâm thanh tịnh. Điều kiện thứ tám, phải lễ phép, tuyệt đối không có tập khí ngạo mạn, đối với bất kỳ ai đều rất khiêm tốn, đều có lễ phép. Thứ chín, người ở bề trên khen ngợi, bề trên ở đây tất nhiên là vua, được vua khen ngợi. Điều kiện cuối cùng, là người dân thường kính trọng, đều nghe lời, đều quy thuận.

Đủ mười điều kiện như vậy mới có thể gọi là trưởng giả,

vì vậy kinh văn đặt trưởng giả ở trên tể quan. Tể là bao gồm tể tướng, quan là bao gồm quan lại nói chung. Vì vậy, trưởng giả không dễ, có chút giống như chúng ta ngày nay gọi nguyên lão quốc gia, rất có ý vị này, là nguyên lão quốc gia, ngày nay chúng ta gọi là đảng quốc nguyên lão, như vậy mới có tư cách gọi là trưởng giả.

Nếu có người muốn làm một trưởng giả, trong thế gian này, tuổi cao đức trọng, được mọi người tin tưởng, Bồ Tát Quán Thế Âm liền hiện thân trưởng giả vì họ thuyết pháp. Nói pháp gì? Nói bố thí ba-la-mật, kết pháp duyên rộng rãi, thương dân yêu vật. Mới có thể được toàn dân ủng hộ, vua và các quan đối với bạn khen ngợi, đây là người thiện của quốc gia, báu vật của nước.

Tiếp theo nói đến "thân cư sĩ". Cư sĩ ở đây không phải cư sĩ trong nhà Phật như chúng ta hiện nay hiểu, không phải. Quý vị xem, cư sĩ này cũng đặt trước tể quan. Cư sĩ rốt cuộc đối với quốc gia, xã hội có những cống hiến gì? Cư sĩ có cống hiến rất lớn. Quý vị xem trong Nhị thập ngũ sử của Trung quốc, trong truyện ký có một thiên gọi là Ẩn dật truyện, chúng ta thường gọi là cao sĩ. Họ là người đọc sách, có học vấn, lại có phẩm đức, mà còn rất giỏi, đa tài đa nghệ. Họ không ra làm quan, không ra làm việc. Nếu cuộc sống của họ tạm đủ, họ suốt ngày ngao du sơn thủy, kết giao những người có học vấn, có đạo đức, đa số lấy người xuất gia hoặc đạo sĩ làm bạn, suốt ngày làm việc này. Trong lịch sử chúng ta phải lập truyện cho hạng người này. Chúng ta thử hỏi, họ đối với quốc gia, xã hội có cống hiến gì? Cống hiến của họ rất lớn, cống hiến này là gì? Là dạy người biết đủ thường vui, không cầu danh tiếng lợi lộc, trong xã hội tránh được nhiều tranh chấp. Biểu hiện của họ là "với người không tranh, với đời không cầu", quý vị thử nói xem, thật thanh cao biết bao! Họ không phải không có khả năng tranh giành, họ có đủ khả năng, có học vấn, có năng lực, có tài năng, họ có thể tranh giành, nhưng không tranh giành. Vì vậy, trong xã hội có công đức tiềm ẩn giáo hóa, tức là dạy người biết đủ thường vui, dạy người buông bỏ danh tiếng lợi lộc, với đời không cầu, với người không tranh. Đó là thân giáo của họ, không phải ngôn giáo. Họ cả đời làm gương cho người khác noi theo. Ảnh hưởng này rất lớn, đối với một quốc gia trị an lâu dài có công đức không thể phai mờ. Vì vậy, trong lịch sử phải viết truyện cho họ, ý nghĩa là ở chỗ này. Chúng ta ngoài đời thường gọi là người cao thượng, nhưng họ không xuất gia, họ cũng không phải là Phật tử, cũng không phải tu đạo, là hàng ẩn sĩ. Ở đây gọi là cư sĩ để chỉ hạng người này. Vì vậy, thân tâm họ thanh tịnh. Lúc bình thường, họ yêu thích văn học, nghệ thuật.

Như giữa triều Thanh, có lẽ quý vị từng nghe về Dương Châu bát quái. Đó là các ẩn sĩ, họ thường tụ tập với nhau đàn ca, đánh cờ, vẽ tranh, ngao du sơn thủy... mỗi người đều có học vấn. Đó là phóng túng không kiêng kỵ, nhìn có vẻ như là điên điên cuồng cuồng, suốt ngày không có việc gì làm, ở ngoài ăn uống chơi bời như vậy. Những người này gọi là cư sĩ. Những người này, xin thưa với quý vị là những người thực sự hiểu đời. Họ cả đời này là hưởng thụ trọn vẹn, tuy có người rất nghèo khó, đời sống tinh thần vẫn rất phong phú. Đời sống vật chất tuy không có tiền bạc, đời sống tinh thần quá phong phú, là người thực sự hiểu đời. Trong hiện tại mà nói, đều rất giàu ý vị triết học, theo cách nhìn của người châu Âu, đó là triết gia, có đời sống triết học. Bồ Tát cũng có thể giúp họ, nói với họ pháp giữ tâm thanh tịnh, ít ham muốn, giữ mình trong sạch.

Tiếp theo nói đến hạng tể quan. Tể là trị lý, ngày nay chúng ta nói thống trị; quan là công khai, công bằng, quan là ý nghĩa này. Vì vậy Trung Quốc chúng ta ngày xưa có tể tướng. Quý vị xem như tể tướng triều Đường, tể tướng triều Hán, chức vụ này gọi là Đồng bình chương sự, chức danh có tên gọi như vậy. Đồng là gì? Đồng với hoàng đế, hoàng đế là thống trị một quốc gia. Hoàng đế, tể tướng làm việc gì? Bình, bình là công bằng, xử lý chính sự, đối với nhân dân phải công bằng. Chương là gì? Chương là công khai, không bí mật, chương là rõ ràng, bày ra đó mọi người đều thấy, phải công bằng, phải công khai. Như vậy làm việc mới khiến nhân dân tâm phục khẩu phục, mọi người có thể tin tưởng chính phủ, có thể ủng hộ chính phủ. Quý vị xem, chức tể tướng mà gọi tên chức vụ như thế này rất có ý nghĩa. Quan chỉ quan lại địa phương, như Chủ tịch tỉnh, huyện trưởng, thị trưởng hiện nay. Nếu có chí hướng trị quốc, phò tá chính trị, vì nước vì dân, cải biến phong tục, Bồ Tát liền hiện thân, nói với họ đạo lý tu thân, tề gia, trị quốc, bình thiên hạ. Bồ Tát cũng dạy chính trị học, đây là dạy chính trị. Phía trước Thiên đại tướng quân là dạy quân sự, Bồ Tát thực sự đa tài đa nghệ, không gì không thể. Ngài hiện thân đại tướng quân, Ngài là nhà quân sự, dạy các quan lại, Ngài là nhà chính trị. Ngài cũng hiện thân quan lại để dạy họ xử lý các chính sự thế gian, Bồ Tát thực sự không gì không thể làm.

Sau cùng nói đến người tu đạo, "Bà-la-môn". Bà-la-môn ở Ấn Độ là một tôn giáo, đạo Bà-la-môn. Thời Đức Phật còn tại thế, lịch sử tôn giáo này so với Phật giáo chúng ta còn lâu đời hơn. Thời Phật tại thế họ đã truyền qua mấy trăm năm, đây là tôn giáo cổ xưa Ấn Độ. Ấn Độ ngày xưa thực sự là nước của tôn giáo, giáo phái tôn giáo rất nhiều, Đức Phật Thích Ca Mâu Ni trong kinh nói với chúng ta có chín mươi sáu loại. Chín mươi sáu loại có lẽ là những loại có danh tiếng cao, số người nhiều, thế lực lớn, những loại nhỏ không tính. Vì vậy trong kinh thường nói chín mươi sáu loại ngoại đạo, Bà-la-môn là một phái thế lực lớn nhất. Công phu tu hành của họ cũng khá cao, người công phu tốt có thể tu đến cõi trời Vô sắc, họ tu tứ thiền bát định. Vì vậy Phật xuất hiện ở Ấn Độ là có ý nghĩa. Văn hóa Trung Quốc tuy trình độ cao nhưng so với Ấn Độ vẫn kém xa. Ví dụ, người Ấn Độ tu tứ thiền bát định, họ thấy rõ ràng tình hình luân hồi sáu đường. Văn hóa Trung Quốc chỉ nói việc cõi người, chỉ nói thành ý, chính tâm, tu thân, tề gia, trị quốc, bình thiên hạ, chỉ đến tu dưỡng cá nhân, còn không thể qua lại với sáu đường. Mà ở Ấn Độ đã phổ biến có thể qua lại với sáu đường, từ đó có thể thấy, trình độ của họ so với chúng ta cao hơn. Vì vậy Phật xuất hiện ở thế gian đó, nói với họ về vũ trụ, về tình hình sáu đường rất dễ dàng, họ rất dễ tiếp nhận. Đến chỗ chúng ta nói, chúng ta rất khó tiếp nhận, vì cảnh giới của chúng ta không đạt đến, chỉ nghe nói, tự mình không thấy, luôn cách một tầng.

Bà-la-môn đây là ngoại đạo, họ có chí hướng xuất gia, tu học tôn giáo này. Bà-la-môn là tiếng Phạn, dịch sang Trung Quốc gọi là tịnh ý. Vì họ tự xưng là hậu duệ của Đại Phạm Thiên Vương, nên trong kinh thường dùng một danh từ khác, gọi là Phạm chí, Phạm chí chính là Bà-la-môn. Phạm là Phạm thiên, chí hướng của những người này là cầu sinh thiên, hy vọng sau khi chết có thể sinh lên Đại Phạm thiên. Sinh lên Đại Phạm thiên, tất nhiên họ phải tu thiền định, vì vậy họ rất coi trọng định học, thực sự có thành tựu. Đức Phật Thích-ca Mâu-ni cũng hiện thân ngoại đạo. Ở đây cần chú ý, chúng ta nếu đối với tôn giáo khác, ngoại đạo mà phê bình, nói người ta là ma, thì sai rồi. Có lẽ chư Phật Như Lai ở đó làm mục sư, làm linh mục, phải không? Làm sao bạn có thể nói ngài là ma? Không thể nói như vậy. Vì vậy, Phật pháp là pháp bình đẳng, họ đối với chúng ta không bình đẳng là đúng, chúng ta đối với họ không thể không bình đẳng. Vì chúng ta biết, chư Phật Bồ Tát thỏa mãn nguyện vọng của tất cả chúng sinh, chúng sinh có nguyện vọng gì, Bồ Tát liền hiện thân đó. Vì vậy chúng ta đối với tất cả tín đồ tôn giáo, giáo sĩ, chúng ta đều phải kính trọng như nhau, chúng ta kính trọng Phật Bồ Tát thế nào, đối với họ cũng như vậy, đây là tuyệt đối chính xác. Có tâm phân biệt, có tâm bám chấp là phàm phu. Lìa bỏ tâm phân biệt bám chấp mới là người giác ngộ. Phân biệt bám chấp là mê hoặc điên đảo.

Chúng ta trước tiên tự mình vạch ra ranh giới với người khác, "tôi là Phật tử, anh ấy là tín đồ Cơ Đốc", "anh ấy là ngoại đạo, anh ấy nói chúng ta là ma quỷ". Vậy thôi, làm sao có thể qua lại? Làm sao có thể thông cảm? Phân biệt kiên trì như vậy, trên thế giới làm sao không có chiến tranh? Tự nhiên có chiến tranh, tai nạn của nhân loại đến như vậy. Tôi với những giáo sĩ ngoại giáo đó qua lại rất tốt, tại sao? Tôi chưa từng có sự phân biệt ranh giới này. Nhớ có một năm, tôi ở Đài Trung, ở thư viện Từ Quang, Đại học Đông Hải có mấy sinh viên, lúc đó dẫn một linh mục Mỹ đến thư viện thăm tôi, thảo luận Phật giáo với tôi. Họ cũng có chút hứng thú, đối với Phật pháp cũng không nghiên cứu sâu. Vì vậy lúc nói chuyện, tôi nêu ví dụ, chúng tôi ở phòng khách nhỏ, phòng khách nhỏ có cái bàn tròn, tôi nêu ví dụ. Chúng tôi rót trà mời ông ta, tôi nói Cơ Đốc giáo như tách trà, cái bàn tròn như Phật giáo, Phật giáo bao gồm anh, anh không bao gồm Phật giáo. Anh muốn giống Phật giáo thế nào? Anh đập vỡ tách trà thì giống nhau, bỏ phân biệt bám chấp thì vốn là một. Nếu Phật giáo cũng bám chấp thì Phật giáo cũng là một tách trà, vậy hai bên dễ đánh nhau. Ông ta nghe tôi nói dường như khá có lý.

Vị mục sư đó rất thú vị, sau khi gặp tôi, nói với tôi một việc. Ông nói ông từng ở Đạo Phong Sơn tại Hồng Kông hai năm. Đạo Phong Sơn là tu viện Cơ Đốc giáo, tôi từng tham quan. Ông nói tôi tuy ở đó hai năm, nhưng tôi không tham gia công việc phá hoại Phật giáo. Mục đích của Đạo Phong Sơn là gì? Chuyên khuyên các pháp sư xuất gia hoàn tục, tin Cơ Đốc giáo, đến chỗ họ. Vì lúc chạy từ đại lục đến Hồng Kông, pháp sư xuất gia không có chỗ ở, không ai thu nhận, cuộc sống khổ cực vô cùng. Họ đến thu nhận, làm công việc này, vì vậy gọi là tu viện Cơ Đốc giáo. Bên trong cũng có Phật đường, cũng có tượng Phật, cũng có kinh sách, tức là nói bạn là Phật tử, bạn rất tự do, đến đó tùy bạn tu hành thế nào, những gì bạn cần về ăn mặc ở chúng tôi đều cung cấp. Thời gian lâu, đã có tình cảm thì dần dần chuyển đổi.

Khi tôi đến tu viện Cơ Đốc giáo ấy có hai vị pháp sư ở trong, nhưng đều mặc đồ tại gia, hiện nay đều là tín đồ Cơ Đốc thành kính. Lúc đó tôi gặp vị mục sư này, tôi còn đang học ở Đài Trung, chưa đến Hồng Kông, nhưng tu viện Cơ Đốc giáo này tôi có nghe nói. Ông nói vậy rồi lập tức nhắc tôi, tôi cũng không hỏi không biết. Ông nói vậy rồi, tôi nói công việc của các anh làm rất tốt, chúng tôi Phật giáo hy vọng các anh lập thêm mấy tu viện Cơ Đốc giáo nữa. Tôi nói vậy khiến ông ấy mơ hồ, ông hỏi tại sao? Đưa ra vấn đề này, Phật tử nên rất phản đối, nói các anh tạo tội nghiệp, các anh phá hoại Phật giáo, tương lai xuống địa ngục. Nhất định nói như vậy. Tôi trái lại khen ngợi hết lời, khiến ông ta mù mịt, không hiểu gì. Cuối cùng hỏi tôi tại sao?

Tôi nói, đạo Phật truyền pháp lâu như vậy, khó tránh khỏi có nhiều rác rưởi, nhiều kẻ hư hỏng, tự chúng tôi không cách nào thanh trừ. Tu viện Cơ Đốc giáo của các anh là trạm rác của chúng tôi, đem rác rưởi của chúng tôi đều dọn sạch. Tất nhiên lời tôi nói ông ta sẽ báo cáo lên trên, "tu viện chúng tôi thất bại, nguyên lai thu nhận toàn rác rưởi Phật môn", tinh hoa Phật môn không thu nhận, toàn là rác.

Sau đó, học trò bên cạnh tôi nghe, hỏi sao thầy nói vậy? Tôi nói, tôi nói vậy có hiệu quả, nếu chúng tôi hủy báng, nói xấu họ, thì họ nói tu viện tôi có hiệu quả. Tôi nói vậy, thì không có hiệu quả, không có hiệu quả thôi, không làm nữa. Hiện nay là có danh không thực, hiện nay không làm nữa, hiện nay đã biến chất, làm đồ gốm thủ công. Tôi tham quan lúc họ đang làm đồ gốm thủ công, không thu nhận nữa. Như vậy chúng tôi nói chuyện hòa hợp, vui vẻ biết bao. Đây là điều ông ta không ngờ tới, chúng tôi tuyệt đối không phê bình người, tuyệt đối không hủy báng người, trái lại còn khen ngợi. Phá hoại Phật giáo tôi cũng khen ngợi anh, tôi thấy công việc của anh làm rất đúng. Người thực sự có đạo tâm làm sao bị anh cải đạo? Thà chết đói cũng không cải đạo. Cho nên những người bị anh cải đạo, tất nhiên là rác rưởi, còn phải nói sao? Không cần nói, lời tôi nói cũng đều là chân thật.

Vì vậy, Phật Bồ Tát thị hiện thân phận ngoại đạo cũng rất nhiều, chúng ta trong kinh Hoa nghiêm (40 quyển), trong năm mươi ba lần tham vấn thấy có năm vị là thị hiện thân ngoại đạo, đều là Bồ Tát. Vì vậy, cũng nói với họ những phương pháp đó, dạy họ tu thiền định, thậm chí dạy họ luyện khí, dạy họ tu hành, đạt đến mục đích sinh thiên của họ. Chí nguyện của họ như vậy, đều có thể thỏa mãn nguyện vọng của họ. Ở đây lấy Bà-la-môn đại diện cho tất cả tôn giáo trong thế gian.

Chúng ta xem tiếp đoạn dưới, nói về "thân bốn chúng".

"Nếu phải dùng thân tỳ-kheo, tỳ-kheo ni, ưu-bà-tắc, ưu-bà-di mới có thể hóa độ, liền hiện thân tỳ-kheo, tỳ-kheo ni, ưu-bà-tắc, ưu-bà-di thuyết pháp."

Đây nói hàng nam nữ xuất gia, ưa thích học Phật. "Tỳ-kheo, tỳ-kheo-ni" là những người xuất gia, "ưu-bà-tắc, ưu-bà-di" là những người học Phật tại gia, ngày nay chúng ta gọi là cư sĩ, là chỉ ưu-bà-tắc, ưu-bà-di. Trong chú giải nói, "nam nữ ham học xuất gia, giữ các giới cấm", đây là hiện thân xuất gia để thuyết pháp. "Thích giữ năm giới", liền hiện thân ưu-bà-tắc, ưu-bà-di.

Xuất gia không phải việc dễ dàng, trách nhiệm của người xuất gia là phát nguyện cả đời làm giáo viên chuyên nghiệp, là phát tâm này. Người xuất gia, mọi người đều biết, thường gọi là "thầy của trời người", là địa vị thầy giáo. Thầy giáo thế gian vẫn có thù lao, thầy giáo ngày xưa, thù lao không có tiêu chuẩn nhất định, tùy theo giàu nghèo của nhà học trò mà tặng một chút lễ vật cho thầy. Trước đây là vậy, không có học phí cố định, vì vậy thầy giáo rất thanh cao. Chỉ cần quý vị có chí cầu học, quý vị theo thầy, thực sự nhà nghèo, thầy giáo còn phải giúp đỡ quý vị, ngày xưa dạy học là vậy. Nhà giàu có, tất nhiên chăm sóc cuộc sống thầy giáo, vì vậy thu nhập thầy giáo không nhất định, không ổn định, thực sự thanh cao, đáng được người kính trọng.

Hiện nay nhà nước có chế độ, quý vị làm thầy giáo mỗi tháng có lương, có bổng lộc, cuộc sống có bảo đảm, lúc nghỉ hưu còn có một khoản trợ cấp, còn có thể dưỡng lão, so với thầy giáo ngày xưa tốt hơn nhiều. Nhưng, người xuất gia tuy ngày ngày giảng kinh thuyết pháp; trong giảng dạy thì Bộ Giáo dục không công nhận. Chúng tôi ở đây lên lớp, Bộ Giáo dục không cho chúng tôi tiết giảng, cũng không cho chúng tôi lương. Vì vậy chúng tôi ngày nay giảng dạy vẫn như ngày xưa, là mọi người tùy hỷ cúng dường đạo tràng này. Từ đó có thể thấy, người xuất gia phải gánh vác trách nhiệm hoằng pháp lợi sinh, phải tự mình tu hành và giáo hóa người khác, đối với chữ "thầy" mới xứng đáng. Bằng không, ví dụ người thường chúng ta gặp mặt gọi quý vị là thầy, là mắng quý vị. Quý vị chưa từng dạy học, gọi quý vị là thầy không phải mắng quý vị đó sao? Là làm nhục quý vị. Quý vị là dân thường, là người bình thường, chúng tôi gặp quý vị nói "chào tổng thống". Vậy không phải mắng quý vị sao? Đó là mắng người!

Vì vậy, vừa xuất gia, người khác gặp gọi là pháp sư. Câu này nghe xong, quý vị nghĩ xem trong lòng cảm thấy thế nào? Thực sự tự mình tu hành và giáo hóa người khác, tôi xứng đáng; nếu chúng ta căn bản công việc không làm đến, ngày ngày người khác gọi như vậy, tự mình phải phản tỉnh. Quý vị vừa xuất gia, người khác gọi quý vị là pháp sư, nếu quý vị tự mình không nỗ lực, tương lai không thể xứng danh pháp sư, quý vị làm sao xứng đáng với người? Trong tất cả xưng hô chính là khích lệ quý vị, kích thích quý vị, quý vị phải có đạo tâm, quý vị phải nỗ lực, bằng không, hậu quả tương lai không thể tưởng tượng. Chúng ta nhất định không thể sống thờ ơ vô cảm, mê muội như say như mộng, đó thực sự là làm ô danh Phật môn, đó là tội nhân trong Phật pháp, tội này rất nặng. Trong thế gian cơm gì cũng dễ ăn, tại sao chạy đến Phật môn ăn bát cơm này, tạo tội nghiệp nặng như vậy? Đây là lúc chúng ta mới phát tâm, phải hiểu, phải nghĩ đến.

Thực sự mà nói, giảng kinh thuyết pháp cũng không phải mọi người đều làm được, ít nhiều đều có liên quan đến căn lành, phước đức nhân duyên đời trước, nhưng dù tự mình không có khả năng bẩm sinh để thuyết giảng, thì ít nhất cũng phải phát tâm hộ trì đạo tràng. Đó gọi là làm việc gì? Làm việc giúp đỡ bên trong. Như một trường học, có giáo viên, còn có nhân viên, trong trường học có hiệu trưởng, có chủ nhiệm giáo vụ, có chủ nhiệm huấn đạo, còn có những người làm công việc khác. Những nhân viên này không dạy học, nhưng nếu không có những nhân viên này, toàn là giáo viên, trường học này cũng không thành.

Vì vậy Trung Quốc chúng ta từ xưa, trong đạo tràng có chức sự, quý vị phải phát tâm làm chức sự. Như trong một trường học, tôi đã không thể làm giáo viên, tôi làm nhân viên. Nhân viên là giúp sức bên trong, là hộ trì đạo tràng, phối hợp với giáo viên, phát huy rộng rãi giáo dục của Phật. Đây cũng có thể nói là tạm được. Vì vậy, một là học hoằng pháp, một là học làm việc. Học làm việc, phải chính đại quang minh, công chính liêm minh, làm tốt việc của thường trụ, khiến người phát tâm hoằng pháp không có việc lo lắng sau lưng, có thể an tâm nghiên cứu, giảng dạy. Đây là nói về người xuất gia.

Trách nhiệm người tại gia thì lấy hộ trì làm đầu, lấy hoằng pháp làm thứ yếu. Người tại gia cũng có thể hoằng pháp, cũng có thể làm pháp sư, không cần phải xuất gia. Họ làm pháp sư thì giống như giáo viên kiêm nhiệm, người xuất gia là giáo viên chuyên trách. Người tại gia nhất định phải hộ pháp, không có đồng tu tại gia hộ trì, người xuất gia không thể sinh tồn. Vì vậy nhất định phải có người tại gia hộ trì. Hộ trì, các vị phải biết, quan trọng nhất là gì? Là hộ pháp, điều này quan trọng hơn tất cả, lương thực, bốn sự cúng dường còn ở hàng thứ hai, quan trọng nhất là hộ pháp. Ví dụ ngày nay trong và ngoài nước nói đến Phật giáo không ai không than thở, trong Phật giáo không có nhân tài. Tại sao không có nhân tài? Là vì các vị cư sĩ không hộ pháp, không bồi dưỡng, nhân tài từ đâu ra? Ý nghĩa này tôi cũng nói nhiều lần. Thành tựu một pháp sư, là nhờ cư sĩ ngày ngày khích lệ, thúc ép họ thành tài. Người xuất gia cũng là phàm phu, không phải Phật Bồ Tát tái lai, vì vậy phải thúc ép. Thúc ép thế nào? Mời họ giảng kinh, tất nhiên giảng không tốt, đương nhiên. Người mới học giảng kinh, làm sao vừa lên bục giảng đã giảng được hay? Trừ phi là Phật Bồ Tát tái lai.

Thầy Lý ở Đài Trung, tôi thân cận thầy, thầy nói với tôi, thầy đến Đài Loan ngay sau ngày quang phục. Thầy đến sớm, năm Dân quốc thứ 36 (1947)[1] thầy đã đến. Thầy hiểu biết Phật pháp, ở đại lục từng học hỏi nhiều. Ở Đài Trung có mấy vị lão tiên sinh biết thầy hiểu Phật pháp, mời thầy giảng kinh. Thầy giảng kinh ở chùa Pháp Hoa, Đài Trung. Thầy kể với tôi, ngày đầu giảng kinh có hơn hai mươi người, đến ngày thứ hai chỉ còn ba người, đến ngày thứ ba chỉ còn một người. Thầy vẫn giảng, giảng xong hỏi ông ta: "Anh thật ít có, chỉ một mình cũng đến đây nghe." Cuối cùng ông ấy nói: "Ồ không, tôi là người sống ở tại đây."

Thầy Lý nói với tôi, nếu người không có đạo tâm, thấy giảng như vậy, người nghe đều chạy hết như vậy thì nghĩ là không giảng được. Người hoằng pháp phải thực sự có nghị lực, một người, dù một người cũng giảng, cũng rất nghiêm túc giảng, giảng rất hăng hái, như vậy mới được. Nhưng loại người này ít, quá ít!

Đa số cần có người khác thúc ép. Quý vị liên lạc với năm ba người khác, cùng nhau mời vị pháp sư giảng kinh. Phương pháp là như tôi thường nói với quý vị, thỉnh thầy giảng một bộ kinh. Chúng tôi thích nghe kinh A-di-đà, mời pháp sư giảng, thúc ép thầy phải dụng công. Một tuần mời thầy giảng một lần. Như vậy thầy phải chuẩn bị hai, ba mươi tiếng, một tuần bận rộn không ngừng để ứng phó với một buổi giảng này. Thầy giảng dù kém thế nào chúng ta cũng phải chịu đựng, tại sao? Vì chúng ta là bồi dưỡng cho thầy, hộ pháp cho thầy. Một bộ giảng xong lại thỉnh: "Pháp sư, xin giảng lại từ đầu, chúng tôi muốn nghe lần thứ hai." Hai lần giảng xong, còn muốn nghe lần thứ ba. Như vậy có thể thúc ép vị pháp sư này. Nếu quý vị đủ kiên

[1] Sự kiện Đài Loan quang phục xảy ra năm 1945, khi chính phủ Nhật giao lại Đài Loan cho Trung Hoa Dân quốc tiếp nhận.

nhẫn, thúc ép mười năm, pháp sư thành công, đây gọi là hộ pháp! Mọi người đều có thể thúc ép pháp sư như vậy thì pháp sư không giảng không được, không giảng không xong, không giảng cư sĩ không ai đến, giảng thì họ đều đến. Bạn thúc ép từng pháp sư lên đường giảng kinh, tất cả đều thành tựu, người sau mới có kinh để nghe, mới có pháp sư giảng kinh.

Quý vị ngày nay nghe một vị pháp sư lên bục giảng không được hay thì quay đầu bỏ đi. Các pháp sư đều nản lòng, không học nữa, học cái này không có ích, học rồi giảng, họ cũng không nghe. Về sau thế nào? Về sau không có pháp sư, quý vị muốn nghe kinh không có chỗ nghe. Hộ pháp phải như vậy! Phải hộ trì pháp sư mới học đạo. Các pháp sư đã thành tựu thì không cần thiết, không sao. Đặc biệt phải chăm sóc các pháp sư mới học, phải phát tâm làm thính chúng của họ, phải nhẫn nại, họ giảng dở đều phải nhẫn nại. Họ thấy có nhiều người như vậy, ngày ngày có nhiều người nghe, tự họ cho rằng có lẽ mình còn khá, khí thế mới lên được.

Vì vậy, quý vị ngày ngày thấy trong kinh nói hộ pháp, quý vị đều không biết hộ pháp như thế nào. Pháp sư chính là bồi dưỡng như vậy, không dùng phương pháp này, tôi thấy không có phương pháp nào khác có thể đào tạo pháp sư. Vì vậy ngày nay trách nhiệm đào tạo pháp sư, bồi dưỡng pháp sư, nằm trên đôi vai của các ưu-bà-tắc, ưu-bà-di. Quý vị phải hiểu, quý vị đối với Phật môn phải gánh vác trách nhiệm rất lớn, giống như người bảo mẫu của pháp sư.

Đối với việc cúng dường sinh hoạt, nhất định không thể quá nhiều. Nhiều là hại thầy, điều này phải nhớ. Thầy không có ăn, cúng dường một chút đồ ăn; không có mặc, cúng dường một chút quần áo. Tuyệt đối không đưa nhiều tiền, khiến họ gửi tiền ngân hàng càng nhiều, càng nhiều càng không muốn bỏ, như vậy là hỏng, đó là quý vị đi theo ma đạo, là phá hoại Phật pháp. Người phát tâm xuất gia, quý vị lại kéo họ từ người xuất gia trở lại, bảo họ hoàn tục. Hình thức không hoàn tục nhưng tâm hoàn tục, trong tâm lưu luyến danh tiếng, lợi lộc là hoàn tục. Vì vậy, cúng dường không thể quá nhiều, đủ dùng là được. Đặc biệt không nên cúng dường đạo tràng, "tôi xây một ngôi chùa cúng dường thầy", vốn dĩ họ xuất gia, không có nhà, bây giờ quý vị tặng họ một căn nhà, lại khiến họ vào nhà, như vậy hỏng. Pháp sư đó còn nói: "Đây là đại hộ pháp của tôi, ông ta đối với tôi thật tốt, các bạn xem ông ta cúng dường tôi căn nhà." Kỳ thực đó là ma, quý vị phát tâm xuất gia, ông ta tặng một căn nhà khiến bạn lại quay vào, điều này không được! Cúng dường chỗ ở là gì? Cho mượn chỗ ở, quyền sở hữu là của tôi, tôi cho mượn ở, như vậy được. Quyền sở hữu không thể cho họ, cho họ thế nào? Là họ hoàn tục, hình thức không hoàn tục, tâm hoàn tục, bây giờ họ lại có nhà, có nghiệp. Có thể cho mượn ở, không có chỗ ở có thể cho mượn ở, cho mượn tu hành, cho mượn hoằng pháp.

Vì vậy, trước đây ở Ấn Độ, thời Đức Phật Thích-ca tại thế, những tinh xá đều có chủ. Kinh Pháp Hoa giảng ở núi Linh Thứu, Kinh Kim Cang, Kinh A-di-đà ở vườn Kỳ Thọ Cấp Cô Độc, ở đó giảng kinh rất nhiều, nhiều kinh điển Đại thừa quan trọng đều giảng ở đó. Những nơi đó tinh xá đều là của cư sĩ, cư sĩ gọi là cúng dường Phật, cúng dường đệ tử Phật, cúng dường là cho mượn ở, không phải cho quyền sở hữu, không phải, Phật không cần. Mời ngài ở gọi là cúng dường, cúng dường như vậy, không phải cho quyền sở hữu. Mời Ngài ở đây giảng kinh hoằng pháp, ở đây tu hành. Phật pháp truyền đến Trung quốc sau đó, tất cả tiếp đãi người xuất gia, cúng dường người xuất gia, đa số là tự viện nhà nước xây. Vì vậy, bạn ở đại lục thấy trong tự viện biển ngạch “sắc kiến”, sắc kiến là hoàng đế ra lệnh xây. Không phải lấy tiền quốc khố, là tiền tài chính quyền địa phương, như vậy xây dựng. Vì vậy tài sản đều thuộc của công, không có tư nhân. Vì vậy trong tự viện, Phật môn tự viện thực sự dân chủ, trụ trì là được bầu cử, đại chúng ở trong tự viện cùng nhau suy cử, bầu trụ trì. Trụ trì bầu ra sau đó, những chức sự phía dưới, giống như nội các, đó là do trụ trì bổ nhiệm. Bổ nhiệm cũng là luân phiên, một năm thỉnh một lần, một năm đổi một lần, vì công việc này mọi người luân phiên làm, đó là làm công việc nội hộ. Vì vậy, chế độ dân chủ ba ngàn năm trước trong Phật môn đã thực hiện triệt để. Phật môn nói “yết-ma” là tiếng Ấn Độ, dịch sang hiện nay gọi là hội nghị. Việc quan trọng mọi người cùng nhau họp để thông qua. Quý vị xem trong yết-ma, “bạch tứ yết-ma”, đó là việc lớn nhất, giống như trong nghị viện thông qua bốn lần. Quý vị xem hiện nay các viện Lập pháp, nếu là việc quan trọng thì thông qua ba lần, trong Phật môn thông qua bốn lần. Việc quan trọng nhất là bốn lần mới có thể thông qua, gọi là bạch tứ yết-ma, yết-ma là hội nghị. Chế độ dân chủ rất hoàn thiện trong Phật môn chúng ta, đặc biệt trong tòng lâm.

Vì vậy chúng ta biết hộ pháp nên hộ thế nào. Phải hiểu, bằng không thì làm việc phá hoại Phật giáo còn tự cho là đại hộ pháp, điên đảo. Những ý nghĩa này nếu không nắm rõ, thực sự chúng ta trong Phật môn làm nhiều việc sai, tạo nhiều tội nghiệp, lại tự cho là làm nhiều việc tốt, làm nhiều công đức, quý vị thấy không điên đảo sao?

Vì vậy, nên giúp người xuất gia tiến bộ, giúp họ tăng trưởng định, tuệ, tuyệt đối không thể chướng ngại họ, càng không thể phá hoại họ, đây là trách nhiệm của ưu-bà-tắc, ưu-bà-di. Công việc hộ trì làm tốt, công đức vô lượng vô biên.

Việc này làm, nói với các vị, thực tế không khó. Bồi dưỡng một pháp sư, mời họ thuyết pháp, tự ở nhà có thể làm. Mời năm, sáu người, mười tám người thực sự nhiệt tâm, tín đồ Phật giáo chánh tín, đồng tu của mình, một tuần mời một pháp sư đến nhà giảng kinh, như vậy bồi dưỡng họ, vì bạn không có nơi lớn. Bạn nói tìm một tự viện, tôi muốn mời một pháp sư đến rèn luyện giảng kinh, tự viện nhất định không đồng ý. Ở nhà quý vị giảng, giảng ba năm, năm năm, gần được, vị pháp sư này huấn luyện gần như có thể lên bục giảng, chúng ta lại nghĩ cách tìm đạo tràng, mời thầy lên bục giảng. Trước tiên phải huấn luyện tốt cho thầy bằng phương pháp này.

Thầy Lý ở Đài Trung lúc đầu huấn luyện học sinh là ở nhà, có mấy nhà cư sĩ, thứ hai ở nhà ông A, thứ ba ở nhà ông B, đều cố định, mỗi nhà giảng một bộ kinh, học sinh luyện tập như vậy. Về sau có Liên Xã, có chùa Linh Sơn, mới có nơi lớn hơn để luyện tập. Không thường xuyên luyện tập như vậy, không ra giảng được.

Phần trước tôi đã nói qua, trước đây trong đề kinh đặc biệt nói với các vị, Đức Phật Thích-ca Mâu-ni trong đời quá khứ lâu xa khi còn ở nhân địa, con của Đức Phật Đại Thông Trí Thắng, từ việc giảng lại mà đặt nền tảng. Vì vậy, không giảng quyết định không được. Giảng, tất nhiên có thính chúng, thính chúng chính là hộ pháp, thính chúng chính là thầy giáo, hộ pháp chân chính. Như vậy mới thúc ép một pháp sư mới học thành tài, không để họ giải đãi, lười nhác. Họ học một, hai năm, có chút cơ sở, tín tâm cũng kiến lập, họ giảng một lần, thời gian chuẩn bị dần rút ngắn. Lúc đầu giảng cần tất cả hai ba mươi tiếng để chuẩn bị; giảng hai ba năm, chuẩn bị một lần khoảng mười tiếng, lúc này thế nào? Một tuần mời quý vị giảng hai lần, vì giảng một lần quý vị sẽ giải đãi. Tức là không để quý vị giải đãi, nhất định phải thúc ép quý vị suốt ngày bận rộn, thúc ép cho thành tài.

Có chí học Phật, dù tại gia hay xuất gia, Bồ Tát Quán Thế Âm nhất định đều giúp đỡ, có thể thỏa mãn đại nguyện của quý vị. Ở đây có những danh từ như tỳ-kheo là gì, ưu-bà-tắc là gì... tôi không giải thích. Các vị không hiểu thì tự tra từ điển, các danh từ này có thể tra được. Để tiết kiệm thời gian nên ở đây không giải thích.

Mời quý vị xem tiếp đoạn dưới, đoạn nhỏ thứ năm, nói về "thân phụ nữ".

"Nếu phải dùng thân phụ nữ là trưởng giả, cư sĩ, tể quan, bà-la-môn mới có thể hóa độ, liền hiện ra những thân phụ nữ như vậy thuyết pháp."

Trong chú giải nói, "bên trong tu sửa tự thân chân chánh để tu sửa việc nhà, việc nước, liền hiện các thân phụ nữ đức hạnh, hiền thục". Phụ nữ làm chủ trong nhà, đây là nói trước đây, nếu Phật giảng kinh và lúc này tất nhiên sẽ không nói vậy. Phật giảng kinh là trong chế độ xã hội lúc đó, phụ nữ làm chủ trong nhà, nam giới làm chủ việc bên ngoài, trong ngoài có khác, như vậy mới có thể ổn việc nhà, yên việc nước. Thực tế mà nói, chế độ này không phải không tốt, thực sự có ưu điểm. Hiện nay, tuy trong ý thức hình thái các phương diện chúng ta đều có thay đổi lớn, phụ nữ cũng rời khỏi gia đình, cũng đi vào xã hội cạnh tranh như nam giới, thậm chí cũng tham chính.

Nhưng quý vị có nghĩ đến hậu quả? Vợ chồng đều ra ngoài làm việc, cũng tốt, nhưng con cái bỏ ở nhà, giao người khác trông nom, kết quả về sau gia đình gặp rắc rối. Con cái từ nhỏ mất tình mẹ, thì rất ít đi theo chính đạo, quý vị được cái này mất cái kia. Đến lúc con cái quý vị thành du đãng, con gái hư, làm con bại gia, lúc đó rắc rối đến. Ai tạo ra? Tự mình có trách nhiệm, không thể đổ trách nhiệm cho người khác, cho xã hội, cho giáo dục... Không được, tự mình phải chịu trách nhiệm lớn.

Trước đây cống hiến của người làm mẹ so với phụ nữ hiện nay đối với xã hội, quốc gia, dân tộc, theo tôi nghĩ lớn hơn nhiều. Vì họ là bảo mẫu của quốc gia, dân tộc, người hiền tài của quốc gia do họ ân cần bồi dưỡng, thực sự vĩ đại. Nếu họ cũng tham chính, ra làm việc, trách nhiệm này không làm đến. Vì vậy phụ nữ làm chủ trong nhà là có ý nghĩa. Ý nghĩa này rất sâu, quý vị phải suy nghĩ kỹ.

Ngày nay xã hội chúng ta tại sao thanh thiếu niên có nhiều vấn đề bất ổn như vậy? Ngày xưa làm sao có? Quý vị xem trong lịch sử, không tìm thấy, căn bản không có! Tại sao? Vì người mẹ đều làm tròn trách nhiệm. Ngày nay trong xã hội, thanh thiếu niên có nhiều vấn đề nghiêm trọng như vậy, nói cách khác là vì những người mẹ đều rời khỏi gia đình, đều ra ngoài làm việc, mới mang đến tai nạn lớn như vậy cho quốc gia xã hội. Lúc còn là thanh thiếu niên đã học thói hư hỏng, tương lai trưởng thành, quý vị nghĩ xem quốc gia này còn thái bình không? Mọi người còn có ngày tốt không? Còn có xã hội an ổn lâu dài, bình an lợi lạc được không? Vì vậy người nay thực sự cách nhìn không dài, không xa như người xưa. Người xưa suy nghĩ mọi việc rất chu đáo, tinh tế. Ngày nay chúng ta chỉ nhìn bề ngoài, không biết được hậu quả nghiêm trọng.

Vì vậy, Bồ Tát phát tâm làm phụ nữ, là mạch sống ổn định duy nhất của quốc gia. Quốc gia có người hiền tài, có thánh nhân xuất hiện hay không, nhìn người mẹ có làm tròn trách nhiệm hay không. Đây là nói Bồ Tát tại sao phát tâm, người thế gian cũng có người phát tâm, thực sự phát tâm làm thân nữ là vì quốc gia, vì dân tộc, vì toàn nhân loại bồi dưỡng người hiền tài, bồi dưỡng thánh nhân, tương lai có thể tạo phúc xã hội, giáo hóa chúng sinh. Trách nhiệm này thần thánh biết bao, làm sao chúng ta có thể xem thường? Vì vậy, trách nhiệm của phụ nữ là giúp chồng dạy con, trách nhiệm này vĩ đại hơn tất cả, đây là ý nghĩa làm chủ bên trong. Không có bên trong, làm sao có bên ngoài? Thời đại ngày nay thay đổi, nhưng chúng ta cũng không thể không hiểu ý nghĩa này. Thực sự hiểu được ý nghĩa này thì tư tưởng quý vị tự nhiên thay đổi.

Người Trung quốc thông minh vẫn không ít, tôi nhìn thấy, trong nước và ngoài nước đều thấy. Vợ chồng lúc không có con, cả hai đều làm việc, vừa có con, vợ ở nhà dạy con, không làm việc, thà cuộc sống khổ một chút, không làm việc, chính xác! Mẹ tự chăm sóc con, tốt hơn bất kỳ ai, tương lai con cái thành tài, thành nhân tài. Tự mình hiện tại bỏ một công việc, thu nhập ít một chút, cuộc sống thanh đạm một chút, con cái dạy tốt, đời sau tốt. Đây là thực sự có trí tuệ, nhìn thấy xa rộng. Phát tâm lớn lao hơn, tôi muốn con cái tôi tốt, không chỉ vì gia đình tương lai rạng rỡ, mà hy vọng đứa trẻ này có thể thành hiền tài trong xã hội, tương lai có thể tạo phúc xã hội, có thể vì tất cả chúng sinh tạo phúc. Con cái thành thánh hiền, bạn là mẹ của thánh hiền. Ngày nay chúng ta nhắc Mạnh Tử, ai không nghĩ đến mẹ Mạnh Tử? Bà dạy con trai tốn bao tâm huyết. Chúng ta nhắc Nhạc Phi, thành tựu của Nhạc Phi là do mẹ ông dạy. Không có người mẹ tốt như vậy, quốc gia chúng ta làm sao có người hiền tài tốt như vậy? Từ đó có thể thấy, trách nhiệm của phụ nữ vốn dĩ nặng hơn nam giới rất nhiều. Họ là bồi dưỡng mầm non quốc gia dân tộc, nam giới chỉ là chăm chỉ làm việc, là giúp đỡ họ, phụ đạo họ, trách nhiệm thực sự do họ đảm đương. Bỏ trọng trách lớn như vậy, đi làm công việc nhẹ nhàng, bỏ gốc theo ngọn, cái được không bằng cái mất.

Từ đó, quý vị cũng nghe ra một chút ý của tôi. Tôi không tán thành phụ nữ ra ngoài làm việc. Quý vị chưa kết hôn thì có thể, không có con cái cũng có thể; khi có con cái, ra ngoài làm việc, tuyệt đối không phải việc tốt! Con cái quý vị tương lai có thể thành người tốt, thành nhân tài, tôi đều không dám tin. Quý vị nói gia đình tương lai hưng thịnh, tôi cũng không dám tin. Dù ngày nay quý vị có sự nghiệp hiển hách, đến lúc nghỉ hưu là xong, không có người kế thừa, tuổi già của quý vị vẫn không tốt. Quý vị có thể chăm sóc con cái tốt, tuổi già quý vị có phước hưởng. Đừng lúc trẻ hưởng hết phước, đến tuổi già chịu khổ, như vậy rất đáng thương. Quý vị không tin, cứ xem kỹ xã hội hiện nay, quý vị sẽ hiểu.

Chúng ta xem đoạn tiếp theo:

"Nếu phải dùng thân đồng nam, đồng nữ mới có thể hóa độ, liền hiện thân đồng nam, đồng nữ thuyết pháp."

Trong chú giải nói, "chúng sinh thanh tịnh nam căn, liền hiện đồng nam. Không chịu xâm hại, liền hiện đồng nữ. Xâm hại là nói người nữ không trinh thục, do hành vi không kín đáo, bị người khác xâm hại". Ý nghĩa này, tôi nghĩ các vị xem qua liền có thể hiểu.

Những vụ án tình dục ngày nay trên báo gần như ngày nào cũng thấy, ngày xưa không hề có, không thấy những việc này. Tại sao? [Phụ nữ] không phô bày, quần áo mặc chỉnh tề, cánh tay còn sợ người khác nhìn thấy, không dễ thấy, mọi người gặp đều kính trọng. Ngày nay thế nào? Ngày nay mặc đồ hở hang, toàn thân lộ ra. Vì vậy những vụ phạm tội tình dục mới nhiều, có ý nghĩa, không phải không có ý nghĩa. Từ đó có thể thấy, giáo dục, quy phạm của người xưa ở Trung quốc thực sự là phòng ngừa sai trái; lễ của Nho gia giống giới luật Phật pháp, phòng ngừa sai trái. Đối với xã hội, là nguồn gốc ổn định xã hội; đối với tu đạo, đây là căn bản của đạo nghiệp, mới có thể được thân tâm thanh tịnh.

Nam, nữ thực sự có người phát tâm, nhưng người phát tâm không nhiều, gọi là cả đời độc thân, cũng có. Loại người này đa số đối với một loại công việc, họ có hứng thú đặc biệt. Quý vị xem nhiều thầy giáo chuyên giảng dạy, cả đời làm công tác giáo dục, họ không kết hôn. Họ đối với công việc có hứng thú, họ có thể chuyên tâm, làm tốt việc này. Những người này không phải xuất gia. Người xuất gia, phần trước đã có nói qua về tỳ-kheo, tỳ-kheo-ni. Ở đây chỉ người tại gia, không phát tâm xuất gia, nhưng thích độc thân, thích sống thanh tịnh. Bồ Tát cũng hiện thân đồng loại để vì họ thuyết pháp.

Kinh văn đến đây là một đoạn. Đây là gì? Đều là cầu nguyện của tự tâm chúng ta, Bồ Tát đều có thể cảm ứng, đây là thuận cầu. Tiếp theo là nghịch cầu, cầu gì? Cầu xa lìa, hiện tại tự mình có khổ, hy vọng có thể rời khỏi, phía trước đều là hy vọng có thể được. Chúng ta xem đoạn tiếp theo "thân tám bộ".

"Nếu phải dùng những thân trời, rồng, dạ-xoa, càn-thát-bà, a-tu-la, ca-lâu-la, khẩn-na-la, ma-hầu-la-già, người và phi nhân mới có thể hóa độ, liền hiện ra những thân như vậy thuyết pháp."

Chú giải này các vị tự xem, pháp sư chú rất đơn giản. Đây nói về tám bộ quỷ thần, tám bộ quỷ thần có chỗ khổ của họ. Nói quỷ thần có khổ, chúng ta có thể hiểu, nhưng ở đây có "trời", chư thiên tại sao không muốn ở trên trời hưởng phước, cũng muốn xa lìa? Họ xa lìa thì đi đến đâu? Đến cõi người. Ở đây có một ý nghĩa. Trên trời vui nhiều khổ ít, vui nhiều khổ ít tu học có chướng ngại, gọi là "giàu sang học đạo khó", tâm hướng đạo không dễ kích phát. Nếu họ muốn ra khỏi ba cõi, muốn chứng thánh quả, trên trời tu hành không thuận tiện bằng cõi người. Vì vậy chư Phật thị hiện thành Phật tất nhiên là ở cõi người. Quý vị xem tất cả kinh, không nghe nói vị Phật nào thị hiện trên trời thành Phật. Không, trong sáu đường, đều ở cõi người, điều này nói lên thân người khó được mà quý báu. Quý báu ở đâu? Là trong cõi người tu đạo dễ nhất, thuận tiện nhất. Chư Phật Bồ Tát giáo hóa chúng sinh thành thục đều ở nhân gian. Vì vậy chư thiên có một số giác ngộ, phát tâm học đạo, nhưng trên trời tu học không thuận tiện, hy vọng đến cõi người. Họ có ý nguyện này, cầu Bồ Tát Quán Thế Âm. Bồ Tát Quán Thế Âm giúp họ. Giúp họ rời khỏi cõi trời, sinh đến cõi người, nói với họ pháp vô thường, khổ, không, vô ngã, thỏa mãn nguyện vọng của họ.

Thứ hai, nói đến loài rồng. Rồng trong Phật pháp nói có bốn loại. Loại thứ nhất là rồng giữ thiên cung. Loại thứ hai gọi là rồng kéo mây làm mưa, người thế gian gọi là long vương. Loại thứ ba là rồng khai mở sông ngòi. Loại thứ tư là rồng giữ kho báu. Vì vậy, chủng loại rất nhiều, gọi chung là "các loài rồng". Rồng có thể biến hóa, lúc bình thường đa số biến thành hình người. Nhưng lúc sinh ra, lúc ngủ, lúc giận dữ, lúc chết, nhất định khôi phục hình dạng ban đầu, đây cũng là chỗ khổ sở của loài này. Ngoài ra, lúc bình thường còn có mấy phiền não, cũng là thống khổ. Loại thứ nhất, vảy rồng rất bẩn, không cách nào làm sạch, thường cảm thấy như cát nóng đốt thân mình, thống khổ. Một loại khác là gió có thể thổi hư hỏng cung điện rồng. Loại thứ ba là loài chim kim xí ăn thịt rồng, thường đến ăn nó. Vì vậy, nó cũng có nhiều thống khổ.

Trong kinh A-hàm nói, loại chúng sinh này thuộc đường súc sinh. Trong đường súc sinh linh tính rất cao. Đời trước tu hành, phước báo của rồng rất lớn, như phước báo long vương rất lớn. Đa số là tâm sân hận quá nặng, phạm giới, đấu tranh, nhưng họ cũng tu phước, với nghiệp nhân như vậy mới đọa vào loài rồng. Vì trước đây có bố thí, nên có phước báo lớn, cung điện cũng có thất bảo trang nghiêm. Ngay trong nhân gian quý vị cũng thấy, Bắc Cảng Ma Tổ chính là long vương, quý vị xem có biết bao người cúng dường, biết bao người tế bái. Có lẽ ở Đài Loan, Ma Tổ đều thuộc long vương. Họ cũng có nỗi khổ, họ cũng muốn rời khỏi loài đó, sinh vào cõi người tu hành chứng quả. Nếu họ phát tâm này, Bồ Tát Quán Thế Âm nhất định giúp họ, liền hiện thân đồng loại, hiện thân rồng để dạy họ bố thí, trì giới, nói nhẫn nhục, nhu hòa, nói nhân từ, khiêm nhường, khiến họ có thể rời khỏi loài đó. Tại sao? Những đức hạnh này không tương ứng với loài đó, tự nhiên sẽ thoát ly.

Quý vị phải nhớ, nghe ở đây phải có khải thị, tiêu chuẩn đức hạnh của quý vị vượt loại này, tự nhiên thoát ly. Như Khổng Tử nói "vật dĩ loại tụ, nhân dĩ quần phân", quý vị có đức hạnh khác loại, tự nhiên rời khỏi. Quý vị giống họ, đều như nhau, làm sao có thể rời khỏi? Không thể rời khỏi. Chúng ta cảm thấy làm người, làm người quá khổ, thực sự khổ, người trung niên trở lên đều có thể nhận hiểu, làm người rất khổ. Chúng ta nâng cao phẩm đức, sự tu dưỡng vượt khỏi cõi người thì siêu việt. Siêu việt thông thường siêu đến cõi trời, vẫn không triệt để, vẫn phiền phức. Vì vậy Phật dạy chúng ta tu tịnh nghiệp, đó là nâng cao chúng ta, nâng cao đến tiêu chuẩn thế giới Tây phương Cực Lạc, chúng ta có thể thoát ly sáu đường trong cõi Ta-bà, có thể đến thế giới Tây phương Cực Lạc. Đây là phương pháp tốt nhất. Vì vậy khi chúng ta nhìn thấy những hạng quỷ thần này, chúng ta nên tự mình giác ngộ.

"Dạ-xoa", trước đây chúng ta từng đọc qua. Tiếng Phạn là dạ-xoa, dịch sang tiếng Trung quốc là "nhanh chóng, tốc độ"; nói cách khác, tốc độ của loài này rất nhanh, có tốc độ di chuyển rất lớn. Cũng dịch là dũng kiện, thân thể rất khỏe mạnh, có sức lực, động tác rất nhanh. Trong kinh Phật nói có ba loại, có dạ-xoa đi trên đất, dạ-xoa đi trên không trung, dạ-xoa có thể bay. Hạng quỷ thần này cũng rất thích Phật pháp, vì vậy trong hộ pháp thần nhất định có họ. Đã tin Phật pháp, tất nhiên biết thống khổ của mình, họ do bạo ác đọa vào loài này, cũng muốn rời khỏi loài này. Chỉ cần họ phát tâm muốn bỏ thân dạ-xoa, Bồ Tát Quán Thế Âm liền hiện thân dạ-xoa, vì họ nói pháp trì giới tu phước, nhu hòa nhẫn nhục. Đức hạnh không tương ưng với loài đó, siêu việt thì tự nhiên rời khỏi.

Ly và hợp là ý nghĩa đơn giản, là chí thú có tương đồng. Chí thú tương đồng, chí đồng ý hợp thì tập hợp cùng nhau. Chí không đồng, đạo không hợp thì tất nhiên rời khỏi, đây là ý nghĩa tất nhiên. Bồ Tát làm sao khiến họ thoát khỏi? Là nâng cao chí thú của họ, nâng cao đạo đức của họ, không giống, không tương ứng với loài đó, tự nhiên rời khỏi. Phương pháp tương tự, Phật dạy chúng ta rời khỏi sáu đường, vãng sinh thế giới Tây phương Cực Lạc, cũng chính là ý nghĩa này. Thế giới Ta-bà tâm người tán loạn, ô uế, Phật dạy chúng ta tu nhất tâm. Tu nhất tâm thì không tán loạn, không giống tâm người thế gian. Tâm thanh tịnh, tâm người thế gian ô nhiễm, không giống nhau, không giống nhau tất nhiên siêu việt. Phật pháp nói đạo lý, không mê tín, không mù quáng. Bồ Tát Quán Thế Âm dạy câu nào cũng hợp tình hợp lý, không một chút miễn cưỡng, như vậy mới lìa khỏi.

"Càn-thát-bà" cũng là tiếng Phạn, dịch sang tiếng Trung quốc gọi là hương ấm. Ấm là ấm trong ngũ ấm, hương là hương chúng ta đốt, tên gọi là hương ấm. Đây là một loại quỷ thần, trong kinh nói là nhạc thần của Đế Thích thiên, như ca kỹ. Chúng ta thường nghe nói nhạc trời nghênh đón trên không trung, chư thiên diễn tấu âm nhạc, chính là những vị này diễn. Họ rất có hứng thú với hương, ngửi mùi hương họ vui, họ sẽ tấu nhạc. Vì vậy Đế Thích thiên cần diễn tấu âm nhạc thì đốt hương, họ ngửi thấy mùi hương họ đến, vì vậy gọi là hương ấm, tìm hương đến. Họ muốn rời khỏi loài này, Bồ Tát hiện thân tương tự, cũng hiện thân càn-thát-bà, vì họ nói lìa tham dục, không phóng dật. Họ muốn đến cõi người, phải bảo họ tu năm giới, mười nghiệp lành, mới có thể cảm được thân người.

"A-tu-la" cũng là tiếng Phạn, dịch sang tiếng Trung quốc gọi là "phi thiên". Trong kinh Lăng Nghiêm, Phật nói với chúng ta, chủng loại a-tu-la rất nhiều, có a-tu-la trên trời, a-tu-la nhân gian, súc sinh và ngạ quỷ, mỗi loài cũng đều có a-tu-la. Nếu chỉ nói a-tu-la, đa số chỉ a-tu-la trên trời, vì a-tu-la cõi người hợp chung với loài người. Thực tế chỉ có năm đường, không có sáu đường, nói sáu đường là tách a-tu-la trên trời ra, như vậy gọi là sáu đường. Vì vậy trong kinh thường thấy, năm đường luân hồi. Quý vị thấy năm đường, sao sáu đường thiếu mất một đường? Nói sáu đường, sao so năm đường nhiều hơn một đường? Phải biết đó là khai hợp khác nhau, do hợp lại, tách ra. Sáu đường chỉ a-tu-la trên trời, a-tu-la trên trời có phước báo như trời, nhưng không có phẩm đức của trời. Đời trước ở nhân gian tu phước báo quá lớn, được lên trời hưởng phước. A-tu-la trên trời, kinh Phật nói với chúng ta, nam giới tướng mạo rất xấu, nữ giới rất đẹp, vì vậy chư thiên đều muốn lấy nữ a-tu-la làm vợ. Nam giới a-tu-la rất hung ác, thường đánh nhau với Đế Thích thiên, vì vậy làm Ngọc Hoàng cũng không thái bình, cũng có người tìm gây phiền phức, cũng có nhóm người này tạo loạn. Nhân gian khổ, trên trời cũng không tốt, điều này chúng ta phải biết.

Đức Phật dạy, những người này có nhân tu hành, tức là lúc tu hành trong cõi người, tuy giữ năm giới, tuy tu đạo đức làm người, nhưng tính tình họ đa nghi, hiếu thắng, thích thể hiện, có những tập khí như vậy. Vì vậy, dù tu thiện sinh lên trời, tập khí xấu này vẫn chưa dứt, nên đọa vào a-tu-la đạo. Nếu họ giác ngộ, biết phiền não này rất khổ, a-tu-la không có người tự mình cũng nổi giận, như vậy rất phiền phức, tâm không định được, không được thanh tịnh. Phật hiện thân a-tu-la, vì họ nói từ bi, nhẫn nhục khiêm nhường, khiêm hạ, cung kính, dạy họ mười pháp lành, giúp họ thoát ly.

"Ca-lâu-la" cũng là tiếng Phạn, dịch sang tiếng Trung quốc là chim kim xí, chúng ta gọi là "đại bàng kim xí điểu". Chim này thân thể rất lớn, ăn thịt loài rồng. Trong kinh Phật nói rất nhiều. Có một lần long vương tìm đến Phật, nói kim xí điểu muốn ăn tôi, tôi không có cách, con cháu tôi đều bị nó ăn hết. Phật bảo kim xí điểu phát tâm từ bi, không làm tổn thương thân mạng chúng sinh. Kim xí điểu nói, tôi không ăn rồng, tôi chết đói. Vậy cũng không được, Phật hai bên đều cứu hộ. Vì vậy trong thí thực, quý vị xem trong Phật môn thí thực, trong bài kệ thí thực có câu "đại bàng kim xí điểu, khoáng dã quỷ thần chúng, la-sát quỷ tử mẫu, cam lộ tất sung mãn". Vì các loài ấy chú nguyện, khiến thức ăn trong Phật pháp bố thí họ cũng được một phần, không cần làm tổn thương thân mạng chúng sinh. Phật Bồ Tát hiện thân đồng loại, vì họ nói nhân từ, quý tiếc thân mạng chúng sinh, giúp họ thoát ly loài này.

"Khẩn-na-la" cũng thuộc nhạc thần Đế Thích thiên. Loại thần này, khẩn-na-la cũng dịch là nghi thần, người thấy sẽ nghi ngờ. Vì sao? Hình dạng giống người, nhưng trên đầu có thêm một sừng, mọc một sừng, hình dạng giống người. Vì vậy nói giống người nhưng không phải người. Thời Đường dịch là ca thần, nếu Đế Thích thiên mời Phật Bồ Tát đến đó giảng kinh thuyết pháp, các vị biết, trong buổi giảng kinh thuyết pháp tất nhiên có âm nhạc, như chúng ta trước khi giảng kinh, trước tán, niệm Phật, giảng xong tán hồi hướng, đều là âm nhạc. Ai phụ trách diễn tấu âm nhạc? Chính là khẩn-na-la. Âm nhạc họ diễn tấu, hoàn toàn thuộc chương nhạc trong Phật pháp, chương nhạc thanh tịnh, không phải âm nhạc thế tục, đây là điểm khác với phía trước. Càn-thát-bà diễn tấu là chương nhạc thế tục, âm nhạc thế tục thông thường, vị thần này phụ trách diễn tấu; phạm âm trong Phật môn, do khẩn-na-la diễn tấu, diễn tấu chương nhạc phạm âm có thể khiến thân tâm được thanh tịnh. Họ phát tâm rời khỏi đồng loại, Phật cũng có thể hiện thân, hiện thân tương tự vì họ thuyết pháp. Họ là người học âm nhạc, tất nhiên Phật dùng pháp môn âm nhạc độ họ, nâng cao tài nghệ âm nhạc, tu dưỡng âm nhạc của họ.

Từ đó có thể thấy, Phật giáo hóa chúng sinh tùy người thí giáo, quý vị ở phương diện nào có sở thích, phương diện nào có sở trường, phương diện nào có nguyện vọng, Ngài ở phương diện đó giáo hóa quý vị, nâng cao cảnh giới của quý vị. Quý vị kỳ vọng nâng cao đến cảnh giới nào, Bồ Tát có thể giúp quý vị đạt đến cảnh giới đó, thực sự có cầu có ứng. Nếu quý vị không niệm Bồ Tát Quán Thế Âm thì làm sao được? Quý vị nên miệng niệm, tâm tưởng nhớ, thân lễ bái, thực sự có cầu có ứng. Quả thật ba nghiệp đều thành kính thì cảm ứng rất nhanh.

Hôm nay đã hết thời gian, phần sau còn có "ma-hầu-la-già, người và phi nhân", hai câu này sáng mai chúng ta giảng.

Bài giảng thứ mười một

Tháng 12 năm 1983
Hoa Tạng Đồ Thư Quán,
Cảnh Mỹ, [Đài Bắc], Đài Loan
Số lưu trữ: 08-004-0011

Mời quý vị mở [sách Pháp Hoa Kinh Đại Thành, quyển hạ], trang 832.

Lần trước đã giảng đến Tám bộ chúng. Trong các thân [Bồ Tát hóa hiện] thành tám bộ chúng, câu cuối cùng nói đến "người và phi nhân". Câu này bao gồm hết thảy các chúng sinh khác ngoài tám bộ chúng.

Cõi người trong hiện tại được xem là cõi căn bản của chúng ta. Tám bộ chúng đều mong được thân người, vì được thân người là thuận tiện cho việc tu tập đạo Phật. Chúng ta đã được thân người thì đều cầu mong trong một đời này chứng đắc giải thoát. Trong các loại giải thoát, thù thắng nhất không gì hơn thế giới Tây phương Cực Lạc. Chúng ta có thể thấy điều này trong một đời giáo hóa của Thế Tôn. Đức Phật ra đời, ban đầu ở tại Bồ-đề Đạo tràng vì bốn mươi mốt vị Pháp thân Đại sĩ mở ra thuyết giảng kinh Đại Phương Quảng Phật Hoa Nghiêm, rồi cũng quy hướng về Tây phương Tịnh độ. Đây là vấn đề chúng ta cần lưu ý. Hãy xem phần cuối "Thập đại nguyện vương đạo quy Cực Lạc". Pháp hội cuối cùng chính là hội Pháp Hoa. Trong hội Pháp Hoa cũng hết sức khuyến khích chúng ta cầu vãng sanh.

Phẩm Phổ Môn trong kinh Pháp Hoa là một phẩm trọng yếu, nên ngày xưa Đại sư Trí Giả chú giải phẩm này, đưa ra lưu hành riêng. Cũng giống như đối với Thập đại nguyện vương, Đại sư Thanh Lương cũng đưa ra lưu hành riêng biệt.

Đại sư Trí Giả suốt đời hoằng dương kinh Pháp Hoa, kiến lập tông Pháp Hoa, tức là tông Thiên Thai. Ngài giảng dạy y theo kinh Pháp Hoa, về giáo lý đều dựa vào lý luận, phương pháp của kinh Pháp Hoa, nhưng pháp môn ngài tu tập là Tịnh độ. Lúc lâm chung, ngài vãng sanh thế giới Tây phương. Chúng ta xem trong Tịnh Độ Thánh Hiền Lục, Vãng Sanh Truyện, đều thấy có truyện tích về ngài. Do đó biết rằng, vãng sanh Tây phương mới là cứu cánh dừng nghỉ của sự tu hành. Nếu không lấy đó làm mục tiêu, muốn thoát ly sáu đường luân hồi thật không dễ dàng. Bồ Tát Quán Thế Âm dạy phương pháp thoát khỏi cõi người, thoát khỏi thế giới Ta-bà, vì chúng sanh nói pháp môn này.

Ngoài ra còn có "phi nhân", chỉ những loài trước đó chưa bao gồm, dùng chữ này đều thâu nhiếp hết. Như cổ đức nói hữu hình, hữu sắc, như loài tinh linh tốt xấu lẫn lộn, trong kinh tuy không nói nhưng cũng bao gồm trong đó. Người đời gọi là loài linh quỷ, không bao gồm trong tám bộ chúng. Những linh quỷ này tuy cũng có chút thần thông, họ cũng có những nỗi khổ riêng, cũng không muốn mãi đắm chìm trong cảnh giới đó nên luôn muốn thoát ly nhưng không tìm ra phương pháp. Bồ Tát đại từ đại bi, chỉ cần họ nhất tâm xưng niệm thì đều có thể tùy loại hiện thân, ứng cơ thuyết pháp, giúp họ thành tựu, giúp họ đạt được nguyện vọng. Đây là ý nghĩa đoạn này. Đoạn tiếp theo là nói về "thân kim cang".

"Nếu phải dùng thân thần Chấp kim cang mới có thể hóa độ, liền hiện thân thần Chấp kim cang thuyết pháp."

"Chấp" là nắm giữ, "kim cang" [tức chày kim cang] là binh khí, một trong những loại binh khí thời xưa, như chày kim cang trên tay Bồ Tát Vi-đà là một loại binh khí. Loại này đặc biệt chỉ đến thần hộ pháp. Trong chú giải có một đoạn công án nhỏ, trong vô số các thần kim cang chỉ nêu ra một ví dụ để nói. Từ câu chuyện nhỏ này, có thể thấy có một hạng chúng sinh phát tâm hộ pháp. Vì sự hoằng truyền Phật pháp, nếu không có người có sức mạnh hộ trì, sẽ gặp chướng ngại. Tuy trên lý mà nói là lý sự vô ngại, sự sự vô ngại, nhưng thực tế có một số người mê hoặc điên đảo không có chánh tín, sự hoằng truyền Phật pháp, đối với danh lợi trước mắt của họ có nhiều trở ngại, nên họ ra sức bài xích. Hiện tượng này trong hiện tại, quá khứ, ở Trung Quốc cũng như nước ngoài, mọi lúc mọi nơi đều có thể thấy. Nên cần có người có sức mạnh hộ trì, những người này đều có thể gọi là thần chấp kim cang. Sự hộ trì có hiển lộ, có ngấm ngầm, như vậy mới có thể khiến Phật pháp thật sự lưu thông không chướng ngại.

Trong công án dẫn một đoạn kinh văn từ "Chánh Pháp Niệm Kinh". Từ công án này cũng có thể thấy, chư Phật Như Lai, Bồ Tát cùng những vua quan hộ pháp, cho đến hộ pháp kim cang, trong khi tu tập tạo nhân đều có quan hệ mật thiết. Chúng ta biết điểm này, hiện tại chúng ta đang ở giai đoạn tu tập tạo nhân, nếu không kết duyên lành rộng rãi với tất cả chúng sinh thì trong tương lai thành Phật, thành Bồ Tát Quán Âm, ai sẽ là người hộ pháp? Nếu hiện tại kết nhiều oan gia với chúng sinh, sau khi thành Phật hoằng pháp sẽ có ma đến quấy nhiễu, oan gia đến tìm gây rắc rối. Cho nên, các thần hộ pháp và ma oán đều kết nối từ giai đoạn tu tập tạo nhân. Kết nối nhiều duyên lành thì người hộ trì mạnh mẽ cũng nhiều; kết nối nhiều duyên xấu ác thì người quấy nhiễu, chướng ngại cũng nhiều. Ý nghĩa này phải hiểu rõ, vì chúng ta đang ở giai đoạn tu nhân. Hiểu được ý nghĩa này, nên phải rộng kết duyên lành.

Có những chúng sinh phát nguyện lớn như vậy, đoạn này mọi người tự xem. Một điểm quan trọng là ở dòng cuối trang 832: "Có chúng sinh chí nguyện dũng mãnh, hộ trì Phật pháp", có những chúng sinh như vậy, phát nguyện như vậy, phát nguyện hộ trì Phật pháp. "Bồ Tát hiện thân, nói pháp phá lẽ tà vạy, làm rõ lẽ chân chánh, giúp họ thành tựu."

Công đức hộ pháp cũng không thể nghĩ bàn. Công đức hộ pháp và công đức hoằng pháp là như nhau, nhất định không có sự chênh lệch cao thấp. Ví như đức Phật, suốt một đời hoằng pháp lợi sinh, công đức cao tột không thể nghĩ bàn. Những vị vua quan thời đó hộ trì ngài, công đức cũng đồng như Phật không khác. Nếu không có những vua quan hộ trì, Phật pháp không thể hoằng dương rộng khắp, sự giáo hóa 49 năm của Phật sẽ không có ảnh hưởng lớn. Cho nên công đức của những người hộ trì cũng bằng như Phật. Không có họ cúng dường đạo tràng, giảng đường, Phật sẽ giảng kinh ở đâu? Người thường ai biết Phật đang giảng kinh? Có giảng đường là có nơi chốn, người muốn nghe kinh, thân cận Phật, có chỗ đến; bằng không, muốn thân cận Phật, không biết Phật ở đâu, tìm không thấy. Mọi người biết Phật ở vườn Kỳ thọ Cấp Cô Độc mới tìm đến gặp Phật; hoặc Phật ở núi Linh Thứu, tìm đến núi Linh Thứu gặp Phật. Cho nên, hộ pháp là cung cấp nơi để hoằng pháp, tu hành. Cúng dường bốn việc thiết yếu, giúp những người tu hành không phải lo lắng về đời sống, thân an ổn thì đạo mới hưng thịnh. Đây là việc phải làm để hộ trì chánh pháp.

Ngoài ra là hàng phục tà ma, hộ trì chánh đạo. Có người hiểu biết sai lầm tà vạy, muốn gây chướng ngại, phá hoại Phật pháp, lúc đó hộ pháp kim cang phải ngăn chặn. Mọi người đều biết Phật Bồ Tát đại từ đại bi. Ma vương nói với Phật: "Đừng giảng kinh nữa, tốt nhất nên rời khỏi thế giới Ta-bà." Phật Thích-ca Mâu-ni rất từ bi, cũng nói: "Được! Ta đồng ý." Liền rời đi. Phật Thích-ca Mâu-ni nhập Niết-bàn là do Ma vương Ba-tuần thỉnh cầu, yêu cầu ngài rời thế gian, đừng hoằng pháp lợi sinh nữa. Phật liền đồng ý, quá từ bi! Không có kim cang thần thì sao? Phật đồng ý, kim cang thần ngăn chặn. Nên Phật Bồ Tát luôn đại từ đại bi, có cầu liền có ứng. Ma đến cầu Phật, Phật cũng đồng ý, tâm Phật bình đẳng. Trong tâm bình đẳng thì không Phật, không ma, cũng không chúng sinh, như trước đã nói. Do đó nên biết rằng vai trò của hộ pháp thần trong đạo Phật rất quan trọng.

Đến đây đã giảng xong về ba mươi ba ứng thân [của Bồ Tát Quán Thế Âm]. Chúng ta xem phần kinh văn tiếp theo, tức là phần kết luận.

"Vô Tận Ý! Bồ Tát Quán Thế Âm thành tựu những công đức như vậy, dùng đủ mọi hình tướng đi khắp các cõi nước mà độ thoát chúng sanh."

Trong phần chú giải nói: "Thành tựu công đức, đó là tóm kết sơ lược." Nói sơ lược là vì hết thảy những điều đã nói trước đều chỉ là nói sơ lược, vì công đức của Bồ Tát thật không thể nói hết. "Đủ mọi hình tướng" tức là từ câu "dùng đủ mọi hình tướng" trở đi, ba câu tiếp theo. Đây là "nêu rộng", để chúng ta có thể từ những điều nói sơ lược ở trước mà hình dung ra được công đức của Bồ Tát rộng lớn vô biên.

"Do Bồ Tát tùy theo loại chúng sanh mà biến hiện nên đâu chỉ là ba mươi ba thân." Ba mươi ba là nói ba mươi ba tổng loại, mỗi tổng loại đều có vô lượng vô biên thân, thật khắp hư không pháp giới, không nơi nào không hiện thân. "Ứng hóa theo duyên", nơi nào có đủ duyên, Bồ Tát đều ứng hiện nơi đó, "đâu chỉ là giới hạn trong thế giới Ta-bà". Mười phương vô lượng vô biên thế giới, ở đâu không có Bồ Tát Quán Thế Âm?

"Đủ mọi hình tướng" nên gọi là "thân rộng khắp", nếu cần phải dùng thân gì để có thể hóa độ chúng sanh, Bồ Tát liền hiện thân đó.

"Đi khắp các cõi nước, là nói những nơi Bồ Tát hóa độ thật rộng lớn trùm khắp", không nơi nào Bồ Tát không hiện thân. "Độ thoát chúng sinh, là nói giúp chúng sanh được lợi ích rộng lớn", chúng sinh được ân huệ, lợi ích từ Bồ Tát rộng lớn vô biên, có cầu nguyện liền có cảm ứng. Nhưng về phương pháp cầu nguyện, quý vị phải nhớ lời chỉ bày của đức Thế Tôn từ trước, nhất định phải chuyên tâm, hoàn toàn không có sự nghi ngờ. Phải nhất tâm xưng niệm, trong tâm luôn giữ sự cung kính. Nhất tâm là cung kính, miệng xưng niệm, thân lễ bái. Muốn thật sự có được sự cảm ứng, phải chuyên tu. Đây là điều trong khi giảng kinh tôi đã nhiều lần nhắc nhở quý vị đồng tu. Sự cảm ứng tương giao trong đạo đều dựa vào nhất tâm. Như trước đã nói, chỉ cần đạt được nhất tâm thì giữa chúng ta với chư Phật Bồ Tát đều có thể tương giao thông suốt. Đã có thể qua lại, tương giao thông suốt với chư Phật Bồ Tát tức có cảm ứng, với chư thiên, quỷ thần, tất cả chúng sinh đều có thể cảm ứng qua lại. Phải ghi nhớ điều này thì sự tu hành của chúng ta mới đúng theo chánh pháp.

Kinh văn đến đây là "hết phần giải đáp chính về Phổ môn", nói hết tức là đã giải đáp xong. Dưới đây là đoạn lớn thứ hai, "khuyên nên cúng dường", đức Phật Thích-ca Mâu-ni khuyên Bồ Tát Vô Tận Ý, cũng tức khuyên chúng ta.

"Vì vậy các ông nên một lòng cúng dường Bồ Tát Quán Thế Âm."

Đọc kinh văn phải đọc cho rõ ràng. Kinh nói dùng điều kiện gì để cúng dường Bồ Tát Quán Âm? "Một lòng cúng dường" chính là nói nhất tâm, nhất tâm là cúng dường chân thật. Nếu nói cúng dường tài vật, công đức pháp tài của Bồ Tát đã vô lượng vô biên, có cần quý vị cúng dường không? Không cần nữa. Cho nên chúng ta cúng dường chư Phật Bồ Tát chính là cúng dường sự nhất tâm.

"Đại Bồ Tát Quán Thế Âm này, trong lúc nguy cấp sợ sệt thường mang đến sự an ổn không sợ sệt cho chúng sanh, nên trong cõi Ta-bà đều gọi ngài là bậc Thí Vô Úy."

Chúng ta xem chú giải, trong đoạn văn này có vài đoạn nhỏ. "Sau khi Phật giải đáp câu hỏi trước đó", tức là sau khi trả lời xong câu hỏi trước, "khuyên trì danh, chúng sinh kính ngưỡng mong nhờ Bồ Tát, muốn cho hóa thân chân thật ngầm ứng hiện chỉ cần trì niệm danh hiệu, cho nên khuyến khích thọ trì", đây là điểm khuyến khích thứ nhất. Câu văn nói rất rõ ràng, rất khẳng định, chỉ cần một lòng trì niệm danh hiệu. Nói mong nhờ là có thể mong được hóa thân chân thật của Bồ Tát Quán Thế Âm ngầm ứng hiện, tức là ngấm ngầm gia hộ bảo vệ quý vị. Cho nên đức Phật khuyên quý vị thọ trì. Thọ là tiếp nhận, tiếp nhận lý luận và phương pháp trong kinh, y giáo phụng hành.

"Cuối phần giải đáp câu hỏi sau", vì trước đó nêu hai câu hỏi: thứ nhất hỏi về nhân duyên danh hiệu của Bồ Tát, thứ hai hỏi về nhân duyên giáo hóa rộng khắp của Bồ Tát ở thế giới Ta-bà. Đức Phật giải đáp xong thì "khuyên cúng dường, đó là chúng sinh đã cầu mong được Bồ Tát theo ba nghiệp mà cảm ứng ngấm ngầm cũng như rõ rệt, thấy hình tướng, nghe âm thanh, vì vậy khuyên nên cúng dường". Chúng ta đã cầu mong Bồ Tát cảm ứng, ngấm ngầm cũng như hiển lộ, thì tự nhiên sẽ phát tâm cúng dường.

Trong việc cúng dường, trước đó đã nói quan trọng nhất là sự nhất tâm. Nhất tâm là cúng dường bằng tâm ý, sự nhất tâm lưu lộ ra bên ngoài, đó là tu pháp cúng dường. Dùng sự hoằng pháp để cúng dường, đó gọi là cúng dường chân chánh. Quý vị xem kinh Hoa Nghiêm, phẩm Thập đại nguyện vương nói "rộng tu cúng dường", tất cả mọi sự cúng dường tài vật đều không bằng cúng dường pháp.

Phần tiếp theo nói, "từ câu 'Đại Bồ Tát Quán Thế Âm này' trở đi là thuyết dạy ý nghĩa cúng dường". Thuyết là nói ra, nói ra ý nghĩa cúng dường. "Bồ Tát Quán Thế Âm này, trong lúc nguy cấp sợ sệt thường mang đến sự an ổn không sợ sệt cho chúng sanh." Phần trước nói "cứu thoát bảy nạn, trừ được ba độc, đáp ứng hai sự mong cầu, ứng hiện trọn vẹn ở khắp mọi nơi, thuyết pháp tùy theo chủng loại chúng sanh, đủ hai thân chân thật và ứng hóa." Chân thân là chỉ pháp thân Bồ Tát, ứng thân là chỉ thân ứng hóa của Bồ Tát. Chân thân hiện khắp mọi nơi, ứng hóa thân tùy loại hóa thân, có cảm liền ứng. "Đó đều là bố thí." Pháp thân, báo thân và ứng thân, ba thân của Bồ Tát đều bố thí. "Hai sự lợi ích ngấm ngầm và hiển lộ", đây là nói hai sự lợi ích. Thứ nhất là âm thầm bảo vệ gia trì, thứ hai là giáo hóa hiển lộ, có thể giúp cho chúng ta thật sự đạt được sự không sợ sệt. Như trong Tâm kinh nói, "soi thấu năm uẩn đều không, vượt qua hết thảy khổ ách", đây là nói không có gì sợ sệt. Tâm không có gì sợ sệt thì tâm mới an, mới đạt được nhất tâm, mới có thể vào đạo, nói theo người đời là mới có thể được đạo. Cho nên phần sau mới có lời khen ngợi tóm kết lại "trong cõi Ta-bà đều gọi ngài là bậc Thí Vô Úy".

Đức Phật khuyên Bồ Tát Vô Tận Ý cúng dường, Bồ Tát Vô Tận Ý lập tức vâng theo. Chúng ta xem phần kinh văn tiếp theo.

"Liền cởi chuỗi ngọc quý trị giá trăm ngàn lượng vàng dâng lên Bồ Tát Quán Thế Âm, thưa rằng: 'Bậc nhân từ, xin ngài nhận món pháp thí là chuỗi ngọc quý này.'

Bồ Tát Vô Tận Ý thật là người hiếm có! Ngài vừa nghe lời Phật nhắc nhở, lập tức phát tâm cúng dường. Nhưng trong kinh văn cần lưu ý, ngài gọi Bồ Tát Quán Thế Âm là "bậc nhân từ", nhân từ đó là bậc đại từ đại bi, có lòng nhân từ. "Nhận món pháp thí này", không gọi đây là tài thí, mà gọi là pháp thí, ý nghĩa này rất quan trọng. Chúng ta xem chú giải của Pháp sư Đại Nghĩa.

"Nói chuỗi ngọc quý, là nhiều loại ngọc quý cùng dùng để trang nghiêm làm đẹp", chuỗi anh lạc này là món đồ trang sức, đeo nơi trước ngực, do rất nhiều hạt ngọc quý kết lại, không phải một loại, nên gọi là "chuỗi ngọc quý". Phần tiếp theo Đại sư giả thiết một đoạn vấn đáp để làm rõ ý nghĩa.

"Hỏi: Theo trong kinh Anh Lạc thì giai vị Sơ trụ là ví như chuỗi anh lạc bằng đồng, cho đến giai vị Đẳng giác ví như chuỗi anh lạc bằng ngọc như ý. Nay Bồ Tát Vô Tận Ý giai vị đã rất cao", Bồ Tát Vô Tận Ý là bậc Bồ Tát Đẳng giác, "chuỗi anh lạc dùng đó phải là quý báu vô giá, lẽ nào chỉ có giá trăm ngàn lượng vàng".

Đây là khi chúng ta xem qua nhiều kinh sẽ có nghi vấn này. Nhìn vào đoạn kinh văn này, có vẻ như chuỗi anh lạc của Bồ Tát Vô Tận Ý không quý báu lắm, vì địa vị của ngài là bậc Bồ Tát Đẳng giác, lẽ ra nên nói chuỗi ngọc anh lạc này là vật báu vô giá, "trăm ngàn lượng vàng" nghĩa là vẫn có giá trị đo lường. Chúng ta thấy giá trị này rất lớn, nhưng với các đại Bồ Tát dường như không nhiều lắm.

"Trả lời: Nói 'trăm ngàn' đó chỉ là nêu số lượng để nói rất nhiều", tức là ở đây chỉ nêu đại lược, cũng là ý khiêm tốn của Bồ Tát Vô Tận Ý, nói chuỗi anh lạc của tôi không đáng bao nhiêu, là ý nói như vậy, nhưng kỳ thật đó là báu vật vô giá. Lời nói ở đây mang ý nghĩa khiêm tốn.

"Cũng như nói 'muôn dân trăm họ', lẽ nào chỉ giới hạn trong số 'trăm họ' hay 'muôn dân'". Đây lấy ví dụ như ta thường nói "trăm họ", nhưng trăm ở đây không phải con số nhất định, hoàn toàn không phải chỉ có một trăm. Ở đây cũng nói ý này, tức là ý khiêm xưng đại lược. Những chỗ như vậy đều nên học tập, trong sinh hoạt thường ngày đối nhân tiếp vật, tặng vật quý giá, cũng nói không đáng gì. Người nhận được yên tâm hơn. Nếu nói đây là báu vật vô giá, người khác có dám nhận không? Sẽ không dám nhận. Nếu nhận thì suy nghĩ, có lẽ quý vị hẳn có ý gì với tôi, phải không? Nên người nhận không yên tâm. Nếu nói vật không đáng gì, họ tiếp nhận cũng không sao. Nên những chỗ như vậy, đều là lễ tiết thông thường, các vị đại Bồ Tát qua lại, lễ mạo đều rất chu đáo.

Những câu dưới đây rất quan trọng.

"Cúng dường chuỗi anh lạc vốn là tài vật", chuỗi ngọc anh lạc là tài vật quý báu, vậy trong bố thí phải thuộc về tài thí. Nhưng Bồ Tát Vô Tận Ý lại nói "Bậc nhân từ, xin ngài nhận món pháp thí." Tại sao gọi là pháp thí? "Vì không bám chấp nơi hình tướng." Nếu chúng ta bám chấp hình tướng, tài vật đó thật là tài thí, dù pháp cũng biến thành tài thí. Nếu không bám chấp hình tướng, không những pháp là bố thí, dù tài vật cũng là pháp thí. Bố thí tài vật được phước báo thế gian, bố thí pháp thành tựu công đức vô lậu, quả báo hoàn toàn khác nhau.

Phần tiếp theo giải thích rất rõ. "Trong lúc cởi chuỗi

ngọc", tức là Bồ Tát Vô Tận Ý cởi chuỗi anh lạc đang đeo, "khi dâng lên cúng dường", là lúc hai tay kính dâng Bồ Tát Quán Thế Âm, lúc đó thì "thể của ba luân đều là không". Không bám chấp tướng của người cúng dường, không bám chấp tướng của chuỗi ngọc dâng lên cúng dường, không bám chấp tướng của người được cúng dường, đó gọi là "thể của ba luân đều không". Quý vị thấy đó, tâm như vậy thanh tịnh biết bao! Đó gọi là bố thí pháp. "Đối với vật như vậy, nhỏ đến mức không thành một hạt bụi", vì dùng tâm thanh tịnh, nên trong tâm thanh tịnh vốn không có một vật, không có đến một hạt bụi. "Lớn thì bao trùm khắp pháp giới", vì tâm thanh tịnh, không chướng ngại, nên công đức trùm khắp hư không pháp giới. "Thâu tóm công đức của cả 42 giai vị", 42 giai vị đó là từ Sơ trụ Viên giáo đến quả Phật Như Lai, tất cả bốn mươi hai giai vị. Bố thí cúng dường được như vậy, chúng ta nên học theo.

"Gồm đủ tám muôn bốn ngàn công hạnh nhiệm mầu", tu một pháp tức là tu hết thảy mọi pháp, chỉ một pháp bố thí cúng dường này, cả sáu ba-la-mật với muôn công hạnh đều trọn đủ. Tại sao trọn đủ? Phải biết rằng, mục đích của sáu ba-la-mật với muôn công hạnh là gì? Đều không ngoài cầu đạt được nhất tâm không tán loạn, đạt đến thể của ba luân đều không. Pháp tu học này đạt nhất tâm không tán loạn, đạt thể của ba luân đều không, vậy chẳng phải sáu ba-la-mật với muôn công hạnh đều trọn đủ rồi sao? Đây gọi là: một công hạnh là hết thảy mọi công hạnh, một pháp tu là hết thảy mọi pháp tu, một sự thành tựu thì hết thảy mọi sự thành tựu.

"Người bố thí và người nhận bố thí đều không còn, các pháp đối đãi đan xen đều dung hòa, không phải pháp thí thì là gì?" Cho nên, Bồ Tát tu bố thí đều là pháp thí, chúng sinh tu bố thí toàn là tài thí. Giảng kinh thuyết pháp vẫn là tài thí, chỉ được phước báo trong hai cõi trời người. Tại sao vậy? Vì thể của ba luân chẳng phải không. Bám chấp rằng có ta đang giảng kinh, có tướng ngã; bám chấp rằng ta đang giảng "kinh Pháp Hoa, phẩm Phổ Môn", là bám chấp tướng pháp được thuyết. Có nhiều đồng tu ở đây nghe giảng, nghe tôi giảng kinh, tiếp nhận sự bố thí pháp này, nhưng bám chấp tướng chúng sinh, thể của ba luân chẳng phải không. Ba luân chẳng phải không thì giảng kinh thuyết pháp cũng là tu phước, không liên quan đến định, tuệ. Cho nên người hiểu rõ thì khi thuyết giảng thể của ba luân đều là không. Trong trạng thái thể của ba luân đều là không thì thuyết giảng mà không có thuyết giảng, không thuyết giảng mà là thuyết giảng. Đức Phật Thích-ca Mâu-ni giảng kinh thuyết pháp 49 năm, cuối cùng nói rằng Ngài không nói ra một chữ, ai nói Phật có thuyết pháp gọi là báng Phật. Đó mới gọi là chân chánh pháp thí! Trong thanh tịnh tâm Ngài chưa từng khởi một niệm.

Cho nên khi giảng kinh tôi thường nhắc nhở quý vị đồng tu, chúng ta phải giống như chư Phật Bồ Tát, phát đại nguyện, nhưng không thể giống như phàm phu khởi tâm, khởi tâm là chạy đuổi theo duyên bên ngoài, lập tức sai lầm.

Khi chúng sinh có chướng ngại, cơ duyên chưa chín muồi, chư Phật Bồ Tát vẫn ngày ngày thuyết pháp, không hề gián đoạn, nhưng chúng sinh không thấy được. Không thấy được hình tướng Phật Bồ Tát, không nghe được âm thanh Phật Bồ Tát, nhưng pháp âm của Phật Bồ Tát luôn âm thầm gia hộ, giúp đỡ tất cả chúng sinh. Cũng giống như chương trình phát thanh phát đi các tiết mục, phát ra khắp mọi nơi, chúng ta giống như máy thu thanh, máy thu thanh bị hư hỏng, điều chỉnh thế nào cũng không nhận được chương trình.

Không phải là không có, quả thật có. Có thể thấy được sự gia hộ, giúp đỡ của chư Phật Bồ Tát đối với chúng ta, nhưng tự chúng ta có chướng ngại, không tiếp nhận được. Cũng như máy thu thanh nếu không hư hỏng, vừa mở lên liền nhận được chương trình. Tần số đài phát thanh phát ra, đối với các máy thu thanh đều giống nhau, không thể nói là có sự thiên lệch, nhiều ít. Quý vị nghe rõ hoặc không rõ, thu được hoặc không được, hoàn toàn là vấn đề của quý vị, có hư hỏng chướng ngại hay không. Chư Phật Bồ Tát bình đẳng từ bi, đối với tất cả chúng sinh đều thực hiện pháp thí trọn vẹn đầy đủ. Đây là điều chúng ta nên tin chắc.

Mời quý vị xem đoạn tiếp theo.

"Bấy giờ, Bồ Tát Quán Thế Âm không nhận."

Bồ Tát Quán Thế Âm rất khiêm tốn. Bồ Tát Vô Tận Ý dùng chuỗi ngọc quý báu cúng dường, Bồ Tát Quán Thế Âm không dám tiếp nhận, không chịu tiếp nhận. Chúng ta xem phần chú giải: "Không nhận, là nói Bồ Tát Vô Tận Ý vâng lời dạy mà cúng dường", Bồ Tát Vô Tận Ý vâng lời dạy của đức Phật Thích-ca Mâu-ni nên cúng dường Bồ Tát Quán Thế Âm, "ta chưa có lời Phật dạy", Bồ Tát Quán Thế Âm chưa được Phật cho phép, chưa bảo ngài tiếp nhận, "lẽ nào lại bỗng dưng nhận lấy". Những câu này cho thấy người học trò trước mặt thầy ắt phải tôn trọng thầy, tôn kính thầy, tôn trọng đạo. Tuy Bồ Tát Quán Thế Âm là cổ Phật thị hiện lại, quay thuyền từ lại để cứu độ chúng sanh, nhưng thân phận hiện tại của ngài là Bồ Tát, đức Phật là thầy, ở đây nói theo hình tích thị hiện, phải tôn sư trọng đạo. Giống như khi diễn kịch, học trò đóng vai hoàng đế, vị thầy đóng vai đại thần, ở trên sân khấu thầy phải lạy học trò, phải diễn đúng vở kịch! Không thể nói ông dù làm hoàng đế nhưng ta là thầy, không thể vậy được, ông phải lạy ta. Như vậy chẳng phải đảo ngược sao? Không thể được. Dù cổ Phật thị hiện quay lại thân phận Bồ Tát, đối với học trò đang thị hiện là Phật cũng phải cung kính. Chính là ý nghĩa như vậy mới có thể giáo hóa chúng sinh. Cho nên Bồ Tát Quán Thế Âm chưa được Phật cho phép thì không dám tiếp nhận, biểu thị tinh thần tôn sư trọng đạo, đồng thời cũng có ý khiêm tốn, khiêm nhường. Dâng tặng một lần không dám nhận, nhắc lại hai, ba lần mới nhận, như vậy một mặt biểu thị thành ý của người dâng tặng, cũng là sự khiêm tốn của người nhận.

Cho nên, "việc này cần sự khiêm tốn nhún nhường, người bố thí với người thọ nhận đều có nghĩa", "có nghĩa" ở đây là nói nghĩa vụ, "đem chỗ dư bố thí chỗ thiếu". Người bố thí có dư, người nhận đang thiếu; ta hiện có dư thừa, có thể đem tặng cho, đem ra bố thí. Như vậy thì "người bố thí và người nhận đều nên", đều nên làm việc ấy. "Chuỗi anh lạc này hai bên đều có, lại dùng để cúng dường ta, ta có dư thừa, người kia không đủ, như vậy làm sao có nghĩa." Nếu như chuỗi ngọc anh lạc này, Bồ Tát Vô Tận Ý hiện có, Bồ Tát Quán Thế Âm cũng có, đôi bên đều sẵn có, nhưng ta dư thừa, có nhiều hơn ông, ông không nhiều bằng ta. Bằng như ông không có lại đến cúng dường ta, như vậy thì không thông suốt về đạo nghĩa.

Mấy câu này cũng rất quan trọng. Khi chúng ta tu bố thí, cúng dường, tự mình nên suy nghĩ xem, nếu họ có dư, ta thiếu thốn, nói cách khác, chúng ta không cần cúng dường, tức không cần tu cúng dường ở nơi này; còn nếu người khác thiếu thốn, chúng ta nên cúng dường, nên giúp đỡ họ. Nhưng người đời thì thế nào? Họ luôn thích "thêm hoa trên gấm", mấy người biết "cho than lúc trời đông giá rét"? Ở đây dạy bố thí, chính là "cho than lúc trời rét", không dạy "thêm hoa trên gấm", là ý nghĩa như vậy, gọi là chân chánh bố thí. Người thí, người nhận đều có đạo nghĩa, đều nên bố thí, nên tiếp nhận.

Trong nhà Phật, mọi người tu tập bố thí đều có một niềm tin, rằng bố thí là tu tích phước. Dù Phật Bồ Tát, các pháp sư có dư thừa, ta còn thiếu thốn, ta cũng muốn bố thí. Đó là lấy chỗ không đủ cúng dường chỗ dư thừa. Như vậy để cầu điều gì? Cầu được phước báo. Vậy quý vị thử nghĩ xem, họ tìm đến tu tích phước báo, nếu chúng ta không làm cho họ được phước báo, đó là như lời cổ đức nói, "phải mang lông đội sừng mà trả đủ". Việc này hết sức phiền phức! Tự thân chúng ta không tu hành chứng quả, không có thần thông quảng đại như Bồ Tát Quán Thế Âm, chúng ta nhận cúng dường của họ thì làm thế nào? Nếu nói không nhận, không nhận cũng không được, người ta đến vun bồi phước đức, quý vị lại cự tuyệt, không cho họ gieo trồng phước đức, không thể được, như vậy không hợp lý. Người khác đến kết duyên với quý vị, quý vị lại cự tuyệt, không cho kết duyên, như vậy không hợp lý.

Cho nên các vị đồng tu học Phật, dù là tại gia hay xuất gia đều phải ghi nhớ, người khác đến cúng dường, ta phải thọ nhận; người ta đến kết duyên, mình nhất định phải tiếp nhận. Nếu kết duyên mình không nhận, họ thành không có duyên. Không chỉ là người xuất gia, người khác đến cúng dường kết duyên phải tiếp nhận; ngay cả người tại gia, người khác đến cúng dường kết duyên cũng phải tiếp nhận. Tiếp nhận rồi thì sao? Tiếp nhận rồi chuyển sang bố thí cúng dường [nơi khác]. Như vậy thì duyên càng kết càng rộng, tương lai pháp duyên mới thù thắng. Nếu như người khác cúng dường trân bảo, tài vật để kết duyên, quý vị đều cất giữ, cho vào két sắt để cất kỹ. Vậy thì tốt rồi, duyên này của riêng quý vị, tương lai tự quý vị phải trả lại dần. Nếu trân bảo cúng dường cho ta, ta lập tức phân chia để kết duyên với tất cả chúng sinh, như vậy thì không sao. Dù ta không chứng đạo, có nhiều người trả lại, những người đó đều thay ta trả một phần. Cho nên phải biết rõ ý nghĩa này. Chúng ta kết duyên như vậy thì hết sức rộng lớn. Vì vậy nói rằng không thể chứa giữ tài vật, tài vật phải phân chia, chia ra càng rộng lớn càng tốt, trong tương lai hoằng pháp được pháp duyên thù thắng, được nhân duyên tốt; bố thí nhiều được nhân duyên tốt. Quý vị làm kinh doanh được nhiều khách hàng, mọi người sẽ thích sản phẩm của quý vị; quý vị ra tranh cử, mọi người sẽ bỏ phiếu cho quý vị, nhờ kết duyên rất nhiều.

Hiểu được ý nghĩa này, khi người khác cúng dường ta lập tức chuyển sang cúng dường, chuyển sang bố thí nơi khác nữa. Chư Phật Bồ Tát có thể hoằng hóa khắp ba cõi chính là nhờ tu tập như vậy. Không những tự mình tu tập như vậy, cũng phải giúp người khác tu, giúp người khác tu chính là tu tự mình. Trong mỗi bộ kinh Phật, cuối cùng đều có phần lưu thông, vậy ý nghĩa phần lưu thông này là gì? Là giúp chư Phật Như Lai tu pháp bố thí. Chúng ta ngày nay in ấn kinh điển là giúp Phật bố thí Phật pháp; chúng ta ngày nay giảng giải, cũng là giúp Phật bố thí Phật pháp. Ở đây lưu thông rộng rãi băng ghi hình, ghi âm giảng pháp, cũng là giúp Phật lưu thông Phật pháp. Đức Phật đem đạo lý, phương pháp bố thí cho chúng ta, chúng ta lập tức chuyển sang bố thí cho tất cả chúng sinh, gọi là bố thí pháp. Nếu đến ta dừng lại, không chịu chuyển ra, đó gọi là tham tiếc, bỏn xẻn pháp. Tài vật đến ta dừng lại, không chịu lưu thông ra, đó gọi là tham tiếc, bỏn xẻn tài vật. Quả báo bỏn xẻn pháp là ngu si; quả báo bỏn xẻn tài vật là nghèo khốn, hèn hạ. Cho nên mọi người đọc kinh đến đây phải hiểu được trong đó có ý nghĩa sâu xa này.

Chúng ta xem phần tiếp theo, Bồ Tát Quán Thế Âm

không thọ nhận ngay, nhờ đó hiển lộ thành ý của Bồ Tát Vô Tận Ý.

"Bồ Tát Vô Tận Ý lại thưa: "Bậc nhân từ! Xin ngài thương chúng tôi mà nhận chuỗi ngọc này."

Bồ Tát Vô Tận Ý nói rõ ý cúng dường. "Vì sao tôi cúng dường? Vì muốn cầu ngài đại từ thương xót chúng tôi, tất cả chúng sinh, cầu ngài tiếp nhận." Đoạn chú giải ngắn nói: "Tôi vì bốn chúng nên cúng dường." Sự cúng dường bố thí là vì ai? Vì bốn chúng đệ tử. Bốn chúng là hai chúng xuất gia, hai chúng tại gia, vì những chúng này mà bố thí. "Vì lòng nhân đức thương xót bốn chúng nên thọ nhận." Ngài nên vì thương xót bốn chúng, vì giáo hóa bốn chúng mà nên tiếp nhận. Ví như việc hoằng dương Phật pháp, lưu thông Phật pháp, nếu không có tài vật thì không cách gì có thể làm lợi ích chúng sinh. Hôm nay chúng ta đem bản kinh Pháp Hoa cúng dường cho người khác, bản kinh này cũng cần có tiền để in, tức là tài vật. Không có một khoản tiền này thì không thể có nhiều bản kinh. Mọi người cúng dường tiền tài, chúng ta dùng in kinh, mới có thể lưu thông Phật pháp, lợi ích bốn chúng. Người bố thí tài vật như vậy là đúng, là có ý nghĩa. Chúng ta tiếp nhận như vậy là thích hợp, đem tài vật chuyển thành kinh sách, lợi ích đại chúng. Như vậy là nên tiếp nhận. Nếu nói chúng ta không tiếp nhận, như vậy là không đúng, không tiếp nhận thì không thể lưu thông giáo pháp, không thể làm lợi ích chúng sinh. Điều này chúng ta phải hiểu.

Ngày trước có một vị pháp sư đến đây. Vị này rất quen thuộc với tôi, từ trước khi xuất gia tôi đã quen biết. Ông ấy là người rất tốt. Ông tự mình cảm thấy xuất gia hơn 20 năm nhưng chưa biết được gì. Ông là quân nhân giải ngũ, hưởng lương hưu 80%, đại khái mỗi tháng có thể nhận được khoảng một vạn tiền. Cho nên, từ ngày xuất gia đã hơn 20 năm, ông không nhận bất kỳ sự cúng dường nào. Ông nói, tự mình không đức hạnh, không tài năng, không dám thọ nhận cúng dường. Nghe nói nhận cúng dường thì trong tương lai "phải mang lông đội sừng hoàn trả", nên ông không dám tiếp nhận. Tiền lương hưu tất nhiên là dùng không hết, nên ông thường làm việc tốt, dùng tiền dư để làm việc tốt. Nhìn bên ngoài thì làm như vậy là rất đúng, nhưng kỳ thật cũng sai. Tại sao vậy? Nếu chấp nhận sự cúng dường của đại chúng thì tài lực phong phú hơn, có thể làm nhiều việc tốt hơn. Ông thường in kinh sách biếu tặng, mỗi năm in một, hai lần, tiền bạc phải dành dụm tích lũy mới được nhiều như vậy. Nếu như ông ấy chấp nhận sự cúng dường của đại chúng, nói không chừng mỗi tháng đều có thể in kinh.

Cho nên chúng ta phải biết ý nghĩa này. Nhận cúng dường không phải để tự mình hưởng thụ. Tài vật cúng dường đến chỗ ta, ta dùng trí tuệ, dùng phương pháp của ta để khiến cho tất cả chúng sinh đều được thụ hưởng. Thử hỏi cúng dường bố thí như vậy có nên tiếp nhận hay không? Nên tiếp nhận, tiếp nhận có ý nghĩa, có ý nghĩa là có đạo lý, nên tiếp nhận. Nếu cúng dường để tự cho mình, tất cả chỉ để cho đời sống của riêng mình được thoải mái, như vậy là không nên, không nên tiếp nhận. Chuyển sang bố thí cho tất cả chúng sinh, giúp Phật hoằng dương Phật pháp, giúp người cúng dường chân chánh cầu phước, đó là nên tiếp nhận.

Phần tiếp theo cũng thuộc về ý nghĩa thể của ba luân đều không. "Không bố thí gì mà bố thí mọi vật, không thọ nhận gì mà thọ nhận mọi sự thọ nhận." Được như vậy là đúng, là đều có thể tiếp nhận. Tâm bố thí với tâm thọ nhận đều thanh tịnh, đều không dao động. Như vậy thì có thể bố thí, có thể thọ nhận, người bố thí và người thọ nhận đều được công đức vô lượng vô biên.

Phần tiếp theo đức Phật cũng khuyên Bồ Tát Quán Thế Âm thọ nhận.

"Đức Phật bảo Bồ Tát Quán Thế Âm: 'Nên thương Bồ Tát Vô Tận Ý và bốn chúng, cùng hàng trời, người, rồng, dạ-xoa, càn-thát-bà, a-tu-la, ca-lâu-la, khẩn-na-la, ma-hầu-la-già mà nhận chuỗi ngọc này.'"

Ở đây, Bồ Tát nêu gương để chúng ta noi theo, vì tất cả chúng sinh đang chịu khổ nạn mà chúng ta nên tiếp nhận. Tiếp nhận xong rồi thì dùng phước báo ấy để gia hộ, giúp đỡ cho tất cả chúng sinh, khiến cho đều được tiêu tai miễn nạn, ý nghĩa là ở chỗ này. Đây là đức Phật khuyên Bồ Tát Vô Tận Ý tu pháp cúng dường, cũng khuyên Bồ Tát Quán Thế Âm tiếp nhận cúng dường. "Đây là khuyên nên thọ nhận."

"Tài vật vốn để bày tỏ sự kính lễ, sao có thể từ chối được." Tài vật đây là lễ vật, không thể từ chối. Nói về sự khiêm nhường, ở đây nói thêm với quý vị, khiêm nhường chính là bình đẳng, cùng một tầng bậc như nhau có sự kính lễ, khiêm nhường. Nếu đối với bậc trưởng bối, trưởng thượng, nói khiêm nhường là thất lễ. Sách Lễ ký nói: "Người lớn ban cho, không dám chối từ." Bậc trưởng bối cho vật gì phải lập tức nhận, cám ơn người, không được khách khí từ chối. Vì khách khí thì sao? Người ngang hàng với mình mới có thể khách khí, đối với trưởng bối thì không thể. Khách khí với bậc trưởng bối là bất kính, điều này phải luôn ghi nhớ. Ví như người bạn của cha mình cho vật gì, liền phải nhận ngay, nói lời cám ơn. "Người lớn ban cho, không dám chối từ", đó là phải biết lễ. Cũng không được nói lời thối thác như "Cái này cháu... ...", không được nói vậy. Những lời thối thác như vậy chỉ dùng với người ngang hàng. Điều này nhất định phải hiểu rõ, không được như vậy đối với bậc trưởng bối. Quý vị học khiêm nhường, trong tương lai đối với bậc trưởng bối cũng khiêm nhường là không đúng.

"Từ chối không nhận vật tức là cắt đứt với người; thọ nhận vật tức là chấp nhận chân tình." Cho nên tài vật bố thí cúng dường nhất định phải tiếp nhận. "Cho nên nói là 'xin thương xót'." Đệ tử nhà Phật tiếp nhận sự cúng dường, ý nghĩa tuyệt nhiên không phải tầm thường. Tiếp nhận cúng dường thật có công đức vô lượng vô biên. Việc này có thể thúc đẩy luân chuyển hoằng hóa, giống như thần chú "biến thực" dùng trong pháp thí thực, khiến cho một biến thành bảy, bảy lại biến lên gấp bảy nữa, biến hóa thành vô lượng vô biên trong khắp pháp giới. Việc tiếp nhận cúng dường có ý nghĩa như vậy. Quý vị có một chút tiền, đem tiền ấy biến hóa thành Phật pháp, Phật pháp hoằng dương khắp hư không pháp giới. Tự mình không thể làm được như vậy, tìm đến cửa Phật liền làm được, thành tựu công đức lợi ích vô lượng vô biên. Cho nên Phật tán thán cúng dường, tán thán bố thí.

Phần tiếp theo nói, "cho nên nói xin thương xót, hay thương xót". Nói "đương mẫn" là thương xót, "hết thảy chúng sinh, chính là nói Bồ Tát vì chúng sanh mà bố thí, vì chúng sanh mà cúng dường". Bồ Tát Vô Tận Ý vì Bồ Tát Quán Thế Âm hoằng pháp lợi sinh, nên bố thí cúng dường; Bồ Tát Quán Thế Âm đang làm công việc hoằng pháp lợi sinh, nên nên thọ nhận. Chữ "vật" chỉ cho hết thảy chúng sinh. "Bồ Tát Vô Tận Ý dâng anh lạc", Bồ Tát Vô Tận Ý cúng dường chuỗi ngọc anh lạc, "ý nghĩa nơi hình tích hiện thời, Bồ Tát Quán Thế Âm không thọ nhận, ý nghĩa nơi bản môn chân thật". Ở đây có hàm ý biểu trưng giáo pháp rất sâu xa. Bồ Tát Vô Tận Ý bố thí, biểu thị ý nghĩa gì? Biểu thị từ tướng hình tích, hình tích thị hiện nên có, tức là nói theo sự tướng. Bồ Tát Quán Thế Âm không tiếp nhận, hiển lộ chân lý, chân như thực tế không thọ nhận bất cứ pháp nào, như Lục Tổ nói "xưa nay không một vật, chỗ nào bám bụi trần". Nói đến chân như thực tế là "không một pháp nào hình thành". Hàm nghĩa rất sâu xa, đây là dùng pháp biểu trưng. Do đó nên biết, có sự, có lý, lời Phật khuyên là lý sự viên dung. Bồ Tát Vô Tận Ý cúng dường biểu trưng cho sự, Bồ Tát Quán Thế Âm không thọ nhận là hiển lộ chân lý, đức Phật khuyên thọ nhận là lý sự viên dung. Trong sự việc này ý nghĩa rất thâm sâu.

"Đức Như Lai khuyên thọ nhận, là muốn hiển lộ ý nghĩa không có chỗ mong cầu mà cầu được, không có chỗ thọ nhận mà thọ nhận; việc bố thí cúng dường với thọ nhận đều từ trong chỗ tịch diệt mà ra." Mấy câu này rất quan trọng. So với Đại sư Liên Trì trong kinh A-di-đà, cuối mỗi đoạn chú giải đều "hiển lý, xứng tánh" mà nói, mấy câu này là xứng tánh mà nói.

Không có chỗ mong cầu mà cầu; không mong cầu là đối với tự thân mình không có gì mong cầu, đối với hết thảy chúng sinh cũng không có chỗ mong cầu, đây chính là nói "làm mà không làm, không làm mà làm". Bồ Tát đối với tự thân mình, nhất tâm thanh tịnh, không có gì mong cầu, dù trong việc hoằng hóa chúng sinh cũng không mong cầu, nhân duyên thành thục liền thực hiện, duyên chưa thành thục thì không làm. Duyên thành thục là gì? Là mọi người mang đến bố thí cúng dường, không thể không làm. Không có ai bố thí cúng dường, cũng không cần tìm cầu, chẳng hạn như nói "hiện tại tôi đang làm việc này, mọi người phải góp tiền góp sức giúp tôi". Không cần thiết, không làm như vậy, đó mới gọi là không có chỗ mong cầu mà cầu. Mong cầu như thế nào? Là mọi việc tự nhiên mà đến, không mong cầu mà cầu. Mọi người mang tài vật đến cúng dường, vậy phải làm sao? Chỉ nhận để làm việc lợi ích cho chúng sinh. Người ta cúng dường nhiều thì làm nhiều, cúng dường ít thì làm ít, trong tâm không một chút dính mắc theo duyên. Quý vị nhìn xem, như vậy thì tự tại biết bao! Làm hay không làm cũng đều tự tại. Không làm thì tâm thanh tịnh, làm được thì tâm cũng thanh tịnh. Như trong kinh Hoa Nghiêm nói: "Lý sự đều không ngăn ngại thì hết thảy mọi việc đều không ngăn ngại." Người đời thì nói: "Nước chảy tự thành kênh, đâu cần tốn công suy tính?" Duyên chưa thành thục, quyết không miễn cưỡng; duyên đã thành thục thì tùy duyên mà làm, tâm không thay đổi; tâm không thay đổi, chỉ tùy duyên mà làm.

Đoạn kinh này dạy chúng ta pháp môn như vậy. Dạy chúng ta tùy duyên mà không dính mắc theo duyên, tùy duyên liền được tự tại. Đó là nói tâm an ổn thì được lý chân thật.

Dính mắc theo duyên liền không được tự tại. Dính mắc theo duyên thì trong tâm có vô lượng vô biên phiền não, cần gì phải làm khi miễn cưỡng như vậy? Chư Phật Bồ Tát thị hiện nơi nào cũng đều dạy chúng ta, muốn lợi mình lợi người thì phải tu học như thế nào, đều là những tấm gương để chúng ta noi theo.

Không thọ nhận mà thọ nhận, là tự thân mình không hề thọ nhận, chúng sinh cũng không thọ nhận, đây chính là ý nghĩa như phần trước đã nói, trong thể chân thật không một pháp nào thành lập. Thế nhưng với tất cả sự việc, không một sự việc nào không tích cực tiến hành. Đó không phải là tiêu cực, phải là tích cực; trong sự tích cực làm việc đó, tâm vẫn thanh tịnh như vậy, nên nói "việc bố thí cúng dường với thọ nhận đều từ trong chỗ tịch diệt mà ra". Tịch diệt không phải là sinh diệt. Phần trước đã giảng với quý vị, dẫn kinh Lăng Nghiêm nói: "Sinh diệt đã diệt rồi, ngay đây là tịch diệt." Sinh diệt là gì? Phần trước nêu sáu gút thắt, tất cả đều là pháp sinh diệt. Sáu nút thắt là gì? Nếu nói theo Duy thức thì đó là các pháp hữu vi: tâm vương, tâm sở, bất tương ưng hành pháp, hết thảy các sắc pháp cho đến pháp tương tợ hữu vi, không phải chân thật vô vi thì đều là pháp sinh diệt.

Chỉ có một pháp chân như vô vi không phải là pháp sinh diệt. Không sinh diệt gọi là pháp tịch diệt. Bố thí và thọ nhận bao gồm tất cả pháp, vô lượng vô biên hết thảy các pháp môn đều bao gồm trong hai chữ bố thí và thọ nhận này. Có thể thấy rằng, không một pháp nào không từ trong chỗ tịch diệt mà ra. Nói cách khác, không một pháp nào không phải do chân như tự tánh biến hiện mà hiện ra.

Ở đây "nêu rõ phước báo của một xâu chuỗi anh lạc", tức là phước báo cúng dường một xâu chuỗi ngọc anh lạc. Xâu chuỗi của Bồ Tát Vô Tận Ý là bằng bảy món báu. Ngày nay xâu chuỗi của chúng ta là dùng hóa học chế tạo ra, giá trị không bằng, nhưng phước báo vẫn bằng như phước báo của Bồ Tát Vô Tận Ý, không phân chia, không khác biệt. Vì sao vậy? Xâu chuỗi của ngài từ trong tịch diệt mà ra, xâu chuỗi hóa học của chúng ta cũng từ trong tịch diệt mà ra, đâu có khác gì? "Cứu giúp khắp nơi không giới hạn", đều dùng để cứu độ tất cả chúng sinh, thoát bảy nạn, lìa ba độc, đáp ứng hai sự mong cầu.

"Ban cho khắp mọi nơi, thù thắng đến mức nào", "thắng" là thù thắng, khắp mọi nơi là nói phổ môn ứng hiện khắp nơi. Phổ môn ứng hiện đặc biệt hiển thị trong việc lưu thông giáo pháp Đại thừa. Phẩm này trong kinh Pháp Hoa thuộc phần lưu thông. Phần trước đã giảng với quý vị về việc hoằng pháp, lưu thông giáo pháp. Cả hai phẩm Bồ Tát Diệu Âm và Bồ Tát Quán Thế Âm đều nói về hoằng pháp, lưu thông giáo pháp. Hoằng pháp lưu thông cần phải ứng hiện khắp mọi nhà. Chúng sinh có sự chiêu cảm, trong tâm họ phát khởi ý muốn học Phật, chúng ta phải hết sức giúp đỡ, thỏa mãn tâm nguyện của họ. Chẳng những là phải cố hết sức, mà còn phải nhanh chóng giúp đỡ, vì họ được nghe Phật pháp sớm một ngày thì được thành tựu sớm một ngày. Phải hết lòng hết sức, vì tất cả chúng sinh mà suy nghĩ. Nếu là người chưa phát ý, trong tâm chưa phát khởi tâm nguyện, chúng ta phải tìm cách khiến cho họ phát tâm.

Chúng ta ở đây hôm nay chưa đủ tài lực, có lẽ vài năm nữa Bồ Tát Quán Thế Âm sẽ gửi tài bảo đến, Bồ Tát Vô Tận Ý cũng sẽ đến cúng dường. Tại sao hiện tại chưa cúng dường? Vì hiện tại công phu của chúng ta còn kém, chưa thành thục. Một khi công phu thành thục, chư Phật Bồ Tát sẽ đến cúng dường.

Tôi có một tâm nguyện, đó là cứ mỗi trường đại học nổi tiếng trên toàn thế giới chúng ta đều cúng dường một bộ Đại tạng kinh và một bộ đĩa ghi hình các buổi giảng kinh của chúng ta. Mục đích là để những ai còn chưa phát tâm, một khi được xem những đĩa ghi hình này, được đọc kinh sách, liền có thể phát tâm, muốn học Phật. Đây chính là khuyến khích phát tâm, dùng phương pháp này để khuyến khích họ phát tâm. Việc này cần phải có tiền bạc, không có tiền thì không làm được.

Khi chúng ta gửi kinh sách, băng ghi âm, ghi hình đến thư viện các trường đại học, họ sẽ bảo quản rất tốt. Thông thường, ở thư viện các trường đại học, đặc biệt là đối với các thiết bị nghe nhìn, họ đều có nhân viên kỹ thuật chuyên trách bảo quản, đáng tin cậy hơn nhiều so với cách bảo quản thông thường của chúng ta, có thể mang lại lợi ích cho rất nhiều người. Đây là việc chúng ta nên làm.

Phần tiếp theo nêu một ví dụ: "Một khúc nhạc xuân, ai là người có thể cùng hòa điệu? Nhờ có Bồ Tát Trì Địa nhận hiểu được phần nào. Có thể nói là gặp việc tùy cơ, chính nhờ có người thích hợp." Đoạn này rất thú vị. Đức Phật Thích-ca Mâu-ni và Bồ Tát Vô Tận Ý, Bồ Tát Quán Thế Âm một phen hỏi đáp, ai là người hiểu được ý nghĩa? Nếu không có ai hiểu được thì một phen hỏi đáp này, dường như vở kịch diễn ra uổng công. Vì sao vậy? Vì không có người hiểu được ý nghĩa, mọi người đều đến xem nhiệt náo nhưng không một người hiểu được ý nghĩa, phụ lòng chư Phật, Bồ Tát. May thay, tại đó có một người hiểu được ý nghĩa, đó chính là vị sẽ được nói đến dưới đây, tức là Bồ Tát Trì Địa. Vẫn còn ở phần sau, ở cuối phẩm kinh này, chúng ta sẽ thấy, đó là Bồ Tát Trì Địa.

"Ngay khi đó, Bồ Tát Quán Thế Âm vì thương Bồ Tát Vô Tận Ý và bốn chúng, cùng hàng trời, rồng, cho đến người, phi nhân... liền nhận chuỗi ngọc rồi chia làm hai phần, một phần dâng lên Phật Thích-ca Mâu-ni, một phần dâng lên tháp Phật Đa Bảo."

Khi đức Phật vừa khuyên bảo, Bồ Tát Quán Thế Âm liền nhận lời. Ngài nhận rồi không phải lập tức đeo chuỗi ngọc lên người. Không phải vậy, quý vị cần chú ý điểm này, không phải là tự mình thọ dụng. Ngài chia ra làm hai phần, một nửa dâng lên cúng dường đức Phật Thích-ca Mâu-ni, một nửa cúng dường tháp Phật Đa Bảo.

Phần chú giải tiếp theo nói: "Dùng một chuỗi anh lạc phân ra hai phần, đó là biểu thị một công hạnh ắt phải đủ hai nhân, về lý là chánh nhân, về sự là duyên nhân. Sự lý không phân biệt chia hai, đó gọi là diệu nhân. Dâng lên cúng dường hai vị Phật, đó là hai nhân hướng đến hai quả."

Đến đây đã giảng xong phần kinh văn "khuyên nên cúng dường".

Trong kinh luận thường đề cập đến ba nhân của tánh Phật, ở đây nói có hai nhân. Ba nhân của tánh Phật là chánh nhân, liễu nhân và duyên nhân. Chỗ này nói là chánh nhân. Chánh nhân là gì? Chính là chân như bản tánh, là tánh thể mà mỗi chúng sinh đều sẵn đủ, vốn sẵn có, chánh nhân vốn có. Liễu nhân là gì? Liễu nhân là Bát-nhã trí tuệ, chính là sự hiểu biết chính xác, thấu suốt đối với vạn pháp, trí tuệ hiện tiền. Vì vậy, liễu nhân là khai giải, gọi là khai ngộ, đối với vạn pháp có thể đạt được sự hiểu biết chính xác. Duyên nhân là tu hành, là phát khởi tu hành, sau khi hiểu rõ thì tu hành, tu hành là duyên, đó gọi là sự, sự là duyên nhân. Lý và sự không hai, đây gọi là diệu nhân.

Trong phẩm kinh trước, Bồ Tát Diệu Âm tu pháp như vậy. Pháp tu của Bồ Tát Quán Thế Âm tu cũng là diệu nhân, chỉ là đem cái diệu nhân đó mở rộng ra, trở thành sự ứng hóa trọn vẹn khắp nơi. Vì vậy, hai vị Bồ Tát này cùng tu một pháp môn. Nói cách khác, pháp tu của Bồ Tát Diệu Âm là diệu nhưng không mở rộng, pháp tu của Bồ Tát Quán Thế Âm là vừa diệu vừa rộng lớn, nhưng cũng là cùng một pháp môn tu hành như nhau.

Việc cúng dường lên hai đức Phật biểu thị chánh nhân và duyên nhân. Dùng đức Phật Phật Thích-ca Mâu-ni biểu trưng cho duyên nhân, dùng tháp Phật Đa Bảo biểu trưng cho chánh nhân. Quý vị vị cần hiểu rõ ý nghĩa này. Khi chúng ta nhận [ý nghĩa] cúng dường [ở đây], đừng chấp chặt nơi câu chữ. Người đời hiện nay đọc kinh, phạm phải sai lầm lớn ở điểm này. Vừa thấy nói cúng dường, ồ tốt quá, ở đây tôi có tượng Phật Thích-ca Mâu-ni, tôi chia một nửa đồ cúng dường nhận được để cúng dường trước tượng Phật, nửa còn lại để cúng dường một bảo tháp. Thử hỏi quý vị, như vậy có tác dụng gì? Không có tác dụng! Quý vị nên dùng những tài vật này để khai mở trí tuệ cho tất cả chúng sinh, trợ giúp sự tu hành của tất cả chúng sinh, đó mới thật sự là ý nghĩa "một phần dâng lên Phật Thích-ca Mâu-ni, một phần dâng lên tháp Phật Đa Bảo", đó mới gọi là cúng dường!

Chúng ta xây dựng đạo tràng, giảng kinh thuyết pháp, dẫn dắt mọi người đến đây tu hành. Người đến đây tu hành được khai ngộ, được nhất tâm. Xét về mặt tu hành, đó chính là cúng dường đức Phật Thích-ca Mâu-ni; xét về mặt khai ngộ, đạt được nhất tâm, đó chính là cúng dường tháp Phật Đa Bảo. Các vị cần hiểu rõ ý nghĩa này, đó gọi là cúng dường chân thật.

Đến như phẩm trước, như phẩm Bồ Tát Dược Vương, lần này chúng ta không giảng. Quý vị nên đọc qua phẩm ấy. Bồ Tát Dược Vương vì cầu pháp mà xả bỏ thân mạng. Được, vậy chúng ta vì Phật pháp mà đổ xăng lên người, đốt cháy thân thể, quý vị làm như vậy có phải là vì Phật pháp chăng? Mọi người vừa nhìn thấy hành vi của quý vị như thế thì lập tức đăng tin lên báo. Phật pháp không thể học được, quý vị xem, như thế là học được gì? Người người đều tự sát, là trốn tránh hiện thực, là tự sát. Như vậy là sai rồi!

Khi trong kinh viết như vậy, quý vị phải hiểu được ý nghĩa. Ý nghĩa là gì? Là xả bỏ tự thân mình vì người khác, là đốt cháy chính thân mình để soi sáng cho người khác. Ý nghĩa là như thế. Đốt cháy thân mình như thế nào? Là dùng trí tuệ của chính mình, dùng đôi tay của chính mình, vì đại chúng trong xã hội mà tu tạo phúc đức. Không vì bản thân mình, hoàn toàn vì người khác. Đó gọi là đốt cháy chính mình để soi sáng người khác. Nếu quý vị thực sự thiêu đốt thân thể, như vậy có thể làm được gì cho chúng sinh? Vì vậy, trong kinh Phật nói đốt ngón tay, chính là nói chúng ta dùng đôi tay có đủ mọi công năng của mình để phục vụ đại chúng. Đó gọi là đốt ngón tay. Đôi tay này không phải để làm việc cho bản thân mình, không phải để tự tư tự lợi. Không vì tự thân mình, mà là vì đại chúng. Nói đốt đỉnh đầu thì đỉnh đầu tượng trưng cho trí tuệ, đó là dùng sự thông minh trí tuệ của chúng ta để làm lợi ích cho tất cả chúng sinh. Ý nghĩa là như vậy. Không phải bảo quý vị thật sự tự thiêu đốt. Nếu thật sự tự thiêu, chư Phật Bồ Tát sẽ đều rơi lệ, quý vị còn có thể làm được gì cho chúng sinh? Trong Phật môn có rất nhiều văn tự, qua đó hình tích, tướng trạng, ngôn ngữ đều là phương pháp để biểu đạt, ý nghĩa nằm ngoài ngôn từ, quý vị không thể bám chấp cứng nhắc nơi câu chữ.

Tháp Phật Đa Bảo là biểu thị điều gì? Tháp Phật Đa Bảo là tâm thanh tịnh của chúng ta. Phật Thích-ca Mâu-ni biểu thị điều gì? Là biểu thị sự tu hành của chúng ta. Chúng ta giảng kinh ở đây, chúng ta niệm Phật trong Niệm Phật đường, những điều này là biểu trưng cho đức Phật Thích-ca Mâu-ni. Các thiết bị trong giảng đường, niệm Phật đường của chúng ta, đó chính là cúng dường Phật Thích Ca Mâu Ni. Chúng ta ở trong đó được nhất tâm bất loạn, được trí tuệ sáng suốt, đó chính là cúng dường tháp Phật Đa Bảo. Mọi người cần hiểu rõ ý nghĩa này, không thể hiểu sai. Hiểu sai là mê tín.

Trong Phật pháp thường nói "Y theo kinh văn giải nghĩa, oan cho ba đời chư Phật", nếu quý vị căn cứ theo chữ nghĩa mà làm thì chư Phật ba đời đều kêu oan: "Ta không phải nói ý đó", quý vị hoàn toàn hiểu sai ý nghĩa rồi, mỗi vị Phật đều kêu oan. Đây là chỗ khó của Phật pháp. Vì vậy, đức Phật trong kinh Hoa Nghiêm nói: "Phật pháp không ai thuyết giảng thì dù người có trí cũng không thể hiểu." Trí thông minh của người thế gian không có thể nào hiểu được ý Phật. Do đó có thể thấy, học Phật không có bậc thiện tri thức chỉ dẫn thì không thể thành tựu. Vì sao vậy? Vì ý nghĩa không chỉ nằm trong văn tự, mà còn ở ngoài văn tự. Quý vị nhất định phải lĩnh hội được những ý nghĩa bên ngoài câu chữ mới có thể đúng pháp.

Câu cuối cùng này là kết luận trong phần [giải thích kinh văn] trường hàng.

"Vô Tận Ý! Bồ Tát Quán Thế Âm có sức thần tự tại như vậy, đi khắp thế giới Ta-bà."

Phần chú giải nói: "Sức thần tự tại như vậy" là chỉ cho việc thị hiện khắp nơi với ba mươi ba thân thuyết pháp. Đây là chính thức giải đáp câu hỏi "đi khắp thế giới Ta-bà như thế nào". Như vậy, đức Phật Thích-ca Mâu-ni đã trả lời xong hai câu hỏi quan trọng của Bồ Tát Vô Tận Ý, một cách đơn giản nhưng đầy đủ các điểm trọng yếu. Mặc dù ngôn ngữ đơn giản chỉ nêu những điểm trọng yếu, nhưng ý nghĩa thì không cùng tận, giải đáp một cách hoàn toàn trọn vẹn.

Chúng ta đối với Bồ Tát Quán Thế Âm đều phải có sự nhận hiểu. Nhận hiểu được Bồ Tát Quán Thế Âm, quý vị mới có thể tin tưởng vào ngài, mới có thể không nghi ngờ ngài; quý vị mới biết được làm thế nào để tu học pháp Phổ môn.

Tiếp theo là phần kệ tụng. Trong kệ tụng thì đa phần thuộc về trùng tụng, nhưng cũng có phần cô khởi tụng. Trùng tụng là lặp lại phần kinh văn ở trước. Trùng tụng có rất nhiều ý nghĩa. Thứ nhất, kinh điển cần dễ tụng đọc. Nếu không thể thuộc lòng, không thể tụng đọc, thì trong cuộc sống hằng ngày chúng ta không thể đề khởi công phu quán chiếu, không có cách nào vận dụng những ý nghĩa, phương pháp của kinh điển vào sinh hoạt hằng ngày. Nói cách khác, quý vị phải ghi nhớ được. Kinh văn trường hàng rất khó ghi nhớ. Kệ tụng giống như thi ca, dễ ghi nhớ, tụng đọc nhiều là thuộc. Vì vậy, kinh văn trường hàng thuận tiện cho việc giải thích, kệ tụng thuận tiện cho việc ghi nhớ. Trong một bộ kinh thường có cả kinh văn trường hàng, có cả kệ tụng, ý nghĩa là như vậy.

Ngoài ra còn một ý nghĩa khác. Đức Phật giảng kinh không phải như lên lớp ở trường học, cho nên thính chúng không cùng lúc đến. Có người đến trước, có người đến sau. Người đến trước, phần trước đã nghe; người đến sau, phần trước chưa được nghe. Phần trước chưa được nghe, đức Phật rất từ bi, cũng không phụ lòng họ. Họ đã đến nghe là điều khó được, nên Phật dùng kệ tụng để nói sơ lược lại phần trước, bổ sung cho phần trước. Mặc dù những người ấy đến sau, nhưng ý nghĩa phần trước cũng có thể nhận hiểu được từ trong phần kệ tụng. Nhờ vậy, tất cả đều có thể đạt được Phật pháp viên mãn.

Trong kệ tụng có cô khởi tụng, tức là những gì trước đó chưa nói đến, nói chưa trọn vẹn trong phần trước, nay dùng kệ tụng này để bổ sung, khiến cho ý nghĩa lời Phật dạy càng thêm trọn vẹn, rốt ráo.

Có nhiều ý nghĩa như vậy nên không thể thiếu phần kệ tụng. Đặc biệt, người thế gian đa số đều thích nhạc điệu, đều thích ca nhạc, kệ tụng chính là như lời ca, có thể phối hợp thành bản nhạc để diễn tấu, có thể hát lên thành lời.

Phần tiếp theo là xác định kinh văn, tức là nói "phần

kệ tụng và phần kinh văn sau kệ trùng tụng, ngài Thập sư không chuyển dịch", Thập sư là ngài Cưu-ma-la-thập. Bản dịch Kinh Pháp Hoa của Đại sư Cưu-ma-la-thập, phẩm Phổ Môn - Bồ Tát Quán Thế Âm chỉ đến chỗ này, không có phần kệ tụng tiếp theo. "Các bậc thầy xưa nay đều cho rằng trong bản Phạn văn vốn có phần này nhưng về sau mới được dịch thêm vào. Điều này được nói rõ trong lời tựa "Pháp Hoa kinh hoằng truyền" của Luật sư Đạo Tuyên ở núi Chung Nam, trong quyển thượng bản kinh chúng ta đang xem. Trong lời tựa Hoằng truyền của quyển thượng nói rất rõ, giải thích ai là người dịch phần kệ tụng này và bổ sung vào khi nào. Mọi người có thể tự tham khảo.

Phần kệ tụng có 26 hàng, tức là 26 khổ kệ, vì trong bản này, kệ tụng là ngũ ngôn tụng, tức là mỗi câu năm chữ, bốn câu là một khổ, vừa đúng một hàng là bốn câu. Vì vậy một hàng là một khổ, hai mươi sáu hàng tức là tổng cộng có hai mươi sáu khổ kệ. Trong hai mươi sáu khổ lại chia làm ba đoạn.

"Đoạn thứ nhất", tức là một khổ kệ đầu tiên. "Tụng lại cả hai câu hỏi trước."

Tiếp theo là đoạn thứ hai có hai mươi hai khổ kệ, "Tụng lại phần trả lời cho cả hai câu hỏi." Đây là phần trùng tụng.

Đoạn cuối cùng có ba khổ kệ, "tụng lại cả hai ý nghĩa khuyến khích".

Bây giờ nói về khổ kệ thứ nhất, tụng lại cả hai câu hỏi. Chúng ta cùng xem kinh văn.

"Bấy giờ, Bồ Tát Vô Tận Ý đọc kệ thưa hỏi rằng:"

Câu này là phần nghi thức, tức là nghi thức mở đầu trước khi nói. Dùng kệ để thưa hỏi, cũng là ngợi khen xưng tán Phật, bởi vì kệ là để tụng ngâm. Cũng giống như bào Tán hương của chúng ta hiện nay, kệ tụng đều phối hợp với âm nhạc, như lời ca ngâm, đa phần đều là xưng tán.

"Đức Thế Tôn đủ đầy diệu tướng,
Con nay xin thưa hỏi đôi lần.
Có Bồ Tát tên Quán Thế Âm,
Nhân duyên gì xưng danh hiệu ấy?"

Đây là khổ kệ đầu tiên. Trong khổ đầu tiên, về mặt văn tự chỉ thấy hỏi nhân duyên danh hiệu của Bồ Tát Quán Thế Âm, nhưng ý nghĩa thì bao hàm cả hai. Trong phần chú giải ở đây giải thích rất rõ. "Đức Thế Tôn đầy đủ diệu tướng, muôn đức trang nghiêm", "xưng tán hình tướng" cũng chính là xưng tán trí tuệ, công năng, đức độ của Phật, vì mỗi loại tướng tốt đều do tu tập trăm phúc lành mới thành tựu, đủ trăm phúc trang nghiêm. Nói "xin thưa hỏi" là bao hàm cả câu hỏi thứ hai. Nên về mặt văn tự chỉ có một câu hỏi về nhân duyên danh hiệu Bồ Tát Quán Thế Âm, nhưng trong đó cũng bao hàm câu hỏi về nhân duyên gì Bồ Tát Quán Thế Âm đến thế giới Ta-bà này giáo hóa khắp nơi. Hai phần ý nghĩa này, một là được hiển lộ, hai là được ngầm hiểu.

Phần tiếp theo là nội dung giải đáp.

"Đức Thế Tôn đủ đầy diệu tướng"

Phật có ba mươi hai tướng, tám mươi vẻ đẹp, viên mãn đầy đủ, nên câu này là sự xưng tán trước Phật.

"Kệ đáp rằng: Ông hãy lắng nghe,"

Ngài Vô Tận Ý dùng kệ tụng để hỏi, đức Phật cũng dùng kệ tụng để trả lời.

"Bồ Tát Quán Thế Âm hạnh nguyện,
Cũng rộng sâu như biển như trời.

Khéo hóa hiện nơi nơi, chốn chốn,
Trải bao đời không thể suy lường,
Đã kề cận muôn ngàn đức Phật,
Phát nguyện lành thanh tịnh lớn lao.”

Hai mươi hai khổ kệ tiếp theo, tức là hai mươi hai hàng, “tụng hai ý nghĩa giải đáp”, chia làm hai đoạn.

Đoạn thứ nhất [có hai khổ kệ], là “xưng tán tổng quát về hạnh nguyện”, tức là giải đáp theo ý tổng quát. Đoạn thứ hai có hai mươi khổ kệ là giải đáp chi tiết.

Trong phần giải đáp tổng quát, “trọn hai câu kệ này là người chép kinh đặt vào để mở đầu”, tức là do người kết tập kinh sắp xếp.

Từ câu “ông hãy lắng nghe, Bồ Tát Quán Thế Âm hạnh nguyện” trở đi là lời Phật nói. “Ông hãy lắng nghe” là lời dạy phải lắng nghe, suy xét kỹ. Chúng ta thường thấy trong kinh nói: “Hãy lắng nghe cho kỹ.” Lắng nghe kỹ tức là dùng trí tuệ để nghe, dùng trí tuệ để chọn lọc, không phải mù quáng nghe theo.

“Hạnh nguyện của Bồ Tát Quán Thế Âm, đó là một tâm có đủ ba trí.” Câu này chúng ta phải ghi nhớ thật kỹ. Khi có người hỏi thế nào là hạnh nguyện của Bồ Tát Quán Thế Âm, quý vị có thể lập tức trả lời ngay: “Một tâm có đủ ba trí.” Một tâm là tánh thể, ba trí là công dụng. Ba trí là gì? Đó là nhất thiết trí, đạo chủng trí và nhất thiết chủng trí. Ba trí này đều từ một tâm lưu xuất ra. Nếu quý vị đạt được sự nhất tâm thì quý vị có nhất thiết trí; nếu quý vị có lý nhất tâm, thì quý vị lại có thêm hai trí nữa, có đạo chủng trí và có nhất thiết chủng trí.

Vị A-la-hán đã dứt trừ hai loại phiền não do kiến hoặc và tư hoặc, tương đương với sự nhất tâm, cho nên A-la-hán có nhất thiết trí, nhưng chưa có đạo chủng trí. Bồ Tát Viên giáo ở bậc Sơ trụ thấy rõ tự tánh, tâm được sáng suốt nên có đạo chủng trí; đến khi lên hàng Thập địa thì có nhất thiết chủng trí. Vì vậy, Bồ Tát Tam hiền có nhất thiết trí, đạo chủng trí, Bồ Tát đã vào Thập địa thì đầy đủ cả ba trí. Ba trí đều sinh từ nhất tâm, lưu xuất từ nhất tâm, có trí tuệ thì việc gì cũng làm được.

"Quán xét âm thanh muôn loài, khiến cho vô lượng khổ não được nhất thời giải thoát, tức là thành tựu công hạnh lợi tha của Bồ Tát Quán Thế Âm." Đây là nói về sự nghiệp lợi sinh của Bồ Tát. "Chân tâm không dao động, hóa hiện đủ mọi hình tướng." Chân tâm chính là chân như, trong thực tế cũng chính là pháp thân. Hóa hiện đủ mọi hình tướng tức là Ứng hóa thân. "Cho nên nói là khéo ứng hiện", không dao động mà ứng hiện được, đó mới gọi là khéo léo. "Hết thảy mọi cõi nước, nơi nơi đều hóa hiện đến, cho nên nói là "nơi nơi, chốn chốn".

"Thệ nguyện rộng sâu" là nói bốn hoằng thệ nguyện rất sâu rộng. Câu này vô cùng quan trọng, chúng ta phải ghi nhớ "một tâm ba trí, bốn hoằng nguyện rộng". Những điều này chúng ta đặc biệt phải ghi nhớ, chính là chỗ phải tu học.

"Trải bao đời, là trải qua nhiều kiếp, khó tính đếm hết", biểu thị sự kiên tâm, nhẫn nại, dũng mãnh, không sợ mọi gian khổ, phải tu học trong thời gian dài.

"Do thệ nguyện sâu xa vững chắc nên qua thời gian dài cũng không thối chuyển, qua thời gian dài nên được gặp nhiều vị Phật, theo chư Phật mà làm mọi việc lành, tu tập theo công hạnh của chư Phật, như vậy mới gọi là "kề cận chư Phật." Cả ba câu này đều phải ghi nhớ, chúng ta là đệ tử Phật nên phải học tập theo. Chư Phật có tâm như thế nào, công hạnh như thế nào, chúng ta đều phải học, đó mới gọi là học Phật! Học Phật gọi là hầu cận bên Phật, hầu cận bên Phật là thị giả của Phật. Đức Phật ngày nay không còn tại thế, nhưng chúng ta cũng có thể làm như vậy, chúng ta làm giống như Tôn giả A-nan, không rời Phật một bước. "Ở nơi chỗ của hết thảy chư Phật, đều phát nguyện thanh tịnh. Vì Bồ Tát có hạnh nguyện sâu xa lớn lao, nên trí tuệ chân thật cứu thoát khổ não của chúng sanh ở khắp mọi nơi, thân ứng hóa biến hiện, cứu độ cho hết thảy."

Tốt rồi, hôm nay chúng ta giảng đến đây thôi. Còn một buổi giảng kinh nữa, tối nay chúng ta sẽ hoàn tất trọn vẹn. Phần kệ phía sau tuy dài, nhưng có nhiều bài kệ là trùng tụng, chỉ đọc qua là hiểu được. Những chỗ quan trọng, tôi sẽ giảng giải cho mọi người, còn lại xem qua là hiểu, đọc qua là xong thôi. Phần giảng kinh tối nay như vậy là trọn vẹn.

Chúng ta hiện tại hội họp nơi đây, tương lai cùng đến thế giới Tây Phương Cực Lạc, trong ao thất bảo, chúng ta lại cùng đức Phật A-di-đà hội họp. Đó chính là công đức viên mãn của chúng ta.

Bài giảng thứ mười hai

Tháng 12 năm 1983
Hoa Tạng Đồ Thư Quán,
Cảnh Mỹ, [Đài Bắc], Đài Loan
Số lưu trữ: 08-004-0012

Mời quý vị mở [sách Pháp Hoa Kinh Đại Thành, quyển hạ], trang 841, dòng thứ 3.

Trong sách ghi "hai", tức là đoạn thứ hai trong phần kệ tụng, tiếp theo có 20 dòng, tức là 20 khổ kệ, "tụng chi tiết hai nội dung giải đáp". Phần này chia làm hai đoạn. Đoạn trước có 14 khổ kệ, nội dung là "giải đáp về nhân duyên có danh hiệu Quán Thế Âm". Đoạn tiếp theo có 6 khổ kệ, nội dung là "giải đáp về sự thị hiện khắp cùng".

Khổ kệ đầu tiên ở phần trước là "giải đáp tổng quát".

"Ta nay sẽ vì ông lược nói,
Dù nghe danh hay thấy hiện thân,
Nếu trong tâm vẫn thường nhớ niệm,
Liền bình an khổ nạn dứt trừ."

Trong phần chú giải, Đại sư nói: "Chỉ nêu phần cốt yếu nên gọi là lược thuyết. Được "nghe danh" nên xưng niệm. Đây là thuộc về nghiệp của miệng. Xưng niệm chính là xưng dương thánh hiệu, chúng ta thường gọi là niệm Phật, hay trì danh, nói xưng niệm cũng chính là niệm bằng miệng. "Thấy hiện thân nên lễ bái", đây là thuộc về nghiệp của thân, sớm tối lễ bái. "Trong tâm niệm", đây là thuộc về ý nghiệp. Phần này là nói sự thọ trì cung kính bằng cả ba nghiệp.

Bản chữ Hán nói "chư hữu" tức là "nhị thập ngũ hữu" (25 cảnh giới hiện hữu), ở đây không thể giải thích chi tiết. Quý vị có thể tìm xem trong từ điển Phật học và sách Giáo thừa pháp số. Trong Phật pháp, nói về thế gian pháp, ba cõi sáu đường đều được bao gồm trọn vẹn trong 25 cảnh giới hiện hữu. Vì vậy nói 25 cảnh giới hiện hữu chính là nói về mọi khổ nạn trong ba cõi sáu đường. Thông thường cũng dùng ba khổ, tám khổ để chỉ chung.

"Nghe danh xưng niệm, thấy hiện thân lễ bái đều không uổng phí, vì diệt được hết các khổ trong ba cõi". Nói ba cõi, vì 25 cảnh giới hiện hữu nói gộp lại thành ba cõi là cõi Dục, cõi Sắc và cõi Vô sắc, nói chi tiết ra thì thành 25 cảnh giới hiện hữu.

Khổ kệ này là một khổ kệ rất quan trọng, chúng ta cần ghi nhớ. Đây là lời Đức Phật Thích-ca Mâu-ni nói với chúng ta. Lời của Phật, như trong Kinh Kim Cang đã dạy là "lời chân chánh, lời đúng thật, lời không sai trái, lời không dối gạt". Lời của Phật là đáng tin cậy nhất. Nếu chúng ta không tin, đó là tự mình ngu si, tự mình có chướng ngại.

Phần tiếp theo mười ba khổ kệ là phần tụng chi tiết, tức là "giải đáp chi tiết", trùng tụng lại ý nghĩa trong phần kinh văn trường hàng. Mỗi khổ kệ đều có một tiểu đề mục, đối chiếu với phần kinh văn trường hàng phía trước sẽ rõ. Mời quý vị lật sang trang 842.

"Hoặc có người khởi tâm hãm hại,
Đem bỏ vào hầm lửa đốt thiêu.
Nhờ sức niệm Quán Âm cứu độ,
Hầm lửa kia liền hóa ao lành."

"Phần tụng tiếp theo đây, so với kinh văn trường hàng có khác biệt về sự tướng, tăng thêm một số loại. Như nói về mười bốn pháp vô úy (của Bồ Tát), đặc biệt chỉ nêu đại lược, thực ra có đầy đủ tất cả công đức, có thể cứu tất cả nạn khổ nguy cấp, cho nên thêm phần tụng này."

Nói phần tụng có thêm, tức là trong kinh văn bản này không có. Kinh văn bản này tuy không có, nhưng trong kinh Lăng nghiêm thì có. Trong kinh Lăng Nghiêm có nêu mười bốn pháp vô úy, ba mươi hai ứng thân. Mười bốn pháp vô úy và bốn pháp không thể nghĩ bàn, đều có đủ trong kinh Lăng nghiêm. Trong kinh này, chúng ta chỉ thấy nói đến bảy nạn, ba độc, hai mong cầu, chính là mười hai nguyện lớn của Bồ Tát. Cho nên hợp cả hai bản kinh để xem thì ý nghĩa rất trọn vẹn.

Khổ kệ thứ nhất này nói việc niệm Bồ Tát Quán Thế Âm có thể tránh khỏi được nạn lửa thiêu.

"Hoặc trôi dạt giữa vùng biển cả,
Gặp quỷ thần, rồng, cá khốn nguy;
Nhờ sức niệm Quán Âm cứu độ,
Sóng dữ kia chẳng thể hại mình."

Ý nghĩa này rất rõ ràng. Khổ kệ nói về việc chúng ta niệm thánh hiệu Bồ Tát Quán Thế Âm, nhưng quý vị phải nhớ kỹ trong phần kinh văn trường hàng phía trước đã nói, phải "nhất tâm xưng niệm". Lúc niệm cũng có sự nhất tâm, lý nhất tâm và công phu thành phiến, đều phải đạt đến các tiêu chuẩn này mới có thể trừ tai họa, khỏi hiểm nạn.

Hai khổ kệ tiếp theo dưới đây không có trong kinh văn trường hàng.

"Hoặc từ trên đỉnh núi Tu-di,
Bị kẻ ác đẩy xô rơi xuống.

Nhờ sức niệm Quán Âm cứu độ,
Như mặt trời vững giữa hư không."

Kinh văn phần trước không có, được thêm vào trong phần kệ tụng này. Có thể hiểu rằng Tu-di là chỉ núi rất cao. Ngày nay chúng ta gọi là tai nạn trên núi, người leo núi rất nhiều, đây nói việc gặp nạn trên núi. Nạn trên núi này còn là nói do có người hãm hại. Ở trên đỉnh núi, người khác xô quý vị ngã xuống. Trong lúc này, nhất tâm xưng niệm danh hiệu Bồ Tát có thể cứu hộ quý vị, dù từ trên núi cao rơi xuống cũng không đến nỗi tổn hại thân mạng, có thể được an toàn.

"Hoặc bị kẻ ác tâm rượt đuổi,
Trốn chạy rơi từ núi Kim cang.
Nhờ sức niệm Quán Âm cứu độ,
Dù mảy lông chẳng tổn hại gì."

Đây là nói nạn rơi xuống từ núi Kim Cang. Hai khổ kệ này đều nói về tai nạn trên núi, một là bị người xô đẩy rơi xuống, một là nói bị người rượt đuổi chạy té ngã xuống. Tiếp theo là bài kệ thứ năm:

"Hoặc gặp phải những phường giặc cướp,
Cầm gậy dao chờ chực hại người.
Nhờ sức niệm Quán Âm cứu độ,
Giặc cướp kia liền khởi lòng lành."

Nói "gặp phải" là gặp phải oan gia, gặp phải giặc cướp, "giặc" cũng được hiểu là giặc cướp, nếu gặp phải những cường đạo, thổ phỉ loại này thì trong quá khứ ắt từng gây oán nghiệp. Những người này cầm binh khí đến hại, quý vị niệm danh hiệu Bồ Tát Quán Thế Âm, Bồ Tát ngấm ngầm gia trì, khiến những kẻ oán tặc này liền khởi lên một niệm từ tâm: "Thôi vậy, tha cho hắn con đường sống." Thế là quý vị thoát được nạn này. Những điều này đều là do thần lực của Bồ Tát gia trì.

"Hoặc bị nạn vua quan hãm hại,
Chịu thọ hình sắp phải đầu rơi.
Nhờ sức niệm Quán Âm cứu độ,
Đao kiếm liền tự hủy hoại ngay."

Đây cũng là tụng lại phần trước. "Nạn vua quan" chính là nói bị vua quan ra lệnh tử hình, phạm tội bị xử tử, lúc sắp hành hình. Ngày xưa, tử hình đều là chém đầu. Lúc này, Bồ Tát Quán Thế Âm gia trì, khiến đang lúc chém đầu thì đao bỗng nhiên gãy. Ngày xưa, nếu quan giám trảm gặp hiện tượng như vậy thì tội nhân ắt sẽ được tha, sẽ xá tội chết cho người đó.

"Hoặc chịu những oan khiên tù ngục,
Phải gông cùm xiềng xích tay chân.
Nhờ sức niệm Quán Âm cứu độ,
Liền tự nhiên được tháo gông cùm."

Đây là nói tránh khỏi nạn gông cùm xiềng xích. "Gông cùm" chính là bị giam cầm, nhốt trong ngục, đeo gông và xiềng xích. Gông là hình cụ, đeo vào cổ người, cũng có loại gông cùm tay chân. Ngày nay là còng tay, xiềng khóa ở chân, là những loại hình cụ như vậy. Có thể nhất tâm xưng niệm danh hiệu Bồ Tát Quán Thế Âm, Bồ Tát dùng thần lực không thể nghĩ bàn, cũng có thể giúp quý vị thoát khỏi tai nạn này.

Khổ kệ tiếp theo là phần không có trong kinh văn trường hàng, được thêm vào kệ tụng.

"Hoặc bị những tà ma chú thuật,
Thuốc độc dùng làm hại đến thân.
Nhờ sức niệm Quán Âm cứu độ,
Tai ách quay lại kẻ hại người."

Những tai nạn này trong thế gian quả thật có. Chú thuật là loại tà thuật, trong phần chú giải nói: "Chú thuật, độc dược là dùng pháp ma quỷ, muốn hại người", sai sử quỷ thần loại này để hại người. Ngoài loại này ra, ví dụ như ở địa khu Miêu cương phía tây nam đại lục có phương pháp bỏ bùa, cũng thuộc loại này. Loại này quả thật như trong kinh đã nói, chú, độc này nếu không hại được người khác, sẽ quay lại hại chính mình, tệ hại cũng rất nhiều. Chỗ này nói là dùng quỷ pháp, muốn hại người, "người trước có tà niệm nên mới chịu tổn hại, nếu gặp người chánh niệm, sự tổn hại sẽ quay lại với chính người muốn gây hại". Hai câu này rất quan trọng. Những thầy phù thủy loại kia họ có những phép thuật này. Những phép thuật của họ chỉ có thể hại những người tâm bất chánh, họ có thể sai sử quỷ thần đến hại người đó. Đối với người quân tử chánh trực, quỷ thần thấy họ liền sợ hãi, không dám làm hại. Như những việc này, trong các bút ký, tiểu thuyết của người xưa ghi chép lại rất nhiều, như trong "Duyệt vi thảo đường bút ký" của Kỷ Hiểu Lam cũng có nhiều ví dụ loại này. Có thể thấy, thật sự có thể bảo vệ mình chính là tâm địa thanh tịnh. Tâm thanh tịnh, tâm từ bi, tất cả quỷ thần gặp quý vị chỉ có cung kính, không dám làm hại. Nếu có người sai những quỷ thần này đến hại quý vị, họ vừa thấy quý vị là người quân tử chánh trực, người kia muốn hại quý vị, hắn không phải là người tốt. Quỷ thần đó sẽ quay đầu lại hại người ấy, sẽ báo thù người ấy, đó là lẽ đương nhiên.

Chỗ này có dẫn một đoạn công án, chính là câu chuyện được ghi trong kinh Thí dụ, quý vị xem qua thì có thể hiểu. Phần này có mấy câu rất quan trọng, chúng ta cần nêu ra để giảng.

Trang 845, dòng thứ 2 ở giữa có hai câu: "Xét về sự tướng thì tà vạy không thể thắng được chân chánh, lòng từ mẫn có thể chế ngự sự hung ác. Nay dùng sự chân chánh xưng niệm Bồ Tát Quán Thế Âm, [thì sự độc hại] tự nhiên quay trở lại với kẻ đã có ý hại người." Những câu này rất quan trọng. Đây là nói về mặt sự tướng, xét theo sự tướng thì quý vị nhất định phải nhớ là tà vạy không thắng được chân chánh. Nếu quý vị cho rằng, chúng ta chân chánh nhưng sức mạnh của tà vạy vượt hơn chúng ta, lớn mạnh hơn chúng ta rất nhiều. Đó là nói thật ra thì trong cái chân chánh của quý vị vẫn còn mang theo mấy phần tà vạy, cho nên sự chân chánh của quý vị mới không thắng nổi tà vạy. Nếu quý vị chỉ thuần là chân chánh, cho dù có phải vào rừng rậm tà kiến, quý vị cũng không thể bị tổn hại, dù chỉ là một phần rất nhỏ. Nếu trong tâm địa chúng ta có một chút tà niệm, dù nói là chân chánh thì cũng không phải là thuần chân chánh, nên sức mạnh của tà vạy vẫn có thể xâm phạm quý vị. Do vậy, trong phần trước đã nhiều lần nói với chúng ta, phải nhất tâm trì danh. Nhất tâm là thuần chân chánh. Tâm đại từ bi có thể chuyển hóa ý niệm của kẻ ác, có thể chuyển hóa động cơ giết hại của họ, chuyển hóa ý niệm hung ác của họ. Bồ Tát Quán Thế Âm dùng sức mạnh của chân chánh và từ mẫn, dùng sức mạnh này để cứu giúp bảo vệ chúng sanh. Chính tự thân chúng ta trong một niệm thanh tịnh cũng có thể sanh khởi tâm chân chánh, tâm từ bi tương tự như Bồ Tát, tự nhiên có thể cảm ứng giao hòa trong đạo mà tránh khỏi được những sự độc hại như vậy.

Về mặt lý thể, ngay nơi dòng thứ 5 trở đi nói rằng: "Xét về lý thể thì ba độc, mười ác đều lưu xuất từ chân tâm mầu nhiệm của chính mình." Chính mình là tự bản thân mình, hoàn toàn là do tâm mình biến hiện ra. "Nay chân chánh xưng niệm Bồ Tát Quán Thế Âm, dùng thần lực của trí tuệ soi chiếu, xoay dòng tánh nghe trở về cội nguồn chân thật [của tự tánh], những gì độc ác của kẻ kia, tương ứng trong một niệm hóa thành giác ngộ vô thượng, không quay trở lại với kẻ ban đầu thì còn về với ai?" Đó là dựa theo lý thể mà nói.

Lý thể này, trong kinh Lăng nghiêm đức Phật đã nói rất rõ, chính là bốn khoa và bảy đại. Bốn khoa là nói năm ấm, sáu nhập, mười hai xứ, mười tám giới. Đây đều là sự quy nạp của tất cả các pháp, quy nạp thành bốn loại lớn này. Bảy đại là nói về địa đại, thủy đại, hỏa đại, phong đại, không đại, kiến đại và thức đại. Trong kinh Lăng nghiêm có hai mươi lăm pháp viên thông, chính là mười tám giới cộng với bảy đại. Dù từ phương diện nào tu học, cũng đều có thể thành tựu đạo vô thượng, như nói là các pháp đều bình đẳng, không có cao thấp; cũng có nghĩa là bốn khoa, bảy đại đều là tánh chân như mầu nhiệm của tạng Như Lai. Ba độc, mười ác cũng không ra ngoài bốn khoa, bảy đại, cũng đều nằm trong đó. Vì vậy, quả thật đều là do tâm chúng ta biến hiện ra. Tâm mê thì biến hiện thành ba độc mười ác, một khi giác ngộ thì rõ biết là không hề có. Từ đây có thể biết, ngoại cảnh vốn không có thiện ác; thiện ác quả thật là do tâm của chính mình biến hiện ra.

Tâm của chư Phật Bồ Tát trong mỗi niệm đều thanh tịnh, mỗi niệm đều từ bi. Nói cách khác, các ngài trong mỗi niệm đều tỉnh giác, không có mê lầm, nên gọi là Phật Bồ Tát.

Thuần thiện không ác, cái thiện của sự thuần thiện đó không phải là thiện ở trong phạm trù thiện ác. Cái thiện trong phạm trù thiện ác là cái thiện tương đối, lìa cả hai bên thiện ác mới gọi là chân thiện, mới gọi là thuần thiện. Tâm này mới thanh tịnh, mới bình đẳng. Đây là thể dạng ban sơ vốn có của chân tâm chúng ta. Dùng tâm này để quán xét hết thảy các pháp, trong kinh gọi là soi chiếu, soi chiếu thấy được hết thảy các pháp, không một pháp nào không phải là tướng tịch diệt.

Cảnh giới này, trong các kinh Đại thừa đức Phật thường nói đến. Bồ Tát Thập địa thể nhập cảnh giới này, chính là Bồ Tát vào Pháp Vân địa. Chúng ta nói năm nhẫn, chính là tịch diệt nhẫn. Có thể thấy, Bồ Tát Pháp Vân địa trụ nơi pháp giới nhất chân, trụ trong cõi Thường tịch quang. Trong cõi Thường tịch quang chính là Pháp Vân địa, là Đẳng giác, là quả vị Như Lai.

Bồ Tát Thập địa là hạ phẩm Tịch diệt nhẫn, Bồ Tát Đẳng giác là trung phẩm, Phật địa là thượng phẩm. Đây là trụ nơi pháp giới Nhất chân. Dưới pháp giới Nhất chân là cõi Thật báo trang nghiêm, nói theo Tịnh độ, hoặc nói theo cảnh giới trong kinh Hoa Nghiêm chính là từ Bồ Tát Sơ trụ đến Cửu địa, đều trụ nơi cõi Thật báo trang nghiêm. Lên trên nữa chính là cõi Tịnh độ Thường tịch quang. Vì vậy, quả thật như lời Phật trong kinh đã nói với chúng ta, "ứng niệm hóa thành vô thượng giác". Đây là lời Phật nói trong kinh Lăng Nghiêm.

Chúng ta xem khổ kệ tiếp theo:

"Hoặc gặp phải hung thần la-sát,
Với quỷ, rồng, ác độc hiểm nguy.
Nhờ sức niệm Quán Âm cứu độ,
Hết thảy đều chẳng hại đến thân."

Khổ kệ này là tụng lại ý nghĩa trước, nói về nạn gặp quỷ. Tiếp theo là một khổ kệ nữa:

"Hoặc bị hại bởi loài thú dữ,
Giương vuốt nanh đe dọa khiếp hồn.
Nhờ sức niệm Quán Âm cứu độ,
Thú dữ kia liền phải chạy xa."

Khổ kệ này là phần được thêm vào, ý nghĩa trước đó không có. Tình huống này cũng thường xuyên gặp phải, đặc biệt là những người thích du lịch, leo núi, trên núi có rất nhiều rắn độc, thú dữ các loại. Nếu quý vị gặp phải, khi những ác thú này vây quanh muốn làm hại quý vị, chúng ta đã đọc phẩm Phổ môn, lập tức nghĩ đến bài kệ này, nhất tâm xưng niệm danh hiệu Bồ Tát Quán Thế Âm, những ác thú đó tự nhiên sẽ tránh đi nơi khác.

"Hoặc có những rắn độc, bò cạp,
Khí độc phun như lửa khói xông.
Nhờ sức niệm Quán Âm cứu độ,
Theo âm thanh liền tự phản hồi."

Đây là nói một loài bò sát độc. Trước nói về thú dữ, đây nói về loài bò sát. Như rắn, đặc biệt là rắn độc. Rắn độc có ở khắp nơi, người thường rất khó phân biệt. Những loài rắn độc, bò cạp có nọc độc mạnh, nếu bị chúng cắn, độc tính mạnh thì chỉ vài giờ sau mạng sống sẽ mất, nên phải biết phương pháp sơ cứu. Do đó, những người leo núi thường có người trưởng đoàn, có người có thể phân biệt được độc tính của rắn, và còn phải chuẩn bị huyết thanh để dùng ứng cứu kịp thời. Có thể niệm Bồ Tát Quán Thế Âm thì đương nhiên là tốt nhất. Người hiểu tập tính của rắn cũng thường nói với chúng ta, rắn không tùy tiện tấn công người, sự tấn công của nó phần lớn mang tính chất phòng vệ. Khi chúng ta gặp phải, đứng yên bất động, niệm Bồ Tát Quán Thế Âm Tát, nó tự nhiên sẽ bỏ đi. Nếu quý vị di chuyển, nó cho rằng quý vị muốn làm hại nó, nó sẽ tấn công quý vị. Vì vậy, khi gặp phải đừng sợ hãi, niệm Bồ Tát Quán Thế Âm, Bồ Tát cũng có thần lực gia trì, đồng thời con rắn thấy bạn bất động, không có ý làm hại nó, nó tự nhiên sẽ bỏ đi.

Chúng ta xem khổ kệ tiếp theo:

"Hoặc gặp lúc gió giông sấm dậy,
Mưa ngập trời nước lũ trào dâng.
Nhờ sức niệm Quán Âm cứu độ,
Ngay tức thời mây tạnh trời quang."

Tai nạn này tương tự như khi chúng ta gặp bão, nhưng khi có bão thường có mưa, đôi khi có mưa giông, mưa giông lớn. Ở phương Bắc có mưa đá, kích thước mưa đá không nhất định, nếu lớn có thể phá hủy nhà cửa, cũng có thể làm tổn thương người và gia súc, gây ra tai họa lớn. Tỉnh ta năm nay mưa thuận gió hòa, ngay cả trong mùa mưa bão có nhiều cơn bão cũng không đổ bộ, đó là điều tốt, mong mọi người càng nỗ lực tu hành. Trong kinh thường nói, cảnh tùy tâm chuyển, các tai nạn tự nhiên đều có mối quan hệ mật thiết với tâm niệm của chúng ta. Một số học giả cho rằng đây là mê tín, nhưng khi những học giả đó gặp nạn, họ cũng nửa tin nửa ngờ, điều đó cho thấy tâm họ không thể quyết định. Vì vậy, Phật pháp nói lý rất sâu, phải nghiên cứu thật kỹ, hơn nữa còn phải thực nghiệm trong sự hành trì, mới có thể chứng thực những lời Phật dạy trong kinh luận, câu nào cũng chân thật.

Tiếp theo có một khổ kệ tụng lại về ý nghĩa lìa ba độc, đáp ứng hai mong cầu:

"Chúng sanh gặp biết bao khổ nạn,
Bao hiểm nguy rình rập quanh mình."

Trong hai câu kệ này bao gồm cả ý nói về ba độc với hai sự mong cầu.

"Đức Quán Âm sức thần diệu trí,
Thường cứu nguy bạt khổ thế gian."

Trong phần chú giải nói, "Ba độc bộc phát mạnh mẽ", Hán văn dùng hai chữ "xí thịnh" là hình dung từ, mô tả giống như lửa bùng cháy rất mạnh mẽ, "bao hiểm nguy rình rập quanh thân", ba độc là nhân của khổ, có nhân khổ ắt có quả khổ. Quả khổ bức bách thân tâm chúng ta. Hai câu tiếp nói về nhị cầu, "con trai con gái đều không có, khốn khổ vì cô quạnh lẻ loi", đến tuổi già không có con cái nên cảm thấy cô quạnh lẻ loi. "Sức trí tuệ nhiệm mầu" của Bồ Tát Quán Thế Âm "ắt có thể cứu được".

Trong phần kinh văn sau nữa chúng ta sẽ thảo luận việc làm thế nào để cảm ứng giao hòa trong đạo với Bồ Tát Quán Thế Âm. Đây là nguyên tắc tu học hết sức quan trọng.

Mời quý vị xem tiếp hai khổ kệ dưới đây, là nội dung "giải đáp ý nghĩa thị hiện khắp mọi nơi".

"Đầy đủ sức thần thông biến hóa,
Lại rộng tu phương tiện trí minh.
Gần xa khắp mười phương cõi nước,
Chẳng nơi nào lại chẳng hiện thân.
Các đường dữ súc sanh, ngạ quỷ,
Hoặc là nơi địa ngục khốn cùng.
Chịu những khổ sanh, già, bệnh, chết,
Quán Âm liền cứu vớt dần cho."

Trong phần chú giải nói "nguyên do có thể ứng hiện", đó là chúng sanh có sự chiêu cảm, Bồ Tát liền có sự ứng hiện. Nguyên do có thể ứng hiện là "do sức thần cùng trí tuệ phương tiện". Phần này cũng giải thích cho chúng ta hiểu: "Nếu không phải có được công dụng của toàn thể ngàn như thị thì không thể đầy đủ sức thần thông như vậy." Nói ngàn như thị, như Đại sư Trí Giả giảng kinh Pháp Hoa có nói với chúng ta về "trăm pháp giới, ngàn như thị", do đó toàn thể đại dụng mới có thể hiện tiền. "Như" cũng chính là chân như, không có một pháp nào không như, không có một pháp nào không phải. Cảnh giới này phải khi thấy được tự tánh, tâm ý sáng rõ mới có thể hiện tiền. Cảnh giới mà Bồ Tát thị hiện trong kinh Lăng nghiêm, ban sơ chứng được, chính là Sơ trụ Bồ Tát Viên giáo có thể chứng đắc, còn trong pháp môn niệm Phật chính là Lý nhất tâm bất loạn. Chúng ta đạt đến cảnh giới này, tác dụng rất lớn, đầy đủ thần thông, đầy đủ trí tuệ.

"Thần thông tuy sẵn có đầy đủ trong tự tánh", câu này ý nói tất cả chúng sanh mỗi người đều có chân như bản tánh; nói cách khác, mỗi người đều sẵn có mười thứ thần thông không thể nghĩ bàn của quả vị Như Lai. Trong bản tánh tuy vốn đầy đủ, nhưng hiện nay bản tánh bị mê mờ, tuy công năng sẵn có nhưng công năng ấy không thể khởi thành tác dụng, không thể hiện tiền.

"Lại do rộng tu trí tuệ phương tiện nhiệm mầu, soi chiếu tự tánh phát khởi thần thông, cho nên đạt được sức thị hiện tự tại khắp cùng mọi nơi." Bồ Tát tu hành thành tựu như vậy, nếu chúng ta tự mình muốn có thành tựu, nhất định phải chân thật tu học.

"Rộng tu trí tuệ phương tiện nhiệm mầu", câu này chúng ta nhất định phải thấu hiểu rõ ràng, không được hiểu sai lầm. Khi nào mới có thể "rộng tu trí tuệ phương tiện nhiệm mầu"? Đó là sau khi đạt được căn bản trí, mới có thể học rộng nghe nhiều. Như Đồng tử Thiện Tài trải qua năm mươi ba lần tham vấn, nếu ngài không thành tựu căn bản trí trong Pháp hội của Văn Thù, thì ngài không có tư cách "rộng tu trí tuệ phương tiện nhiệm mầu".

Bồ Tát Quán Thế Âm thị hiện trong Pháp hội Lăng Nghiêm, nhập tam-ma-địa. Nhập tam-ma-địa chính là chứng đắc Lý nhất tâm bất loạn, tức là chứng đắc quả vị Sơ trụ Viên giáo. Từ đó về sau, mới có thể "rộng tu trí tuệ phương tiện nhiệm mầu", giống như Thiện Tài năm mươi ba lần tham vấn, học rộng nghe nhiều. Trình tự tu học này nhất định không thể đảo ngược. Một khi đảo ngược thì thiệt hại cho chúng ta rất lớn, tu tập sẽ không thành tựu. Vì vậy, sự tu học trong nhà Phật là trước chuyên sâu, sau mở rộng, chứ không phải trước mở rộng sau chuyên sâu. Phải là trước chuyên sâu, sau mở rộng.

Hiện tại chúng ta tu học, trước tiên thường phải mở rộng, xem qua hết thảy, học qua hết thảy; học rộng xong rồi mới chuyên sâu vào một môn, những thứ khác đều buông bỏ. Điều này nói ra cũng giống như khi chúng ta đi mua sắm, chọn lựa đủ thứ, tốn nhiều thời gian mới lựa chọn được một món đồ ưng ý, rồi quyết định mua nó. Đối với người mới học thì điều này cũng không sao, nhưng cũng cần xem lại căn lành, phước đức nhân duyên của chính mình. Đối với người có căn lành, phước đức nhân duyên sâu dày, trong lúc học rộng, không bao lâu liền có thể quyết định chọn một pháp môn, đó là may mắn, để từ đó bắt đầu tu học [chuyên sâu]. Nếu học rất nhiều lại rơi vào chỗ tăng trưởng tà kiến, tăng trưởng vô minh, thì đời này chắc chắn sẽ luống qua, không thể thành tựu. Cho nên việc này thật không dễ dàng.

Quý vị nhất định phải biết điều này. Quý vị đi nghe khắp nơi, nghe nhiều, học nhiều, xem nhiều, nhưng nói thật với quý vị, quý vị sẽ không tìm được thầy. Bậc thiện tri thức chân chính sẽ không dạy cho quý vị. Tại sao? Vì quý vị quá xen tạp, quá tán loạn, dù muốn dạy cũng không có cách nào dạy cho quý vị. Điều này cần phải lưu ý.

Khi quý vị thân cận một vị thiện tri thức, vị ấy hỏi quý vị trước đây đã học những gì? Quý vị nói, tôi rất muốn học nhưng chưa bắt đầu học. Vị thiện tri thức đó sẽ xem quý vị như bảo bối, quyết định không bỏ rơi quý vị. Nếu quý vị nói: Tôi đã học rất nhiều, nghe rất nhiều, cũng xem qua rất nhiều. Vị ấy sẽ gật đầu, tốt lắm, rất khá, rất ít có. Rồi tiễn quý vị đi, không nói gì phật lòng quý vị. Tại sao vậy? Vì không có cách nào để dạy. Nếu vị ấy chỉ cho quý vị một con đường, trong lòng quý vị nhất định chống đối. Vì sao? Vì quý vị đã nhận điều được học trước đó là đúng. Cái gì của quý vị là đúng, của người khác là không đúng, phải không? Quý vị cũng chẳng khác gì bao nhiêu người khác! Do vậy không cách gì học được. Muôn ngàn lần chúng ta phải luôn ghi nhớ điều này.

Từ xưa đến nay, trước đây tôi đã nhấn mạnh với mọi người, sự truyền thừa từ bậc thầy là hết sức quan trọng. Vì vậy, ngay từ đầu phải theo học chỉ một vị thầy, học theo lời dạy của một người. Quý vị gặp được bậc thiện tri thức, vị ấy nhận lời dạy cho quý vị, quý vị mới thật sự đạt được sự lợi ích. Nếu ngay từ đầu đã học rộng, về sau có thể quay về một môn, liệu có mấy người chịu quay đầu? Liệu có mấy người được giác ngộ? Giác ngộ, quay đầu được là tốt, như vậy thì không còn gì để nói. Điều đáng sợ là suốt đời không thể giác ngộ, không thể quay đầu, đó mới là đáng sợ.

Đây là nói về rộng tu trí tuệ phương tiện nhiệm mầu, cần phải tự mình đạt được tâm thanh tịnh trước, tức là đạt được tâm chuyên nhất tâm không tán loạn, mà là đạt được Lý nhất tâm bất loạn, không phải Sự nhất tâm bất loạn. Sự nhất tâm bất loạn vẫn chưa đủ tư cách, phải đạt được Lý nhất tâm bất loạn, trong giáo môn gọi là "đại khai viên giải", trong Thiền tông gọi là "đại triệt đại ngộ, minh tâm kiến tánh". Lúc này mới có thể học rộng nghe nhiều, mới có thể ra ngoài tham học. Trong lúc tham học, chính là "soi chiếu tự tánh, phát khởi thần thông". Đây là công đức của sự tham học. Chúng ta thấy trong kinh Hoa Nghiêm (bản 40 quyển), sự biểu diễn của Đồng tử Thiện Tài chính là ý này. Đồng tử Thiện Tài năm mươi ba lần tham vấn, đạt được điều gì? Đạt được sự "soi chiếu tự tánh, phát khởi thần thông". Do đó, mới có thể thị hiện khắp mọi nơi, Bồ Tát Quán Thế Âm mới có oai đức thần lực lớn như vậy, gia trì tất cả chúng sanh khổ nạn.

Mấy câu dưới đây, chúng ta đọc qua: "Thông thường nói về các đường ác", nghĩa là nói sự thông thường, khi nói đến các đường ác, "chỉ giới hạn trong ba đường", là chỉ nói có ba đường ác. "Nay kinh văn dùng 'chủng chủng' là chỉ chung cả chín pháp giới", trong bài kệ của kinh, Hán văn nói "chủng chủng chư ác thú, địa ngục quỷ súc sanh", tiếp theo lại nói "sanh lão bệnh tử khổ", thêm một câu như vậy. Thêm câu này thì "chủng chủng chư ác thú" không chỉ riêng ba đường ác, mà chỉ chung đến chín pháp giới. Chín pháp giới thì bao gồm cả Bồ Tát. Vì sao Bồ Tát cũng gọi là đường ác? Vì Bồ Tát so với Phật vẫn còn là đường ác. Tại sao? Vì chưa dứt được sanh tử biến dịch, chưa đoạn trừ sanh tướng vô minh, nên so với Phật vẫn là đường ác. Chỗ này nói "chỉ chung chín pháp giới, so với Phật giới đều gọi là đường ác, nhưng chỉ nêu riêng ba đường [địa ngục, ngạ quỷ, súc sinh] vì đó là cực ác". Ba đường ác là những cảnh giới khổ nhất, đáng sợ nhất trong chín pháp giới. "Tuy ba đường ác chìm trong tăm tối, chưa thể được hóa độ, đều khiến cho khổ não của họ dần dần trừ diệt". Hóa độ ba đường ác không dễ, rất khó khăn. Nếu hóa độ ba đường ác dễ dàng, quý vị thử nghĩ xem, trước đây chúng ta đã đọc, tại sao tám bộ trời rồng đều mong rời khỏi cảnh giới của họ, mong cầu sanh đến cõi người? Điều này không phải rất rõ ràng đó sao? Ba đường ác mê muội quá sâu, rất khó giác ngộ. Chúng ta xem các bậc cổ đức xưa nay, hoặc những ghi chép trong kinh Phật, chư Phật Bồ Tát độ người trong ba đường ác, tốt nhất cũng chỉ có thể giúp họ sinh lên cõi trời

Đao-lợi, là tầng trời thứ hai của cõi Dục. Lên cao hơn nữa thì không được, chư Phật Bồ Tát cũng không có năng lực đó. Đây là điều chúng ta cần biết.

Hiện nay chúng ta làm nhiều Phật sự, ví dụ như tối mai hoàn mãn, chúng ta sẽ có lễ cúng thí thực Đại Mông sơn. Đối tượng của Đại Mông sơn thí thực là chúng sanh cõi quỷ. Trong nghi quỹ tuy chúng ta dùng hết tâm lực của mình để giúp cầu cho họ vãng sanh Tịnh độ, nhưng thực tế có đạt được không? Quá khó, quá khó! Các vị xem qua Lương hoàng sám có việc Hòa thượng Bảo Chí Công siêu độ phi tần của Lương Vũ Đế. Hòa thượng Bảo Chí Công là hóa thân của Bồ Tát Quán Thế Âm, dùng sức oai thần của Bồ Tát, cũng chỉ có thể đưa bà từ đường ác siêu độ lên cõi trời Đao-lợi. Quý vị nên biết, nương vào người khác siêu độ là phước của người khác giúp mình, phước báo có thể cho mình, có thể giúp mình, nên phước báo lên đến cõi trời Đao-lợi là nhất rồi. Lên cao hơn nữa là cõi trời Dạ-ma, dù có phước cũng phải dựa vào một phần định lực của chính mình; trí tuệ, thiền định của người khác không thể giúp cho quý vị. Phước báo của chư Phật Bồ Tát có thể ban cho chúng ta, chúng ta có thể hưởng thụ; trí tuệ, thiền định của các ngài không thể ban cho chúng ta. Ví dụ, chư Phật hiện làm quốc vương, quý vị cầu xin, tốt lắm, tài bảo của ta có thể cho các người, ngôi vua của ta cũng có thể cho các người. Đó là phước báo, nếu ngài ban cho các vị có thể có được. Nhưng thông minh trí tuệ của ngài thì không có cách nào, ngài không thể ban cho chúng ta. Ngài ban cho chúng ta cũng không nhận được.

Vì vậy, siêu độ là tu phước gia trì. Tu phước, là ai tu phước? Chính chúng ta tu phước. Nếu chính chúng ta không tu phước, họ sẽ được gì? Họ không được gì cả. Việc này các vị đọc kỹ kinh Địa Tạng Bồ Tát Bổn Nguyện sẽ hiểu. Cô gái con nhà Bà-la-môn, cô Quang Mục, những người mẹ của họ đều đọa vào địa ngục, nhờ chính họ tu tập chánh pháp, họ đều dùng pháp môn niệm Phật này, niệm đức Giác Hoa Định Tự Tại Vương Như Lai. Chính họ niệm đến nhất tâm bất loạn, phước báo này lớn, mẹ họ được nhờ, liền có thể siêu sanh. Tại sao họ có thể đắc nhất tâm bất loạn? Vì họ muốn cứu mẹ, nên chính họ tu thành tựu. Có thể nói, việc hai bà mẹ đọa vào đường ác đã giúp họ tu thành tựu, đây là phước báo của hai bà mẹ. Nếu hai bà mẹ ấy không đọa vào đường ác, thế là xong, họ cũng không học Phật, cũng không nhất tâm niệm đức Giác Hoa Định Tự Tại Vương Như Lai, họ vẫn là phàm phu sanh tử. Vì vậy, sự thành tựu của họ là do hai bà mẹ giúp đỡ, là tăng thượng duyên giúp họ thành tựu. Nếu họ quả thật được thành tựu thì phước báo đó mẹ họ được hưởng, được siêu độ.

Vì vậy, chúng ta tu Đại Mông Sơn, trong Mông Sơn chúng ta phải giác ngộ, tự mình phải khai ngộ, thật sự chuyển đổi ba nghiệp thân khẩu ý của chúng ta. Tự mình nâng cao được cảnh giới thì những quỷ thần này được phước báo, thật sự có thể rời khỏi ba đường ác, điều này không sai dối chút nào. Kinh Địa Tạng Bồ Tát Bổn Nguyện có thể chứng minh. Vì vậy, không phải miệng đọc theo sách Mông Sơn là siêu độ. Nếu khi đọc, tự tâm không thể chuyển đổi cảnh giới của chính mình, bước ra ngoài quỷ sẽ đánh các vị; các vị lừa tôi, gọi tôi đến, gọi đến để lừa gạt tôi, chính các vị không tu. Vì vậy, các vị niệm quy y thì chính mình phải thật quy y; niệm kệ sám hối, chính mình phải thật sám hối, quỷ thần liền được phước. Một mặt chính mình tu, chính mình niệm, đồng thời khuyên họ, hy vọng họ cũng có thể tu, cũng có thể chuyển đổi tâm ý. Nếu họ có thể chuyển thì càng tốt, sức siêu độ càng lớn càng nhanh;

khi họ không thể chuyển, cũng gieo cho họ căn lành, trong thức a-lại-da cũng gieo vào chủng tử, ý nghĩa là như vậy.

Vì vậy, làm Phật sự phải nhất tâm xưng niệm, mới có hiệu quả; tâm tán loạn, tâm xen tạp mà niệm thì không có hiệu quả. Do đó, đại chúng một khi quy tụ, phải thuần thục nghi quỹ, nếu không thuần thục sẽ sinh phiền não. Ví như người gõ pháp khí sai, mọi người vốn muốn nhất tâm thanh tịnh niệm, nghe pháp khí đó sai liền khó chịu, "sao lại sai nữa?" Tâm liền tán loạn. Tâm tán loạn thì không linh nghiệm. Chí thành thì linh, một khi tâm tán loạn thì không linh nghiệm. Ý nghĩa siêu độ là ở chỗ này.

Nói về khổ não trong ba đường ác, không dễ được hóa độ. Tuy không dễ, nhưng tâm từ bi của chư Phật Bồ Tát không vì khó hóa độ mà bỏ rơi, không phải vậy. Chư Phật Bồ Tát vẫn thường xuyên nhắc nhở, thường xuyên nhớ nghĩ đến, hy vọng họ mau quay đầu. Khi nào họ giác ngộ, quay đầu, họ liền thoát khỏi đường ác. Vì vậy, thường xuyên không ngừng nhắc nhở chính là đại từ đại bi. Chúng ta mỗi tuần cúng thí thực Mông Sơn, niệm Phật hồi hướng, đặc biệt đối với những quỷ thần này, chúng ta phải hiểu ý nghĩa này. Chúng ta muốn cứu độ họ, trước tiên phải thành tựu chính mình. Tự mình thành tựu, họ đều sẽ được cứu độ.

Mời quý vị xem hai khổ kệ tiếp theo:

"Dùng Chân quán cùng Thanh tịnh quán,
Lại thêm Quảng đại trí tuệ quán,
Vận dụng vào Bi quán, Từ quán,[1]

---

[1]Khổ kệ này đề cập đến 5 pháp quán mà Bồ Tát Quán Thế Âm đã thành tựu, tương đương với 3 pháp quán không, quán giả và quán trung, được giải thích theo giáo lý tông Thiên thai bao gồm: 1. Chân quán (真觀): tức là pháp quán không, quán xét lý chân đế để đoạn trừ kiến hoặc và tư hoặc. 2. Thanh tịnh quán (清淨觀): tức là pháp quán giả. Sau khi dứt trừ kiến hoặc và tư hoặc, thân được thanh tịnh, tiếp tục quán giả để đoạn trừ trần sa hoặc. 3. Quảng đại trí tuệ quán (廣大智慧觀): tức

Nên thường nguyện, lại thường chiêm ngưỡng.
Hào quang thanh tịnh không cấu nhiễm,
Như mặt trời phá sạch tối tăm.
Thường trừ được nạn tai gió lửa,
Chiếu soi cùng chốn chốn thế gian.

"Hai khổ kệ này là "ý nghiệp phổ quán". Đề mục khoa văn đã chỉ rõ ý nghĩa kinh văn cho chúng ta. Hai khổ kệ này rất quan trọng, chính là cương lĩnh quan trọng trong tu học của chúng ta. Các vị xem trong chú giải. "Chân nghĩa là đã dứt vọng", nói "chân quán" thì quán chính là quán chiếu. Chúng ta lúc mới bắt đầu học, nếu quý vị thật sự chịu dụng công, tức là thật sự phát tâm tu hành, thì hai khổ kệ này chính là cương lĩnh tu học hiện tiền của chúng ta. Chúng ta phải dùng chân tâm, quán sát, chính là quán sát thế gian, đối nhân xử thế, dùng chân tâm quán sát thế gian, đối đãi tiếp xúc, tâm chúng ta không hư vọng. Trong chân tâm không có vọng tưởng, không có vọng niệm, nên chân là đã dứt vọng. Đây chính là như ta nói chân thành, cũng chính là tâm chính trực, tâm chí thành trong tâm Bồ-đề tâm.

"Thanh tịnh quán", là tâm thanh tịnh, chính là tâm sâu vững trong tâm Bồ-đề. Tâm sâu vững không nhiễm ô, tuy ở trong năm món dục của sáu trần cảnh, nhất định vẫn không nhiễm ô bởi năm món dục của sáu trần cảnh, tâm vẫn thanh tịnh.

Tiếp theo là "Quảng đại trí tuệ quán, Bi quán và Từ quán". Đây chính là tâm đại bi trong tâm Bồ-đề. Vì vậy, khổ kệ này chính là tán thán tâm Bồ-đề. Những điều

pháp quán trung, do đã dứt trừ vô minh hoặc mà đạt được trí tuệ rộng lớn. 4. Bi quán (悲觀): vận dụng 3 pháp quán trên để quán xét chúng sinh, cứu giúp thoát khỏi khổ não. 5. Từ quán (慈觀): vận dụng 3 pháp quán trên quán xét chúng sinh, để ban cho sự an vui.

chúng ta ở đây cần học, tôi quy kết lại thành tám chữ: "chân thành, thanh tịnh, trí tuệ, từ bi", chúng ta nên nỗ lực hướng theo mục tiêu này để học tập.

Trí tuệ, tâm bi, lòng từ, đều là những tác dụng của tâm chân thành thanh tịnh. Trí tuệ thì thế nào? Có thể phá trừ mê hoặc. Tự mình đương nhiên không còn mê hoặc, vì tự mình đã chân thành, thanh tịnh. Tự đối với mình mà nói là vô tri, "Bát-nhã vô tri", nếu quý vị còn có cái biết, trí tuệ, thì tốt thôi, trí tuệ đó chính là vô minh. Đức Phật trong kinh Lăng Nghiêm nói: "Từ nơi thấy biết mà dựng lập thành chỗ biết, đó là cội gốc của vô minh", đó chính là vô minh. Trí tuệ ở đây là gì? Trí tuệ là dùng cho người khác, giúp người khác phá trừ mê hoặc, trí tuệ ở đây chỉ điều đó. Như Phật nói những kinh luận này, những phương pháp tu hành này, là phá trừ mê hoặc của chúng ta. Tác dụng của trí tuệ này là khởi tác dụng cho người khác, không phải đối với tự thân mình. Đối với tự thân mình, thanh tịnh là được, chân thật thanh tịnh là được, cần gì trí tuệ! Nhưng muốn cứu độ tất cả chúng sanh, chúng sanh có hoặc, nghiệp, khổ, muốn phá trừ mê hoặc của chúng sanh, cần phải có trí tuệ. Trí tuệ để phá mê hoặc, tâm bi để bạt trừ khổ não, lòng từ để ban tặng niềm vui. Có thể thấy trí tuệ, tâm bi, lòng từ đều là tha thọ dụng, làm lợi ích chúng sanh, chỗ tự thọ dụng của chính mình là chân thành, thanh tịnh.

"Dùng năm pháp quán này, gia hộ cho chúng sanh mê lầm." Ở đây chỉ chung chúng sanh trong chín pháp giới, "vọng tưởng, nhiễm ô, phiền não, khổ đau, ứng theo sự xưng niệm liền diệt mất; cho nên hết thảy chúng sanh thường phát nguyện kính ngưỡng nương theo". Đây chính là ý nghĩa như người Trung quốc thường nói "nhà nhà xưng Quán Âm, hộ hộ niệm Di Đà". Không ai là không xưng niệm Bồ Tát Quán Thế Âm. "Sự ứng thân thị hiện của Đại sĩ quả thật phụ thuộc nơi điều này", chính là những gì nói trong bài kệ này, Bồ Tát và tất cả chúng sanh có thể cảm ứng giao hòa trong đạo.

Khổ kệ tiếp theo, từ "Hào quang thanh tịnh không cấu nhiễm" trở đi là "xưng tán năm pháp quán nói trên", tán thán năm pháp quán trên. "Mặt trời trí tuệ không cấu nhiễm, là xưng tán thể của quán trí; lại nói 'chiếu soi cùng chốn chốn' là xưng tán dụng của quán trí". Ý nghĩa ở đây rất rõ ràng, không cần giảng nói nhiều.

Mời quý vị xem khổ kệ tiếp theo:

"Thể lòng bi[1] rền như sấm động,
Diệu ý từ, mây lớn chở che.
Đổ mưa pháp cam lồ khắp cõi,
Dập tắt liền phiền não lửa kia."

Khổ kệ này xưng tán "khẩu nghiệp thuyết pháp". Trong chú giải nói, "việc thuyết pháp tuy ở nơi miệng, tất yếu phải dựa vào thân, ý làm căn bản truyền trao pháp", nếu không có thân, không có ý, dù có miệng cũng không thể thuyết giảng. Vì vậy, ba nghiệp thân khẩu ý vốn một mà ba, ba mà một, không thể tách rời.

Câu thứ nhất là nói "vì pháp hóa hiện hình tướng, vốn để cứu khổ [chúng sanh], cho nên thân thuyết pháp đó gọi là 'thể lòng bi'". Chúng ta gọi thân Bồ Tát là "thể đại bi", vì ngài dùng thân này để cứu giúp tất cả khổ nạn của chúng sanh. "Thân này trước hết dùng giới đức để răn nhắc người đời, ví như khi trời rền vang sấm động thì muôn vật không đâu không kính sợ, cho nên gọi là đồng như thể của lòng bi."

[1]Nguyên tác là "悲體戒 - bi thể giới", chỉ thể tánh đại bi không ngăn ngại phân biệt, được phát sinh từ việc nghiêm trì giới hạnh thanh tịnh.

Từ câu này chúng ta càng hiểu sâu thêm, sự tu học Phật pháp phải được xây dựng trên nền tảng giới đức. Nếu chúng ta xem nhẹ việc trì giới, quý vị chỉ có thể trong khoảnh khắc nhất tâm xưng niệm danh hiệu Bồ Tát Quán Thế Âm. Bồ Tát Quán Thế Âm đến cứu tai nạn, còn tự thân quý vị không thể thành tựu. Cứu thoát bảy nạn thì được, lìa bỏ ba độc thì không được. Muốn lìa ba độc thì tự thân mình phải có giới, có định, như vậy thì thần lực Bồ Tát mới có thể gia trì giúp quý vị lìa ba độc, được nhất tâm bất loạn. Có thể thấy sự quan trọng của giới là như vậy.

Các đồng tu đều hỏi tôi, phải tu tập giới như thế nào? Cầm quyển Giới kinh lên, xem mà không hiểu. Không cần nói đến việc xem Giới kinh trong Luật tạng không hiểu, ngay cả năm giới quý vị cũng không hiểu. Không giết hại, vậy thế nào là không giết hại? Quý vị không rõ! Không rõ thì không thể thọ trì. Thế nào gọi là không giết hại, thế nào gọi là không trộm cắp? Nếu đơn giản như vậy thì cần gì đến Luật tạng kinh điển đồ sộ để giải thích? Không cần đến. Nhưng bởi vì trong đó có lý luận, có cảnh giới, rộng lớn vô biên, nên không dễ dàng như vậy. Thế nhưng hiện nay giảng kinh thì còn có người, giảng giới luật thì không có ai cả. Không có ai giảng giới luật. Dù trong giới đàn thọ giới nói là có giảng giới, nhưng cũng chỉ nói qua loa đại khái cho xong việc, không thật sự giảng giải chi tiết rõ ràng.

Quý vị có biết tại sao không? Tôi không nói hẳn quý vị cũng biết. Tự mình không làm được, nên khi giảng giải thật khó nói. Vì vậy, thời mạt pháp không thể thành tựu là do không có nền tảng giới học, sự tu chứng về sau đều rơi vào chỗ rỗng không, đều biến thành phước báo, đều là tu phước báo hữu lậu trong ba cõi.

Các vị đừng tưởng có phước thì đời sau sẽ sinh vào hai cõi trời, người. Không chắc vậy đâu. Trong cảnh giới súc sanh, ngạ quỷ, cũng có nhiều chúng sanh phước báo rất lớn. Các vị xem những cung Vương gia, cung Mã Tổ (Thiên Hậu Thánh Mẫu) ở tỉnh ta, đó đều là quỷ vương, họ rất có phước. Mã Tổ Bắc Cảng, phước báo của bà ấy có lẽ lớn nhất Đài Loan. Phước báo của Phật Bồ Tát trong bất kỳ ngôi chùa nào cũng không bằng bà, đó là quỷ vương. Vì vậy, tu phước đừng để thọ hưởng trong cảnh giới ngạ quỷ, súc sanh, vì như vậy vẫn khổ.

Về việc hưởng phước trong cảnh giới súc sanh, trong đạo Phật có câu chuyện "tu phước không tu trí tuệ, làm voi lớn đeo chuỗi anh lạc". Những người ấy sinh vào loài súc sanh, làm con voi của đức vua cưỡi. Khi đức vua đi ra ngoài, trên thân voi mang đầy những chuỗi anh lạc bằng bảy món báu. Đó là thân súc sanh nhưng có phước báo. Hiện nay, trong súc sanh có phước báo còn hưởng thụ hơn con người, như chó nhà giàu, một con chó giá trị mấy chục vạn, mạng chó rất đắt. Ở nước ngoài còn có khách sạn chó, nhà hàng chó, còn sung sướng hơn con người. Đó là gì? Là đời trước có tu tích phước báo. Tuy tạo tội nghiệp đọa vào cảnh giới súc sanh nhưng có phước báo, phước vẫn được hưởng. Quả thật, dù một miếng ăn, một ngụm nước, thảy đều do nhân tiền định. Nhân quả thiện ác không sai chút nào.

Vì vậy, quý vị cần hiểu rõ ý nghĩa này. Hiện nay chúng ta tu tập giới luật phải làm sao? Thật quan trọng như vậy nhưng lại không có người giảng. Đại sư Ấn Quang thật sự rất từ bi, ngài là Bồ Tát Đại Thế Chí tái lai. Trong suốt cuộc đời, ngài đề xướng ba quyển sách, bảo chúng ta y theo đó mà tu học. Ba quyển sách này thay thế giới luật. Thứ nhất là sách Liễu Phàm tứ huấn, thứ hai là sách Cảm ứng thiên vựng biên, thứ ba là sách An Sĩ toàn thư. Những sách này chúng ta có thể đọc hiểu, chúng ta có thể y theo phương pháp trong đó để tu học. Nếu các vị chân thật tu hành thì tu theo công quá cách.[1] Cư sĩ Viên Liễu Phàm dùng công quá cách, y theo phương pháp này tu hành, cải biến vận mạng của chính mình.

Người xuất gia như Đại sư Liên Trì cũng tu công quá cách, nhưng ngài không gọi là công quá cách, mà gọi là "tự tri lục", nghĩa là bản ghi chép để tự biết mình. Nếu thực sư y theo "tự tri lục" của Đại sư Liên Trì mà tu hành, có thể tu trong ba năm, mỗi ngày đều phải làm theo, mỗi ngày đều phải tu tập, có thể tu trong ba năm thì nền tảng giới đức của quý vị được thiết lập, đạo Phật mới có hy vọng! Bằng không thì thành Phật chỉ là ước nguyện mà thôi, chỉ sợ rất khó đạt được.

Câu thứ hai là "Diệu ý từ, mây lớn chở che". Bồ Tát lấy lòng từ làm tâm ý", đây gọi là "lấy từ bi làm căn bản, dùng phương tiện làm cửa vào". Nhưng từ bi và phương tiện đều được xây dựng trên nền tảng trí tuệ, không phải là từ bi kiểu cảm xúc. Cảm xúc từ bi không phải là từ bi chân thật, phải là từ bi có lý trí, phương tiện có lý trí. Nếu rơi vào căn cứ cảm xúc, đó là như trong nhà Phật thường nói "từ bi chuốc nhiều tai họa, phương tiện tạo ra kẻ thấp hèn". Quý vị xem đó, tuy là từ bi và phương tiện nhưng dựa trên nền tảng khác nhau, một bên là dùng tâm trí tuệ, một bên là dựa theo cảm xúc, kết quả hoàn toàn thay đổi. Đây là điều chúng ta nhất định phải rõ biết. Vì vậy, nhất định phải tu giới, tu định, tu tuệ, sau đó thì từ bi, phương tiện mới thật sự có thể lợi ích chúng sanh.

Câu thứ ba tiếp theo "Đổ mưa pháp cam lồ khắp cõi", đây là thí dụ sự thuyết pháp. "Cam lồ" ở đây chú giải là

[1] Công quá cách: pháp tu tập bằng cách mỗi ngày ghi chép rõ ràng những điều tốt xấu, tội phúc để thường xuyên ghi nhớ, tự tu sửa bản thân.

"thần dược trường sinh bất tử", dùng để ví như pháp của Phật thuyết, "chân lý được Phật giảng giải, hiểu được ắt chứng vô sanh, nếu không đạt được vô sanh thì làm sao có thể bất tử". Phật pháp là pháp vô sanh, Phật pháp là pháp giải thoát chân thật.

Câu cuối cùng nói rõ công đức lợi ích. "Dập tắt liền phiền não lửa kia", phiền não chính là khởi sinh não hoặc. Phiền não nếu diệt, tất nhiên không còn tạo nghiệp. Đã không tạo nghiệp, tất nhiên không có quả báo. Đây mới thật sự là vượt thoát luân hồi sanh tử. Đây là công đức lợi ích của sự thuyết pháp.

Chúng ta xem tiếp đoạn dưới đây. Khổ kệ này là tụng thêm ý nghĩa nơi cửa quan và chiến trận, [trong kinh văn trường hàng không có].

"Tranh giành nhau đến trước cửa quan", đây là nói như trong hiện tại phải đến chỗ tòa án, là nói khổ nạn trong chốn pháp đình.

"Hoặc giữa chốn trận tiền run rẩy", đây là nói việc tham gia quân đội, lúc có chiến tranh, giữa chiến trường phải đánh nhau với quân địch, cũng là lúc rất đáng khiếp sợ.

"Nhờ sức niệm Quán Âm cứu độ,
Kẻ oán cừu hết thảy lùi xa."

Trong phần chú giải nói "việc tranh tụng chốn pháp đình", ngày nay gọi là tòa án. Thời xưa, tư pháp đều do các vị quan địa phương kiêm nhiệm, Trung quốc không có tòa án, tất cả các vụ kiện tụng đều do quan huyện, quan địa phương xét xử. Vì vậy, quan huyện, quan địa phương cũng là quan tư pháp. Họ là quan điều hành việc hành chính, cũng là quan tư pháp. Đến thời Dân quốc mới tách ra, huyện trưởng, thị trưởng chuyên việc hành chính, có các quan tòa riêng lo việc xử lý các vụ kiện tụng.

"Tự thân vào nơi chiến trận", đây là nói việc nhập ngũ, tham gia chiến trường. "Trong lòng lo sợ về hình phạt", đây là chỉ việc đã nói ở trước, khi đến tòa án, sợ thua kiện bị xử phạt. "Lo lắng mạng sống phải mất vì chinh chiến", đây là nỗi lo sợ thực sự trên chiến trường. "Nay những oán thù từ xưa, lúc này gặp lại." Nếu không phải những kẻ oan gia đối đầu, làm sao có việc kiện tụng? Sẽ không có chuyện kiện tụng. Trên chiến trường, nếu đời trước không phải kẻ oán thù, họ sẽ không giết quý vị. Mạng người thật sự có định số, không có cái chết oan uổng nào. Việc sống chết nơi chiến rằng cũng đều là có định số.

Lúc tôi mới học Phật, cư sĩ Chu Kính Triều rất thương yêu tôi. Lão cư sĩ hiện vẫn còn sống. Ông cùng tuổi với Lý lão sư, năm nay 96 tuổi. Khi tôi học Phật, ông thường chăm sóc tôi, và ông kể rất nhiều câu chuyện của chính ông, khích lệ lòng tin của tôi, đó đều là chân thật. Ông học theo Phật, cũng là do tự thân gặp những việc này mới khởi lòng tin.

Ông là người học khoa học. Trong thời kỳ đầu cách mạng Trung quốc, những người này sao có thể tin quỷ thần? Sao có thể học Phật? Không thể nào. Nhạc phụ của ông là Chương Thái Viêm, một bậc thầy lớn nổi tiếng của Trung quốc. Ông là con rể của Chương Thái Viêm, kể lại câu chuyện cũ của Chương Thái Viêm.

Chương Thái Viêm lúc còn sống, từng làm phán quan cho Đông Nhạc Đại Đế, đây là việc chính ông thấy biết. Nhưng lúc đó ông thấy mà vẫn không tin, dù sự thật trước mắt, ông vẫn nửa tin nửa ngờ, không quay đầu học Phật. Nhưng đương nhiên việc ấy có ảnh hưởng với ông.

Ông nói ông học Phật là trong thời kháng chiến, ở Trùng Khánh, Tứ Xuyên. Buổi tối cùng mấy người bạn đánh bài chơi, đến khuya mới về. Lúc về đường khá xa, ở Trùng Khánh thời kháng chiến đèn đường đều là bóng đèn nhỏ 20 nến.[1] Khoảng cách giữa các cột điện chừng một, hai trăm mét, ánh đèn giống như ngọn hải đăng trong hàng hải, không thể soi rõ con đường, chỉ nhìn thấy có đèn ở hướng đó thì đi theo con đường đó. Ông đi về ban đêm, không chú ý, đi nửa đường thì thấy phía trước có một người phụ nữ, cách ông không xa. Ông cũng không để ý, người đó đi trước, ông đi phía sau. Đi khoảng nửa giờ, ông chợt nghĩ, sao lại có một người phụ nữ lúc nửa đêm đi ngoài đường? Vừa nghĩ vậy, ông chợt rùng mình nổi da gà, nhìn kỹ người đó chỉ có phần thân trên, không có thân dưới, ông sợ hãi vô cùng. Từ đó ông mới tin Phật, mới học Phật. Vì vậy, sau này ông nói người đó nhất định là hóa thân của Bồ Tát Quán Thế Âm đến háo độ ông. Nếu không tự mình nhìn thấy, người khác có nói thế nào ông cũng không tin. Ông tự mình nhìn thấy. Nhân duyên học Phật của ông là như vậy.

Những chuyện kỳ lạ ông nhìn thấy quá nhiều, kể không hết, kể mất thời gian. Tại sao nói mạng sống trong chiến tranh cũng là định số? Ở đây có một câu chuyện, cũng chính ông Chu Kính Triều đã gặp. Trước kháng chiến, ông học kinh tế tài chính, ông làm giám đốc một ngân hàng ở Tô Châu, là ngân hàng quốc gia, nên giao tế ứng xử cũng nhiều. Trong đó có một người bạn là người âm phủ, thường tụ họp, ban đêm ông ta đến âm ty làm việc. Nhưng chức vụ của ông ta rất nhỏ, làm việc chuyển công văn, không như Chương Thái Viêm. Chương Thái Viêm làm phán quan, giống như tổng thư ký, quyền lực rất lớn. Một hôm, ông bạn này nói rằng Thành hoàng miếu Thượng Hải gửi một

[1] Tức là 20 candela, đơn vị đo cường độ ánh sáng, tương đương với độ sáng của một ngọn nến. Do đó, 20 candela là bóng đèn có độ sáng tương đương với 20 ngọn nến cùng thắp lên.

quyển công văn đến, chính là sổ sanh tử, gửi đến Tô Châu. Trong âm ty, Tô Châu là Đô Thành Hoàng của Giang Tô, giống như chủ tịch tỉnh, Thượng Hải tính là một huyện, đưa một loạt sổ sanh tử đến Đô Thành Hoàng. Quyển sổ này chính ông ấy chuyển đi. Ông ấy nói có lật xem, xem xong không hiểu gì, tên có bốn chữ, năm chữ, sáu chữ. Hôm sau bạn bè tụ họp, cùng cư sĩ Chu Kính Triều với mấy người bàn luận việc này. Ông ấy nói, họ tên người Trung Quốc nhiều nhất bốn chữ, mà bốn chữ không thể nhiều như vậy, gửi một đống toàn bốn chữ, năm chữ, sáu chữ. Mấy người họ nghĩ mãi không thông, nói anh xem nhầm chăng? Ông ấy nói: "Không nhầm, tối hôm qua xem kỹ, một chút cũng không nhầm." Ba tháng sau, chính là sự biến 28 tháng 1 (năm 1932), người Nhật gây bạo động ở Thượng Hải, nhiều người chết. Những tên trong sổ sanh tử đó là của người Nhật.

Vì vậy, sau này lão cư sĩ có nói, trong chiến tranh những người nào phải chết đều có danh sách gửi đến Diêm vương trước, không có oan uổng. Người nào không phải chết, không có tên trong danh sách, những người phải chết thì đã gửi tên đi trước. Trong chiến tranh, chỗ này nói "Nay những oán thù từ xưa, lúc này gặp lại". Nếu không có oán thù thì trên chiến trường, dù đạn bắn trúng người cũng không chết. Tại sao? Vì không có oán thù. Thật sự, thiện ác nhân quả chúng ta nên thận trọng. Lão cư sĩ hiện tuổi cao, các bạn trẻ tìm ông, ông sẽ kể chuyện cho các bạn nghe, những việc đó đều chân thật, không hư dối, đều là chính ông tự thân trải qua.

Mời quý vị xem tiếp khổ kệ dưới đây:

"Này Diệu âm, này Quán thế âm,
Cùng Phạm âm và Hải triều âm.

Lại thêm Thắng bỉ thế gian âm,[1]
Người thế gian hãy thường nhớ niệm.
Khi niệm tưởng chớ sanh nghi ngại."

Năm câu kệ này là "tụng khuyến khích thọ trì danh hiệu". Bồ Tát có thần lực, từ bi, phương tiện lợi ích chúng sanh, đầy đủ không thể nghĩ bàn. Trong thế giới đại thiên có một người đáng tin cậy như vậy, chúng ta không kết giao với ngài, gặp nguy nan không cầu ngài giúp đỡ, vậy quý vị tìm ai? Tìm người khác đều không đáng tin, tìm Bồ Tát Quán Thế Âm rất đáng tin. Nhưng quý vị phải biết cách giao tiếp với ngài. Vì vậy, xưng niệm danh hiệu này phải hiểu lý luận, có cơ sở lý luận, không phải mê tín, không phải mù quáng xưng niệm. Phải biết phương pháp niệm, phải nhất tâm xưng danh mới có thể cảm ứng giao hòa trong đạo. Nói "diệu âm" tức là sự thuyết pháp không ngưng trệ. Ngưng trệ là có chướng ngại, Bồ Tát đầy đủ bốn biện tài không ngăn ngại nên gọi là "diệu âm".

"Quán thế âm" là nói tâm bi mẫn của ngài, "tìm theo âm thanh xưng niệm mà cứu khổ", chúng sanh có sự chiêu cảm, ngài liền ứng hiện. "Phạm âm" là tánh âm thanh thanh tịnh. Chữ "phạm" là nêu ý thanh tịnh, không ô nhiễm, không bám chấp, trong đó không có phân biệt bám chấp, vướng mắc. "Hải triều âm" là thí dụ, như nước thủy triều lên xuống có thời gian nhất định, lúc nào thủy triều lên, lúc nào thủy triều xuống, đều có thời gian nhất định.

[1]Khổ kệ này nói về ngũ âm (5 loại âm thanh) mà Bồ Tát Quán Thế Âm đã thành tựu. 1. Diệu âm (妙音): là âm thanh nhiệm mầu, vi diệu. 2. Quán thế âm (觀世音): là âm thanh quán xét thế gian, dùng trí tuệ vi diệu để quán xét chúng sanh, tầm thanh cứu khổ. 3. Phạm âm (梵音): là âm thanh thanh tịnh. 4. Hải triều âm (海潮音): là âm thanh thích hợp với thời điểm, ví như ngọn thủy triều lên xuống tùy thời điểm không bao giờ sai lệch; Bồ Tát cũng thuyết pháp đúng thời thích hợp để hóa độ chúng sanh, không sai lệch. 5. Thắng bỉ thế gian âm (勝彼世間音): là âm thanh vượt trội hơn tất cả âm thanh của thế gian.

Đây là thí dụ Bồ Tát có độ tin cậy, nhất định đáng tin cậy. "Bốn âm đều trọn vẹn đầy đủ, nên nói là vượt hơn các âm thanh thế gian", thắng là hơn, tất cả âm thanh trong thế gian đều không thể so sánh với ngài. Theo thực tế mà nói, người thế gian tức là từ cõi trời Ma-hê-thủ-la trở xuống trong sáu đường luân hồi, tuy cũng có thể tin cậy, nhưng vẫn không bằng Bồ Tát Quán Thế Âm, nhất định là nơi đáng tin cậy!

"Đại sĩ đầy đủ các phẩm đức như vậy, độ thoát chúng sanh, cho nên phải thường thọ trì xưng niệm". Đây là điều chúng ta nhất định phải ghi nhớ, phải thường xuyên giữ gìn không để mất, câu thánh hiệu này niệm niệm không quên. "Không gián đoạn", là nhất tâm xưng danh hiệu, không có sự gián đoạn, "không nghi ngờ", nhất định không có sự nghi ngờ. "Không gián đoạn, không nghi ngờ" chính là bí quyết để có sự cảm ứng. Nếu trì niệm danh hiệu có gián đoạn, có nghi ngờ, thì không có cảm ứng, sẽ mất đi hiệu quả. Không gián đoạn là thế nào? Ít nhất cũng phải là niệm đến công phu thành phiến, dù chưa đạt được sự nhất tâm. Công phu thành phiến là tương tợ với nhất tâm, cũng có cảm ứng. Không nghi ngờ thì không có chướng ngại. Tâm quý vị vốn thanh tịnh, nghi ngờ thì sanh chướng ngại. Nếu thật sự có thể thực hiện việc xưng niệm không gián đoạn, không nghi ngờ, thì "không một việc gì không tùy theo tâm ý mà được mãn nguyện". Thật sự có cầu tất có ứng, bí quyết của sự hiển thị thần lực không thể nghĩ bàn của Bồ Tát là ở chỗ này. Phần trước đã dạy cho chúng ta phương pháp "nhất tâm trì niệm danh hiệu", bí quyết để thành tựu trong phương pháp này, bí quyết để đạt được sự cảm ứng, chính là "không gián đoạn, không nghi ngờ". Nếu quý vị đạt được những bí quyết này, quý vị có đủ tư cách để cầu, để thành tựu trọn vẹn phương pháp cầu cảm ứng.

"Nếu như ôm lòng nghi hoặc, sáng niệm chiều quên, đừng lấy làm lạ khi đại sĩ không có sự ứng nghiệm." Trong lòng có sự nghi ngờ, lại thêm lười nhác, sáng niệm chiều quên chính là xưng trì danh hiệu gián đoạn, đương nhiên không có sự cảm ứng. Không thể nói Bồ Tát Quán Thế Âm không linh nghiệm; không thể nói đức Phật Thích-ca Mâu-ni trong hội Pháp Hoa nói dối, lừa gạt chúng ta. Không thể nói như vậy, nói như vậy tội rất lớn! Đức Phật trong kinh nói rõ những nguyên lý, phương pháp, cảnh giới này, tự quý vị xem lầm, tự quý vị không thể nhận hiểu, còn quay lại trách Phật, Bồ Tát, tội này quá lớn!

Mời quý vị xem tiếp hai khổ kệ dưới đây. Trong hai khổ kệ này có một câu đã xếp về trước, nên một khổ chỉ còn ba câu, ý nghĩa là "tụng khuyến khích cúng dường".

"Quán Thế Âm, bậc thánh thanh tịnh.
Giữa những chốn nguy nan, sống chết,
Thường vì người cứu độ chở che.
Đã thành tựu đủ đầy công đức,
Dùng mắt từ xem khắp chúng sanh.
Phước tích tụ vô biên như biển,
Do vậy nên kính lễ chí thành."

Đoạn này là đức Thế Tôn khuyến khích chúng ta tu pháp cúng dường. Trong phần chú giải nói: "Quán xét cái nghe quay vào bên trong, lìa xa mọi trần cảnh hư vọng, nên gọi là bậc thánh thanh tịnh." Thánh là các bậc thánh nhân, Bồ Tát từ Sơ địa trở lên đều gọi là thánh nhân. Bồ Tát Quán Thế Âm thị hiện ở địa vị Đẳng giác, do phương pháp tu hành của ngài viên mãn thành tựu, nên tâm địa rất thanh tịnh, gọi là "bậc thánh thanh tịnh". "Sự giúp đỡ ngấm ngầm mà không hư dối, trong những chốn nguy nan sống chết, [mở lòng thương xót] như cha như mẹ, [chúng sanh] có thể nương theo, có thể dựa vào." Sự giúp đỡ ngấm ngầm, là tâm đại từ đại bi của ngài âm thầm giúp đỡ tất cả chúng sanh, bất kể các vị có cầu hay không cầu, thần lực, phương tiện của ngài đều bình đẳng gia trì. Điều này là chân thật, không hư dối. Khi chúng sanh có khổ não, có mối nguy sống chết, ngài là người duy nhất đáng tin cậy, có thể giúp đỡ, như đứa con nương tựa vào cha mẹ. Trẻ con gặp khổ nạn, nó tin ai nhất? Là cha mẹ. Đứa trẻ cho rằng cha mẹ đáng tin nhất, người khác có thể đáng nghi ngờ.

"Đã thành tựu đủ đầy công đức, ắt sẽ tùy theo những chỗ khẩn cầu của chúng sanh mà đáp ứng hết, không chỉ là mười bốn sự không sợ hãi." Bồ Tát có đầy đủ công đức trọn vẹn, nên mới có cầu là có ứng. Lại khó được hơn nữa là "dùng mắt từ xem khắp chúng sanh, ắt có thể chọn lựa hết thảy những ai có thể hóa độ để hóa độ, không chỉ là ba mươi hai ứng thân". Những ai gọi là có thể hóa độ? Chính là có đủ những điều đã nói trước đây: "Nhất tâm xưng niệm, không gián đoạn, không nghi ngờ." Đây chính là những chúng sanh Bồ Tát có thể hóa độ. Đầy đủ những yếu tố này, trong mắt nhìn của Bồ Tát là có cơ duyên chín muồi. Trước tiên hóa độ người có cơ duyên chín muồi, sự cảm ứng này đặc biệt rõ rệt.

"Phước tích tụ vô biên như biển." Dùng biển làm thí dụ để nói phước báo của Bồ Tát tích tụ như biển cả, vô lượng vô biên, "lợi ích không cùng tận, cho nên cung kính quy y đảnh lễ".

Phần kệ tụng đến đây là đã trả lời xong về đức hạnh của Bồ Tát khi giáo hóa trong thế giới Ta-bà. Phần trước tôi có nói, trong hội còn có người tri âm, chính là Bồ Tát Trì Địa, chúng ta xem đến đây đã thấy. Đây là đoạn lớn thứ hai, nêu ý nghĩa "nghe phẩm kinh này được lợi ích". Phẩm kinh này chính là nói phẩm Phổ Môn. Đức Thế Tôn và Bồ

Tát Vô Tận Ý, Bồ Tát Quán Thế Âm cùng hỏi đáp nội dung như vậy, người nghe liền được lợi ích.

"Bấy giờ, Bồ Tát Trì Địa từ chỗ ngồi đứng dậy thưa với Phật: "Bạch Thế Tôn! Nếu có chúng sanh nào được nghe phẩm Bồ Tát Quán Thế Âm này..."

Quý vị nên nhớ, đây không phải nói danh hiệu Bồ Tát, "nghe phẩm Bồ Tát Quán Thế Âm này" là trực tiếp chỉ cho phẩm Phổ môn này, cũng có thể bao gồm chương Nhĩ căn viên thông của Bồ Tát Quán Thế Âm trong kinh Lăng Nghiêm. Đó cũng là phẩm Bồ Tát Quán Thế Âm. Trong kinh Hoa Nghiêm, chương Bồ Tát Quán Tự Tại, tức chương Hồi Hướng, thứ bảy trong bản dịch 40 quyển, cũng là phẩm Bồ Tát Quán Thế Âm. Vì vậy, một cụm từ này, nói nghĩa hẹp là chỉ cho phẩm này, nói nghĩa rộng thì bao gồm cả hai bộ kinh trước.

"...nói về công hạnh tự tại với sức thần thông thị hiện khắp mọi nơi, nên biết rằng công đức của người ấy thật không nhỏ."

Công hạnh là nói sự nghiệp phổ độ chúng sanh của Bồ Tát, rất tự tại, không có chướng ngại. Vì vậy, ngày nay chúng ta đọc tụng phẩm Phổ môn, hoặc quý vị được nghe phẩm Phổ môn, mỗi người đều có trách nhiệm lưu thông Phật pháp. Vì đồng bào chúng ta xưng niệm Bồ Tát Quán Thế Âm quá nhiều, cúng dường Bồ Tát Quán Thế Âm cũng quá nhiều, nhưng Bồ Tát Quán Thế Âm là ai, như thế nào họ không biết; Bồ Tát Quán Thế Âm từ đâu đến, họ cũng không biết; Bồ Tát Quán Thế Âm rốt cuộc có đức hạnh gì, họ cũng không biết. Chúng ta phải thường giải thích cho những người đó, khuyên họ đọc kinh. Không chỉ khuyên họ đọc, mà nhất định phải giảng giải ý nghĩa kinh cho họ nghe, khiến họ thật sự nhận thức được về Bồ Tát Quán

Thế Âm, biết cách làm thế nào để tu học pháp môn Phổ Môn, mới có thể đạt được công đức lợi ích chân thật. Khi đó, công đức của chúng ta cũng rất lớn, đúng như Bồ Tát Trì Địa nói.

Chúng ta xem qua phần chú giải ở đây. Trong chú giải có mấy câu rất quan trọng.

"Kinh Bảo vân nói, Bồ Tát có mười pháp, gọi là tam-muội Trì Địa", vị Bồ Tát này chính vì đạt được tam-muội Trì Địa nên gọi là Bồ Tát Trì Địa. "Như mặt đất ở thế gian", các vị phải biết rằng đức của đất rất lớn. Không có đất, tất cả sinh vật không có chỗ nương tựa, phải có đất. Đất có đức sinh ra sự sống, nên phía dưới nói mười đức. Thứ nhất là "rộng lớn". Thứ hai là "chỗ nương dựa của chúng sanh", tất cả chúng sanh đều nương dựa vào mặt đất mới có thể sinh tồn. Thứ ba là "không ưa thích, chán ghét", tâm bình đẳng không có ưa thích hay chán ghét. Thứ tư là "chịu được mưa lớn", mặt đất có thể chịu đựng được mưa lớn. Thứ năm là "sinh ra cây cỏ". Thứ sáu là "chỗ nương dựa của các hạt giống". Thứ bảy là "sinh ra các loại châu báu". Thứ tám là "sinh ra các loại thuốc". Thứ chín là "gió thổi không dao động". Thứ mười là "sư tử gầm không kinh sợ". Thời gian không có nhiều, không thể giảng giải từng điều cho quý vị, nhưng trong đó có pháp thuyết, có thí dụ, đều không khó hiểu.

"Bồ Tát cũng như [mặt đất] vậy, vị Bồ Tát này "thuở xưa từng gặp đức Phật Tỳ-xá-phù". Đây là nói quá khứ, trong lúc ngài còn tu nhân, đã từng gặp một đức Phật, danh hiệu là Phật Tỳ-xá-phù, dạy ngài pháp "bình tâm như mặt đất". Lúc đó ngài tu khổ hạnh. Tu những gì? Như sửa cầu, tu bổ đường sá, chỗ nào đường đi không tốt, ngài sửa đường giúp người. Sửa đường là công đức, tạo thuận lợi cho người đi qua lại. Trên đường gặp Phật, đức Phật dạy ngài: "Tu sửa mặt đất cũng rất tốt, nhưng trước tiên phải tu sửa tâm địa của ông cho bằng phẳng; tâm địa bình thì tất cả mặt đất đều sẽ bình." Ngài được khai ngộ từ đó. Vì vậy, "dạy nên bình tâm địa thì hết thảy đều sẽ bình, đó là có thể dùng chánh pháp nhiệm mầu để bình ổn tự tâm, hoạn nạn bên ngoài đều sẽ tự bình", đây là nói công đức của ngài. Chánh pháp nhiệm mầu là chỉ Phật pháp Đại thừa, ở đây dùng nghĩa hẹp thì chỉ pháp môn Phổ môn của Bồ Tát Quán Thế Âm.

Nhất tâm xưng niệm, lễ bái là chánh pháp nhiệm mầu, không gián đoạn, không nghi ngờ, nội tâm chúng ta sẽ được bình. Quý vị thử nghĩ xem, có bình không? Quý vị nhất tâm xưng niệm danh hiệu Bồ Tát Quán Thế Âm, không gián đoạn, không nghi ngờ, tâm quý vị đương nhiên được bình. Tâm bình, hoàn cảnh bên ngoài sẽ bình, tất cả tai nạn đều ứng theo sự xưng niệm mà tiêu trừ, sự cảm ứng giao hòa trong đạo quá rõ rệt. "Cho nên nghe phẩm kinh này mà ngợi khen xưng tán." Ai có thể xưng tán? Người đã được tâm bình có thể xưng tán. Vừa nghe qua liền hiểu rõ, nên mới đứng ra ngợi khen xưng tán.

"Danh hiệu Quán Âm, hoặc gọi là Quán Thế Âm, hoặc gọi là Quán Tự Tại. Công hạnh của ngài hoặc gọi là Phổ Môn, hoặc gọi là Viên Thông." Chúng ta đều đã đọc qua trong hết thảy kinh điển: "Dựa vào phẩm đức ứng hiện [độ sinh] của hai pháp bi quán và từ quán mà nói, nên có hiệu là Quán Thế Âm; dựa vào công năng soi chiếu tự tâm của hai pháp chân quán và thanh tịnh quán mà nói, nên có hiệu là Quán Tự Tại; do từ một tâm mà lưu xuất, ứng hóa không đâu không cùng khắp, nên gọi là Phổ môn; do từ muôn vật phản hồi, soi chiếu không gì không thấu suốt, nên gọi là Viên thông. Kỳ thật, hết thảy chỉ là một tâm mà thôi." Chỉ cần đạt được nhất tâm thì tất cả đều đầy đủ, dù là Quán Âm, Tự Tại, Phổ Môn, Viên Thông cũng đều đạt được, đó đều là tác dụng của nhất tâm.

Vì vậy "Hoặc dùng tự tại làm hiệu, hoặc dùng tự tại để nêu công nghiệp. Dùng tự tại làm hiệu là nói tâm được tự tại, như Tâm kinh xưng là Quán Tự Tại, trong kinh Hoa Nghiêm cũng xưng là Quán Tự Tại. "Như trong kinh Lăng nghiêm xưng tán sức nhiệm mầu không tạo tác", cảnh giới đó rất rộng lớn, quý vị có thể nghiên cứu kinh Lăng Nghiêm. "Công đức thật không nhỏ", là nêu rõ ý nghĩa công nghiệp tự tại, công hạnh Phổ môn, quả thật đều là pháp môn tâm địa, người được nghe và thọ trì, chỉ cần có thể dùng đó để duy trì, bình ổn tự tâm, ắt bao nhiêu hoạn nạn bên ngoài cũng đều tự trở nên yên bình, không thể gây hại, đối với những chúng sanh đang lo sợ có thể ban cho sự không sợ hãi, cho nên công nghiệp tự tại, công hạnh Phổ môn, rốt cùng mỗi người đều sẵn có", mỗi người chúng ta đều có thể đạt được hết thảy. "Cho nên người được nghe [phẩm kinh này] công đức không nhỏ." Công đức lợi ích thù thắng như vậy, Bồ Tát Trì Địa có thể nhìn thấy nên ở chỗ này nói rõ cho chúng ta biết.

"Khi Phật thuyết phẩm Phổ môn này, trong chúng hội có tám mươi bốn ngàn chúng sinh đều phát tâm Vô thượng Chánh đẳng Chánh giác không gì so sánh được."

Đây là nói nghĩa "nghe phẩm kinh này đạt được lợi ích", tương đương như phần lưu thông của riêng phẩm kinh này. "A-nậu-đa-la Tam-miệu Tam-bồ-đề" là tiếng Phạn, dịch sang Hán văn là "Vô thượng Chánh đẳng Chánh giác", cũng chính là Đại Bồ-đề của quả vị Như Lai. Đại Bồ-đề, Đại Niết-bàn, khi nói Đại Bồ-đề là đương nhiên có

Đại Niết-bàn, nên chỉ nêu một tên là đủ. Chúng ta gọi là tâm Bồ-đề, mọi người nghe xong đều phát tâm Bồ-đề. Tâm Bồ-đề cũng chính là nhất tâm. Vì vậy, khi quý vị nhất tâm xưng niệm chính là được đầy đủ tâm Bồ-đề.

Được rồi, chúng ta giảng kinh đến đây là viên mãn.

GIẢNG GIẢI PHẨM PHỔ MÔN

PHÁP SƯ TỊNH KHÔNG
Giảng giải
NGUYỄN MINH TIẾN
Việt dịch và chú giải

United Buddhist Publisher
Nhà xuất bản Liên Phật Hội
California, Hoa Kỳ
Xuất bản lần thứ nhất: Tháng 11/2025

www.ingramcontent.com/pod-product-compliance
Lightning Source LLC
LaVergne TN
LVHW060315051026
849517LV00004B/1116
* 9 7 9 8 3 3 0 5 9 4 2 1 4 *